DAVID BALDACCI

TRUY TÌM SỰ THẬT

Người dịch: **TRẦN QUÝ DƯƠNG**

Tặng Zoe và Luke

NHÀ XUẤT BẢN VĂN HÓA THÔNG TIN
HÀ NỘI - 2009

⍟

Tại sao lại phí thời gian đi phát hiện sự thật trong khi anh có thể dễ dàng tạo ra nó?

Người nói câu trên yêu cầu giấu tên bởi người này không được phép công khai những vấn đề liên quan đến sự thật.

MỞ ĐẦU

"Dick, tôi muốn có một cuộc chiến".

"Vâng, cũng như mọi lần, lần này ông đã tìm đúng chỗ, ông Creel".

"Nhưng đó sẽ không phải cuộc xung đột bình thường đâu".

"Tôi chẳng bao giờ trông đợi điều bình thường ở ông".

"Nhưng anh sẽ phải làm nó trở thành có lý. Anh phải khiến người ta tin, Dick".

"Tôi có thể làm cho họ tin bất kỳ điều gì".

CHƯƠNG I

Vào đúng 0 giờ (giờ quốc tế), hình ảnh một người đàn ông bị tra tấn được tung lên trang web nổi tiếng nhất thế giới.

Bất kỳ ai từng nghe sẽ không bao giờ quên sáu từ đầu tiên phát ra từ miệng người đàn ông này.

"Tôi đã chết. Tôi bị giết".

Người đàn ông nói tiếng Nga nhưng chỉ cần bấm một nút, người xem có thể đọc nội dung câu chuyện khủng khiếp được thuật lại phía dưới màn hình, hầu như bằng bất kỳ ngôn ngữ nào họ muốn. Cảnh sát mật của Nga đã khiến anh và gia đình "thú nhận" tội phản quốc nhờ phương pháp tra tấn. Nhưng anh ta đã trốn thoát và làm ra đoạn băng kém chất lượng này.

Dù có là ai, người cầm camera hoặc phải sợ chết khiếp, hoặc say rượu, hoặc cả hai, bởi cứ vài giây đoạn phim đầy vệt nhiễu lại lắc và rung bần bật.

Người đàn ông nói rằng nếu đoạn phim được tung ra, điều đó có nghĩa là lũ ác ôn của chính phủ đã tóm lại được anh ta, nghĩa là anh ta đã chết.

Tội của anh ta là gì? Đơn giản là muốn tự do.

"Có hàng vạn người giống tôi", anh nói với thế giới. "Xương của họ phủ dày mặt đất trơ trụi băng giá của vùng Siberia hay dưới làn nước sâu của hồ Balkhash ở Kazakhstan. Rồi các vị sẽ sớm được thấy. Những người khác sẽ tiếp tục cuộc đấu tranh mà bây giờ không có sự tham gia của tôi".

Người đàn ông cảnh báo rằng trong lúc thế giới tập trung vào những tay Osama bin Laden[1] suốt một thời gian dài, những thế lực đen tối ngày trước - với sức huỷ diệt gấp cả triệu lần những quả đạn của khủng bố Hồi giáo cộng lại – rõ ràng đã trở lại và nguy hiểm hơn bao giờ hết.

"Đã đến lúc thế giới biết *toàn bộ sự thật*", anh ta hét vào ống kính máy quay rồi bật khóc rưng rức.

"Tên tôi là Konstantin. Tên tôi *từng là* Konstantin", anh ta sửa lại. "Với tôi và gia đình tôi thì đã muộn, bây giờ chúng tôi đã chết hết. Vợ và ba đứa con của tôi đều đã ra đi cả. Xin đừng quên tôi, xin đừng quên tại sao tôi chết. Đừng để gia đình tôi chết trong vô vọng".

Khi hình ảnh và tiếng nói của người đàn ông mờ dần, một đám mây hình nấm xuất hiện khiến màn hình sáng loá, phía dưới hình ảnh khủng khiếp này hiện lên dòng chữ như báo trước điểm gở: *Trước tiên là người Nga, sau đó tới phần còn lại của thế giới. Chúng ta có thể đợi đến lúc đó không?*

Kỹ thuật quay và dựng phim hết sức thô sơ, những hiệu ứng đặc biệt chỉ mang tính nghiệp dư, song chẳng ai quan tâm đến chuyện ấy. Konstantin và gia đình khốn khổ của anh cuối cùng đã hy sinh để phần còn lại của thế giới có được cơ hội sống.

Người đầu tiên xem đoạn phim trên - một chuyên gia lập trình ở Houston cảm thấy vô cùng bàng hoàng. Anh dùng email gửi file này cho hai mươi người trong sổ địa chỉ của mình. Người thứ hai ở Pháp xem sau đó vài giây, lập tức không thể ngủ nổi. Vừa khóc cô vừa gửi những gì mình đã xem cho năm mươi người bạn. Khán giả thứ ba là người Nam Phi, phẫn nộ đến mức gọi điện thẳng cho BBC[2], sau đó gửi email đồng thời tới tám trăm bạn "thân thiết nhất" trên mạng của ông

---

[1] Một triệu phú Hồi giáo, đứng đầu mạng lưới khủng bố al-Qaeda, đứng đằng sau nhiều vụ khủng bố đẫm máu trên thế giới mà đỉnh cao là vụ tấn công tại New York ngày 11-9-2001.
[2] British Broadcasting Cooperation: Hãng truyền thông Anh.

ta. Một thiếu nữ ở Na Uy xem đoạn phim trong tình trạng hoảng sợ, sau đó chuyển tiếp nó cho tất cả những người cô biết. Một ngàn người tiếp theo xem từ mười chín quốc gia khác nhau, mỗi người chia sẻ thông tin với ba mươi người khác, rồi mỗi người trong số ấy lại truyền cho vài chục người khác. Khởi đầu là một giọt mưa trên đại dương Internet đã trở thành một cơn sóng thần lớn ngang cả châu lục.

Như đại dịch lan tràn, đoạn phim đã trở thành tâm điểm thu hút dư luận toàn cầu. Câu chuyện truyền từ blog[1] này đến blog khác, qua phòng chat này tới phòng chat khác, từ email này đến email khác. Khi mỗi người kể lại cho những người khác với số lượng ngày càng tăng, câu chuyện lan rõ ràng tới mức thế giới thấy mình đứng trước nguy cơ bị dân Nga điên cuồng và khát máu thống trị bất kỳ lúc nào. Chỉ ba ngày sau những tuyên bố thảm thiết của Konstantin, cả thế giới nhắc tới tên anh. Chẳng mấy chốc một nửa dân số thế giới – trong đó nhiều người chưa bao giờ biết tổng thống Mỹ hay Giáo hoàng là ai – đã biết tất cả về con người đã mất ấy.

Và từ các email, blog và các phòng chat, câu chuyện trở thành nội dung của các tờ báo không chính thống. Rồi các tờ báo như *Thời báo New York*, *Nhật báo phố Wall* cùng các nhật báo hàng đầu của Mỹ bị hút vào vòng xoáy, không vì lý do nào khác ngoài việc câu chuyện đó đang được tất cả mọi người nhắc tới. Thế rồi nó lại thu hút các hãng truyền hình toàn cầu, từ kênh Channel One của Đức, BBC tại Anh, ABC News và CNN ở Mỹ tới truyền hình nhà nước Trung Quốc cũng đều dự báo ngày tận thế mới có thể xảy ra. Từ đó câu chuyện gắn chặt vào tư duy, tâm hồn, vào lương tâm của loài người trên thế giới, trở thành vấn đề số một, đến mức chẳng ai ngó ngàng tới những câu chuyện khác.

Khẩu hiệu chung "Hãy nhớ tới Konstantin" phát ra từ miệng của người dân trên cả bảy châu lục.

Chính phủ Nga ra tuyên bố cực lực bác bỏ tất cả những điều trên. Thậm chí Tổng thống Nga Gorshkov còn xuất hiện trên truyền hình quốc tế, lên án đó hoàn toàn là dối trá và đưa ra thứ ông ta gọi là bằng chứng "đầy ấn tượng" cho thấy rằng không hề có Konstantin nào từng

---

[1] Nhật ký trên mạng.

tồn tại. Thế nhưng không mấy người tin ông ta. Gorshkov từng là nhân viên KGB[1] mà! Từ hàng chóp bu đến cấp thấp nhất của chính quyền Nga, toàn là những kẻ độc ác có quan điểm phát-xít, nhiều năm nay các nhà báo trên toàn cầu đã nói với người dân điều ấy. Chỉ đến thời điểm này người ta mới thực sự quan tâm bởi từ trước tới nay chuyện ấy không mảy may tác động tới cuộc sống của họ. Giờ họ đã thấy Konstantin chết, đám mây hình nấm trên mạng Internet đột nhiên cho biết rằng chuyện ấy thực sự đáng để tâm lắm.

Chắc chắn có nhiều người rất nghi ngờ Konstantin là ai, chính xác thì bản thân anh ta và đoạn phim thực sự thể hiện điều gì. Những người đó sẽ bắt đầu điều tra về người đàn ông được cho là đã chết, về câu chuyện của anh ta. Nhưng với nhiều người khác, họ đã nghe và đã nhìn tất cả những gì mình cần để có thể đưa ra kết luận một cách dứt khoát.

Nhưng nước Nga và cả thế giới sẽ mãi không phát hiện được rằng thực ra Konstantin là một diễn viên Latvia mới tập tọng vào nghề, những "vết thương" và vẻ "tiều tụy" là kết quả của hoá trang tinh vi và bố trí ánh sáng hết sức chuyên nghiệp. Sau khi hoàn thành đoạn phim trên, hắn ta lau rửa sạch sẽ, gỡ bỏ toàn bộ lớp hoá trang, dùng bữa trưa ngon lành ở nhà hàng Nga trên phố 57 tại New York, tiêu một phần trong số năm mươi ngàn đô-la thù lao thủ vai trong đoạn phim kinh khủng ấy. Vì tay diễn viên này cũng nói tiếng Tây Ban Nha, có vẻ điển trai với làn da sẫm màu và cơ thể "khúc nào ra khúc ấy", bây giờ tham vọng chính của hắn là kiếm được vai chính trong một phim truyền hình nhiều tập kiểu Mỹ Latinh.

Trong khi ấy, thế giới chẳng bao giờ trở lại như cũ được nữa.

---

[1] Uỷ ban an ninh quốc gia Liên Xô.

CHƯƠNG 2

Nicolas Creel thong thả uống nốt chỗ Bombay Sapphire[1] và tonic[2] rồi mặc áo khoác và chuẩn bị dạo một vòng. Thực ra những người bình thường mới hay đi dạo. Các tỷ phú đứng đầu các tập đoàn thì đi dạo tận trên không trung. Lúc nhìn ra ngoài cửa sổ chiếc trực thăng đưa ông ta đi một chuyến ngắn từ Hudson tới Jersey, những toà nhà chọc trời phía dưới nhắc Creel rằng mình đã tiến xa tới mức nào. Creel sinh ở miền tây Texas, một vùng đồng bằng rộng lớn và trơ trụi trải dài đến mức gần như vô tận, đến mức người ta nói rằng những người gọi vùng này là quê hương chẳng biết có nơi nào khác để sống không, hoặc có cách nào tới được nơi ấy không.

Creel đã sống đúng một năm ở bang Ngôi sao cô đơn[3] trước khi chuyển tới Philippines cùng người cha mang quân hàm thượng sĩ quân đội. Sau đó họ từng sống ở nhiều nơi có xung đột, đi qua bảy quốc gia cho tới khi cha Creel được điều tới Hàn Quốc và chẳng mấy chốc biến thành tro trong một sự kiện được phía quân đội mô tả là "sự lộn xộn không may của lực lượng hậu cần". Bà mẹ goá đi bước nữa, vài năm

---

[1] Một loại rượu có tiếng, không màu, cất từ ngũ cốc, có hương của quả bách xù.
[2] Một loại nước uống có ga và hương vị.
[3] Lone Star State: biệt hiệu của bang Texas.

sau Creel vào đại học và kiếm được mảnh bằng kỹ sư. Sau khi tốt nghiệp, cậu cũng huy động được đủ tiền để học thạc sỹ quản trị kinh doanh nhưng chỉ sáu tháng là bỏ cuộc vì muốn chọn cách học khác: qua trường đời.

Bài học quý giá mà người cha trong quân ngũ đã dạy cho Creel là Lầu Năm góc[1] mua nhiều vũ khí hơn bất kỳ ai, với mỗi món vũ khí họ lại trả cao hơn giá trị thật của nó. Xa hơn nữa, khi ta cần thêm lợi nhuận, chỉ cần yêu cầu là họ sẽ mang đến cho ta. Rốt cuộc đó đâu phải tiền của họ, vả lại chẳng có gì dễ hơn việc tiêu tiền của người khác, đặc biệt khi nước Mỹ có hầu bao lớn nhất thế giới. Đó có vẻ là công việc rất béo bở bởi như Creel đã phát hiện ra, người ta có thể bán được cho quân đội Mỹ những toilet giá mười hai ngàn đô-la và những chiếc búa có giá chín ngàn đô-la rồi có thể hợp lý hoá việc ấy với một loạt trò bịp bợm cũng như trò lố điều trần trước Quốc hội.

Creel đã dành vài thập kỷ tiếp theo để gây dựng sự nghiệp mà hiện nay là tập đoàn quốc phòng lớn nhất thế giới - tập đoàn Ares. Theo xếp hạng của Forbes[2], ông ta là người giàu thứ mười bốn thế giới với số tài sản trị giá hơn hai mươi tỷ đô-la.

Bà mẹ quá cố của Creel là người gốc Hy Lạp với tính cách nóng như lửa và tham vọng ghê gớm - thứ ông ta được thừa kế cùng ngoại hình đẹp và nước da sẫm màu. Sau khi bố Creel gặp nạn ở Hàn Quốc, bà mẹ tái giá với một tay có địa vị trong xã hội, ông ta đã tống Creel vào các trường nội trú và những trường kém đẳng cấp hơn. Trong khi con trai của những người đàn ông giàu có khác được cho đủ mọi thứ, Creel phải chịu sự chế giễu của bè bạn, đồng thời phải đổ mồ hôi sôi nước mắt nhặt nhạnh từng xu. Những kinh nghiệm ấy đã tạo cho ông ta lớp vỏ bảo vệ bền vững.

Lấy tên vị thần chiến tranh của Hy Lạp để đặt tên cho công ty[3] là việc làm thể hiện sự tôn kính của Creel dành cho người mẹ mà ông ta yêu hơn tất cả, ông ta cũng tự hào về những thứ công ty mình sản

---

[1] Cách gọi khác của Bộ Quốc phòng Mỹ.
[2] Tạp chí nổi tiếng thế giới, thường xếp hạng các công ty và cá nhân (chủ yếu về kinh tế).
[3] Trong thần thoại Hy Lạp, Ares là thần chiến tranh.

xuất ra. Cái tên sơn trên chiếc du thuyền dài tới bốn trăm fút[1] là Shiloh - một trong những trận đánh đẫm máu nhất thời nội chiến Mỹ.

Dù chào đời trên đất Mỹ, Creel chưa bao giờ tự coi mình là người nước này. Ares đặt trụ sở tại Mỹ nhưng Creel lại là công dân toàn cầu, từ lâu ông ta đã từ bỏ tư cách công dân của siêu cường. Điều đó rất hợp với Creel bởi chẳng nước nào nắm độc quyền chiến tranh cả. Thế nhưng vị tỷ phú này dành nhiều thời gian ở Mỹ theo ý muốn của mình bởi ông ta có một đội ngũ hùng hậu các luật sư và chuyên gia kế toán mò ra được mọi lỗ hổng trong ma trận được gọi là mã thuế của Mỹ.

Từ rất lâu Creel đã rút ra rằng để bảo vệ sự nghiệp kinh doanh, ông ta phải rải tiền rộng. Mọi hợp đồng bán các hệ thống vũ khí của Ares đều thực hiện trên cả năm mươi bang. Những chiến dịch quảng cáo tốn kém, bóng bẩy nêu bật điểm đó hơn hết.

"Một ngàn điểm cung cấp trải dài trên toàn lãnh thổ Mỹ giúp đảm bảo an toàn cho bạn", một diễn viên Hollywood tuyên bố với giọng sang sảng khiến người nghe phấn chấn, tim đập rộn lên. Câu nói ấy nghe đậm chất ái quốc nhưng thực ra nó xuất hiện cũng chỉ vì một lý do. Bây giờ nếu quan chức nào thử phá ngang, cả năm trăm ba mươi lăm nghị sĩ sẽ đồng loạt đứng dậy và đập tay đó nát bét vì cả gan tước bỏ việc làm từ người dân *của họ*. Creel cũng đã áp dụng thành công chiến lược trên ở vài chục quốc gia khác. Cũng như chiến tranh, người Mỹ không độc quyền về các chính trị gia chỉ biết đặt mình lên trên hết.

Các máy bay quân sự do Ares sản xuất đều quần đảo trên trời bất kỳ nơi nào diễn ra các sự kiện thể thao lớn trên thế giới, kể cả World Series, Super Bowl[2] và World Cup. Có thể nào bạn không phấn khích khi đội hình máy bay chiến đấu bám sát nhau, mỗi chiếc trị giá tới một trăm năm mươi triệu đô-la gầm rú trên đầu, với hoả lực dễ dàng xoá sổ toàn bộ đàn ông, đàn bà, trẻ em ở nơi đó chỉ bằng một loạt phóng? Sức mạnh đáng sợ ấy lại có nét gần như lãng mạn, oai hùng.

---

[1] Khoảng 120 mét, để tiện theo dõi, chúng tôi sẽ quy đổi sang các đơn vị quen thuộc với người Việt.

[2] Giải bóng chày và bóng đá hàng đầu của Mỹ.

Ngân sách dành cho marketing và vận động hành lang của Ares hàng năm là ba tỷ đô-la. Với hầu bao thuộc dạng "khủng" ấy, không một nước lớn nào có tiền chi cho quốc phòng lại không nghe thấy thông điệp này lặp đi lặp lại: *Chúng tôi đầy sức mạnh. Chúng tôi sát cánh bên bạn. Chúng tôi đảm bảo an toàn cho bạn. Chúng tôi đảm bảo cho các bạn tự do. Chúng tôi là chốt chặn duy nhất giữa bạn và bọn chúng.* Và các hình ảnh thì đặc biệt lôi cuốn: những bữa tiệc và các buổi duyệt binh, những lá cờ phất cao, trẻ em vẫy chào khi xe tăng lướt qua và phi cơ gầm rú trên đầu, các chiến binh hừng hực quyết tâm với khuôn mặt được sơn nguy trang tiến thẳng vào lãnh thổ quân thù.

Không một nước nào trên trái đất cưỡng lại được thông điệp lôi cuốn ấy, Creel đã thấy như vậy. Hừm, có lẽ chỉ người Đức làm được thế, nhưng đâu thành vấn đề.

Người ta viết những đoạn quảng cáo kia như thể tập đoàn Ares hùng mạnh phân phối các loại vũ khí vì lòng yêu nước nồng nàn chứ không phải vì tiền bạc hay chương trình đã để ra; cũng không nhằm thuyết phục các cơ quan quốc phòng mua những đồ chơi chiến tranh đắt tiền nhưng chẳng bao giờ được sử dụng trong khi không đoái hoài gì tới những món đồ rẻ hơn như áo giáp chống đạn hay thiết bị nhìn đêm - những thứ thực sự người ta cần đến để có thể tồn tại. Chiến lược ấy đạt hiệu quả tuyệt vời trong suốt vài thập kỷ.

Nhưng mọi thứ đang thay đổi. Có vẻ con người đang ngày càng trở nên mệt mỏi với chiến tranh. Số lượng người tham gia các cuộc hội nghị bán hàng khổng lồ mà Ares tổ chức hàng năm sụt giảm năm năm liên tiếp. Bây giờ ngân sách marketing của Ares đã lớn hơn thu nhập ròng. Điều đó cho thấy một sự thật: hiện tại người ta không mua những thứ Creel bán[1].

Thế nên lúc này ông ta ngồi trong một căn phòng xa hoa ở một toà nhà thuộc sở hữu của công ty mình. Người đàn ông ngồi đối diện mặc quần jeans và đi giày lính chiến, trông như một con gấu không lông. Gương mặt người này rám nắng và cũ kỹ, trên má có chỗ trông như lỗ đạn hay vết phát bệnh sởi. Hắn có đôi vai dày, đôi bàn tay to sụ và có nét gì đó như hăm doạ.

---

[1] Còn có một nghĩa khác: hiện người ta không tin những điều Creel nói.

Creel không bắt tay.

"Chuyện đã bắt đầu", ông ta nói.

"Tôi đã trông thấy đồng chí Konstantin". Người đàn ông không giấu được vẻ tự mãn khi nói câu ấy. "Bây giờ người ta nên tặng cho hắn giải Oscar".

"Cuối tuần này *Sáu mươi phút*[1] sẽ viết về chuyện ấy, các tạp chí khác cũng thế. Gã đần Gorshkov đang khiến mọi việc của ta dễ dàng hơn".

"Thế còn điều bất ngờ xảy ra?"

"*Anh là* điều bất ngờ", Creel nói rõ.

"Trước đây không cần chạm chân xuống đất vẫn thành công mà".

"Tôi không quan tâm đến những cuộc chiến chỉ dài vài trăm ngày hay co lại thành những cuộc bắn giết tranh giành lãnh địa làm ăn. Thế chẳng đủ thanh toán cho cái hoá đơn nho nhỏ đâu, Caesar".

"Hãy cho kế hoạch và tôi sẽ thi hành, ông Creel, như mọi lần".

"Chỉ cần sẵn sàng thôi".

"Theo đúng ý của ông", Caesar nói.

"Anh nói thế đấy nhé".

Lúc ngồi trên trực thăng trở lại toà nhà của Ares, Creel nhìn những toà tháp làm từ bê tông, kính và sắt thép phía dưới. *Cậu không còn ở tây Texas nữa, Nick.*

Chuyện này tất nhiên không chỉ là tiền, cũng không phải nhằm cứu lấy công ty. Ông ta đã có đủ tiền và bất kể ông ta đã làm hoặc không làm gì, Ares vẫn sẽ tồn tại. Không, đây thực sự là việc đưa thế giới trở lại đúng cơ cấu phù hợp của nó. Mọi thứ đã lệch lạc đủ lâu rồi. Creel đã trở nên mệt mỏi khi phải chứng kiến kẻ yếu và hung bạo ra mệnh lệnh cho kẻ mạnh và văn minh. Ông ta sẽ sắp đặt lại. Một số người nói rằng ông ta đang đóng vai trò của Chúa. Đúng, xét theo khía cạnh nào đó thì đúng thế. Ngay cả một vị thần hiền từ cũng phải dùng đến bạo lực và sự huỷ diệt để đạt được mục đích của mình kia mà. Creel có ý định sẽ thực hiện thật sát mô hình ấy.

---

[1] Tên một tạp chí.

Ban đầu sẽ có đau đớn.

Sẽ có mất mát.

Từ trước tới nay luôn vậy. Thực ra chính cha của ông ta là một nạn nhân của việc duy trì cơ cấu quyền lực thế giới vận hành ổn định nên Creel hiểu rất rõ mức hy sinh cần phải có. Nhưng cuối cùng sự hy sinh ấy cũng xứng đáng.

Ông ta ngả người vào ghế.

Người tạo ra Konstantin biết một chút.

Caesar biết một chút.

Chỉ có Nicolas Creel biết tất cả.

Các vị thần luôn như vậy.

CHƯƠNG 3

"Chữ A là viết tắt của từ gì?" Người đàn ông hỏi bằng tiếng Anh một cách lưu loát, có pha chút giọng Hà Lan.

Shaw nhìn người đàn ông đứng đối diện với mình ở quầy kiểm tra hộ chiếu tại sân bay Schiphol cách Amsterdam mười lăm ki-lô-mét về phía tây nam. Đây là một trong những sân bay bận rộn nhất thế giới, nằm dưới mực nước biển năm mét, hàng tỷ tỷ tấn nước cuộn xoáy quanh đó. Shaw luôn coi công trình này là đỉnh cao về sự dũng cảm trong thiết kế và xây dựng. Nhưng khi hầu hết diện tích của đất nước nằm dưới mực nước biển, họ cũng chẳng có nhiều lựa chọn khi tìm chỗ cho máy bay đậu.

"Xin lỗi, gì ạ?" Shaw nói dù ông thừa biết nhân viên hải quan muốn hỏi gì.

Ông ta dùng ngón tay chỉ vào trang dán ảnh trên cuốn hộ chiếu của Shaw.

"Đây! Tên của ông chỉ có mỗi chữ đầu tiên là A. Nó là viết tắt của từ gì?"

Shaw chăm chú ngó quyển hộ chiếu của mình trong khi người đàn ông Hà Lan cảnh giác.

Là công dân của nước có chiều cao trung bình hàng đầu thế giới, nhân viên kiểm tra hộ chiếu cao 1,78 mét, hơn một người đàn ông Hà Lan trung bình chừng hai phân nhưng so với cơ thể đồ sộ của Shaw thì vẫn kém hơn bảy phân.

"Nó chẳng là viết tắt của cái gì", Shaw đáp. "Mẹ tôi chẳng bao giờ đặt tên thánh cho tôi nên tôi tự đặt tên cho đúng con người mình. A Shaw[1]. Bởi đó là họ của tôi hay ít nhất là họ của mẹ tôi".

"Thế bố ông có phản đối việc con trai mình không được đặt tên không?"

"Ông chẳng cần đến một người cha để sinh con, chỉ cần để tạo ra nó thôi".

"Thế khi ấy bệnh viện không đặt tên cho ông à?"

"Tất cả trẻ con sinh ra trong bệnh viện hết sao?" Shaw trả miếng với một nụ cười trên môi.

Người đàn ông Hà Lan cứng họng, giọng ông ta trở nên nhẹ nhàng hơn.

"Vậy là ông Shaw, có chất người Ireland như George Bernard Shaw[2] chứ?"

Người Hà Lan có hiểu biết thật tuyệt, Shaw đã thấy như vậy. Họ được giáo dục tử tế, tò mò và thích tranh luận. Trước đây chưa từng có ai hỏi ông về George Bernard Shaw.

"Có thể đấy, nhưng tôi là người Scotland, vùng Highlands. Ít ra thì tổ tiên tôi cũng bắt nguồn từ đó", ông nói nhanh bởi lúc này đang mang hộ chiếu Mỹ - một trong số hơn chục cuốn mà ông sở hữu. "Tôi sinh ở Connecticut[3], chắc ông từng tới đó rồi chứ?"

Người đàn ông nói đầy hào hứng "Chưa, nhưng tôi rất thích được đến Mỹ"

Shaw từng trông thấy vẻ thèm muốn ấy "Vâng, không phải mọi vỉa hè đều dát vàng và phụ nữ đều là các ngôi sao điện ảnh cả đâu, nhưng vẫn có nhiều thứ để làm, lại có nhiều chỗ để làm những việc ấy".

---

[1] Còn có nghĩa là "Một người có họ Shaw".
[2] Một nhà viết kịch nổi tiếng của Anh, gốc Ireland.
[3] Một bang ở cực nam nước Mỹ.

"Có lẽ là một ngày nào đó", người kiểm tra hộ chiếu nói vẻ tiếc rẻ trước khi trở lại với công việc. "Ông tới đây để làm việc hay giải trí?"

"Cả hai. Tại sao lại mất công đi bao nhiêu đường tới đây rồi phải chọn chứ?"

Người đàn ông khẽ cười. "Ông có gì khai báo không?"

"Ik heb niets aan te geven[1]".

"Ông nói tiếng Hà Lan được à?" Nhân viên hải quan hỏi với giọng ngạc nhiên.

"Không phải mọi người đều thế cả sao?"

Người đàn ông bật cười và đóng dấu vào hộ chiếu của Shaw bằng một con dấu dùng mực kiểu cổ điển chứ không dùng thiết bị công nghệ cao như một số nước vẫn dùng. Shaw nghe nói rằng những con dấu đó đóng thiết bị theo dõi di chuyển vào trang hộ chiếu. Shaw luôn thích mực hơn loại thiết bị như thế.

"Chúc ông có chuyến đi thú vị", người bạn Hà Lan mới vừa nói vừa trả lại hộ chiếu cho Shaw.

"Tôi định thế mà", Shaw vừa đáp vừa bước về phía lối ra để lên con tàu sẽ có mặt tại nhà ga trung tâm Amsterdam sau hai mươi phút nữa.

Từ đó trở đi sẽ chỉ có những điều thú vị hơn. Nhưng trước hết ông có vai cần diễn.

Bởi vì ông có khán giả theo dõi.

Thực ra ngay lúc này chúng đang theo dõi ông rồi.

---

[1] Tiếng Hà Lan: Tôi chẳng có gì để cho cả.

CHƯƠNG 4

Chiếc taxi thả Shaw xuống khách sạn Amstel Intercontinental đồ sộ. Khách sạn này có bảy mươi chín phòng cực kỳ tráng lệ, nhiều phòng có góc nhìn ra sông Amsterdam khiến người ta phải ghen tị - dù Shaw đến đây không phải để ngắm cảnh.

Theo đúng vai cần đóng trong ba ngày tới, Shaw là một du khách đến thành phố. Chỉ có vài nơi phù hợp với công việc này hơn Amsterdam – thành phố có bảy trăm năm mươi ngàn dân, chỉ một nửa trong số đó sinh ra trên đất Hà Lan. Shaw đi ngắm cảnh một lượt bằng thuyền, hào hứng chụp ảnh về một thành phố có nhiều kênh hơn Venice với gần mười ba ngàn cây cầu trên một diện tích chỉ chừng hai trăm ki-lô-mét vuông mà khoảng một phần tư là mặt nước.

Shaw đặc biệt chú ý tới những con thuyền kiêm nhà ở (có đến gần ba ngàn chiếc) đậu dọc theo các con kênh. Chúng hấp dẫn ông bởi có những rễ bám, dù nổi trên mặt nước, những con thuyền ấy chẳng bao giờ di chuyển. Chúng được truyền lại từ đời này qua đời khác hoặc được bán thẳng. Trong lòng Shaw tự hỏi, nếu gắn bó với một nơi thì sẽ thấy thế nào?

Sau đó Shaw mặc quần soóc, đi giày và chạy bộ quanh khu vực rộng thoáng của công viên Ooster gần khách sạn ông ở. Nói một cách rất thật, Shaw đã chạy suốt cả đời mình. Hừm, nếu mọi thứ diễn ra đúng như kế hoạch thì sẽ kết thúc như vậy. Hoặc là thế hoặc ông sẽ chết. Ông sẽ vui vẻ đối mặt với rủi ro. Xét theo một góc nào đó, ông đã chết rồi.

Vừa nhấm nháp cà phê tại Bull Dog - chuỗi hàng cà phê nổi tiếng nhất Amsterdam, Shaw vừa quan sát những người làm công việc của họ. Ông cũng quan sát những kẻ rõ ràng đang theo dõi mình. Thực sự đó là những tay theo dõi thật tệ hại, thực hiện công việc của mình nhưng chẳng biết mô tê gì để làm sao thực hiện việc ấy cho đúng cách.

Ngày hôm sau Shaw ăn trưa ở một trong những nhà hàng ông ưa thích trong thành phố, chủ nhà hàng là một người Italia trung tuổi. Bà vợ ngồi ở một bàn đọc báo suốt ngày trong lúc ông chồng đảm nhiệm vai trò của cả bồi bàn, bếp trưởng, nhân viên dọn bàn, nhân viên rửa bát, thu ngân. Nhà hàng chỉ đặt bốn chiếc ghế kiểu quầy bar và năm chiếc bàn – không kể chiếc của bà vợ, các vị muốn làm khách hàng phải đứng ở lối vào và chịu sự theo dõi của ông chồng. Nếu ông ta gật đầu, bạn được phép vào ăn. Nếu ông ta quay đi, xin mời tìm chỗ khác.

Shaw chưa bao giờ bị khước từ. Có lẽ nhờ thân hình hộ pháp của ông, hoặc nhờ đôi mắt xanh có sức hút mạnh mẽ xoáy vào người khác. Nhưng nhiều khả năng nhất là ông và chủ quán từng làm việc với nhau, mà đó không phải việc liên quan đến ăn uống.

Đêm đó Shaw mặc complê và xem một vở opera ở nhà hát Muziek. Khi vở kịch kết thúc, có thể đi bộ trở lại khách sạn nhưng Shaw lại chọn hướng ngược lại. Đêm nay mới là lý do thực sự ông tới Hà Lan, Shaw không còn là một khách du lịch nữa.

Khi bước vào khu phố đèn đỏ[1], Shaw trông thấy có gì đó diễn ra trong cái ngõ rất hẹp. Một thằng bé đứng trong bóng tối, bên cạnh nó là một gã đàn ông trông có vẻ thô nháp, khoá quần kéo xuống, một tay gã thọc vào quần thằng bé.

---

[1] Khu phố ở Amsterdam cho phép các nhà chứa hoạt động hợp pháp.

Trong chốc lát Shaw đổi hướng đi. Ông lướt vào cái ngõ hẹp và nện một cú thôi sơn vào gáy gã đàn ông. Đó là một đòn đã được tính toán lực trước, chỉ nhằm hạ gục chứ không kết liễu đối thủ dù Shaw rất thèm thực hiện việc ấy. Khi gã đàn ông nằm trên vỉa hè không còn biết trời đất là gì, Shaw giúi vào tay thằng bé vài trăm euro, đẩy mạnh nó đi cùng với lời cảnh báo rất đáng sợ bằng tiếng Hà Lan. Khi tiếng bước chân vội vàng của thằng bé dần xa, Shaw biết rằng ít nhất nó cũng bị đói hay bỏ mạng trong đêm nay.

Lúc trở lại đường cũ, lần đầu tiên Shaw để ý thấy rằng khu trung tâm chứng khoán cũ nằm đối diện với những cô gái làng chơi ở khu đèn đỏ. Điều đó làm ông thấy lạ lẫm cho tận tới lúc suy nghĩ về điều ấy. Tiền mặt và gái điếm luôn gắn với nhau như hình với bóng. Shaw băn khoăn liệu có quý cô nào chịu nhận ít cổ phiếu thay vì lấy euro không.

Nhưng đáng mỉa mai hơn việc trung tâm chứng khoán gần nơi làm của các cô gái làng chơi là khu đèn đỏ bao bọc hoàn toàn Oude Kerk (Nhà thờ cổ) – nhà thờ cổ nhất và lớn nhất thành phố. Được xây dựng năm 1306, ban đầu là một nhà thờ gỗ đơn giản, trong hai thế kỷ sau đó nó liên tục được nối thêm và mở rộng. Thậm chí một người nào đó còn đặt một đôi vú bằng đồng xuống vỉa hè ở lối vào trước nhà thờ. Shaw từng vào trong đó vài lần. Thứ để lại ấn tượng mạnh mẽ trong ông là một loạt hình chạm khắc trên chỗ đứng của ca đoàn, mô tả những người đàn ông đi đại tiện nhiều kinh khủng. Shaw chỉ có thể suy đoán rằng hồi đó những buổi lễ phải *thật* dài.

Thánh thần và ma quỷ, Chúa và gái điếm, Shaw trầm ngâm khi tới giữa khu vực trái luân thường này. Người Hà Lan gọi khu vực này là Walletjes, nghĩa là "Khu tường nhỏ". Có lẽ những gì xảy ra phía sau những bức tường nhỏ đã tồn tại ở đó. Tối nay ông sẽ biết chắc chắn.

Khu phố đèn đỏ không rộng, chỉ dài hết chừng hai con kênh, nhưng trong những khối nhà dọc theo chúng dồn rất nhiều thứ. Vào ban đêm, những cô gái làng chơi làm việc ở đây là những cô xinh đẹp nhất. Rất nhiều trong số đó là những cô gái Đông Âu cực đẹp, bị đưa đến đây với nhiều lý do không có thật, sau đó bị "rơi vào vũng bùn" - như cách người ta nói một cách nhẹ nhàng. Điều mỉa mai là những gái điếm đêm chủ yếu trưng hàng. Rốt cuộc thì có ai dám thoả mãn dục vọng trong khi hàng ngàn kẻ khác đang ngó nhìn? Vào các buổi sáng và buổi chiều, khu vực này yên tĩnh hơn, đó là khi các khách hàng có nhu cầu thực sự tìm đến những cô gái không đẹp bằng nhưng vẫn ngon lành để họ làm ca hai và ca ba trong ngày.

Phòng của gái làng chơi là thứ khó bỏ qua được bởi chung quanh chúng gắn các đèn neon đỏ sáng chói. Những căn phòng đó còn được gắn đèn huỳnh quang để những bộ đồ nghèo của các cô làm mẫu lấp lánh như ánh nắng. Shaw bước qua cửa sổ này tới cửa sổ khác – nơi những cô gái hoặc đứng yên hoặc nhảy múa, đôi lúc làm những động tác kích dục. Mặc dù mỗi năm những chiếc giường ở khu này mang lại khoảng nửa tỷ euro, thực tế là hầu hết những người tới đây chủ yếu để thỏa mãn chứ không phải để "biết" theo đúng nghĩa.

Shaw vẫn cúi đầu, đôi chân đưa ông tới một cái đích cụ thể. Gần như ông đã có mặt ở đó.

CHƯƠNG 5

ô gái trong ô cửa sổ trẻ và đẹp, mái tóc đen nhánh xoã quanh đôi vai trần. Cô ta chỉ mang một cái thong[1] trắng, đi guốc cao gót, một chiếc vòng cổ loại rẻ tiền len vào giữa bộ ngực đồ sộ, hai đầu vú chỉ được che bằng hai miếng kem nhỏ màu hoa hướng dương. Chọn khéo thật, Shaw nghĩ.

Khi xuyên qua đám đông, Shaw vẫn không rời mắt khỏi mắt cô gái. Cô ta gặp ông ở cửa – nơi ông khẳng định sự quan tâm của mình dành cho cô ta. Dù đi guốc cao gót cô gái vẫn thấp hơn Shaw tới ba mươi cen-ti-mét. Khi đứng trong cửa sổ cô ta trông cao lớn hơn, đúng là những thứ dùng để trưng bày thường trông to hơn, lại ngon hơn nữa. Khi đã mua về nhà rồi mới thấy hoá ra nó không đặc biệt như thế.

Cô gái đóng cửa chính rồi kéo những tấm rèm đỏ lại - dấu hiệu cho thấy sẽ có người sử dụng phòng này, cô gái đã có chủ.

Trong này hẹp, có một bồn rửa mặt, một bồn cầu và tất nhiên có một cái giường. Bên cạnh chiếc bồn có một nút bấm, đó là nút các gái làng chơi sẽ bấm trong trường hợp khẩn cấp. Sau đó cảnh sát sẽ xuất hiện và lôi đi vị khách hàng đã đi quá giới hạn nhằm thoả mãn nhu

---

[1] Một loại đồ lót, là một mảnh vải luồn qua hai chân và nối với một đai quấn quanh hông.

cầu của mình. Đây là một trong những khu vực an ninh nhất thành phố - để đảm bảo cho dòng thuế chảy đều đặn vào ngân sách. Shaw trông thấy cánh cửa thứ hai trên bức tường đen, sau đó ông liếc đi chỗ khác. Từ căn phòng kế bên, tiếng của một vị khách hàng đang sung sướng vang lên to và rõ. Chỗ hành nghề của gái làng chơi thường sát nhau, chỉ cách bức tường mỏng không trát vữa, đôi lúc chỉ là một tấm rèm. Rõ ràng nghề này chẳng đòi hỏi nhiều không gian hay những thứ tô điểm.

"Anh rất đẹp trai", cô gái nói bằng tiếng Hà Lan. "Lại to lớn nữa", cô nói thêm và chăm chú nhìn Shaw. "Người anh chỗ nào cũng to phải không? Vì chỗ dưới kia của em không to lắm đâu", cô gái tiếp tục và nhìn thẳng vào hạ bộ ông.

"Spreekt u Engels?"[1] Shaw hỏi.

Cô gái gật đầu. "Em có nói tiếng Anh. Giá cho hai mươi phút là ba mươi euro. Nhưng em sẽ làm một giờ với giá bảy mươi lăm euro. Đó là trường hợp ưu tiên đặc biệt, chỉ cho anh thôi", cô ta nói thẳng thừng. Rồi cô gái đưa cho Shaw một bảng liệt kê bằng tiếng Hà Lan nhưng bên dưới có dịch ra mười thứ tiếng khác gồm cả tiếng Anh, Pháp, Nhật, Hoa, Arập. Bảng này có tít "Những thứ tôi sẽ làm và sẽ không làm".

Shaw trả lại cho cô ta tờ giấy và hỏi: "Bạn cô có ở đây không? Tôi đã chờ từ lâu để được gặp ông ấy". Đoạn ông liếc về phía cánh cửa thứ hai.

Bây giờ cô gái đã nhìn Shaw bằng con mắt khác. "Có, ông ấy ở đây".

Cô xoay người và dẫn ông tới cánh cửa ở bức tường phía sau. Cặp mông trần dù chắc vẫn hơi rung nhẹ khi cô bước kiểu người mẫu trước mặt ông. Shaw không biết cô làm việc ấy do thói quen hay vì đôi guốc cao gót không được vững lắm.

Cô gái mở cửa và ra hiệu cho Shaw bước vào. Cô ta để mặc cho ông đứng đó, đối mặt với một ông già ngồi ở chiếc bàn nhỏ đặt sẵn những món ăn đơn giản: một miếng phomát, một miếng cá tuyết, một lát bánh mì và một chai rượu vang.

---

[1] Tiếng Hà Lan: Nói tiếng Anh không?

Gương mặt ông già đầy những nếp nhăn, bộ râu trắng lởm chởm, cái bụng nhỏ và nhũn. Đôi mắt như vươn ra khỏi đám tóc bù xù trắng như tuyết lẽ ra phải cắt từ lâu rồi. Đôi mắt ấy gặp ánh mắt Shaw và cứ bám chặt lấy.

Ông già trỏ chiếc bàn. "Đói không? Khát không?"

Có chiếc ghế thứ hai nhưng Shaw quyết định không ngồi vào. Thực ra nếu ông tìm cách ngồi xuống thì ông già đã bắn gục ông bởi tay trái ông ta có một khẩu súng chĩa thẳng vào Shaw, những mệnh lệnh chuẩn bị trước rất rõ ràng. Không được ngồi, không được ăn hay uống nếu muốn sống.

Ánh mắt Shaw đã quét hết khoảng không gian bé xíu. Lối vào duy nhất là cánh cửa ông vừa bước qua. Ông đã chọn vị trí để có thể dành một mắt trông chừng lối đi ấy, mắt còn lại để ý ông già, cả khẩu súng của ông ta nữa.

Shaw lắc đầu và đáp. "Cảm ơn, nhưng tôi đã ăn ở De Goone Lanteerne rồi". Đó là một nơi rẻ tiền, phục vụ các món truyền thống của Hà Lan trong căn phòng khoảng ba trăm năm tuổi.

Mật ngữ đã đúng, ông già đứng dậy, rút một mảnh giấy trong túi ra rồi đưa cho Shaw.

Shaw liếc dòng địa chỉ và các thông tin khác trên mảnh giấy, xé vụn, ném hết vào bồn cầu dựa vào tường rồi xả nước. Gần như lập tức, ông già đội một chiếc mũ cũ, mặc chiếc áo khoác vá rồi ra khỏi đó.

Shaw vẫn chưa thể rời nơi này. Ngay cả những cậu thanh niên mới vào đời cũng phải "chiến đấu" hơn hai phút. Mà ta thường chẳng bao giờ biết kẻ nào đang theo dõi mình. Nhưng thực sự thì Shaw biết; có nhiều kẻ đang theo dõi.

Ông trở lại căn phòng chính, cô gái đã nằm dài trên giường như một con mèo. Tấm rèm vẫn khép, đồng hồ tính giờ của cô ta vẫn đang chạy.

"Giờ anh có muốn *xơi* em không?" Vừa hỏi với giọng hơi chán chường cô ta vừa kéo chiếc thong tuột khỏi hai chân. "Việc ấy đã được thanh toán mà", rồi cô ta hỏi liệu Shaw cần thêm nguyên nhân gì nữa để làm việc ấy không. "Tròn một giờ, và cho thêm ba mươi euro là em sẽ không thèm để tâm gì tới bảng liệt kê kia nữa".

"Nee, danku[1]". Ông đáp và mỉm cười lịch sự. Nếu bạn muốn một phụ nữ tụt hứng, tốt nhất nên dùng tiếng mẹ đẻ của cô ta.

"Sao lại không? Có vấn đề gì à?" Cô gái hỏi, giọng rõ ràng là tự ái.

"Tôi có gia đình rồi", Shaw đáp gọn lỏn.

"Hầu hết những tay đàn ông từng tìm đến em cũng thế đấy".

"Tôi chắc là thế".

"Anh đeo nhẫn cưới chỗ nào?" Cô gái hỏi giọng ngờ vực.

"Khi làm việc chẳng bao giờ đeo".

"Anh chắc là anh không muốn em chứ?" Giọng nghi ngờ của cô ta cũng rõ như vẻ ngờ vực hiện lên nét mặt.

Shaw giấu sự sửng sốt. Chắc hẳn cô này thực sự mới bước chân vào nghề nên lòng tự phụ chưa bị sứt mẻ là mấy. Những gái làng chơi già đời hơn chắc chắn sẽ vồ lấy ngay cơ hội được trả tiền đủ mà chẳng bị vày vò.

"Hoàn toàn chắc chắn".

Cô gái lại kéo *thong* lên. "Đáng tiếc".

"Ừ, đáng tiếc", Shaw đáp. Thực ra nếu mọi việc diễn ra theo đúng kế hoạch, hai ngày nữa ông sẽ có mặt ở Dublin bên người phụ nữ từ trước tới nay ông mới yêu thực sự. Đó là lý do ông cần ra khỏi đây, ngay lúc này.

Nhưng ngay cả Shaw cũng phải thừa nhận rằng đó là chữ "nếu" thật lớn. Trong nghề của ông, ngày mai chỉ là một ngày nữa cái chết có thể xuất hiện.

---

[1] Tiếng Hà Lan: Không, cảm ơn.

CHƯƠNG 6

Luôn có một tay Tusinia, Morocco hay Ai Cập khốn kiếp dính vào, Shaw tự nói với mình. Chỉ cần mắc một sai lầm nhỏ với bọn này, chúng sẽ cắt ngay của quý của bạn, nhét vào miệng rồi nói rằng nếu như chúng thích cho bạn biết lý do thì đó là điều thánh Allah bảo chúng làm. *Hẹn gặp ngươi trên thiên đường, đồ vô thần. Mãi mãi làm nô lệ của ta, con lợn bẩn thỉu.* Shaw thuộc lòng hai câu ấy.

Tay phải ông nắm chặt chiếc vali nặng, tay trái đưa ra khỏi người khi gã người Tunisia rắn chắc có đôi mắt đỏ, nét mặt dữ tợn, răng nhe ra vỗ người ông từ trên xuống dưới để kiểm tra.

Ngoài Shaw, trong căn phòng nhỏ trên gác còn có sáu gã đàn ông. Đây là một căn hộ đặc trưng nằm trên một con kênh nhỏ. Lên cao nữa, phòng hẹp chẳng khác gì cái hang rắn, những sợi dây có nút dùng thay cho tay vịn cầu thang, khiến kẻ leo lên phải tiến theo phương gần như thẳng đứng. Chỉ cần leo từ tầng một lên tầng hai một căn nhà trên kênh ở Amsterdam đã đủ mệt đứt hơi rồi.

Nguyên nhân của việc ấy mang tính lịch sử, Shaw biết như vậy. Nhiều thế kỷ trước những căn nhà này là nơi làm ăn của các lái buôn. Hồi ấy khi muốn tìm thợ mộc thì chỉ kiếm nổi thợ mộc đóng tàu. Theo lôgic, những người thợ này cho rằng điều gì thuận lợi cho một con tàu cũng sẽ tốt cho một căn nhà, vì thế họ làm cầu thang gần như thẳng đứng - vốn thường thấy trên các con tàu có không gian chật hẹp. Đó là lý do hầu hết những căn nhà kiểu này có một xà thép giống mũi tàu đâm ra từ tầng trên cùng. Trước chúng dùng để kéo các thứ hàng lên , bây giờ thì dùng đưa đồ nội thất lên bởi dù chỉ đưa một cái ghế cỡ nhỏ lên gác cũng chẳng có ma nào tìm được cách khác.

Đêm hôm trước, Shaw rời khu phố đèn đỏ, trở lại khách sạn và thông báo cho tiếp tân biết rằng ông sẽ trả phòng. Điều chắc chắn là nhân viên lễ tân trực hôm đó – vì ăn tiền của những kẻ muốn theo dõi mọi động thái của Shaw - sẽ báo lại thông tin này cho chúng. Sẽ có những kẻ cứ bám theo Shaw ngay khi ông rời khách sạn Intercontinental.

Do không thật thích những bạn đường không mong muốn, Shaw bỏ lại túi đồ và quần áo rồi ra khỏi khách sạn qua lối tầng hầm. Đó là lý do ông chọn khách sạn Intercontinental đồ sộ, có nhiều lối ra; ông muốn ra khỏi đó mà không bị phát hiện. Dựa vào những thông tin từ ông già trong căn phòng của cô gái điếm, Shaw chui vào đuôi một chiếc xe tải cũ kỹ dùng trong trang trại chạy tới một điểm khác ngoài thành phố, nơi đất đai rộng rãi, xanh tốt và không có nước trừ phi đào sâu xuống khoảng ba mét. Ông gọi vài cú điện thoại rồi tối hôm sau lấy chiếc vali mà lúc này gã người Tunisia đang cuống lên cố giằng khỏi bàn tay nắm chặt của ông.

Shaw đột ngột giật mạnh chiếc vali khiến gã đàn ông nhỏ hơn mình nhiều ngã đập đầu xuống sàn. Gã đứng dậy, máu từ mũi nhỏ xuống từng giọt, bàn tay gân guốc nắm chắc một con dao.

Shaw quay về phía tên cầm đầu và chăm chăm nhìn hắn - một tên người Iran ngồi trên ghế - Shaw nghĩ đó là ngai vàng thu nhỏ của tên này.

"Muốn để tôi cho ông xem hàng chứ?" Shaw hỏi. "Thế thì xua chó đi".

Tay Iran mảnh khảnh trong chiếc quần sợi là cứng ly và chiếc sơ mi trắng dài tay rộng lùng thùng phẩy tay, con dao của gã Tunisia biến mất nhưng tiếng gầm gừ vẫn còn.

"Đêm qua ông đã khiến cho người của tôi mất dấu đấy", hắn nói với Shaw bằng tiếng Anh giọng Anh.

"Tôi không thích có người đi cùng".

Shaw đặt chiếc vali lên bàn, nhập hai dãy mã số khác nhau, đưa ngón tay cái qua thiết bị nhận dạng vân tay, lẫy khoá titan bật lên. Ông chăm chú theo dõi phản ứng của tay Iran đối với món quà nhỏ lấp ló bên trong. Biểu hiện của hắn thể hiện rõ: thứ hắn mong đợi đã đến sớm hơn dự định.

Shaw lên tiếng: "Theo cách gọi chính thống, đây là RDD (radiological dispersal device) - thiết bị phát phóng xạ; còn được gọi là bom hạt nhân mini hay bom bẩn". Ông nói toàn bộ câu này bằng tiếng Farsi, khiến gã người Iran nhướng mày.

Mấy gã còn lại bâu quanh. Tên cầm đầu rón rén chạm vào thứ thiết bị có cả dây, khung kim loại, ống thép không gỉ và nhiều màn hình điện tử.

"Bẩn mức nào?" Tay người Iran hỏi.

"Lõi phát tia gama cùng ngòi nổ xinh xinh dùng thuốc nổ dynamite".

"Đủ giết bao nhiêu người? Cả một thành phố à?"

Shaw lắc đầu. "Đây không phải vũ khí huỷ diệt hàng loạt. Trong nghề chúng tôi gọi là vũ khí gây *rối loạn* hàng loạt. Nó sẽ giết chết một số người gần khu vực phát nổ, tia phóng xạ cũng sẽ khiến một số kẻ tiêu ma. Cách càng xa tâm thì nguy hiểm càng giảm".

Tay người Iran có vẻ bực mình. "Tôi cứ nghĩ thứ này đủ giết vài ngàn người, đánh sập nhiều toà nhà kia đấy".

"Đây *không* phải loại tạo ra vụ nổ có đám mây hình nấm. Nếu cần thứ đó, ông có thể lên mạng Internet tải về tài liệu hướng dẫn cách chế tạo. Rồi ông sẽ bế tắc khi tìm các nguyên liệu cần thiết như uranium làm giàu. Nhưng thứ thiết bị nho nhỏ này sẽ làm cả một đất nước sợ vãi mật, đánh sập nền kinh tế, làm người dân kinh hoàng đến mức rời bỏ nhà cửa. Nói cách khác, nó cũng hiệu quả như một đám mây hình nấm tuy không huỷ diệt ghê gớm. Mà rẻ hơn nhiều cho các ông đấy".

Dường như điều ấy an ủi tay người Iran phần nào. Hắn xoay về phía Shaw sau khi thân mật vỗ cho trái bom một cái. "Giá thế nào?"

Shaw đứng thẳng lên, cao vượt hẳn bọn chúng. "Như thoả thuận chúng tôi đã gửi cho các ông".

"Đó là mức các ông đề xuất, tôi đoán thế. Bây giờ tôi muốn thương lượng"

"Ông *đoán* sai rồi, giá đó cố định. Nếu ông không muốn mua, có rất nhiều người muốn đấy".

Gã Iran tiến lên một bước, lũ chân tay của hắn cũng làm tương tự. "Ông *sẽ* thương lượng".

Shaw vỗ vào những thứ trong vali. "Đây là một quả bom gama, không phải mớ dao, cũng chẳng phải kim cương dành cho các quý cô, quý bà. Mà tối nay tôi không làm buổi ngã giá đặc biệt cò kè một hai đâu".

"Vậy lý do chúng tôi không thể lấy nó từ tay ông một cách đơn giản thì sao? Không có à?"

Gã Tunisia hẳn phải là bậc thầy về đọc suy nghĩ của người khác bởi lúc này hắn đã lại rút dao ra, đôi mắt rực lửa, rõ ràng là hắn đang nghĩ đến chuyện cắm con dao ấy vào cái cổ dày của Shaw cho tới lút cán.

"Và giết ông", tay Iran nói nốt, nhưng cũng chẳng cần thiết bởi Shaw đã hiểu trước khi hắn mở miệng.

Shaw trỏ một khe nằm bên cạnh trái bom bẩn trông như cửa nhét đĩa của máy chạy đĩa. "Đó là ổ tiếp nhận gói phần mềm kèm theo, chứa các mã kích nổ tự động, làm cho thiết bị này nổ tung và các tia phóng xạ phát ra. Nếu các ông cố nổ bom mà không có phần mềm, thứ duy nhất các ông đốt cháy được là mông các ông đấy".

"Vậy gói phần mềm này ở đâu?"

"Chẳng ở chỗ nào gần đây cả, chuyện ấy rõ như ban ngày".

Gã Iran vỗ mạnh vào chiếc cặp. "Thế nên với ta thứ này vô dụng".

"Đúng như thoả thuận đã nêu rõ", Shaw bắt đầu nói với giọng mệt mỏi. "Các ông lấy phần cứng trước khi giao nửa tiền và sẽ có *phần mềm* khi nửa số tiền còn lại đã được chuyển vào tài khoản đã định".

"Và đơn giản là tao phải tin bọn mày à?". Mỗi từ gã Iran nói đều toát ra vẻ đáng sợ.

"Chỉ như chúng tôi buộc phải tin tưởng các ông thôi. Chúng tôi đã làm việc này trong một thời gian dài và chưa bao giờ khiến khách hàng nào phải thất vọng. Ông biết điều đó, nếu không ông đã chẳng tới đây".

Gã Iran ngần ngừ.

Thôi nào, loài giòi bọ. Chịu mất mặt một tí trước đám lâu la của mày mà lấy quả trứng vàng. Mày biết là mình muốn có nó mà. Hãy nghĩ mày có thể dùng thứ khốn kiếp này giết bao nhiêu người Mỹ.

"Tôi phải gọi điện cho một người trước".

Shaw nói giọng khó chịu. "Tôi nghĩ ông có quyền làm việc ấy".

Tay cầm đầu liếc đồng bọn vẻ lo lắng, nét bối rối hiện rõ trên những đường nét khá đẹp của hắn. "Một cuộc thôi", hắn nói rồi lôi ra chiếc điện thoại của mình.

Shaw giơ một bàn tay lên. "Từ từ, trong kế hoạch đi nghỉ lần này của tôi không có việc Interpol phá hỏng bữa tiệc nhỏ của chúng ta".

"Không đủ dài để kẻ nào đó xác định vị trí đâu".

"Ông đã xem quá nhiều phim *Dirty Harry*[1] rồi đấy. Như thế không tốt cho nghề của ta đâu".

"Ông đang nói cái chó gì thế?" Tay người Iran gắt lên.

"Tôi biết là đám các ông thuộc về thế kỷ thứ chín hết rồi, nhưng muốn tránh cái chết thì cần phải tư duy kiểu thế kỷ hai mốt đi. Không phải các ông buôn chuyện điện thoại suốt hai ngày bằng điện thoại quay số thì chúng mới lần ra các ông đâu. Bọn cớm chỉ cần đúng ba giây cho vệ tinh phát hiện tín hiệu, thực hiện phép đạc tam giác, khoanh vùng tháp tiếp sóng di động, phát tín hiệu đánh dấu vị trí sai lệch khoảng ba mét, sau đó triển khai một đội đột kích". Những điều Shaw nói hầu hết chẳng có gì đúng nhưng nghe có vẻ thuyết phục. "Ông biết vì sao Bin Laden sống trong động và viết các mệnh lệnh của mình lên giấy vệ sinh đến phát tởm chứ?"

---

[1] Loạt phim (sản xuất trong giai đoạn 1971-1983) về cảnh sát "Dirty" Harry Callahan săn lùng một tên giết người hàng loạt ở San Francisco.

Tên cầm đầu liếc chiếc điện thoại của mình như thể nó vừa đốt gã một phát. Shaw từ từ lần tay vào túi trong lúc vẫn để ý gã Tunisia khát máu, rút ra chiếc điện thoại di động của mình rồi tung cho tên người Iran.

"Máy gây nhiễu và giảm thiểu tín hiệu tối tân đấy. Thứ này có khả năng mã hoá bằng photon nên ngay cả một siêu máy tính - đấy là có trường hợp kẻ nào đó đã phát minh ra – cũng chẳng thể phá mã được. Thế nên gọi đi, ông bạn. Tôi phải khẩn trương từng phút đấy".

Hắn quay mặt vào tường gọi điện để Shaw không thể nhìn môi hắn mấp máy mà đoán ra nội dung.

Shaw hướng sự chú ý sang tên người Tunisia. Ông nói bằng thứ ngôn ngữ mà chắc chắn hắn hoặc những tên khác không biết: "Bọn mày thích bắt nạt trẻ con, phải không?"

Gã bối rối chỉ biết trừng trừng nhìn Shaw, không hiểu được thứ phương ngữ Trung Quốc của một tỉnh bé xíu nằm ở miền nam quốc gia cộng sản này. Shaw đã sống một năm ở đó, suýt chết hai lần, chỉ thoát ra khỏi đó nhờ sự giúp đỡ của một người nông dân và chiếc Ford cổ lỗ lúc nào cũng nhả khói mù mịt. Qua những việc ấy, Shaw cho rằng học thứ ngôn ngữ của vùng đó có thể có ích – dù ông chưa bao giờ quay lại nơi đó, ít nhất là mang tính tự nguyện.

Tay người Iran trả chiếc điện thoại cho Shaw, ông đút vào túi.

"Vấn đề đã được nhất trí", gã nói.

"Rất vui khi nghe thấy như vậy", Shaw đáp trong khi nắm đấm của ông làm dập nát mũi của gã Tunisia, đồng thời chiếc vali nặng xoay một vòng, đánh trúng thái dương của hai tên khác. Hai tên này đổ ập xuống sàn, hoặc là chết hoặc là cũng gần như thế.

Chỉ một chút xíu sau đó, cánh cửa bật tung, khoảng năm, sáu người mặc áo giáp chống đạn mang súng bán tự động xông vào, miệng hô ra lệnh cho tất cả giơ tay lên và bỏ vũ khí xuống, nhưng cũng không nhất thiết phải chấp hành nếu như người đó muốn có thêm con mắt thứ ba ở giữa trán.

Rồi gã người Iran làm điều diễn ra ngoài dự kiến. Hai tay vẫn giơ lên trên đầu, gã phi thẳng qua cửa sổ ra khoảng không bên ngoài.

Shaw lao thẳng về phía cửa sổ, tự thuyết phục mình rằng lúc này cuộc đời gã đã chấm dứt, chỉ còn là một cái xác nát bét ở con phố phía dưới.

"Chó chết!" Đà phi đủ đưa tay này lao xa đến mức hắn hạ xuống con kênh.

Shaw liếc nhìn hai người đàn ông mặc giáp chống đạn, lúc này đang trân trân ngó lại ông vẻ sửng sốt. "Ai đó chuẩn bị sẵn thuốc tiêm uốn ván nhé. Lần gần nhất tôi tiêm cách đây lâu rồi".

Ông quăng chiếc điện thoại về một trong hai người, giật lấy con dao của gã người Tunisia, miệng bật ra một câu chửi thề. Ông khựng trên khung cửa sổ một chút, suy nghĩ chút xíu về cái việc điên rồ mình sắp làm rồi tung người về phía trước, vào khoảng không đẹp đẽ của đất nước Hà Lan.

CHƯƠNG 7

Nếu có một vùng nước nào đó ngoài Liên Xô cũ hoặc Venice mà không ai muốn nhảy xuống, đó sẽ là những con kênh của Amsterdam. Chúng nổi tiếng không phải nhờ sự trong mát, sạch sẽ hay nước lưu thông tốt.

Shaw chạm vào mặt nước, xé nó ra làm đôi. Nhưng lực va chạm khi nhảy từ tầng bốn quất vào từng dây thần kinh, từng thớ thịt trong người ông. Shaw uốn người và vọt lên mặt nước, đảo mắt tìm gã người Iran. Chẳng có gì!

Rõ ràng so với người sống ở vùng sa mạc, gã người Iran là một tay bơi giỏi. Nhưng Shaw cũng là người như vậy, khi phát hiện thấy con mồi của mình, ông bơi ngang kênh bằng một sải mạnh, suýt nữa tóm trúng chân khi gã vươn lên khỏi mặt nước. Con mồi đạp mạnh, gót đôi ghệt của hắn trúng cằm Shaw đau điếng. Điều ấy chẳng khiến tinh thần Shaw mạnh thêm chút nào.

Hai người đàn ông đối mặt với nhau gần chân cầu Magere, những ngọn đèn phát ra thứ ánh sáng vui nhộn tạo nên hậu cảnh thật kỳ lạ cho hai kẻ đang sôi lên vì giận dữ tìm cách giết chết kẻ kia.

"Mày đã phản bội tao!" Gã người Iran rít lên.

"Mày sẽ phải giải quyết chuyện ấy".

Gã Iran xem xét địa hình giao chiến. "Tao được huấn luyện làm mujahideen[1]. Tao đã chiến đấu chống bọn ma quỷ ở Iraq và Afghanistan nhiều năm. Tao đang hy vọng giết mày bằng tay không đấy. Dâng cho ta cái chết của ngươi, đồ bẩn thỉu".

Trước khi hắn kịp ra thêm đòn tấn công, Shaw giật lấy con dao của hắn đang phi tới rồi cho bay tiếp. Nó đi trúng chân gã Iran, xuyên qua cả da và xương, mũi dao cắm xuống bậc thang gỗ của cây cầu phía dưới.

Gã người Iran rú lên đau đớn, vừa cố gắng rút chân ra vừa chửi rủa Shaw.

Trong lúc đối thủ đang mải làm việc ấy, Shaw ra một đòn khiến gã gục xuống, trông như con bướm bị ghim trên bảng vì người nằm sóng soài trên ván gỗ khi chân vẫn ghim chặt.

"Mày nói nhiều quá", Shaw bảo gã, lúc này đã bất tỉnh nhân sự.

Một giờ sau, Shaw đã ngồi ở khoang sau một chiếc xe tải trắng, đôi vai dày quấn một chiếc chăn, miệng nhấm nháp tách cà phê nóng của Hà Lan. Ngồi đối diện với ông có hai người mặc sắc phục thật dễ nhận thấy vì họ chẳng có đặc điểm nhận dạng nào, người thứ ba mặc bộ complê may sẵn.

"Lao qua cửa sổ? Xuống kênh? Ở tuổi ông ấy à?" Người mặc complê vừa hỏi vừa gãi lớp da đỏ ửng trên cái đầu hói hình quả trứng của ông ta.

"Ông đã truy theo cuộc gọi được chứ?"

Người đàn ông gật đầu."Ông thật nhanh trí khi đưa điện thoại của mình cho hắn. Cách đây khoảng mười phút chúng tôi đã vồ được Mazloomi và đồng bọn của hắn. Một nhóm đáng ghê tởm. Đúng, thật ghê gớm". Người đàn ông vờ làm điệu run rẩy rồi bật cười.

Shaw chẳng hề cười tí nào. "Những tay tử tế hiếm khi cố tìm cách đánh bom hạt nhân nhằm vào người vô tội lắm. Đó là lý do sinh ra chính phủ".

"Ông thật sự tin thế hả?"

---

[1] Lực lượng du kích Hồi giáo đóng ở Iran và Pakistan tiến hành cuộc chiến thần thánh chống Liên Xô hồi cuối thập kỷ 70 và thập kỷ 80.

"Ừ, cả ông cũng tin đấy Frank, nếu như ông có dũng cảm thừa nhận điều đó".

Frank nhìn hai người mặc sắc phục rồi hất đầu về phía cửa. Cả hai nhanh chóng đứng lên và rời khỏi đó. Frank nhích gần lại Shaw.

"Tôi nghe rằng ông muốn dừng lại, thế là thế nào?"

"Ông muốn tôi cứ tiếp tục làm việc này bao lâu nữa?"

"Chẳng phải ông đã đọc văn bản rồi sao? Cho tận tới khi ông chết, như ông đã suýt bị đêm nay ấy".

"Đêm nay à? Chưa gần tới mức ấy đâu. Chuyện này chỉ nguy hiểm như trò bịt mắt bắt dê thôi".

"Hừm, nếu có khi nào ông tiến đến gần cái chết thì đừng để tôi trông thấy nhé. Tôi không muốn làm phiền đâu".

"Cảm ơn đã quan tâm!"

"Bây giờ đi đâu?"

"Dublin"

Frank tò mò: "Tại sao?"

"Đi nghỉ. Có lẽ ông không nghĩ là sau đêm nay tôi xứng đáng hưởng một kỳ nghỉ".

"Ồ, ông có thể đi, nhưng ông sẽ quay lại", Frank nói đầy tự tin.

Shaw đứng dậy, thả tấm chăn tuột khỏi vai và đưa chiếc tách không cho Frank. Da ông ngứa ran và tóc như muốn lột khỏi đầu".

"Sẽ trở lại ngay khi ông gửi cho tôi một tấm ảnh chụp ông bơi dưới kênh. Tất nhiên là trần truồng".

"Được. Ông vẫn vui khi ở bên phía chúng tôi chứ?"

"Thực sự trước đây tôi đâu được lựa chọn, giờ được phép rồi à?"

"Chúc ông vui vẻ ở Dublin, Shaw".

"Ông có thể tự nắm thông tin về tôi mà, phải chứ? Quân của ông sẽ bám đít tôi ngay cho xem".

Frank châm một điếu xì gà Hà Lan và dành cho Shaw nụ cười tự mãn sau làn khói thuốc. "Ông nghĩ rằng mình đủ quan trọng để chúng tôi săn đuổi khắp thế giới này ư? Chúa ơi, một người có cái tôi mới lớn làm sao!"

"Chúc ông chẳng bao giờ già đi, Frank".

CHƯƠNG 8

Con sốt "HÃY NHỚ TỚI KONSTANTIN" đã lên tới đỉnh điểm. Biểu tình chống Nga nổ ra ở năm mươi nước, Liên hợp quốc đã chính thức đề nghị có phản ứng đầy đủ của vị tổng thống Gorshkov lúc này đang tức điên tiết. Nhưng những người bình tĩnh hơn - hoặc ít ra còn hoài nghi – đang hình thành một bức tường chặn lại làn sóng chống Nga đang ngày càng dâng cao.

Một số không nhỏ lãnh đạo chính trị, nhà báo, bình luận chính trị và học giả - vốn có những bài học đau đớn trong quá khứ khi kết luận quá vội vàng – lên tiếng kêu gọi thận trọng và kiềm chế trước cơn cuồng nộ "Hãy nhớ tới Konstantin". Có thêm nhiều câu hỏi về độ xác thực của người đàn ông cũng như đoạn băng video, đặc biệt sau khi chính phủ Nga đưa ra những bằng chứng chi tiết để phủ nhận cũng như cho phép giới truyền thông tiếp cận các hồ sơ mật một cách chưa có tiền lệ. Sau bước đi mang tính hợp tác này của Moscow, tâm lý cho rằng Nga là "quỷ mặt người" trên khắp thế giới bắt đầu giảm đi chút ít. Các nhà lãnh đạo trên thế giới bắt đầu thấy dễ thở hơn. Thế nhưng đó chỉ là khoảng lặng trước cơn bão.

Hai ngày sau, cả thế giới bị một cú sốc khác khi trên mạng xuất hiện và lan truyền nhanh chóng tên tuổi cùng ảnh chụp vài ngàn người

Nga mà người ta cho là bị chính phủ Nga giết hại. Trong số đó có cả đàn ông, đàn bà và trẻ em; cả già lẫn trẻ, cả phụ nữ có mang và người tàn tật. Rồi bên cạnh những gương mặt và những cái tên là chi tiết về từng cuộc đời cùng cái chết đau đớn đầy bi kịch. Nhưng nguy hiểm hơn, tất thảy những hồ sơ này đều có dấu hiệu cho thấy chúng bắt nguồn từ chính các hồ sơ mật của chính phủ Nga.

Phản ứng: dòng khẩu hiệu kèm theo các hồ sơ kể trên đơn giản nhưng có sức mạnh ghê gớm: "Không chỉ nhớ tới Konstantin". Chẳng mấy chốc mọi người từ những kẻ được gọi là chuyên gia về Nga tới người Nga hải ngoại rồi đến người dân của các nước thuộc Liên Xô cũ xuất hiện trên truyền hình, đài phát thanh và mạng Internet tố cáo Nga rõ ràng đang trở lại thành mối đe doạ đầy điên cuồng và âm mưu thâu tóm quyền lực thế giới.

Như thể hình ảnh Konstantin khốn khổ bị tra tấn - cộng thêm là chi tiết không thể quên về vài ngàn người chết mới xuất hiện – đã khiến con người có đủ dũng cảm để cuối cùng lên tiếng. Một điều lạ lùng và cũng nực cười là những cốc uống cà phê, áo phông in hình ảnh Konstantin – rõ ràng lúc này đã tràn ngập thị trường thế giới. Rồi những năm 1960 cùng hình ảnh về những đám mây hình nấm đột ngột trở lại trong cơn ác mộng chung của loài người.

Nhiều người tuyên bố là người nhà hoặc bạn bè của Konstantin xuất hiện trong các chương trình thời sự trên khắp thế giới, kể hoặc thuật lại nỗi thống khổ của một người đàn ông chưa bao giờ tồn tại. Thế nhưng họ vẫn thao thao kể những câu chuyện dài lê thê một cách thích thú, rõ ràng đã tự huyễn hoặc rằng người đàn ông ấy có thật và họ biết anh ta. Anh ta là một tử sĩ, nổi tiếng và được yêu mến, bây giờ họ cũng thế. Gương mặt đầy thương tâm của họ thu hút sự chú ý và làm thổn thức trái tim của người dân trên khắp thế giới.

Các tay dẫn chương trình hoặc phát thanh viên đều mớm cho các vị khách của họ những câu hỏi đại loại như: "Tất cả những chuyện ấy đều thật kinh khủng, phải không?" hay "Nếu như ngay lúc này Konstantin còn sống, quý vị tin rằng người đàn ông khốn khổ này muốn chuyển thông điệp gì đến nhiều triệu khán giả của chúng ta?"

Một người đàn ông chậm rãi và nghiêm trang phát biểu trên một kênh của hãng BBC: "Trong một thế giới khan hiếm năng lượng, khan hiếm nước và mỗi ngày đều xuất hiện thêm những kẻ thù mới, rõ ràng người Nga không hài lòng khi phải đứng sau những nước như Trung Quốc, Ấn Độ hay thậm chí Hoa Kỳ". Vị này còn nói thêm rằng: "Nga đã từng thử áp dụng dân chủ nhưng họ chẳng quan tâm gì. Gấu Nga sắp khẳng định mình một lần nữa, thế giới cần hết sức lưu tâm".

Thế giới *đã* lưu tâm, bởi người nói những lời trên không phải ai khác ngoài Sergei Petrov, từng là nhân vật số hai của Cơ quan an ninh liên bang (tiền thân của nó chính là KGB). Ông ta đã may mắn thoát khỏi Nga mà không mất mạng. Petrov nói rằng chính vì nói thật, mỗi ngày ông đều nghĩ mình có thể bị hạ gục bằng một viên đạn, một trái bom hay ly cà phê bỏ sẵn polonium-210. Nhưng nhờ những lời phát biểu của mình, Petrov cũng nhận được khoản thù lao hậu hĩnh, từ một nguồn ông ta hoàn toàn không biết. Người ta vẫn đang cố gắng tìm xem tất cả những chuyện này có phải sự thật hay không, song họ sẽ chẳng nhận được sự hỗ trợ từ Petrov bởi người đàn ông này làm gì còn tình yêu tổ quốc để mất nữa.

Thế nhưng câu hỏi thực sự lẩn quẩn trong đầu mọi người là ai đứng đằng sau toàn bộ chuyện này? Tại sao họ lại làm việc ấy? Và cho dù đây là thời đại thông tin, chẳng ai có thể tìm được câu trả lời cụ thể, vì một lý do thật đơn giản mà hầu hết mọi người đều bỏ qua: trong thời đại thông tin, không có hàng triệu chỗ ẩn náu mà có tới hàng tỷ tỷ chỗ.

Những cuộc xung đột liên tiếp ở Trung Đông rơi vào quên lãng. Chủ tịch Kim ở Bắc Triều Tiên không còn nằm ở trang nhất. Mọi ứng cử viên tổng thống Mỹ tham gia cuộc bầu tử tới đây đều được hỏi cùng một câu: "Ông/bà định làm gì với một nước có số vũ khí hạt nhân gần nhiều bằng Mỹ và một quá khứ đầy những nhà lãnh đạo theo quan điểm thống trị thế giới?"

Đặc biệt dư luận Mỹ hết sức phẫn nộ. Toàn bộ thời gian, tiền bạc và sinh mạng lại bỏ phí ở Trung Đông trong lúc người Nga bí mật theo đuổi kế hoạch bóp chết thế giới tự do sao? Nga sở hữu vài ngàn đầu đạn hạt nhân có thể bắn tới bất kỳ nơi nào trên thế giới. Điều ấy khiến Bin

Laden và Al Qaeda trở thành nhóm tội phạm nhãi nhép. Thế nào mà những người tài giỏi, khôn ngoan lại không nhận thấy điều đó? Và khi dư luận Mỹ nổi giận, nó sẽ cho những người nắm quyền thấy điều ấy.

Tay tổng thống đương nhiệm – lúc này đang vận động để được tái cử - rơi thẳng từ vị trí số một xuống số năm về tỷ lệ ủng hộ trong cuộc thăm dò dư luận, khi các đối thủ thành công trong việc mô tả ông ta là nhân vật nhu nhược trước Nga. Mọi tạp chí lớn đều in ảnh Konstantin. Mọi chương trình bày tỏ quan điểm từ *Hardball* tới *Nhìn thẳng vào đất nước* hay *Gặp gỡ báo chí*, mọi blog, phòng chat, diễn đàn trên mạng đều không nói tới gì khác ngoài sự trỗi dậy của Nga, về khả năng trở lại thời Chiến tranh lạnh hay có thêm một *Bức màn sắt*[1] mới mà một số nhân vật nhanh nhạy đã đặt tên là *Quan tài titan*.

Từ các sân khấu sáng rực ánh đèn, các nhân vật chính trong các chương trình bàn luận chính trị là những kẻ to mồm nhất, tuyên bố rằng họ đã từng lên tiếng về mối đe doạ tiềm tàng này trong khi - tất nhiên rồi - vẫn bám sát tình hình Trung Đông như mọi người khác. Nhưng tất thảy họ đều gào lên: "Tôi lên tiếng vì loài người khi nói rằng hãy dùng hạt nhân tiêu diệt bọn Đỏ khốn kiếp trước khi chúng dùng hạt nhân tiêu diệt chúng ta. Đó là cách duy nhất".

Các mạng truyền hình lớn lôi khỏi kho lưu trữ khổng lồ của mình những thước phim đen trắng lấm chấm quay các vụ nổ bom hạt nhân. Lần đầu tiên ít nhất hai thế hệ người Mỹ được chứng kiến hình ảnh các học sinh thời những năm 1960 mắt mở to ẩn dưới bàn học, như thể một chút gỗ dán và kính mỏng manh có thể bảo vệ chúng trước vụ nổ nhiệt hạch. Bên cạnh đó là hình ảnh duyệt binh của phe cộng sản, phô diễn sức mạnh quân sự của mình trước điện Kremlin. Điều ấy khiến mọi người sợ hết hồn vía.

Như một mẩu báo tuyên bố một cách thật chân thực - nếu không nói là hơi nhạt nhẽo: "Nếu Moscow tấn công New York bằng vũ khí hạt nhân, sẽ không có *hai* toà nhà sụp đổ mà sẽ là *tất cả*"[2].

---

[1] Biên giới quân sự hoá ngăn cách khối các nước xã hội chủ nghĩa và Tây Âu trong suốt thời Chiến tranh lạnh.

[2] Còn khủng khiếp hơn nhiều vụ tấn công khủng bố ngày 11-9-2001.

Quân đội Hoa Kỳ - lực lượng duy nhất có khả năng đối đầu với quân đội Nga (chứ không phải bộ máy quân sự có tới ba triệu người của Trung Quốc) bị hạ thấp, quân số và tinh thần đều giảm còn trang bị thì bị cát sa mạc ở Iraq và các loại bom mìn tự tạo nhưng hiệu quả phá huỷ. Dù sự thật là lực lượng hải quân và không quân Mỹ vượt xa bất kỳ những gì Nga có thể huy động, nước Mỹ và phần còn lại của thế giới vẫn có cảm giác giống nhau. Chẳng ai biết rồi bọn điên Nga sẽ làm gì, nhưng dường như hành tinh này cùng biết một điều:

Đế chế tội ác đã trở lại.

Nicolas Creel bỏ tờ báo và tách cà phê xuống. Lúc này ông ta đang bay ở độ cao cách mặt đất mười một ngàn mét để tới dự một sự kiện rất quan trọng. Trước đó ông ta đã được thông báo về những diễn biến mới nhất. Mọi thứ đang diễn tiến tốt đẹp. Theo thuật ngữ của ngành PM, thế giới đã tiến hẳn vào giai đoạn "nắm chắc" – khi đa số người tin mọi thông tin mình được cung cấp là sự thực. Hoá ra đạt được điều đó dễ hơn rất nhiều so với mức người ta dám tin, thật dễ khi giật dây con người. Luôn có nhiều kẻ làm việc ấy, kết quả là thế giới đã bị đẩy sát tới vực thẳm diệt vong.

Những tấm ảnh lúc này đang tràn khắp các mạng tin tức trên thế giới, gương mặt của vài chục ngàn người Nga được coi là bị giết hại đang nhìn phần còn lại của nhân loại với vẻ cầu khẩn, là đòn chiến thuật mà tay giám đốc điều chỉnh nhận thức của Creel thích gọi là "Vesuvius" – tên của ngọn núi lửa đã phun trào và huỷ diệt hai thành phố Pompeii và Herculaem của đế chế La Mã. Với số lượng vượt xa, chúng khiến bất kỳ sự phủ nhận nào chính phủ Nga đưa ra đều trở thành lố bịch–cho dù những phủ nhận ấy đúng sự thật. Đó là một phần của "biện pháp điều khiển tư duy" cơ bản mà tay giám đốc ấy gọi là "3M" [1] trong trường hợp này nó đã phát huy tác dụng tới mức hoàn hảo. Người Nga không chỉ bị làm cho giống những kẻ nói dối mà là như những kẻ nói dối *kém cỏi*.

---

[1] Mind manipulation maneuver.

Creel nhìn ra ngoài cửa sổ chiếc Boeing 767 khổng lồ. Ban đầu nó được thiết kế để chở hai trăm năm mươi hành khách, thật kinh ngạc khi người ta có thể biến thứ bình thường thành phi thường khi sắp xếp lại cơ cấu của nó nhằm tạo không gian cho hai mươi cá nhân chuyên hưởng đặc quyền, gồm các phòng ngủ riêng đi liền với nhiều phòng tắm, một phòng tập thể dục, nhân viên xoa bóp thường trực, phòng ăn, phòng họp, thậm chí một phòng xem phim. Chỉ cần vẫy tay hay gọi một tiếng là sẽ có ngay ba tiếp viên hàng không chân dài mặc váy bó sát thân, phía sau áo blu có ghi "Ares". Không phải Creel không lưu ý điều ấy, có lẽ là một chút.

Ông ta là người đã có gia đình. Thực ra ông ta đã lập gia đình bốn lần, trong đó lần gần nhất lấy Hoa hậu thế giới hay gì đó, Creel cũng chẳng nhớ danh hiệu của cô ta nữa. Tất nhiên như thế thật buồn cười và sẽ không bền vững. Thế nhưng ông ta sẽ vui vẻ còn cô ta sẽ kiếm đủ nhờ vụ ly hôn để sống một cách sung túc. Hai người vợ đầu tiên của Creel duyên dáng, thông minh, cá tính và thực sự làm ông ta phát điên. Bây giờ ông ta chuyển sang chọn loại tốt mã rẻ cùi, thường xuyên đổi một người mẫu mới nhưng đặc biệt yên tâm bởi trước khi cưới đã có sự chuẩn bị kỹ, đảm bảo hạn chế rất nhiều những gì cô vợ có thể mang theo khi mối quan hệ chấm dứt.

Creel nhìn ra cửa sổ. Phía dưới là Trung Quốc, một đất nước có nhiều tiềm năng nhưng cũng nhiều rắc rối hơn bất kỳ nơi nào trên trái đất. Đúng, một nơi phức tạp, có lẽ phức tạp nhất. Và cũng là nơi tuyệt vời để bắt đầu một cuộc chiến, Creel nghĩ. Nhưng thực sự nó phức tạp hơn nhiều so với điều gì đó đơn giản.

Nicolas Creel chưa bao giờ tìm kiếm điều dễ dàng. Ông ta luôn tìm kiếm những điều tưởng chừng không thể.

CHƯƠNG 9

Katie James rên lên một tiếng khi ánh nắng tràn ngập căn phòng. Rõ ràng ba cuộc gọi báo thức đã chẳng mảy may ảnh hưởng được chút nào dù cô đã đề nghị họ làm thế, và ngây thơ tin rằng có lẽ một trong những cuộc gọi ấy sẽ xuyên thủng được lớp sương mù đang bao bọc đầu óc cô. Cô kiệt sức vì đi lại, vì thay đổi múi giờ, vì thiếu ngủ; mà ai lại muốn rời một chiếc giường êm ái đi dự đám ma chứ? Cuối cùng James cũng uể oải ngồi dậy, kéo chăn lên quấn quanh cổ. Cô bật ho, lấy tay xoa xoa họng và liếc đồng hồ.

Ôi chết tiệt! Mình muộn thật rồi! Dựng người dậy nào!

Cô bật dậy, trần như nhộng lao vào phòng tắm, và trong vòng mười phút hoàn thành cả việc tắm, mặc quần áo rồi đóng sập cửa phòng khách sạn lao ra ngoài khi tóc vẫn ướt nhẹp. Ít nhất cuộc sống của một phóng viên nhảy từ nơi này tới nơi khác trên toàn cầu đã giúp cô sẵn sàng hành động thật nhanh khi phải thế. Tốt, cô sắp đi dự đám ma. Thứ cô thực sự muốn lúc này là một ly mojito[1]. Thực ra cô muốn ba ly kia, mà chỉ là khai vị thôi. Sau đó sẽ là bourbon[2], tiếp đó là

---

[1] Một loại đồ uống làm từ rượu mạnh cất từ nước mía và bạc hà.
[2] Rượu whisky cất từ ngô.

martini[1] rồi gin và tonic. James chẳng phân biệt gì, cô yêu tất cả các loại ấy.

Hồi viết những tác phẩm quan trọng ở nước ngoài, James phải dành khá nhiều thời gian lang thang ở các quán bar để bám theo cánh đàn ông lấy tư liệu. Nhưng khi cô đã giành giải Pulitzer[2] thứ hai, suýt chết trong quá trình hoàn thành tác phẩm, chuyện uống rượu đã vượt khỏi tầm kiểm soát. Sau những lần suýt chết, Katie có những lý do quá hợp lý để uống, song cô giữ rất kín chuyện ấy.

Rượu không trở thành vấn đề nghề nghiệp cho tận tới khi tay biên tập của James nhận thấy giọng cô méo đi, đôi mắt đỏ ngầu dù là buổi chiều và tình trạng đôi lúc quên mất những nơi cần đi, những bài viết cần hoàn thành, những việc cần làm theo chỉ đạo. Rồi đến lượt ông ta báo cho biên tập phụ trách, cứ thế sự thật kinh khủng truyền theo các cấp cao dần lên. Ở Hollywood, nghiện lại giúp bạn được dư luận chú ý nhưng trong làng báo, điều này đồng nghĩa với việc bạn là thứ đồ bỏ đi.

Vấn đề đã trở thành câu chuyện bàn tán trong làng báo New York suốt vài tuần, sau đó mọi người chẳng để tâm gì nữa. Mọi người, trừ Katie James.

Thế nên lúc này cô có mặt ở đây viết tin về tang lễ cấp quốc gia của một nhà lãnh đạo Scotland thọ tới một trăm lẻ tư tuổi. Nhìn thấy người đàn ông nhăn nheo có gương mặt như Shar-Pei[3] mặc chiếc váy truyền thống nằm trong cỗ quan tài khổng lồ chẳng khác nào con búp bê nhỏ bé trong tủ đồ chơi đồ sộ khiến Katie bật cười thay vì nhỏ nước mắt.

Cô đã thử AA[4], chỉ vì biên tập viên của cô đòi hỏi việc ấy, coi đó là điều kiện để được tiếp tục làm việc. Rõ ràng ông ta đã quên béng hai giải Pulitzer mà cô đã mang về cho tờ báo khốn kiếp cũng như vết thương ở tay trái cô vốn chưa bao giờ thực sự lành lại, hay những bài báo cực kỳ xuất sắc mà cô viết sau nhiều năm ở mọi chốn hết sức hỗn độn và cực kỳ nguy hiểm trên trái đất. Có được thành tích ấy, cá nhân

---

[1] Rượu gin hoặc vodka pha với rượu vang có hương thảo dược.
[2] Một trong những giải thưởng danh giá nhất dành cho báo chí ở Mỹ.
[3] Một loài chó thời Trung Hoa cổ khá kỳ dị, cả vai và mặt có rất nhiều nếp nhăn.
[4] Alcoholics Anonymous-trung tâm cai nghiện rượu.

cô phải trả cái giá rất đắt, nói chính xác thì cô chẳng hề có cuộc sống riêng ngoài việc gắn với cây bút và trang giấy. Cô từng đi qua tám mươi quốc gia và có đúng một cuộc gặp mà cả hai đều chưa hề biết nhau trước - một tay người Pakistan; tay này nói rằng cô khiến hắn nhớ tới con bò cái mà hắn yêu quý. *Chúa phù hộ cho hắn.* Katie tự hỏi không biết liệu mũi của tay ấy đã liền lại sau khi lĩnh trọn cú đấm của cô hay chưa.

Rồi vào năm ba bảy tuổi, Katie tỉnh dậy trong một căn phòng mà cô không thể nhận ra, cùng một người đàn ông mà cô không biết, ở một đất nước mà cô không rõ mình đã tới bằng cách nào, chìm trong tình trạng có vẻ là bệnh cô mắc phải. Điều ấy đã đẩy Katie trở lại AA – nơi cô đã đứng dậy và nói với những kẻ không quen biết đứng chật trong phòng rằng cô hoàn toàn là một kẻ tâm thần đang hy vọng tình hình sẽ khá lên. Lần gần nhất cô uống rượu cách đây sáu tháng. Nhưng mọi sáng, trưa, chiều, tối, con quỷ vẫn rình rập ở đó thôi thúc cô hãy phá bỏ cam kết, hãy nhấp một ngụm nhỏ thôi. Và bây giờ cô đang ở Scotland – quê hương của loại whisky tuyệt hảo nhất hoặc ít ra thì cũng có nhiều loại nhất để lựa chọn. Chỉ nghĩ đến điều ấy đôi môi của cô đã giật giật, cổ họng thắt lại.

Tận tới lúc có mặt ở đám tang Katie James mới nhận thấy rằng mình đã vô ý mặc toàn đồ trắng bởi cô đã nháo nhào vơ bất kỳ thứ gì có thể tìm thấy trong tủ đồ tại khách sạn. Cô trông như một bông ly trắng nổi giữa biển màu đen thê lương. Katie cao và mảnh mai, mái tóc vàng rực dài ngang vai vẫn còn ướt dù cô đã cố xõa ra ngoài cửa sổ taxi lúc chạy tới đây. Một lần có người đã nhầm cô với Téa Leoni[1]. Biết đâu có lúc người ta nhầm Téa Leoni với *cô* cũng nên, nhất là sau khi giành giải Pulitzer thứ hai, những bức ảnh của cô xuất hiện trên cả thế giới bởi chỉ chút xíu nữa là cô mất mạng khi hoàn thành tác phẩm khốn kiếp của mình.

Một người đàn ông hơn tuổi gợi ý rằng cô rất giống Shirley Eaton – cô gái trong phim *Ngón tay vàng*[2] về Bond. Ông ta bóng gió rằng sẽ

---

[1] Nữ diễn viên xinh đẹp và nổi tiếng của Mỹ.

[2] Một bộ phim ăn khách của Anh, trong đó nhân vật chính là điệp viên James Bond.

chẳng hề ngại gì nếu thấy Katie sơn cả người bằng vàng mà không mặc gì hết, thậm chí bàn tay của lão còn lần ra phía sau người cô và bóp nhẹ. Katie cũng thoi một cú đấm vào mặt tay này.

Tất nhiên Hollywood từng muốn dựng phim về hành trình đáng sợ của Katie để giành được giải thưởng hàng đầu của nghề báo, thậm chí họ còn gợi ý rằng nhiều khả năng Leoni là diễn viên sẽ thủ vai cô. Nhưng Katie nói không với tất cả những đề nghị ấy. Lý do không phải là lòng tự trọng hay nhu cầu bảo vệ đời tư mà là sự xấu hổ, là cảm giác tội lỗi.

Từng có liên quan tới một người khác, kẻ ấy đã bỏ mạng trong khi Katie đạt được sự nổi tiếng tồn tại chẳng được bao lâu. Đó là một đứa trẻ, một thằng bé. Và có một phần lỗi của Katie. Không, có lẽ chủ yếu là lỗi của cô. Chẳng ai biết được phần đó của câu chuyện, chẳng ai khác ngoài Katie. Lúc đó nguồn an ủi duy nhất Katie có thể tìm thấy trong cuộc đời này là khi chằm chằm nhìn vào cốc rượu đầy rồi rót thẳng nó xuống họng, cho nó đốt cháy cả con người, khối nóng rực ấy trôi xuống giúp hàn gắn những vết sẹo trong tâm hồn cô.

Thằng bé người Afghanistan tên là Behnam, nghĩa là thánh thiện và danh dự. Katie thấy rằng thằng bé có cả hai phẩm chất ấy. Nó có mái tóc xoăn đen nhánh, nụ cười có thể làm tan chảy cả những trái tim băng giá nhất và đầy sức sống cho tới lúc sức sống ấy bị cắt đứt khỏi con người nó một cách bạo liệt.

Lỗi của cô. Nó đã chết còn cô thì sống. Nhưng không phải cả con người cô còn sống, một phần Katie đã chết cùng thằng bé. Khi giành giải Pulizer thứ hai, cảm xúc của cô mạnh đến mức chẳng một nhà văn nào - dù có giỏi giang đến mấy – có thể hy vọng diễn đạt thành lời. Đó là đêm của riêng cô, mọi người tán dương cô dũng cảm đến mức nào, tuyệt vời thế nào, tài năng thế nào. Cánh tay bị thương quấn trong lớp gạc dày có dây đỡ, những tổn thương bên trong thực sự nghiêm trọng do viên đạn gây ra ẩn sâu trong cơ thể gầy gò và yếu ớt, lại là những yếu tố hiển hiện cho thấy cô sinh ra để giành giải thưởng này. Đúng, nếu có kẻ chiến thắng thì cô là người xứng đáng. Lúc đó cô mỉm cười, ôm từng người bằng cánh tay còn lành và nhìn chung đã thể hiện tính cách mạnh mẽ của một người tinh thần đang hoàn toàn thoải mái trong khi vị trí xã hội nâng lên hẳn.

Đêm đó cô một mình về căn hộ của mình ở New York, sáng hôm sau tỉnh dậy trên sàn phòng khách khi trên người chỉ còn bộ đồ lót và một chai whisky đã hết nhẵn, tự thấy căm ghét bản thân. Ừ, hoàn toàn thoải mái. Trừ việc tâm hồn đang bị xẻ làm đôi, Katie hoàn toàn ổn.

CHƯƠNG 10

Katie ngồi dự đám tang và ghi chép rất nhiều, những thứ sẽ ghép thành một bài báo mà cô biết người ta sẽ đọc trong một phút rồi sau đó quên luôn. Lúc rời cổng nghĩa trang, cô chào hỏi vài người chẳng hề quen biết. Danh tiếng Katie xuống thảm hại tới mức chẳng ai nhận ra cô trừ một tay dở người của tờ *Thời báo*, kẻ dành cho cô cái nhìn vẻ trịch thượng. Tay phóng viên này năm nay bốn mươi tám tuổi, Katie nghĩ gã nên làm trang viết về những người chết, đó là cách tuyệt vời để gã tìm hiểu về những người cùng thời mình. Nhưng có một sự thật phũ phàng là gã ở đây bởi gã muốn thế, còn Katie ở đây bởi cô chẳng còn chỗ nào khác.

Khi đã trở lại phòng khách sạn, cô gõ bài viết của mình. Tiểu sử chính thức của người đàn ông Scotland quá cố đã được lưu từ lâu, như tiểu sử của tất cả những người có chút tiếng tăm dù là ít. Bài viết của Katie chỉ đơn giản nhắm thêm chút không khí và cách nhìn nhận của cô về đám tang. Nhưng chỉ có vài cách để mô tả đám tang ai đó. Người ta đau buồn, người ta than khóc. Người ta trở về nhà và tiếp tục sống, người đã qua đời - điều không thể thay đổi - bị bỏ lại.

Andrew MacDougal có quá trình hoạt động khá dài ở chính trường châu Âu song đã về vườn được hơn ba chục năm nên từ lâu hình ảnh của ông trong công chúng đã mờ nhạt hẳn. Cả bài báo sẽ dài không quá năm trăm từ, nó cũng sẽ chỉ dài đến mức ấy bởi tay chủ tờ báo của Katie là người Scotland. Nếu có một bức ảnh đi kèm bài viết, chẳng có gì nghi ngờ là nó sẽ chụp người đàn ông đã mất mặc váy truyền thống khi còn ở thời hoàng kim.

Katie lắc đầu khi nghĩ về điều ấy. Chuyến bay dài gần bảy giờ tới London rồi vất vả đi tiếp tới Glasgow[1], đường về cũng bằng ngần ấy. Làm tất cả những việc ấy chỉ vì một người đàn ông đã kết thúc sự nghiệp chính trị của mình từ khi Katie còn là một nhóc con. Trong lúc ấy tác phẩm tầm cỡ thiên niên kỷ đang nằm ngay trước mắt cô.

Tất nhiên cô đã theo sát những diễn biến liên quan tới Konstantin và các vấn đề khác. Thậm chí cô đã gửi cho biên tập viên một email sử dụng những từ ngữ được chọn lọc rất kỹ, gợi ý rằng vì dù sao cô đã quan tâm tới vấn đề ấy, có thể một chuyến đi tới Moscow sẽ xứng đáng. Nhưng tay ấy chẳng thèm trả lời, Katie coi đó là dấu hiệu chẳng tốt đẹp gì.

Tôi viết bài về những người chết trong lúc vấn đề có thể vực dậy sự nghiệp của tôi vẫn diễn ra. Tôi may mắn thế, may mắn thế sao.

Sau khi đã gửi bài viết của mình qua email, thời gian còn lại trong ngày Katie hoàn toàn rảnh rỗi. Hừm, thậm chí cô có thể ở thêm ấy chứ. Không có vẻ gì là cô có nơi nào đó để trở lại. Cô có thể ngao du thành phố cổ Edinburgh, chỉ nằm cách phía đông Glasgow một chút. Glasgow là thành phố lớn nhất Scotland, và chẳng phải miền đất đặc biệt hấp dẫn đối với những kẻ đang dần xa bệnh nghiện rượu bởi nó đầy ắp các quán rượu và câu lạc bộ đầy cám dỗ. Nếu so sánh, thủ đô Edinburgh thanh bình hơn. Mà biết đâu trong lúc cô ở đó, một người Scotland trăm tuổi khác đáng lên trang cáo phó lại lăn đùng ra chết thì sao? Chỉ bằng một trang cô có thể viết về hai người Scotland. Nếu may mắn có thể Katie được trả thêm ấy chứ.

Katie đi vòng để tránh bar của khách sạn và ra phố.

Chưa bao giờ cô ở Scotland lâu. Ireland là trung tâm phát đi mọi tin tức, ít nhất là khi IRA[2] còn hoạt động. Hồi là phóng viên mới chân

---

[1] Một thành phố ở tây nam Scotland.
[2] Irish Republican Army: Quân đội cộng hoà Ireland, tổ chức đấu tranh đòi độc lập cho Ireland.

ướt chân ráo vào nghề, Katie bị mắc lại một trận giao tranh ở Belfast[1] kéo dài nửa ngày. Vừa nấp sau một chiếc Fiat gỉ sét và tránh đạn, cô vừa gọi điện tường thuật diễn biến. Sau khi mọi việc kết thúc, cô vào quán bar làm một chầu rồi trở về khách sạn tắm rửa. Lúc ấy Katie mới phát hiện một đầu đạn bẹp dí bám trong tóc. Chắc chắn nó đã bắn trúng chỗ nào đó trước khi đổi hướng. Trong suốt những năm này Katie giữ đầu đạn ấy, coi nó như vật hộ thân. Đúng, cô đã giữ lại nó - thực ra là đeo nó ở cổ, cho dù nó không còn mang lại may mắn cho cô từ lâu, từ lâu rồi.

Katie dừng lại một quán để ăn nhưng khi người ta mang món trà thơm bergamot và kem việt quất tới, cô hầu như chẳng động tới. Cô trả tiền và ra khỏi quán, vẻ thờ ơ như vẫn còn vương lại, như thể từ những hoàn cảnh khốn khổ trong đời Katie, sự mệt mỏi có đủ sức mạnh tạo ra thứ vỏ cứng rắn ở cô.

Katie không muốn rơi vào tình trạng trầm cảm hay chỉ chút xíu là huỷ hoại cuộc đời mình lần nữa, có lẽ cô mãi muốn thế. Cô biết mình phải làm rất nhiều để có thể trở lại, không chỉ dừng ở việc tránh xa rượu. Rượu đủ khả năng đè bẹp cô, rõ ràng thế. Nhưng Katie biết rằng những con quỷ thực sự của cô nằm ở *bên trong*, phần nhiều xuất phát từ cái chết của thằng bé vô tội. Đó là bí mật tội lỗi có sức huỷ hoại.

Và lúc nào Katie cũng có thể cảm thấy những con quỷ ấy đang cố gắng kiểm soát cô. Cô bước dọc con phố đông đúc của Glasgow, cảm thấy cô độc hơn bao giờ hết.

---

[1] Thủ phủ của Ireland.

CHƯƠNG II

Dublin là một trong những thành phố Shaw yêu thích. Gần như mỗi góc phố đều có một quán rượu và hiệu sách thì gì mà chẳng yêu? Một nửa dân số dưới ba mươi tuổi, thứ ngôn ngữ được dùng nhiều thứ hai là tiếng Quan thoại. Những thanh niên trẻ mọc rễ ở các quán rượu có nhiều loại, am hiểu nhiều thường giải quyết mâu thuẫn bằng thứ tiếng Ireland liến thoắng, bằng nắm đấm Ireland cực nhanh, đôi lúc dùng cả hai.

Shaw từng dính vào hai vụ đánh nhau trong quán rượu ở Dublin, cả hai lần ông đều chiến thắng chỉ bằng một đòn. Ông đã có thể nhẹ tay hơn và chỉ khiến phía bên kia đau nhưng với ông, chiến đấu luôn có một nguyên tắc: khi mở đầu, hãy ra đòn nặng và để cho kẻ khác phải toát mồ hôi.

Khi đã tỉnh dậy, mọi đối thủ đều hỏi tên người chiến thắng.

"Shaw".

"Người Scotland à?"

"Không". Sự thật là Shaw không biết rõ nguồn gốc của mình. Đối với ông, thường thì quá khứ kiểu gì cũng giống nhau cả, khi ta cần nó phải thế.

"Rồi, mẹ kiếp, điều ấy đủ lý giải rồi," vừa xoa cằm dưới bầm dập, một trong số đó đã nói câu ấy bằng chất giọng địa phương có nguyên âm mềm và ngắn củn cùng phụ âm thật cứng. "Rõ ông là dân Ireland mẹ nó rồi!"

Sau khi quẳng túi đồ vào phòng khách sạn và thay quần áo, Shaw chạy bộ quanh công viên Phoenix rộng tới bảy trăm lẻ chín héc-ta, thiên đường xanh rộng gấp đôi Công viên trung tâm của New York. Ông có chạy ngang qua nơi ở của đại sứ Mỹ và Tổng thống Ireland nhưng chẳng làm động tác chào nơi nào cả, dù có nhiều lúc ông đã làm việc cho cả hai với tư cách người làm tự do. Trong nửa tiếng Shaw đã chạy được tám ki-lô-mét. Với riêng ông, đó không phải thành tích cao nhất nhưng phải nói là tốt. Shaw có thể chạy nhanh hơn, ông biết sẽ có lúc mình phải làm việc ấy.

Trở về khách sạn, tắm hai lần, thoa kem và nhiều chất khử mùi nhưng dám thề là Shaw vẫn thấy mùi khó chịu của con kênh Amsterdam bốc ra từ mọi lỗ chân lông. Shaw nhìn đồng hồ, vẫn còn thời gian rảnh nên ông đi dạo, cuối cùng đến một điểm trên sông Liffey – nơi khoảng năm 1916 Anh đã phái một tàu chiến tới và nã đạn vào Dublin để đàn áp lực lượng "Nổi loạn". Shaw nghĩ không có gì lạ khi người Ireland vẫn chẳng lấy gì vui vẻ khi nhắc tới những người láng giềng phía đông của mình.

Những cuộc chiến. Đó là những thứ dễ khởi động nhất và khó chấm dứt nhất. Shaw biết điều đó, thật không may biết qua kinh nghiệm bản thân.

Ông ngó đồng hồ đeo tay lần nữa, đã đến lúc đi gặp Anna.

Anna Fischer. Sinh ở Stuttgart, học đại học ở Anh và Pháp, bây giờ cô đang sống ở London trừ lúc cô phải diễn thuyết - điều cô đang làm ở Dublin. Vì vậy nên Shaw tới đây. Ông và Anna thường gặp nhau ở nhiều nơi trên thế giới, song lần này thì khác. Và Shaw, vốn điềm tĩnh, đột nhiên thấy tim đập mạnh lên, hơi thở gấp gáp hơn. Thực sự đến lúc rồi.

CHƯƠNG 12

Với sải chân nhanh và nỗi mong nhớ càng tăng, Shaw chỉ mất có mười phút đi bộ là tới đại học Trinity. Lúc này bài giảng của Anna đã gần xong, Shaw đợi người yêu phía đối diện lối vào bên hông trường, gần hiệu sách Maggie - một trong những nơi cả hai yêu thích. Ông tán gẫu vài phút với người phụ nữ bán sách.

Trên một giá sách, Shaw thấy một cuốn Anna viết về nguồn gốc của các chính phủ phát-xít, tựa *Nghiên cứu lịch sử các nhà nước cảnh sát*. Xét về nhiều mặt, tình yêu của đời ông là người thích vui vẻ, sống nội tâm và lãng mạn nhưng cô cũng có chỉ số IQ cao ngang mức các thiên tài, những vấn đề chiếm hầu hết thời gian làm việc của cô thực sự là các vấn để ghê gớm. Liệu có sự kết hợp nào hoàn hảo hơn để chinh phục trái tim một người hơn trí tuệ và sắc đẹp không?

Lúc Anna bước ra, cái ôm như không muốn thôi. Cô ép những ngón tay dài và thẳng vào thắt lưng Shaw, vừa vuốt dọc lên trên vừa bóp nhẹ. Cô luôn cảm thấy được cái đau trong cơ thể ông còn Shaw là kẻ giấu được những thứ ấy cực tốt.

"Căng thẳng hả?" Cô hỏi, hầu như không pha chút âm tiếng Đức nào. Anna Fischer nói được ít nhất mười lăm thứ tiếng, tất cả đều như tiếng mẹ đẻ. Sau sáu năm viết những báo cáo và sách nghiên cứu thuộc hàng xuất sắc ở Oxford, cô đã làm cho Liên hợp quốc với tư cách phiên dịch trực tiếp. Sau quãng ngắt giữa chừng đó, Anna nhận làm cho một tổ chức học thuật tại London, cô chuyên sâu mảng chính sách quốc tế và các vấn đề toàn cầu đặc biệt phức tạp không dễ dàng có ngay câu trả lời. Chắc chắn Anna trí tuệ hơn Shaw nhiều song chẳng bao giờ cô để ông cảm thấy điều đó.

"Chút thôi".

"Chuyến bay từ Hà Lan không được tốt hả anh?"

"Chuyến bay tuyệt vời. Chỉ là vết thương cũ vì bóng bầu dục ấy mà". Thực ra đó là cú lao người xuống con kênh, nhưng nàng đâu cần phải biết chuyện ấy.

"Đúng là lũ con trai với những trò chơi con trai", Anna vờ làm giọng mắng. "Đấy là lý do anh bị vết thương đó à?" Cô chỉ vết bầm trên mặt Shaw mà tác giả là tay người Iran, kẻ từ giờ đến lúc xuống mồ cũng không biết thế nào là tự do nữa.

"Hành lý từ khoang chứa đồ trên máy bay tuột xuống nhanh hơn anh tưởng. Trông vết bầm nặng hơn thực chất đấy."

Khi cả hai đã buông nhau ra, Anna chằm chằm nhìn Shaw. Với chiều cao một mét tám mươi và đi giày năm phân, cô không phải nghển cổ quá nhiều. Thế nhưng chưa khi nào Shaw thấy biết ơn về chiều cao của mình như lúc này.

"Bài diễn thuyết thế nào?" Ông hỏi.

"Có khá nhiều người dự, người nghe khá chú ý. Nhưng tiết lộ hết cho anh biết nhé, có lẽ số người dự tăng lên vì đồ ăn tuyệt nhất thành phố và quầy bar ngoài trời. Em thấy thật tiếc vì anh bỏ lỡ. Ít nhất thì em cũng đã tưởng tượng anh mặc đồ lót kia.

"Sao lại phải tưởng tượng khi em có thể nhìn tận mắt nhỉ?"

Cô hôn Shaw và đan những ngón tay dài của mình vào những ngón tay to, dày của ông.

Ông đưa cho cô cuốn sách mình đã mua.

"Anh *trả tiền* cho cuốn sách này hả?" Lẽ ra em đã có thể tặng anh một cuốn mà. Họ gửi cho em tất cả những cuốn chưa bán được, nhiều tới mức em dùng làm đồ nội thất ở văn phòng đấy."

"Này, em sẽ nhận được toàn bộ tiền tác quyền của cuốn này. Em sẽ ký tặng anh chứ?"

Cô rút bút ra và viết gì đó vào cuốn sách. Khi Shaw cố gắng nhìn xem đó là gì, cô bảo: "Hãy đọc nó sau, khi đã rời Dublin".

"Cảm ơn em".

"Anh quan tâm tới các nhà nước cảnh sát sao?" Cô hỏi.

"Khi phải đi lại nhiều, thông thường mỗi tháng anh có mặt ở một nước như thế".

Shaw tình cờ gặp Anna trên một đường phố Berlin cách đây ba năm. Lúc ấy cô đang bị hai gã đàn ông chặn cướp còn ông vừa một mình hoàn thành một nhiệm vụ chẳng khác gì vụ ở Amsterdam vừa rồi, lúc ấy tâm trạng lại chẳng được thoải mái lắm. Khi hai tên kẻ cướp nhìn thấy Shaw, chúng mắc sai lầm lớn khi nghĩ rằng một mẻ lưới lại bắt được hai chú cá. Cảnh sát có mặt vài phút sau khi Shaw gọi điện, lúc ông đã cho hai gã kia đo đất. Ông nện một gã mạnh đến mức tay suýt gãy lúc va chạm với sọ hắn.

Sau khi Anna từ chối tới bệnh viện, Shaw đã đi bộ hộ tống cô trở lại khách sạn. Ông đã giữ đá lạnh áp vào mặt cô trong suốt một giờ, sau đó ngủ ngay tại sàn trong phòng cô bởi Anna vẫn chưa hoàn hồn sau khi bị cướp.

Trước đó Shaw chưa từng có mối quan hệ nghiêm túc nào với một phụ nữ. Có thể điều đó xuất phát từ mối quan hệ của ông với mẹ nhưng đúng hơn là vì ông thiếu một người mẹ.

Bị ruồng bỏ sẽ khiến người ta như thế.

Nhưng ngay từ lúc trông thấy Anna trên đại lộ thủ lô Berlin tù mù, dù lúc ấy người cô bầm tím và vấy máu, Shaw biết rằng trái tim mình không còn lẻ loi.

Từ đó đã gần ba năm trôi qua, rõ ràng tình cảm của Anna dành cho ông đã trở nên sâu đậm hơn. Ông biết rằng Anna yêu mình nhưng cũng cảm thấy cô ngày càng bối rối khi thấy ông thiếu sự tận tâm hết mình.

Hừm, điều đó sắp chấm dứt rồi. Shaw vẫn chưa thoát khỏi Frank nhưng ông không thể chờ đợi thêm nữa. Ông sẽ phải làm được điều đó, bằng cách nào đó.

"Anh có vẻ tâm trạng thế nào đó", cô nói lúc hai người cùng ăn tối. Ở tuổi ba mươi tám, cô vẫn để tóc dài, chúng uốn lượn một cách quyến rũ trên vóc dáng Đức đẹp như tạc.

"Không, chỉ là đói thôi. Ở đàn ông thì nó đều có biểu hiện giống nhau cả. Anh đoán ở đây họ không làm món trứng chần". Bữa hôm nay dành cho khách hàng thu nhập nhàng nhàng, có thịt muối, khoai tây, hành, nước sốt rắc đầy tiêu"

"Không, ở đây không có, nhưng bọn mình có thể đi chỗ khác".

"Thế này cũng ổn. Những năm qua đồ ăn ở Dublin khá hơn rồi".

"Vâng, dù em vẫn không thể hiểu tại sao món thịt hầm Ireland lại không có cà-rốt". Anna mỉm cười tinh nghịch sau ly rượu vang."Ngay cả người Anh cũng dùng cà-rốt cho món thịt hầm cơ mà".

"Thì đó chính xác là lý do người Ireland không dùng".

Một lát sau, khi cả hai đang ăn nốt các món, Anna hỏi: "Thế lần vừa rồi anh làm gì ở Amsterdam?"

"Làm càng ít càng tốt".

"Công việc tư vấn của anh giảm bớt rồi hả?"

"Thôi nào. Anh có một nơi muốn đưa em tới".

Shaw có thể nhận ra chút gì đó hơi căng thẳng trong giọng nói của mình, đồng thời cảm thấy rằng Anna cũng thế.

"Anh ổn chứ?" Cô hỏi. "Hành động của anh bí hiểm lắm".

Shaw liếm đôi môi khô và gượng cười."Anh nghĩ đó là một trong những điều em thích ở anh mà. Bí ẩn hả?"

Ông chẳng tin vào chính những lời nói của mình, rõ ràng cô cũng chẳng tin.

Shaw đứng dậy. Hai chân hơi run, ông thầm rủa mình.

Tớ đã nhảy từ tầng bốn xuống kênh khốn kiếp, rồi lại gần như chỉ một tay hạ cả một nhóm khủng bố hạt nhân. Cậu sẽ nghĩ tớ có thể làm được việc này không giống một tay thanh niên say tình đâu.

Một lúc sau họ vào một quán rượu nhỏ ở bắc Liffey, khu rõ ràng nghèo hơn và không danh tiếng bằng nửa còn lại của Dublin. Thế nhưng Shaw thích nơi này, Anna cũng thế.

Như một lần cô đã nói. "Làm sao anh lại có thể không thích từng hạt đất của một thành phố từng sản sinh ra Swift, Stoker, G. B. Shaw, Yeats, Wilde, Beckett và Heaney? Rồi bậc thầy Joyce[1] nữa".

Chỉ để xem cô phản ứng thế nào, Shaw đáp: "Anh thích Roddy Doyle hơn".

"Còn em thích Maeve Binchy hơn", cô phản pháo.

Ông gọi đồ cho cả hai - điều không như bình thường. Khi đồ được mang tới, Anna hỏi: "Món gì thế?"

"Bánh mì nho. Là một dạng bánh hoa quả."

"Bánh hoa quả! Có phải người ta dùng để bảo vệ tường khỏi bị cửa va vào và để đầu độc không?"

Shaw cắt cho cô một lát."Cứ thử đi. Em là người ưa mạo hiểm mà".

Anna lấy đĩa của mình xiên miếng bánh, nó chạm vào thứ gì đó kêu đánh keng một tiếng. Hai mắt cô mở to hơn khi nhìn miếng bánh, cho tới lúc các ngón tay cô nắm lấy nó.

Shaw nói: "Theo truyền thuyết, nếu em tìm thấy chiếc nhẫn trong bánh mì nho, số em đã đến lúc cưới chồng".

Bây giờ không còn đường lùi nữa, ông biết thế. Những khoảnh khắc sắp tới sẽ quyết định toàn bộ cuộc đời ông, mồ hôi thấm ướt cả chiếc sơ-mi. Shaw hít một hơi sâu, lướt mình khỏi ghế và quỳ một chân trên lớp sàn lát ván gỗ đã nhẵn bóng sau vài thế kỷ vì những tay say rượu và vì ít nhất một gã đàn ông ngỏ lời cầu hôn. Nắm bàn tay run rẩy của nàng trong bàn tay chắc khoẻ của mình, ông luồn chiếc nhẫn vào ngón tay Anna và nói: "Anna, em sẽ lấy anh chứ?"

---

[1] Các nhà văn, nhà thơ, nhà viết kịch nổi tiếng gốc Ireland: Jonathan Swift, Bram Stoker, George Bernard Shaw, William Butler Yeats, Oscar Wilde, Samuel Beckett, Seamus Heaney, James Joyce.

CHƯƠNG 13

Tiếng mưa lộp bộp làm Shaw tỉnh giấc. Lúc đang cố ngủ lại, tiếng rung phía trên đầu khiến ông rên một tiếng nhè nhẹ. Shaw chộp lấy cái máy và đọc tin nhắn vừa được gửi tới cho mình.

Frank.

Trên giường, bên cạnh Shaw là Anna. Họ đã hoàn thành tốt đẹp lễ đính hôn, sau đó uống hết một chai Dom, hai chiếc cốc nằm nghiêng thật chênh vênh.

Anna vẫn ngủ ngon lành trong lúc Shaw dậy, đi sang phòng kế bên rồi bấm số điện thoại, biết rằng sẽ có người bắt máy ngay.

"Ông câu cá ở Dublin cổ kính à?" Frank nói giọng hơn hớn. Shaw có thể tưởng tượng ra ông ta nằm ườn trên một chiếc ghế ở đâu đó, có lẽ cách đây vài múi giờ cũng nên, mang cái bộ mặt kẻ cướp đáng ghét chỉ có ở ông chủ khi nói chuyện với đầy tớ.

"Gì, người của ông không báo cáo đều đặn à? Ông đâu muốn họ như thế". Lúc nói câu này Shaw chăm chăm nhìn phía bên phải người mình — nơi có một vết sẹo cũ. "Mà này, lúc này ở đây là ba giờ sáng đấy. Đã khi nào ý nghĩ ấy chạy qua cái đầu bự của ông chưa?"

"Chúng ta hoạt động 24/7 mà Shaw. Ông biết các quy định mà".

"Quy định *của ông*."

Ông hé tấm rèm và chằm chằm nhìn làn mưa buồn đang bao khắp khu vực.

"Chúng tôi cần ông, Shaw."

"Không, ông không cần. Ngay cả người như tôi cũng cần nghỉ ngơi thư giãn đấy."

"Qua giọng gắt gỏng của ông tôi cũng biết là ông không ở một mình."

Tất nhiên Shaw biết rằng Frank biết chính xác ông đang ở đâu, với ai. Thế nhưng giọng nói của ông ta khiến ông thôi nhìn khỏi cửa sổ và vội vã trở lại phòng ngủ xem Anna ra sao. Nhưng cô vẫn ngủ ngon lành, hạnh phúc vì không biết rằng ông đang vặc nhau với một gã điên có chuyên môn.

Một chân dài, đẹp của cô đặt trên tấm ga, khiến Shaw chỉ muốn đánh thức cô dậy và làm tình lần nữa. Nhưng ông đang nói chuyện điện thoại với Frank. Shaw trở lại căn phòng cũ, nhìn ra cửa sổ, săm soi từng kẽ nhỏ của con phố và các ngõ phía dưới nhằm phát hiện ra người của Frank. Họ luôn ở dưới đó, luôn ở đó.

"Shaw, ông vẫn thở đấy chứ?"

"Lần trước tôi đã bảo mình sẽ đi đâu. Thế sao cứ theo dõi tôi vậy?"

"Ông tự chuốc vào mình đấy chứ, vì tất cả câu chuyện điên rồ liên quan đến vấn đề nghỉ việc".

"Đó *không phải* chuyện điên rồ, Frank. Lần cuối cùng *là* lần cuối cùng".

Shaw có thể hình dung đầu Frank đang lắc, lắc cùng với nó là cái hõm sau gáy – nơi ông ta lĩnh một phát đạn tầm gần từ một khẩu SIG Sauer chín mi-li-mét có báng thửa riêng. Shaw biết những chi tiết rất riêng ấy bởi chính ông là kẻ đã bắn Frank.

"Chúng ta có nhiều việc phải làm. Thế giới này là nơi rất nguy hiểm".

"Ừ, bởi có những loại người như ông đấy".

"Những việc chúng ta làm cao quý đấy, Shaw. Đó là vinh dự".

"Dành cái thứ vớ vẩn ấy cho cảnh sát mới vào nghề đi".

Shaw nghe tiếng ghế cọt kẹt khi Frank đứng thẳng dậy. *OK, đến lúc rồi đây.*

Giọng của Frank sít lại và rắn đanh: "Chính xác thì ông sẽ lui về chốn nào, ông bạn đáng ghét? Một cơ ngơi cực lớn à?"

"Theo thoả thuận là năm năm, Frank. Mà tôi đã làm gần sáu năm rồi".

"Ông đã suýt giết tôi đấy".

"Ông đã chĩa súng vào tôi, lại không giơ phù hiệu ra nữa. Tôi nghĩ ông chỉ là một thằng điên khác đang tìm cách nã đạn vào lưng tôi".

"Thế là nếu như hồi đó tôi đã giơ phù hiệu, bây giờ ông sẽ bảo rằng ông sẽ không bắn vào cái đầu chết tiệt của tôi à?"

"Tôi *đã* đưa ông tới bệnh viện gần nhất. Nếu không ông đã ngỏm vì mất máu rồi".

"Bệnh viện!" Frank gầm lên. "Ông đã để mặc tôi giữ thứ như nửa bộ óc của tôi trong khu đỗ xe của lò mổ người giữa Istanbul".

"Ông thực sự nghĩ nó chỉ là một nửa sao?"

"Này..."

Nhưng Shaw đã ngắt lời. "Tôi bắn ông vì tự vệ, nhưng khi người của ông tới Thổ Nhĩ Kỳ một tháng sau đó, rõ ràng họ không nghĩ thế. Thế nên chúng ta đã có một thoả thuận và tôi đã thực hiện. Chẳng có chuyện gì khác để nói nữa". Họ đã có một thoả thuận, Shaw biết thế, Để đổi lại việc ông không phải dành phần đời còn lại lao động khổ sai trong một địa ngục nào đó ở Siberia - việc Frank sẽ khoái trá thực hiện lúc hồi phục sau khi dính vết đạn lớn vào đầu, Shaw đã dành gần sáu năm chạy khắp nơi trên thế giới, đánh cược bằng chính mạng sống của mình để làm những việc mà theo lời Frank là giúp cho những người khác được sống trong an bình. Hừm, Shaw đã muốn một chút an bình cho cuộc đời *mình* và ngay lúc này ông muốn có nó, bên Anna.

Nhưng những thoả thuận với những người như Frank chẳng khác gì treo lơ lửng người trên cầu Cổng vàng[1] bằng đồ lót trong khi những

---

[1] Một cây cầu lớn bắc ngang vịnh San Francisco.

cơn gió mạnh vẫn không ngừng gào thét dưới vịnh. Mà Shaw chẳng thể bám lấy một tay luật sư nào đó rồi nhờ kiện ra toà công khai để đòi lấy tự do như đã thoả thuận. Đó là lý do ông đồng ý tiếp tục gần một năm suýt bị bắn, bị đâm, đầu độc, thậm chí là nổ tan xác pháo. Khi coi việc xử lý nhóm Hồi giáo khủng bố hạt nhân ở Amsterdam là điều quá dễ, chẳng phải ông nói đùa.

"Nếu không có những kỹ năng "đặc biệt" của ông, hồi ấy tôi chẳng thể đề nghị ông làm gì khác ngoài nhận một chỗ trong tù".

Điều này mới với Shaw đây. "Thế *ông* là người đề nghị à? Tại sao?"

"Sau khi đã cho não trở lại đầu, tôi nhận ra rằng bất kỳ ai gần như có thể tiêu diệt tôi là người chúng tôi cần đứng về phía mình".

"Thế thì ông nên hiểu rằng tôi đã hoàn thành nhiệm vụ của mình".

Frank nói chậm rãi: "Tôi không biết. Tôi cần nói chuyện với người của tôi về việc ấy. Có lẽ tôi có thể tự thuyết phục người của mình nhả ông ra, song tôi không nghĩ họ sẽ vui vẻ lắm về chuyện đó đâu".

Shaw chưa bao giờ vượt qua, vòng qua hoặc xuyên thủng được Frank. Tay hói vạm vỡ ấy sừng sững như một bức tường đá.

Lẽ ra hồi ấy mình phải bắn vào giữa trán hắn mới phải.

"Tôi chẳng thèm quan tâm họ có vui hay không! Chỉ cần ông bảo họ những gì tôi đã nói thôi".

"Bây giờ tôi cần ông đến Edinburgh rồi tới Đức, Heidelberg. Nếu không làm xong mấy việc ấy, hãy quên việc tôi nói chuyện với bất kỳ ai khác trừ cai ngục mới của ông".

Shaw im lặng một lúc, gắng kìm cơn giận dữ. "Đây là lần cuối cùng, Frank. Đây là lần cuối! Ông có thể nói với người của ông thứ mẹ gì ông muốn cũng được. Hiểu chưa?"

"Nhận lệnh như bình thường. Hai ngày. Chúc ông vui vẻ với Dublin, cả bạn ông nữa".

"Ông thực sự không muốn tới đó".

"Chỉ là một quan điểm thôi". Rồi cuộc gọi chấm dứt.

"Tôi ghét ông, Frank" Shaw thì thầm nói vào khoảng không.

CHƯƠNG 14

S haw nhẹ nhàng bước vào phòng tắm. Hầu hết các phòng tắm kiểu châu Âu đều nhỏ, rõ ràng người ở châu lục này cần không gian thư giãn và tắm rửa ít nhất thế giới. Shaw vã nước lên mặt, ngẩng lên và thấy mình trong gương.

Xù xì là cách hầu hết mọi người mô tả những đường nét của Shaw. Ngay cả Anna cũng gọi ông là vẻ đẹp xù xì. Xương cốt và cơ bắp thật tuyệt song đôi mắt mới luôn thể hiện nét riêng của Shaw, không chỉ vì chúng xanh một cách tự nhiên mà còn vì chúng không hợp với phần còn lại trên cơ thể. Da Shaw sẫm màu, kiểu da giống người Italia hay Hy Lạp hơn là Ireland hay Scotland; mái tóc đen và lượn sóng, dường như có phong cách riêng. Rối bù một cách quyến rũ, có lần Anna đã mô tả như vậy. Thế nhưng khi tự nhìn mình, tất cả những gì Shaw thấy là một gã đàn ông ma ám có những vết sẹo chạy sâu tới mức không chịu nổi.

Như thể cô đã cảm nhận rằng mình đang xuất hiện trong ý nghĩ của Shaw, Anna hiện ra sau lưng ông, vòng đôi tay dài ôm lấy đôi vai trần đầy cơ bắp.

Cô đang mặc trên người chiếc áo phông của Shaw. Khi Shaw mặc, bề rộng cơ thể, vòng ngực và cơ vai khiến chiếc áo bó sát. Thế nhưng ngay cả khi Anna là người cao, trông chiếc áo vẫn giống một cái váy hơn.

"Anh không ngủ được à?" Cô hỏi.

"Mưa. Anh không thích mưa ban đêm".

"Em nghĩ em đã nghe thấy anh nói chuyện với ai đó".

Shaw chăm chăm nhìn Anna qua gương trong lúc những ngón tay của cô lần tới một vết sẹo nhỏ gần yết hầu ông. Đó là món quà lưu niệm nhỏ của chuyến đi tới Ukraine. Shaw bảo Anna rằng đây là vết sẹo do ngã xe đạp nhưng thực tế xuất phát từ con dao do một cựu điệp viên KGB phóng ra; thứ bằng cấp duy nhất để gã này vào nghề là sự thèm khát giết người. Con dao đi cách yết hầu Shaw khoảng hai cen-ti-mét. Thế mà ông đã suýt mất máu đến chết ở một nơi mà nếu so sánh, "lò mổ người" Thổ Nhĩ Kỳ mà ông bỏ Frank lại chẳng khác gì bệnh viện cao cấp Johns Hopkins.

Shaw còn có một vết sẹo nữa ở nửa người bên phải mà chẳng bao giờ ông giải thích với Anna vì một lý do đơn giản: ông muốn quên nó đi bởi lần nào nghĩ tới ông cũng thấy xấu hổ. Bị đóng dấu, như một con ngựa. Không, giống một tên nô lệ mới phải. Thực ra đó là một lý do nữa khiến ông tới Dublin, để làm điều gì đó với món quà nhỏ này.

Anna hỏi lại: "Anh *đã* nói chuyện với ai phải không?"

Frank, những vết sẹo và tay đồ tể KGB biến mất khỏi đầu óc Shaw. Điều Shaw thực sự băn khoăn là liệu bây giờ Anna có nghĩ lại. Sau lời cầu hôn của Shaw là một tiếng "Có" đẫm nước mắt mà gần như ông chẳng nghe nổi. Rồi khi sự phấn khích của một cô dâu tương lai tăng lên, cô nói lời chấp thuận bằng chín thứ tiếng, những giọt nước mắt nhỏ lên da ông để cuối cùng suýt khiến Shaw phải bật khóc.

Nhưng lúc này có gì đó trong giọng nói của cô báo hiệu thông điệp gì đó không phải niềm hạnh phúc. Thực sự đến lúc rồi, Shaw nghĩ.

Ông vã nước lên mặt, mút mấy ngón tay rồi xoay lại phía Anna.

"Thực sự anh không phải một chuyên gia tư vấn kinh doanh chuyên về các vụ mua bán và sáp nhập quốc tế", ông nói.

"Em biết điều ấy".

"Gì cơ?" Shaw bật lên.

"Em biết nhiều chuyên gia tư vấn kinh doanh. Hiếm khi họ đánh gục được hai gã đàn ông có vũ trang. Hiếm khi trên người họ có những vết sẹo do dao gây ra. Và hầu như lúc nào họ cũng muốn khoe khoang sự giàu có của mình. Chúng ta lại luôn luôn ở căn hộ của em tại London".

"Và bây giờ em mới nói cho anh điều này?"

"Bây giờ thì khác. Em vừa mới bảo anh rằng em sẽ lấy anh".

"Còn nếu anh vẫn không nói gì về những việc anh đã làm thì sao?"

"Em đã từng hỏi, như lúc này".

"Nhưng em đã nói có rồi".

"Thì em cũng có thể nói không".

"Anh không phải tội phạm".

"Em biết điều ấy, em có thể nói như vậy. Nếu không em đã không ở đây. Bây giờ hãy cho em biết sự thật".

Shaw ngả người dựa vào chiếc bồn rửa mặt phía sau và sắp xếp suy nghĩ. "Anh làm cho một tổ chức quốc tế thực thi pháp luật, hưởng ngân sách từ nhiều nước thuộc khối G8[1]. Bọn anh xử lý những vấn đề hoặc quá nguy hiểm hoặc quá khả năng xử lý của một nước. Kiểu như Interpol chống steroid[2] ấy. Bây giờ anh không còn đi địa bàn nữa mà làm việc bàn giấy", Shaw nói dối và nghĩ mình đã làm tốt.

"Vậy các anh thực thi những luật nào?" Anna hỏi vẻ cương quyết.

"Bọn anh ngăn chặn những kẻ xấu làm những điều tồi tệ. Làm bất kỳ cách nào có thể", ông nói thêm.

"Và việc anh làm bây giờ không nguy hiểm mặc dù vẫn có những cuộc gọi lúc nửa đêm?"

"Sống vẫn nguy hiểm mà Anna, có thể em vừa bước qua góc phố là bị một chiếc xe buýt nghiến nát bét ngay".

---

[1] Nhóm tám nước công nghiệp phát triển gồm Canada, Pháp, Đức, Italia, Nhật Bản, Nga, Anh, Mỹ.

[2] Một loại thuốc kích thích, từ năm 1974 bị Uỷ ban Olympic quốc tế cấm sử dụng trong thể thao.

"Shaw, đừng có lên mặt thế".

"Không nguy hiểm, không". Shaw thấy da mình nóng bừng lên. Ông có thể thoải mái nói dối một gã điên vùng Vịnh nhưng không thể với Anna.

"Anh vẫn tiếp tục đi đi về về như trước à?"

"Thực ra anh đang lên kế hoạch nghỉ, bắt đầu làm việc gì đó khác".

Gương mặt Anna sáng bừng lên. "Đây... đây quả là điều bất ngờ".

Anh hy vọng sẽ sống để thực hiện điều ấy. "Hôn nhân nghĩa là hai người bên nhau, không phải xa nhau".

"Anh sẽ làm điều này vì em chứ?"

"Anh sẽ làm bất cứ điều gì vì em".

Cô bẹo má Shaw.

"Tại sao?" Ông đột ngột hỏi.

"Sao cái gì?"

"Em có thể có bất kỳ người đàn ông nào mình muốn. Sao lại là anh?"

"Vì anh là người tốt. Một người đáng trân trọng, lại dũng cảm. Nhưng dù tài giỏi thế nào, anh vẫn cần được chăm sóc, Shaw. Anh cần em, và em cần anh".

Ông hôn Anna, áp những ngón tay mình vào má cô.

"Bây giờ anh có phải đi không?"

Shaw lắc đầu. "Anh có hai ngày".

"Bây giờ đi đâu?"

"Scotland".

Ông ôm lấy Anna, cho mái tóc vàng rực của cô chạm vào mặt mình, cho hương thơm của cô quyện lấy mùi người ông, cả mùi của con kênh Amsterdam, tất cả.

"Nhưng trước tiên đi vào giường đã".

Họ làm tình một lần nữa. Sau khi cô đã ngủ say, Shaw dùng một tay làm gối, tay kia bảo vệ lấy tay Anna.

Ông nằm lắng nghe tiếng mưa và hình dung cảnh Frank đang cười thầm vì đã lừa ông thêm một cú. Ông khẽ vuốt mặt Anna. Đúng, bây giờ thì *đã* khác.

Cơn mưa Dublin vẫn tiếp tục, mỗi giọt nước là một viên đạn bắn thẳng vào óc Shaw. Ông đã xin cô lấy mình nhưng sau cuộc nói chuyện với Frank, Shaw sợ rằng đó có thể là sai lầm lớn nhất trong đời mình.

CHƯƠNG 15

"R.I.C?" Anna nói khi đưa tờ báo cho Shaw – lúc này đang rót cà phê, trên người là một chiếc quần soóc. Anna đẩy chiếc bàn đặt đồ phục vụ tại phòng ra xa một chút và gập trang phụ trương rơi khỏi tờ *Diễn đàn thông tin quốc tế*.

Shaw ngó qua vai Anna. Bài báo dài, đầy những thông tin thuộc loại chẳng biết lối nào kiểm chứng và tạo thành một đòn tấn công mạnh mẽ nữa nhằm vào chính phủ Nga. Có lẽ tít bài báo này là "Đế chế tội ác - Phần hai".

Shaw đọc to: "Tổ chức Nghị viện độc lập Nga (R.I.C) cùng cơ quan của mình là Tổ chức nước Nga tự do kêu gọi các quốc gia tự do ở mọi nơi đứng lên chống Tổng thống Romuald Gorshkov và một chính quyền chuyên đàn áp và gieo rắc nỗi kinh hoàng, trước khi quá muộn".

Anna liếc một phần khác: "Chính quyền Gorshkov đã nhét các nhân vật chống đối chính trị đầy các nhà tù bí mật, sát hại các đối thủ, áp dụng chính sách thanh lọc sắc tộc ở cấp quyền lực cao nhất và hiện đang bí mật sản xuất, tích trữ các loại vũ khí huỷ diệt – sự vi phạm rõ ràng các hiệp ước giải trừ quân bị."Cô ngước nhìn Shaw."Trước tiên là vụ Konstantin, rồi đến tất cả những người Nga được coi là đã chết đó, và giờ là thứ này? Anh đã bao giờ nghe về tổ chức R.I.C này chưa?"

Ông lắc đầu. "Ở cuối trang có ghi một trang web".

Anna lôi máy tính xách tay ra, bật lên và chỉ sau một phút đã kết nối vào hệ thống mạng không dây của khách sạn. Những ngón tay nhanh nhẹn của cô lướt trên bàn phím, một trang web đầy màu sắc xuất hiện trên màn hình.

"Xem trang web này đi", Anna trỏ màn hình. "Hôm qua nó không có trên mạng, nếu không thì em đã nghe nói".

Anna chụp lấy máy điện thoại di động đang đổ chuông và bấm nghe, hỏi vài câu và nghe tiếp. Rồi cô bấm nút chấm dứt cuộc gọi và liếc Shaw. "Gì thế?" Ông hỏi.

"Đấy là văn phòng em gọi. Mọi người đang xôn xao về bài báo mới này. Người ta nói rằng Gorshkov và các bộ trưởng của ông ta đang nổi điên lên. Họ bác bỏ mọi thứ và đang đòi hỏi được biết kẻ nào đứng đằng sau cái họ gọi là chiến dịch vu cáo khổng lồ".

"Có biết gì về kẻ nào làm việc ấy không?"

Anna lắc đầu. "Vẫn chưa biết. Không cần nhóm lớn nào đứng sau việc này hay phải thật nhiều tiền đâu. Dù tờ phụ trương này chẳng hề rẻ, vài người giỏi máy tính có thể phủ kín toàn cầu bằng các nội dung tuyên truyền của họ, tất cả chúng ta đều đã chứng kiến mà".

"Và dường như mọi kẻ khác đều đua theo?"

Anna quay lại máy tính và dùng con trỏ lướt hết cả trang web. Rằng Nga tàn ác thế nọ, Nga ma quỷ thế kia. Văn phòng em đã làm nhiều bản báo cáo về việc Nga trở lại hệ thống chính quyền độc đoán. Đó là mối quan tâm mang tính nghề nghiệp *và* cá nhân. Bây giờ căng thẳng giữa Nga và phần còn lại của thế giới đang rất cao, chắc chắn tất cả những thứ này chẳng giúp giải quyết được gì.

"Này, được báo trước nghĩa là được chuẩn bị vũ khí trước đấy", Shaw nói.

Anna trầm tư nhìn ông. "Đó mới là vấn đề. Khi một người đã sẵn sàng vũ khí, người đó có xu hướng kéo cò nhanh hơn mức thích hợp".

"Nhưng cũng giống thời xưa thôi", Shaw nói. "Chiến tranh lạnh trở lại".

Cô chằm chằm nhìn ông vẻ lạ lùng. "Có lẽ ai đó muốn trở lại trật tự thế giới cũ".

Mưa đã tạnh. Shaw chỉ còn hai ngày được ở bên Anna. Có lẽ là mãi mãi.

Ông ôm cô và nói: "Bọn Nga khốn kiếp".

Shaw ôm Anna chặt đến nỗi cô phải thốt lên: "Shaw, em không thở nổi."

Ông thả cô ra, lùi lại, mắt cắm xuống sàn.

Anna khum bàn tay lại và chụp vào cằm Shaw. "Hai ta đính hôn rồi. Anh nên hạnh phúc".

"Anh đang hạnh phúc đây, hơn bất kỳ lúc nào".

"Anh trông không được hạnh phúc lắm".

"Chúng ta phải xa nhau".

"Nhưng không lâu đâu. Bọn mình sẽ sớm bên nhau".

Hai cánh tay của ông lại choàng lấy cô lần nữa, dù không chặt như trước.

Chẳng có gì bảo đảm cả. Chẳng có gì hết.

CHƯƠNG 16

Hai ngày sau, Shaw hôn tạm biệt Anna với gương mặt đẫm nước mắt.

"Chúng ta cần định ngày cưới", ông bảo cô.

Cô nhìn ông lạ lẫm. "Vâng, tất nhiên là thế".

Shaw ra đi bằng một chiếc xe thuê, song ông không tới sân bay. Ông sắp đến lâu đài Malahide.

Malahide theo tiếng Gaeilge nghĩa là "trên trán của biển". Lâu đài nằm ở bán đảo Howth thuộc cực bắc vịnh Dublin. Nó được xây dựng trên một khu cao hẳn, tầm quan sát trùm hết một vùng biển bởi ngày đó kẻ thù thường cơ động bằng thuyền để giết chóc, cướp bóc. Bây giờ thì Shaw đã đi qua những khoảng đất rộng trong sân của lâu đài, nơi nhiều đội bóng bầu dục và cricket của địa phương đang chơi, chẳng phải bận tâm tới một tên cướp cầm rìu nữa.

Shaw trả tiền bằng đồng euro và được vào lâu đài có người ở cổ nhất Ireland. Vẻ ngoài của nó thường thấy ở các công trình thời Trung cổ: xây dựng từ những khối đá chắc chắn, hai cánh đầy những tháp tròn vươn cao hẳn, những đám thường xuân phủ đầy tường. Lâu đài này thuộc sở hữu dòng họ Talbot suốt từ năm 1185 đến tận những năm 1970.

Ông chờ cho lượt tham quan kết thúc rồi bước tới bên người phụ nữ gầy nhỏ vừa hoàn thành buổi thuyết minh cho nhóm du khách về lâu đài Malahide, dòng họ Talbot, trận đánh Boyne, về trinh nữ mất tích và bốn con ma của lâu đài, trong đó có con ma tinh nghịch tên Puck.

"Chào Leona".

Người phụ nữ quay người, ban đầu ngần ngừ rồi ngoắt lại nhìn xoáy thẳng vào Shaw. Leona Bartaroma khoảng sáu mươi tuổi nhưng mái tóc dài vẫn đen, gương mặt hầu như chưa có nếp nhăn, đôi môi đầy đặn thoa chút son phớt đỏ hợp với những nét tự nhiên của bà.

Bà không nói một câu nhưng cầm lấy cánh tay Shaw, nhanh chóng đưa ông vào một căn phòng nhỏ rồi đóng sập cửa lại.

"Ông làm cái chết tiệt gì ở đây vậy?" Bà gắt.

"Tôi biết bà chẳng vui vẻ gì khi gặp tôi".

"Nếu Frank phát hiện ra..."

"Frank luôn biết chính xác tôi ở đâu, nhờ bà đấy mà". Shaw ấn một ngón tay vào phía bên phải người mình. "Đó là lý do tôi có mặt ở đây".

Leona ngồi xuống bên một chiếc bàn gỗ nhỏ, cạnh bàn chạm các thiên thần nhỏ. "Tôi không hiểu ông đâu, Shaw. Chưa bao giờ hiểu".

"Tôi muốn lấy nó ra".

"Tôi nghỉ việc rồi. Tôi hướng dẫn du lịch, không phẫu thuật".

Shaw bước lại gần chiếc bàn. "Bà có thêm *một* cuộc phẫu thuật trong con người bà".

"Không thể". Leona bắt đầu rải những tờ giấy đặt trên bàn ra.

"Không có gì không thể khi bà cần tới mức đủ phải làm".

"Ông là đồ ngốc".

"Chẳng mấy nữa tôi sẽ nghỉ, Leona. Và tôi muốn lấy nó ra".

"Thế thì hãy tìm một người khác". Bà lơ đễnh vẩy tay quanh phòng, như thể một người khác biết về phẫu thuật đang lẩn đâu đó quanh đây.

"Bà, Leona! Tôi biết bà đã đưa vào cơ thể tôi như thế nào. Nếu lấy nó ra không đúng cách..."

Gương mặt tối sầm của Leona tái nhợt đi trông thấy. "Tôi chẳng hiểu ông đang nói cái quái gì".

"Dirk Lundrell, nhớ anh ta không Leona? Anh ta đã cố gắng lấy thứ đó trong người mình ra. Bây giờ họ còn chưa tìm được hết các mảnh xác đâu".

"Lundrell cũng đã đến gặp tôi. Tôi đã bảo với anh ta đúng những gì tôi đang nói với ông. Không!"

"Nếu Frank nhất trí thì sao?" Shaw nghiêng đầu nhìn Leona. "Nếu thế thì sao nhỉ?"

"Ông nghĩ Frank sẽ chấp nhận việc như thế hả?" Bà nói vẻ khinh khỉnh. "Tôi còn nghe là ông với ông ta vẫn còn chưa bằng mặt với nhau kia". Rồi Leona cười. "Mà ông nghỉ việc kia à? Ông không rời nổi công việc của mình đâu, Shaw".

"Tôi sắp lấy vợ. Nốt hai việc nữa là tôi xong".

"Ông? Lấy vợ hả?" Leona nói đầy hoài nghi.

"Ừ. Này, bà không nghĩ những người như tôi lại lấy vợ à? Tôi đã trải qua sáu năm cuộc đời toàn suýt bị giết. Tôi mệt mỏi rồi, tôi xong rồi".

"Tôi biết ông đã làm những gì trong sáu năm qua", Leona nói vẻ điềm tĩnh hơn. "Tôi biết rõ những hiểm nguy ông đã trải qua". Bà dừng lại và nhìn Shaw thật kỹ. "Người phụ nữ tên gì?"

"Gì cơ?"

"Vợ chưa cưới của ông ấy. Cô ấy tên gì?"

"Anna".

"Tôi từng lập gia đình một lần". Leona cúi nhìn hai bàn tay mình. "Ông yêu cô ấy nhiều lắm hả?"

"Nếu không thế thì tôi sẽ chẳng lấy cô ấy".

Leona im lặng một lúc lâu trong khi Shaw chỉ chằm chằm nhìn bà.

"Nếu Frank đồng ý, tôi sẽ lấy nó ra khỏi người ông".

"Và tôi vẫn sống khi bà làm xong việc ấy chứ?"

"Phẫu thuật luôn có rủi ro", Leona bắt đầu làm một tràng. Nhưng rồi bà cũng thêm: "Ông sẽ sống".

Shaw đứng dậy. "Đó là tất cả những gì tôi cần biết. Tôi sẽ liên lạc với bà". Rồi ông quay người chuẩn bị đi.

"Anna người nước nào?"

"Đức".

"Phụ nữ Đức làm vợ tốt đấy, ít ra là tôi nghe nói thế".

Shaw nhẹ nhàng đóng cánh cửa lại phía sau. Bây giờ tất cả những gì ông phải làm là thuyết phục Frank, *và bảo toàn tính mạng* trong vài ngày tới.

Ba tiếng sau ông đã ở trên một con tàu tốc độ cao chạy cắt biển Ireland sang Anh. Thông thường Shaw sẽ bay từ Dublin sang Edinburgh, song những mệnh lệnh với ông đã rõ ràng: đi phà. Tiếp đó từ Holyhead bắt chuyến tàu tốc hành chạy xuyên xứ Wales sang London. Rồi từ London, hãy ngủ đêm trên đường tới thủ đô Scotland. Ông sẽ tới đó sau nửa đêm, dù chuyến bay thẳng từ Dublin tới Edinburgh chỉ mất chưa đầy một giờ.

Trong lúc ở phòng đợi trên tàu, Shaw ngồi ở chiếc bàn thứ ba của dãy bên phải dọc theo một bức tường. Trên bàn có một bóng đèn, ông tắt nó đi, bật lên, rồi lại tắt lần nữa theo đúng quy ước đã được chỉ dẫn.

Trong lúc chờ đợi, ông mở cuốn sách đọc lời để tặng Anna đã viết cho ông. Những lời cô dành cho Shaw viết bằng tiếng Pháp nhưng khả năng tiếng Anh của ông đủ để dịch. Lời nhắn nhủ ngắn gọn, đơn giản nhưng giáng cho ông một đòn búa tạ.

Tình yêu không có niềm tin chẳng ý nghĩa gì.

Lúc chầm chậm gấp cuốn sách, Shaw liếc nhìn lên.

Nhận được tín hiệu do ông phát ra bằng chiếc bóng đèn, một người đàn ông xuất hiện. Họ luôn thế.

CHƯƠNG 17

Shaw tới Edinburgh và đi bộ từ nhà ga tới khách sạn Balmoral nằm ở một bên cầu Bắc. Dòng đề tặng của Anna như xuyên vào óc ông. *Tình yêu không có niềm tin chẳng ý nghĩa gì.* Chừng ba giờ sáng, lúc Shaw ngủ thiếp đi, những ý nghĩ về cuộc sống gia đình với Anna lướt qua đầu ông.

Và có lẽ đó là lý do cuộc sống bắt đầu. Thêm một lần nữa.

"Mẹ? Mẹ đâu rồi?"

"Câm cha mồm mày đi, đồ cứt đần độn! Mày chẳng có mẹ đâu!"

Thằng bé vừa tỉnh dậy sau cơn ác mộng lại càng gào to. "Mẹ!"

Một trong những thằng lớn hơn nhại giọng nó. "Mẹ, mẹ đâu rồi? Mẹ chết rồi. Thế nên mày mới sống trong trại mồ côi đấy, thằng thộn!"

Một thằng lớn khác tặc lưỡi rồi nói: "Mẹ chết rồi. Mẹ chết rồi. Mẹ chết hẳn, chết đứt rồi".

Rồi tất cả bọn chúng nghe những tiếng bước chân chầm chậm, căn phòng yên ắng trở lại trừ tiếc khóc tức nghẹn của thằng bé.

"Mẹ? Mẹ đâu rồi?"

Bà xơ già còng lưng bước vào trong phòng và lướt đến bên giường. Hẳn là bà biết rất rõ nơi này, ngay cả trong bóng tối. Bà ôm lấy thằng bé, đưa đi đưa lại nhè nhẹ, vỗ nhẹ vào đầu rồi hôn má nó.

"Chỉ là cơn mơ tệ hại thôi mà, chỉ thế thôi. Ta ở đây rồi, bé con. Ổn mà, chỉ là ác mộng thôi".

Sự xuất hiện của bà luôn làm thằng bé bình tĩnh hơn, cuối cùng nó cũng im. Nó lớn hơn so với tuổi nhưng dù có già chăng nữa bà xơ vẫn mạnh mẽ. Năm tháng không làm bà trở nên yếu đuối dù nơi này có nhiều thứ khiến người phụ nữ mệt mỏi.

Bà đặt thằng bé vào một chiếc giường cũi, có tới hai mươi sáu chiếc loại này trong căn phòng lẽ ra chỉ vừa cho nửa số đó. Bà xơ biết rằng bọn con trai có thể đi trên giường để ra hai nhà vệ sinh dùng chung, vì thế những chiếc giường cũi được đặt sát nhau. Dù sao chúng cũng có một chỗ nằm, một mái nhà che nắng mưa và chút thức ăn trong bụng. Với những đứa trẻ này, đó là tất cả những gì chúng đang hoặc sẽ quan tâm - nếu có.

Khi bà xơ mệt mỏi và chầm chậm trở về phòng, năm mươi hai cái tai cùng lắng nghe tiếng bước chân dọm thật nhẹ. Khi chúng nghe thấy tiếng cửa phòng bà đóng lại, một thằng lớn nói. "Cả bố mày nữa cũng chết rồi. Uống cho say rồi đâm xuống rãnh nước. Chính mắt tao nhìn thấy".

"Mẹ chết rồi", thằng còn lại bắt đầu nhại lần nữa nhưng giọng nhỏ hơn bởi dù là một phụ nữ tốt, sự kiên nhẫn của bà xơ vẫn có hạn.

Lần này thằng nhỏ không khóc nữa. Người nó không run lên như vẫn thấy khi bị bọn kia đưa ra làm trò hề. Một giờ sau, tiếng nhại và những lời nhạo báng chấm dứt. Tất cả đều đã ngủ.

Tất cả, chỉ trừ một đứa.

Nó leo xuống giường của mình, nằm xuống sàn và trườn đi giống như những người lính mà nó được xem qua màn hình tivi đen trắng ở phòng bà xơ. Thi thoảng bà cho nó tới đấy uống chút nước cam tươi hoặc ăn một miếng bánh mì phết thật dày bơ và thật nhiều mứt.

Nó đến bên một chiếc giường, ngồi xổm, co người lại thành một trái bóng rồi bật ra.

Hai tay nó bóp chặt cổ họng thằng bé kia. Cú đấm đầu tiên trúng mặt thằng to hơn nó nhiều. Máu bắn vọt ra lớp ga trải giường, thằng nhỏ cũng thấy nó bắn cả lên cánh tay mình. Nó ngửi thấy mùi mồ hôi, cả nỗi sợ hãi nữa. Đó là lần đầu tiên trong số nhiều lần nó sẽ cảm nhận được ở một kẻ khác.

Nó tung ra một cú đấm nữa, lần này trúng phần mềm. Rồi thứ gì đó cứng đánh trúng mắt phải nó. Mắt đau nhói và ngay lập tức thằng bé cảm thấy mặt sưng húp lên. Một cái đầu gối xương xẩu thúc trúng bụng đau đớn, khiến nó phải thở hắt ra. Nhưng nó vẫn không chịu rời. Nó chiến đấu bằng cả hai tay hai chân, thậm chí cả bằng đầu, thúc thật sâu vào ngực đối thủ bên dưới nó. Thằng bé cảm thấy máu của chính mình từ trên mặt chảy xuống, thậm chí cảm nhận được vị của nó khi thứ ươn ướt chạm vào môi. Máu mặn, đặc và khiến nó buồn nôn. Nhưng nó vẫn không chịu rời.

"Mẹ!" Nó nghe thấy chính giọng của mình bật lên. Hai chân, hai tay nó hoạt động như những chiếc pít-tông, ngực co thắt vì phải nỗ lực liên tục, hai lá phổi như đã cứng lại.

"Mẹ...", thằng bé hổn hển.

Những bàn tay khiến nó đau đớn, những móng tay như những bộ vuốt cào vào lưng nó. Ai đó đang hét vào tai nó song cứ như thể người đó đứng phía sau một thác nước.

Nó chiến đấu, bằng cả thịt, xương, sụn trong người. Những bộ móng cấu vào nó. Máu tràn vào miệng thằng bé, vị của biển.

"Mẹ...không..."

Nó thúc đầu gối thẳng vào chỗ kín đối thủ, đòn trước đây nó từng nhận không chỉ một lần. Thằng lớn hơn rên lên rồi ngay lập tức gục xuống bên dưới nó.

Thằng bé lấy được hơi và hét lên: "Mẹ...không...chết!"

Rồi những bộ vuốt bấu chặt lại, nó buông ra và như một chiếc đinh cong gỉ của một hàng rào cũ nát, cuối cùng nó buông mình và ngã xuống sàn, miệng hổn hển và máu túa ra. Nhưng nó không khóc.

Từ đó nó không bao giờ khóc. Không một lần nào.

CHƯƠNG 18

Shaw ngồi dậy trên giường. Ông ngửi thấy mùi mồ hôi người lớn của mình, thậm chí còn thấy vị nữa khi nó chảy vào miệng. Ông đứng dậy mở cánh cửa phòng khách sạn và để cho bầu không khí mát mẻ của Edinburgh ùa vào xua tan nỗi kinh hoàng của một thằng bé sáu tuổi.

Phòng ông ở khách sạn Balmoral trông ra phố Các hoàng tử, một khu vực lớn tập trung rất nhiều cửa hiệu, quán rượu và nhà hàng. Trên một ngọn đồi cao bên tay phải phòng ông là lâu đài Edinburgh mà nếu đặt cạnh nhau thì nó sẽ khiến lâu đài Malahide trông như chú lùn. Cung điện Holyroodhouse nằm ở rìa bên kia thành phố, là nơi nghỉ hè chính thức của hoàng gia Anh.

Có chỗ nghỉ chính thức như thế phải tuyệt vời lắm đây, Shaw nghĩ.

"Mệ", ông nói bằng giọng trầm xuống. Gần một năm qua Shaw không gặp lại nỗi đau của cơn ác mộng ấy. Ông đã nghĩ là nó đã trôi qua vĩnh viễn. Nhưng cũng như với nhiều điều quan trọng trong đời, Shaw đã sai.

Ngày hôm sau Shaw bị quăng khỏi trại mồ côi bất chấp việc bà xơ già cương quyết đòi cho ông ở lại. Thằng bé kia – đứa to xác đã mười hai tuổi – bị thương nặng vì những cú đòn của Shaw ít tuổi và lại nhỏ con hơn. Vài người đã muốn gọi cảnh sát. Nhưng làm thế nào mà buộc được một thằng bé sáu tuổi chịu trách nhiệm hình sự? Shaw nhớ thuật ngữ ấy như một ý định hiểm độc, một đòn tấn công có chủ đích. Nó không biết họ có ý nói gì song nó biết rằng nó muốn giết thằng bé kia. Giết thằng đó để nó sẽ thấy đau đớn như Shaw từng bị.

Cuối cùng người ta quyết định rằng một thằng bé thậm chí không thể nói từ "mẹ" một cách chuẩn xác - vì nó chưa bao giờ thực sự có mẹ - không thể bị buộc tội được.

Chị Mary Agnes Maria, một cái tên thực sự đẹp. Tất cả đều gọi cô là chị MAM, cái tên Shaw dịch thành MOM. Chị là một người nó từng có trên đời gần giống một người mẹ, chưa hề có người thứ hai như chị.

Nó gọi tên mình là A Shaw không phải vì nó là một người có họ Shaw, mà chính vì trại trẻ mồ côi. Ở tường phía trên giường thằng bé nằm đối diện với nó có sơn một chữ A. Không phải ngẫu nhiên chữ cái ấy nằm ở đó, nó nằm trong một dãy chữ. Trước đây dãy chữ ấy tạo thành một từ nhưng qua thời gian, các chữ M, E và N đã mờ đi, chị Mary Agnes Maria tội nghiệp và bận rộn chẳng bao giờ có thời gian hoặc thậm chí chẳng có sơn để sơn lại ba chữ M-N-E tạo thành chữ AMEN hoàn chỉnh như xưa.

Shaw chẳng hề thấy tiếc về điều đó. Nó nhìn chữ A và tưởng tượng hai chân của chữ này mềm đi, tạo thành khuôn mặt tròn trịa của mẹ nó. Gạch nằm ngang nối hai chân chữ ấy sẽ uốn cong và tạo nên nụ cười trên gương mặt mẹ, bởi mẹ thật hạnh phúc khi trông thấy Shaw. Mẹ đã trở lại vì Shaw, cả hai sẽ cùng nhau ra đi mãi mãi. Chữ A đã là bạn của nó, lại thể hiện nhiều viễn cảnh tươi đẹp. Rồi mặt trời mọc và quét sạch chúng đi. Kể từ ấy Shaw thích ban đêm hơn ban ngày nhiều. Và bây giờ, nó luôn là con người của bóng đêm.

Năm tháng nhanh chóng trôi qua, liên tiếp các trại mồ côi nối tiếp nhau nhưng chẳng nơi nào có chị Mary Agnes Maria. Rồi đến các khu nuôi dưỡng tập trung và các khu khác dành cho những đứa trẻ mà danh chính ngôn thuận không bị coi là tội phạm nhưng cũng gần đến mức chẳng ai muốn dây tới. Ngày nào của Shaw cũng như thế cho tới khi cậu bé Shaw bước sang tuổi mười tám, trở thành một người đàn ông.

Đến lúc ấy nó có thể nói thật rõ từ "mẹ" nhưng chẳng có lý do nào để làm việc đó.

Shaw đóng sập cửa sổ và ngồi trên giường. Người đàn ông trên chiếc tàu cao tốc chạy từ Dublin đã liên hệ với ông. Họ đã bước ra cửa tàu mở rộng ở phía đuôi tàu. Với tiếng gió và tiếng động cơ át đi những gì họ nói, người đàn ông bảo Shaw công đoạn đầu tiên của việc ông cần biết. Khi rời khỏi đó, người đàn ông ngoái lại nhìn Shaw chằm chằm, vẻ mặt thể hiện rất rõ. *Ông sống được qua vụ này thì quả là có phép thần.*

Trên chuyến tàu tốc hành từ Wales tới London, Shaw đăm đăm nhìn ra cửa sổ, hết ngắm cảnh biển lại tới dãy núi Cambrian, bỏ ngoài tai những câu chuyện của hành khách xung quanh. Thế giới của Shaw chẳng có gì bình thường, ông cảm thấy gần như không thể liên hệ với bất cứ thứ gì ngoài thế giới ấy.

Chỉ trừ Anna. Cô là mối liên hệ đầu tiên và duy nhất của ông đối với phần còn lại của nhân loại.

Trên chuyến tàu chạy xuyên đêm tới Scotland, Shaw lại có một người đến thăm, lần này là một phụ nữ đến tận buồng ông nằm. Cơ thể cô ta trông hấp dẫn nhưng dường như linh hồn không còn trú ngụ ở đó nữa. Cô ta chỉ còn là một cái ống, những người như Frank đã giật toang tâm hồn cô khỏi nó và đổ vào thứ họ muốn. Bằng giọng đều đều, cô nói với Shaw công đoạn hai của thứ ông cần biết. Chẳng có gì viết ra, thế nên ông ghi nhớ mọi chi tiết. Sơ sẩy một chút là Shaw cũng mất mạng, đơn giản thế thôi.

Ông đứng dậy, mặc quần áo và nhìn cuốn sách mà Anna đã ghi vào đó lời nhắn nhủ.

Tình yêu không có niềm tin chẳng ý nghĩa gì.

Giờ này Anna đã ngủ nhưng Shaw vẫn gọi. Ngạc nhiên là đến hồi chuông thứ hai cô trả lời luôn.

"Em hy vọng là anh gọi", cô nói với giọng hoàn toàn tỉnh ngủ. "Chuyến đi thế nào?"

"Anh đã đọc lời đề tặng của em".

Cô chẳng nói gì.

Shaw nuốt nước bọt một cách khó khăn. "Anh muốn tin tưởng em. Anh *thực sự* tin ở em. Anh đã nói với em những việc anh đã làm. Em có nhận thấy là việc đó khó khăn với anh tới mức nào không?"

"Có, nhưng rõ ràng có những điều anh không thể nói cho em".

"Đúng thế", ông thú nhận.

"Vậy sau khi chúng ta đã lấy nhau, anh sẽ đi xa mà không bảo một câu rồi xuất hiện cũng chẳng nói câu nào?"

"Anh sắp nghỉ việc, bảo em rồi mà. Vả lại anh đang làm việc bàn giấy kia mà".

"Đừng có lăng nhục trí thông minh của em bằng những câu chuyện về hành lý tuột từ khoang chứa đồ trên máy bay. Và những người làm bàn giấy không tới lâu đài mà chẳng thèm tham quan một vòng, hay tốn thời gian đi tàu từ Ireland sang Scotland. Để gặp ai đó sao?"

Những lời của Anna khiến Shaw đau nhói. "Em theo dõi anh à?"

"Tất nhiên! Em đang có kế hoạch lấy anh. Em ghét cả việc em thậm chí phải nghĩ đến chuyện theo dõi anh, nhưng làm việc ấy thì đỡ hơn."Giọng Anna run rẩy và Shaw nghe tiếng thổn thức nhè nhẹ. Ông muốn vươn tay qua đường điện thoại ôm lấy cô và nói rằng mọi chuyện vẫn ổn. Thế nhưng ông đã dối cô quá nhiều rồi.

Rồi Shaw cũng lấy lại được giọng bình tĩnh. "Vẫn còn thời gian để lùi đấy Anna. Em đã nói có, em có thể nói không. Anh sẽ hiểu mà".

Giọng Anna trở nên dữ dằn. "Em không thích là anh sẽ hiểu. Anh *không* nên hiểu. Em cũng sẽ thế nếu anh ra đi. Em sẽ *không* hiểu".

"Anh yêu em. Anh sẽ làm cho chuyện này ổn thoả, anh sẽ làm được".

Shaw nghĩ ông đã nghe thấy một tiếng thổn thức nữa bật ra từ miệng Anna, cảm giác tội lỗi của ông lại tăng thêm.

Cô nói: "Và anh làm thế nào để tất cả chuyện này ổn thoả, anh không thể nói cho em à?"

"Không", Shaw thừa nhận. "Anh không thể".

"Sau Scotland anh sẽ đi đâu?"

"Heidelberg".

"Bố mẹ em sống cách nơi đó khoảng một giờ chạy xe, trong một ngôi làng nhỏ tên Wisbach, gần thị trấn Karlsruhe. Ông bà mở một hiệu sách, hiệu sách suy nhất ở Wisbach. Đến thăm bố mẹ em nhé, tên ông bà là Wofgang và Natascha. Bố mẹ em đều là người tốt, tử tế. Em muốn anh gặp họ từ trước đây cơ, nhưng anh lúc nào cũng quá bận rộn".

Chẳng phải lúc nào ông cũng quá bận rộn, Shaw biết thế. Chẳng qua là ông quá sợ.

"Em muốn anh gặp họ mà không có em bên cạnh à?"

"Vâng. Hãy hỏi xin phép bố cho anh lấy em. Nếu ông nói có, chúng ta sẽ cưới nhau, nếu anh vẫn muốn thế".

Lời đề nghị khiến Shaw choáng váng. "Anna, anh..."

Cô nói nhanh: "Nếu anh nghĩ việc ấy xứng đáng, anh sẽ đi. Em sẽ bảo bố mẹ rằng anh sẽ tới. Nếu anh không đi, em sẽ có câu trả lời của mình".

Cô dập máy luôn. Shaw chầm chậm bỏ điện thoại xuống và nhìn tờ giấy thấm trên bàn, chỗ ông đã viết đi viết lại cái tên Anna Fischer không biết bao lần, khiến những con chữ hằn cả xuống mặt bàn mỏng. Ông xé tờ giấy, rời khách sạn Balmoral và đi bộ dọc theo phố Các hoàng tử, qua tất cả những cửa hiệu đã đóng cửa. Hai tiếng sau Shaw vẫn lang thang khắp thủ đô cổ kính của Scotland, lúc ấy mặt trời bắt đầu ló rạng, soi sáng những cây cầu đá cổ và tạo nên những cái bóng, Shaw có thể tưởng tượng ra từng cơn ác mộng của mình ẩn sau đó. Mà ông lại gặp nhiều ác mộng hơn hầu hết những người khác.

Ông sẽ đến thăm cha mẹ cô tại hiệu sách ở Wisbach. Ông sẽ xin cưới con gái họ.

Đúng, Shaw sẽ làm tất cả những việc ấy, nếu ông vẫn sống.

"Mệ đâu rồi?" Ông thì thầm nói với ánh sáng nhập nhoạng trong lúc trở về khách sạn Balmoral để chuẩn bị cho quãng thời gian có thể là những giờ cuối cùng còn lại của ông trên trái đất này.

CHƯƠNG 19

Toà nhà cao tầng dọc theo Khu công nghệ cao Dulles gần như tối hết. Chủ sở hữu toà nhà này - một công ty tên *Pender và các cộng sự* – đã bỏ ra số tiền lên tới tám con số để mua cả một toà nhà văn phòng giữa khu trung tâm có giá đất đắt nhất cả nước. Và dù tên công ty này là *Pender và các cộng sự*, nhưng chỉ có một người điều hành công ty này, đó là người sáng lập – Richard"Dick"Pender.

Người đàn ông này sở hữu một khuôn mặt như đẽo, cái cười rộng nhe hết cả răng và mái tóc được chải chuốt hoàn hảo như bất kỳ tay truyền giáo nào xuất hiện trên truyền hình. Bên trong lớp vỏ ngoài được đánh bóng cầu kỳ ấy, Pender có kiểu nói lưu loát trơn tru như một luật sư. Ông ta có thể liên tục mỉm cười trong khi con dao trong tay liên tục thọc vào xương sống bạn.

Phương châm của Pender đơn giản: *Tại sao lại phí thời gian đi phát hiện sự thật trong khi anh có thể dễ dàng tạo ra nó?*

Công việc của Pender được gọi là điều chỉnh nhận thức – PM. Như người ta biết, những công ty PM được trả tiền để tạo ra những thứ đúng hoặc không đúng sự thật trên phạm vi toàn cầu. Một số công ty vận động hành lang kiểu truyền thống tự coi mình là công ty PM song thực sự không phải như vậy. Chỉ có rất ít nhà đạo diễn PM hoàn toàn đúng nghĩa, *Pender và các cộng sự* là một trong số công ty giỏi nhất thế giới.

Dick Pender có thể chôn vùi bất cứ bí mật nào, bất chấp những nỗ lực của cánh báo chí nhằm phanh phui nó. Có đôi lúc ông ta đã khơi mào cho những cuộc chiến mà nguyên nhân là những *sự thật* nhất định. Và khi người ta bắt đầu lần mò tìm kiếm, ông ta đã giấu những nguyên nhân ấy dưới những tầng tầng lớp lớp sự thật, con số và những điều dối trá mà chẳng ai có thể với tới được. Nhưng chủ yếu Pender dừng ở việc tạo ra sự thật.

Ông ta được trả những khoản tiền rất lớn để làm việc ấy, cả từ chính phủ và các cá nhân trên khắp thế giới. Với những khách hàng của Pender, *tạo* ra sự thật rất quan trọng bởi chính những sự thật tự nhiên lại rất khó dự đoán, sự thật được tạo ra có thể kiểm soát được. Vì thế xét về hiệu quả thì sự khác nhau giữa sự thật tự nhiên và sự thật được tạo ra giống như một trái bom thông thường với một quả bom A.

Đêm nay Pender đón một vị khách đặc biệt. Chiếc thang máy riêng đưa vị khách của ông ta lên tận tầng trên cùng. Một cánh cửa mở ra, Nicolas Creel trong chiếc áo khoác có mũ trùm đen được đưa vào căn phòng bị choán gần hết bởi ô cửa sổ lớn bằng kính chỉ có thể nhìn từ trong ra, cho phép tay trùm công nghiệp quốc phòng thấy được phòng điều hành trung tâm số hoá, công nghệ cao của *Pender và các cộng sự.*

Pender ngồi xuống cạnh Creel. "Tôi tin là chuyến bay tốt đẹp, ông Creel".

"Chẳng biết nữa, tôi ngủ suốt trên đường tới đây".

"Có người nói với tôi rằng ông đã lọt vào danh sách mười lăm nhân vật giàu nhất của Forbes".

"Đúng thế", Creel công nhận với giọng rõ ràng là dửng dưng.

"Mười tám tỷ đô-la?" Pender ước lượng.

"Thực tế là hai mươi mốt".

"Xin chúc mừng".

"Vì cái gì thế? Khi tôi vượt qua ngưỡng một tỷ, thực sự có vấn đề gì nào? Không phải thêm hai mươi tỷ đô-la là đã thay đổi lớn lối sống của tôi đâu nhé. Chúng ta nghe báo cáo thôi".

Pender chỉ về phía tấm kính lớn, nơi vài chục con người đang miệt mài làm việc. "Chúng tôi đã dành toàn bộ phòng điều hành trung tâm cho nỗ lực ấy. Ba mươi người, vài trăm máy tính, những cơ sở dữ liệu khổng lồ, kênh thông tin Internet dám thách thức bất kỳ thứ gì Google[1] đang có".

"Và anh tuyệt đối chắc chắn rằng không thể lần ra được nơi này?"

"Chúng tôi đã áp dụng những biện pháp an ninh đặc biệt nhất, trong đó có việc đánh cắp căn cước điện tử của vài trăm trang web và cổng thông tin Internet. Vì thế nếu có ai đó thử lần ngược lại nguồn gốc thông tin, mạng điện tử sẽ dẫn thẳng họ tới nhiều trang web chính thức, chẳng hạn của Toà thánh Vatican hay Hội Chữ thập đỏ quốc tế. Chúng tôi cũng đã đưa trang web của chính mình vào mớ lẫn lộn ấy, cùng cả nhiều trang của các đối thủ cạnh tranh."

"Thế nên nếu kẻ nào đó lần ngược lại các anh, anh chỉ cần tuyên bố đã bị đánh cắp căn cước điện tử?"

"Sao lại phải cố giấu cái kim trong đống cỏ khô trong khi ta có thể làm ra rất nhiều kim chứ?" Pender đáp đầy tự mãn.

"Người của anh thì sao?"

"Được trả lương cực kỳ cao và rất tận tụy với tôi. Ừm, họ chẳng biết cóc gì về mối quan tâm của ông đối với vấn đề này. Thực ra họ sẽ chẳng quan tâm tới chuyện ấy. Ở đây chúng tôi không tuyển dụng lương tâm, chúng tôi không lo lắng về những hậu quả mà công việc của mình gây ra. Chuyện ấy để *khách hàng* lo".

"Quan điểm mới đấy. Và hiệu quả ban đầu đã đúng như hy vọng của chúng ta".

"Tinh vi hơn một chút so với những câu chuyện về bọn ngoại xâm tàn ác xé xác những đứa trẻ ở đất nước sa mạc còn nằm trong

---

[1] Công ty có công cụ tìm kiếm trên mạng thông dụng nhất thế giới.

lồng ấp nhằm đẩy một số nước tham gia cuộc chiến", Pender nói nhỏ nhẹ nhưng với nụ cười vẻ trịch thượng. "Nhưng ông đã nói đúng, ông Creel. Tất cả những gì chúng tôi phải làm là làm cho bóng lăn và mọi người nhảy lên".

"Gấu là mục tiêu dễ dàng. Anh moi đâu ra vài ngàn người Nga đã chết thế?"

"Cơ bản là sản phẩm Photoshop[1] nâng lên nhiều cấp khác nhau. Nhưng chúng tôi cũng áp dụng với một số nạn nhân thực sự lấy từ hồ sơ cũ của KGB mà chúng tôi mua cách đây nhiều năm. Khi ông có năm xác chết được xác thực, mọi người sẽ cho rằng ba mươi hai ngàn người khác cũng có thật như vậy".

"Anh đúng là tiên tri".

"Đó là nghề của tôi mà. Tôi có thể hình dung những cục máu đông đang từ từ hình thành trong não Tổng thống Gorshkov. Để tôi xem nào, chúng ta đã có chiến lược 'nắm chắc', rồi tới chiến thuật 'Versuvius.'" Pender ra hiệu với Creel. "Ông đang sắp xếp cho thông tin rò rỉ. Đúng không?"

"Đúng. Nhưng hãy chuyển tiếp cho tôi bất cứ thứ gì xuất hiện trên bàn anh có vẻ hứa hẹn nhé. Từ đó tôi sẽ theo dõi".

"Tôi chẳng quan tâm chút nào tới động cơ của ông, nhưng tôi có đọc và được biết là đã lần thứ tư liên tiếp Ares không đạt được kết quả kinh doanh dự kiến trong quý".

"Đấy chỉ là phần nổi của tảng băng thôi. Thực ra chúng tôi đang mất quá nhiều tiền. Trước đây tôi tin rằng Iraq là khởi đầu của một Armageddon[2] ở Trung Đông, chúng tôi đã đẩy mạnh sản xuất để đón đầu. Nhưng sau vài tháng sốc và sợ hãi là những cuộc đấu súng dài đến vài năm chủ yếu dùng súng đồ chơi. Tôi đâu có lập ra công ty một trăm năm mươi tỷ đô-la để người của mình phục vụ món salad khoai tây cho các chàng lính ở Anbar[3]. Đó là một sai lầm ghê gớm, trách

---

[1] Tên một phần mềm xử lý, chỉnh sửa ảnh.

[2] Theo Kinh thánh, đây là trận chiến giữa cái xấu và cái tốt, đánh dấu ngày tận thế của thế giới, diễn ra trước Ngày phán xét.

[3] Một tỉnh của Iraq.

nhiệm thuộc về tôi. Nhưng tôi sẽ đưa tất cả thoát khỏi khó khăn. Đó là lý do tôi thuê anh, tôi có những người mà tôi có trách nhiệm quan tâm".

"Tất nhiên thế rồi", Pender đáp với vẻ khiêm tốn."Và chúng ta quan tâm tới những nhân vật nổi tiếng. Họ sẽ mặc những chiếc áo phông 'Hãy nhớ tới Konstantin' mà chúng ta cung cấp, thực hiện bộ phim mới của mình, giơ nắm tay lên kêu gọi cho 'Nước Nga tự do'. Thậm chí có thể họ còn tới Washington rồi bị lắm tay chính trị gia lừa nữa ấy".

"Có mấy mảng gặp trục trặc?"

"Ba" Pender kiểm tra trong máy tính của mình. "Khoảng một tuần tới trên toàn cầu sẽ có một trăm bốn tám bài viết chuyên đề về *Hiểm hoạ đỏ*. Tất cả đều theo đúng những gì ta đạo diễn ngoài hai nhà báo, một ở Tây Ban Nha và một ở New York. Anh bạn ở Tây Ban Nha rất cứng đầu, nhưng anh ta đã mất hai năm theo đuổi một vụ bê bối liên quan đến hoàng gia. Ngày mai tay này sẽ nhận được những tài liệu khơi lại mối quan tâm của anh ta đối với câu chuyện ấy".

"Còn tay ở New York?"

"Bây giờ đã có lúc vợ anh ta nghi ngờ chồng mình không chung thuỷ. Mai cô ta cũng sẽ nhận được một món quà chứng tỏ rằng bản năng của cô ta đã đúng. Việc ấy sẽ loại hoàn toàn gã chồng khốn khổ của cô ta khỏi cuộc chơi. Những vụ ly hôn có thể rối rắm và mất thời gian lắm. Thật không may là tôi nói ra được điều này nhờ kinh nghiệm bản thân".

"Anh dàn xếp toàn bộ những việc này à?"

"Tôi có hồ sơ về hầu hết các nhà báo dù chỉ có chút ít tiếng tăm. Chúng tôi thu thập các bí mật, tạo nên những lời nói dối nửa vời, rồi bí mật để lộ chúng ta khi có lợi nhất cho các khách hàng của mình".

"Anh đã nói là có *ba* mảng gặp trục trặc?"

"Có một tay thượng nghị sĩ ở ngay nước Mỹ này tự coi mình là một chuyên gia về Nga. Có thông tin rằng ông ta dự định kêu gọi một buổi điều trần về vấn đề này, với quan điểm hết sức hoài nghi".

"Anh sẽ làm gì với ông ấy?"

"Lần tới ông ta bước vào nhà vệ sinh công cộng, chúng tôi sẽ cho ông ta thành Larry Craig" [1].

"Vậy là thượng nghị sĩ Craig *đã* bị cài?"

"Ai biết được? Ai quan tâm nào? Nhưng việc ấy sẽ hất tay nghị sĩ *này* khỏi gánh lo của chúng ta".

"Và anh gọi chiến thuật đó là gì?"

"Chiến thuật 'Tôi bị chơi' " Pender nói và mỉm cười.

"Một cái tên quá thích hợp".

"Thực ra tôi vẫn thích phương thức tinh tế mà mục tiêu còn không nhận ra điều gì đã diễn ra hơn. Ông nhớ các phóng viên được phái đi cùng các binh sĩ ở Iraq chứ?"

"Để họ có thể chứng kiến cuộc chiến ngay từ đầu chứ gì?"

"Không, để họ có thể tiếp nhận thông tin chỉ theo quan điểm của Lầu Năm góc. Đó là ý của tôi, mọi vị tướng, quan chức chính phủ đã tự mình tới đây và hôn đít tôi vì đã có ý tưởng ấy đấy".

"Anh hiểu lĩnh vực của mình sâu thật, Dick".

"Tôi học được từ những tay giỏi nhất".

"Ở đâu thế?"

"Tôi khởi nghiệp từ Văn phòng báo chí Nhà trắng mà".

Creel trỏ một bàn làm việc lớn trong phòng điều hành trung tâm, nơi có hai người đang đánh vật với các tài liệu in.

"Giải thích đi".

"Đó là 'Viên bi kịch'. Gần đây chúng tôi phát hiện thấy rằng trong Chiến tranh vùng Vịnh lần thứ nhất [2], một trong những đối thủ của chúng tôi đã được thuê làm những thứ như vậy nhằm thuyết phục phương Tây bảo vệ Kuwait. Hồi đó chiến thuật này thành công mỹ

---

[1] Năm 2007, nghị sĩ Larry Craig của đảng Cộng hoà bị bắt vì có những cử chỉ gợi ý tình dục đồng tính đối với một sĩ quan cảnh sát mặc thường phục trong một nhà vệ sinh nam tại sân bay quốc tế Minneapolis. Ông này thừa nhận hành động nhưng phủ nhận mình bị đồng tính. Sau đó Larry mất toàn bộ chức vụ trong đảng.

[2] Cuộc xung đột bắt đầu từ tháng 8-1990, khi Iraq đánh chiếm Kuwait, đỉnh cao là những cuộc chiến trong tháng 1 và 2-1991 giữa liên quân do Mỹ cầm đầu với Iraq. Sau đó Iraq buộc phải rút khỏi Kuwait.

mãn, vì vậy chúng tôi nghĩ mình cũng sẽ áp dụng khái niệm đó tại đây. Nhưng thay vì in vài trăm ngàn bản in bóng bẩy, chúng tôi chọn những thứ thô sơ làm bằng tay. Chúng sẽ tạo cảm giác tự nhiên, rất thật để cân bằng với cuộc tấn công bằng công nghệ cao từ trước tới nay. Chúng tôi sẽ chỉ tạo ra mươi thứ nhưng sẽ gửi tới các mục tiêu tối ưu nhằm đạt hiệu quả cao nhất.

"Cần đặt chân xuống đất", Creel trầm ngâm lẩm bẩm.

"Việc ấy thuộc về phía ông". Rồi Pender trỏ ra ngoài. "Tôi có thể khiến bất kỳ ai tin vào lời nói dối. Tuy nhiên chẳng có gì thay thế nổi máu đổ".

"Tôi đã tính toán rất kỹ. Thực tế là anh sẽ thấy bằng chứng của việc đó rất sớm".

"Thế vế còn lại của phương trình thì sao?"

"Cái gì về nó?" Creel nói giọng sắc lạnh.

"Chỉ là ông đã nói rằng sẽ bảo chúng tôi về thời gian tiến hành mà".

"Tôi đã bảo anh chưa vậy?"

"Chưa".

"Thế thì đó không phải vấn đề thời gian".

Một lát sau Creel biến mất. Trong Chiến tranh lạnh, Pender đã giúp ông ta kiếm bộn, rồi khi số tiền đó vơi đi họ lại thiết kế vô số cuộc xung đột nhỏ trên toàn cầu, cho tới khi Chiến tranh Iraq lần thứ nhất nằm trong tay hai kẻ này, sau đó là Chiến tranh Iraq lần hai đầy béo bở. Nhưng như gần đây Creel nói với Pender: "Người Mỹ đã bị vắt sạch hoàn toàn. Châu Âu thì đang hoà bình, đổ tiền vào giáo dục, y tế và hạ tầng chứ không phải quốc phòng. Bọn đần độn chưa bao giờ dừng lại để nghĩ rằng sẽ cực kỳ khó cho bọn trẻ đến trường, cho các bà già đi khám bệnh nếu họ không thể bảo vệ đất nước mình tránh khỏi kết cục cam kết làm đồng minh của các con chiên thánh Allah. Nhưng bất chấp việc tất cả những thứ ấy diễn ra theo hướng chẳng tốt đẹp gì cho tôi, tôi sẽ chiến thắng trong cuộc chiến *này*".

Và Dick Pender chẳng bao giờ dám cá rằng Creel không đúng.

CHƯƠNG 20

Sergei Petrov bước dọc con phố, cổ áo dựng lên chống lại cái rét cắt da mới tràn tới New York hai hôm nay. Ông ta vừa hoàn thành buổi ghi hình cho một đài truyền hình địa phương, hồi tưởng lại những nỗi kinh hoàng đáng kể dưới chế độ Putin/Gorshkov mà ông ta đã chứng kiến với tư cách nhân vật số hai Cơ quan an ninh liên bang trước khi chạy khỏi Nga. Petrov đã thấy rằng người dân phương Tây tin tất cả những gì ông ta nói và trả cho cái đặc quyền được nghe ấy cao hơn rất nhiều mức ông ta được hưởng khi làm con chó ngoan ngoãn cho những tay độc tài. Ông ta không biết chiến dịch tuyên truyền về *Hiểm họa đỏ* xuất phát từ đâu và cũng chẳng thèm quan tâm. Gorshkov là đồ quỷ dữ, tổ quốc của Petrov đang đi chệch hướng. Dù những nỗi kinh hoàng mới được tiết lộ có đúng sự thật hay không, ông ta cũng chẳng để tâm. Có lẽ một trong số đó đúng. Thế là đủ tốt rồi.

Petrov sờ khẩu súng trong túi áo khoác. Ông ta là người cẩn thận, biết rằng mình đã trở thành mục tiêu. Nếu Gorshkov có một bảng danh sách những đối tượng cần khử, Petrov sẽ nằm ở vị trí khá cao. Lúc nào ra ngoài ông ta cũng mang theo vũ khí, không bao giờ rời xa những điểm đông người, đôi mắt của kẻ được huấn luyện bài bản không ngừng quanh quan sát. Ông ta không bao giờ ăn hay uống khi người nào khác có mặt. Petrov không muốn chết như Litvinenko[1], sẽ chẳng có tách trà pha polonium-210 nào cho ông ta cả.

Petrov bước tới góc phố và vẫy một chiếc taxi. Một chiếc tấp vào lề, người lái xe nhìn ra.

"Ga lớn trung tâm", Petrov nói. Tài xế gật đầu và ông ta bước vào xe. Ngay lúc ấy cửa sau phía bên kia xe bật mở và một người đàn ông nhảy vào. Đồng thời một tay to bự từ phía sau Petrov đẩy hẳn ông ta vào xe rồi ngồi xuống kẹp bên sườn. Cửa xe đóng lại và chiếc taxi chạy vọt đi.

Petrov thậm chí không có thời gian nhìn mặt hai kẻ đã bắt cóc mình. Hai gã đàn ông ốp chặt Petrov, cơ thể chúng ép hai tay ông ta sát người, khẩu súng vẫn nguyên trong túi. Con dao vung lên rạch ngang cổ họng Petrov một phát ngay khi ông ta cảm thấy một con khác cắm ngập vào sườn phải. Rồi một nhát nữa, và lại một nhát nữa.

Petrov đổ gục về phía trước, sự sống chảy hết sạch qua những vết dao đâm.

Chiếc taxi chạy khỏi thành phố và khu Westchester. Tới gần một công viên nhỏ và tối thì xe dừng lại, ba người đàn ông bước ra rồi leo lên một chiếc xe thể thao đa dụng đợi sẵn. Chiếc xe chạy đi, bỏ lại xác Petrov nằm trên sàn taxi.

Trên trán ông ta có đúng một từ tiếng Nga viết bằng bút Sharpie. Nghĩa của nó là:

Kẻ phản bội.

Lúc ấy trên chiếc xe thể thao, Caesar tháo bỏ mũ và mặt nạ. Đây là thuộc hạ phụ trách phần việc "đặt chân xuống đất" của Nicolas Creel. Đêm nay Caesar còn một nhiệm vụ nữa phải hoàn thành. Chạy một lúc lâu nữa chiếc xe thể thao mới tới điểm đến. Mọi thứ đã được sắp đặt, tiền đã trả, bọn chúng đánh xe vào mà không gặp chút rắc rối

---

[1] Cựu sĩ quan KGB từng tố cáo Nga ra lệnh ám sát nhà tài phiệt Abramovich Berezovsky, bị buộc tội hành động vượt quá thẩm quyền nhưng năm 2000 chạy trốn sang Anh cùng vợ. Tháng 1-2006 Litvinenko đột ngột mắc bệnh, nhập viện và chết ba tuần sau đó. Nguyên nhân được xác định là đầu độc phóng xạ (polonium-210).

nào. Chiếc xe thể thao tiến vào mặt sau của khu đã đào sẵn một chiếc hố lớn. Đám đàn ông ra khỏi xe, mở cánh cửa sau và lôi ra chiếc túi đựng xác.

Caesar kéo khoá và nhìn gương mặt đang nhìn lại hắn bằng đôi mắt không còn chút sinh khí nào.

Tội nghiệp cho Konstantin, sự nghiệp phim truyền hình dài tập kiểu Latinh của anh ta sẽ không bao giờ có cơ hội phát triển. Caesar kéo khoá chiếc túi lại, vác lên vai, mang đến bên miệng hố rồi quăng xuống. Ngay lập tức một chiếc xe tải thùng cỡ lớn nổ máy, tiến đến miệng hố rồi hàng chục tấn phế thải xây dựng đổ trùm lên "mồ" của Konstantin. Sau đó một chiếc xe ủi trờ tới và ủi cả một núi đất vào hố. Tới sáng mai sẽ chẳng còn hố nào hết. Caesar làm động tác chào kiểu nhà binh với gã đàn ông.

Tạm biệt, Konstantin, chúng tôi sẽ không bao giờ quên anh.

Khi Caesar và đồng bọn đánh xe đi, Caesar gọi một số máy riêng và thông báo nhiệm vụ đã hoàn thành.

Cách đó vài ngàn ki-lô-mét, Nicolas Creel gạch bỏ thêm một mục nữa khỏi danh sách những việc cần làm. Dick Pender là một gã đàn ông khôn ngoan biết chơi trò lừa dối thế giới bằng đầu óc của mình. Nhưng đôi lúc một xác chết "thật sự" có thể bẻ gãy cả triệu linh hồn. Chẳng ai chơi trò *đó* giỏi hơn Nicolas Creel. Và nếu bạn có thể giành được nhiều thứ nhờ một xác chết, hãy nghĩ bạn có thể làm được gì với *thật nhiều* cái xác.

CHƯƠNG 21

Katie James kéo dài thời gian ở lại, không muốn trở lại New York và cái chết của nhân vật lớn tiếp theo. Cô bắt chuyến tàu hạng nhất của hãng đường sắt ScotRail chạy từ Glasgow tới Edinburgh; suốt năm mươi phút trên tàu cô chìm đắm vào khung cảnh khô cằn rồi lại tới tươi tốt của vùng nông thôn Scotland, gần nơi con sông Firth of Forth chảy ra khỏi nước này, ngay phía trên thủ đô.

James làm thủ tục nhận phòng ở khách sạn Balmoral và nhanh chóng ăn trưa ở nhà hàng trước khi lên đường. Lúc đi ra, cô đâm sầm vào một người đàn ông cao lớn, vai rộng. Ông ta lịch sự xin lỗi vì đã va chạm, sau đó nhanh chóng bước đi. Katie xoa bờ vai thâm tím và trừng trừng nhìn sau lưng người đàn ông đó, đúng là chẳng khác nào xô vào bức tường chết tiệt. Có lẽ tay này là vận động viên bóng bầu dục.

Cô bước qua người gác cửa mặc đủ bộ váy truyền thống, dài tới tận con dao găm trang trí giắt ở tất. Sau một ngày thư thái tham quan quanh thành phố và uống trà ở cung điện Holyrood, Katie lẩn tránh vô số quán rượu cố gắng lôi cuốn cô như hút chiếc đinh vào cục nam châm, rồi leo lên đồi tới vương miện của thành phố - lâu đài Edinburgh.

Vách dựng đứng tối sẫm của Lâu đài đá đâm thẳng lên trời, nổi bật trên hình ảnh thành phố dưới ánh hoàng hôn là lý do duy nhất để Edinburgh tồn tại. Những mảng nham thạch còn sót lại trông như một mũi neo níu giữa miền trung Scotland và nước Anh – vùng đất mà nhiều người Scotland gọi là "Kẻ thù của Scotland." Katie bước vào cổng chính, hai bên là tượng của Robert the Bruce và William Wallace - những người đã tạo nên huyền thoại về đá đít quân Anh. Đã lỡ cơ hội chứng kiến loạt súng lúc một giờ bắn ra từ một khẩu đại bác từ Thế chiến thứ hai dùng đạn nặng gần mười hai cân, song Katie đã được xem Hòn đá định mệnh. Hòn đá này bị người Anh chiếm từ thế kỷ 13, sau đó giữ đến tận thế kỷ 20. Trong bảy trăm năm có lẻ ấy, nó đã nằm dưới ngai vàng ở điện Westminster – nơi đặt mông của mọi đời vua và nữ hoàng Anh, từ đời Edward II tới Elizabeth II.

Một lúc sau James lên tới đỉnh của Lâu đài đá, nơi có Nhà thờ Margaret, toà nhà cổ nhất còn lại của Edinburgh. Chính ở đây, trong nhà thờ này, một lần nữa cô trông thấy người đàn ông to lớn đã xô vào cô ở cửa khách sạn. Ông ta đang quỳ phía trước hàng ghế thứ ba. Khi tiến lại gần hơn, Katie phát hiện thấy một người nữa bên cạnh ông này, ông ta trông như một du khách bình thường. Katie định quay người và bước ra ngoài nhưng đột nhiên cô liếc thấy gì đó. Cô nhanh chóng quỳ xuống hàng ghế sau, lấy máy ảnh ra rồi dùng ống kính chụp xa ghi lại những gì cô bước đầu nhận thấy.

Hình xăm trên cánh tay người đàn ông. Cô đã trông thấy một hình xăm tương tự cách đây vài năm, khi đang ở nước ngoài viết bài. Với các giác quan được huy động mạnh hơn, James có thể chắc rằng chẳng phải hai người kia đang cầu nguyện hay trích dẫn những câu vấn đáp cũ mềm. Họ đang thì thầm gì đó với nhau.

Katie không thể nghe rõ để biết hai người kia nói gì, thế nên cô rời nhà thờ nhưng vẫn nấn ná cách cửa trước vài bước. Mười phút sau người đàn ông có hình xăm bước ra. Lúc Katie đang chần chừ xem có nên bám theo không thì người này đột ngột biến mất trong một đám đông du khách đi qua.

Một phút sau người đàn ông cao lớn bước ra, Katie tập trung sự chú ý vào ông ta. Nếu ông ta đang ở khách sạn Balmoral, cô nghĩ, có thể bây giờ ông ta sẽ đi về hướng đó. Thực sự cô không có lý do gì để bám theo ông ta hay dính vào chuyện này. Nhưng Katie là một phóng viên, lại đang là phóng viên dưới đáy cùng đang tìm bất kỳ cách nào leo lên và thoát khỏi trang chuyên về cáo phó. Cô không biết chuyện này sẽ đưa mình tới đâu, nhưng có thể tốt chứ. Và có vẻ như cô không có việc gì khác để làm.

Người đàn ông không trở lại khách sạn Balmoral mà hướng về phía bắc trung tâm thành phố, chính xác là đi thêm hơn ba ki-lô-mét tới Leith – nơi ông ta bỏ tiền để được lên chiếc du thuyền hoàng gia mang tên Britannia đã "về hưu" và được neo tại đó.

Katie tuột giày ra và xoa đôi chân đau nhừ. Thật đáng trách, con mồi của cô là kẻ đi bộ rất nhanh. Cô trả tiền rồi bước qua tấm ván bắc sang du thuyền. Nữ phóng viên cố gắng ẩn mình vào đám đông bởi biết đâu người đàn ông cô đang bám theo nhận ra cô là người ở khách sạn? Rồi biết cô là người cũng vào trong nhà thờ thì sao? Trông ông ta đủ sức bóp chết một con bò mộng kia.

Katie lắng nghe một chút khi tay hướng dẫn viên cung cấp các thông tin về du thuyền cho khách tham quan. Cô chú ý hơn khi người đàn ông chỉ ra phía ngoài hàng rào chắn gió bằng gỗ gụ trên boong có ban-công phía trước cầu tàu. Nó được dựng lên nhằm ngăn những làn gió nghịch ngợm bất ngờ thổi tung những bộ váy hoàng gia và để lộ đồ lót phía trong. Ngay cả khi theo dõi người đàn ông cao lớn lang thang xa dần, Katie vẫn cứ giữ chặt váy của mình. Rồi cô bám theo. Ông ta nhìn xa ra mặt nước, rồi một người khác tới đứng cạnh ông ta bên lan can. Katie tiến sát đến mức có thể dám rồi cũng gắng nghe được vài từ tóm đủ ý tất cả cho cô. *Đêm nay, vịnh Gilmerton.*

Ngay lập tức Katie rời khỏi du thuyền và bắt một chiếc taxi trở về khách sạn. Cô chẳng có nhiều thời gian để chuẩn bị sẵn sàng, trước tiên lại phải nghiên cứu một chút. Cô không biết mình vừa tình cờ gặp phải điều gì, song kinh nghiệm đã dạy cô rằng vài bài báo lớn nhất bắt đầu từ những cuộc gặp ngoài dự kiến.

CHƯƠNG 22

Đội này khiến gã người Iran và đám lâu nhâu khát máu của hắn chẳng khác nào nhóm trẻ bốn tuổi còn mút tay, Shaw nghĩ. Ông đang ngồi trong một chiếc xe hơi, một khối đá granite mang quốc tịch Tajikistan ngồi một bên, một ngọn núi nhỏ cũng từ quốc gia châu Á đó ngồi phía bên kia. Cũng thật ngạc nhiên khi bánh trước của chiếc Mercedes đồ sộ lại không nhấc nổi khỏi mặt đường khi nửa tấn thịt đè xuống phần đuôi nó. Nhưng có lẽ nguyên nhân là một đôi ở ghế trước, cũng quốc tịch Tajikistan, tạo thành một khối đối trọng bét ra cũng phải ba trăm cân mà Shaw thấy rằng chứa rất ít mỡ. Thêm một tên nữa, chúng có thể tạo thành một hàng tuyệt vời cho bất kỳ đội bóng bầu dục nào.

Shaw chưa từng gặp tay Tajikistan nào không lộ vẻ giận dữ. Có lẽ sống ở một đất nước bị núi đá điên cuồng vây bủa, từng bị Liên Xô dùng làm nơi đổ các chất thải độc hại và tỷ lệ nghèo đói lên tới tám mươi phần trăm là những lý do hợp lý khiến họ dễ bị kích động.

Shaw nói gì đó bằng tiếng Nga và điều ông nhận lại được chỉ có thể miêu tả là một tiếng gầm gừ. Người Tajikistan không tự coi mình thuộc chủng tộc Nga; về mặt văn hoá, họ và dân vùng vịnh Péc-xích thuộc nhóm Ấn-Âu. Shaw chưa bao giờ để tâm học tiếng Tajikistan, ông hy vọng mình sẽ không phải ân hận về việc ấy.

Shaw dựa hẳn người vào ghế. Đám người Tajikistan đang bán ma tuý, cụ thể là heroin tinh chế từ thuốc phiện trồng ở nước láng giềng Afghanistan – nơi anh túc là loại cây mang lại lợi nhuận cao nhất. Có lẽ nguyên nhân vì phần lớn lực lượng liên minh đã bỏ Afghanistan để tới xây dựng nền dân chủ cho Iraq. Hàng đêm các trùm ma tuý đều thầm cảm ơn sự biết điều ấy bởi nếu không có thuốc phiện, sẽ chẳng thể có được heroin - một trong những loại ma tuý đường phố thịnh hành nhất. Không thể tính nổi những đau khổ mà trái bom hẹn giờ khốn kiếp làm từ hoá chất này đã gây ra với thế giới.

Shaw tới đây để mua một mét khối đau khổ, một nghìn ki-lô-gam có giá bán lẻ mỗi ki-lô-gam là mười lăm triệu đô-la. Số ma tuý này sẽ được giấu trong hàng vạn quả bóng đá rồi chuyển từ Scotland sang New York. Cánh Tajikistan đã phát hiện thấy rằng nếu so sánh, đồ nhập khẩu từ Scotland bị hải quan Mỹ (vốn đang thiếu hụt lực lượng) soi xét ít hơn nhiều so với đồ từ Iran hay Bắc Triều Tiên, chẳng hạn như một kiện to bên ngoài ghi "Cái chết dành cho nước Mỹ".

Tất nhiên nếu mọi thứ diễn ra đúng kế hoạch, hàng mà Shaw sắp mua sẽ bị tịch thu ở cảng New York. Vụ thu giữ sẽ được cánh báo chí ca ngợi hết lời như một đòn trí mạng đánh vào các tay buôn bán ma tuý quốc tế, đồng thời là một minh chứng cho năng lực của các lực lượng thực thi pháp luật trên toàn cầu. Sẽ là thế nếu Shaw có thể ra khỏi được đây với cơ thể còn lành lặn. Thế nhưng ông rất hoài nghi liệu Frank có coi việc ông sống sót như một yếu tố cần thiết tạo nên chiến thắng.

Tuy nhiên các nhân viên hải quan Hoa Kỳ có vẻ giỏi giang không phải lý do Shaw có mặt tại nơi này. Mục đích là ngăn chặn *nguồn tiền* từ vụ giao dịch ma tuý chảy vào tay một tổ chức tội phạm quốc tế lớn mà một phần nằm dưới sự kiểm soát của những tên Hồi giáo cực đoan hiện diện khắp Tajikistan. Phần của chúng trong hợp đồng đêm nay có thể mua được vài quả bom bẩn hay hàng vạn thiết bị gây nổ tự chế, cả hai thứ đó chẳng tốt gì cho thế giới văn minh.

Họ chưa cách Edinburgh xa lắm nhưng khu này đã nhanh chóng trở nên tách biệt hẳn và thoáng hơn. Chạy tít về phía bắc là con sông

Firth of Forth. Khi một tên Tajikistan hạ kính cửa sổ để phả khói thuốc ra ngoài, Shaw nghĩ ông đã ngửi thấy mùi biển mặn nồng. Sau ba mươi phút, chiếc xe ngoặt vào một con đường đá rồi nhanh chóng khuất sau những đám cây mọc dày hai bên đường.

Tên lái chiếc xe tải đậu ở cuối con đường gật đầu với đồng bọn khi chiếc Mercedes giảm tốc độ rồi dừng lại cạnh xe tải.

Shaw và bốn gã đàn ông ra khỏi xe.

"Bóng đá hả?" Ông hỏi và chỉ chỗ hàng trong chiếc xe tải.

Gã bên trái lầm bầm, Shaw nghĩ trong tiếng Tajikistan như thế nghĩa là "Phải"

Lý do duy nhất Shaw còn sống là những gã đàn ông này nghĩ rằng tương lai ông sẽ là một khách hàng ngon lành. Các băng đảng Nam Mỹ kiểm soát thị trường ma tuý Mỹ - thị trường lớn nhất thế giới, song từ lâu bọn trùm Tajikistan đã để mắt tới thị trường này. Nếu phải bay tới Colombia rạch họng vài ngàn tay nói tiếng Tây Ban Nha, chúng sẽ sẵn lòng lắm.

Dùng con dao do một trong những tên Tajikistan đưa cho, Shaw rạch một quả bóng đá. Bên trong là các túi nylon chứa đầy bột trắng. Ông không rạch một túi và nếm thứ bột đó như cảnh vẫn thấy trên tivi bởi Shaw không muốn thứ khốn nạn ấy dính vào cơ thể mình. Thứ duy nhất tồi tệ hơn heroin là methamphetamine. Có vẻ như thậm chí ngửi thấy mùi của nó từ cách xa cả trăm bước, bạn cũng đã trở thành khách mời của trại cai nghiện.

"Gì ấy nhỉ, tôi chỉ được nghe các ông nói đây là heroin và toàn bộ các quả bóng khác được đổ đầy cho đủ một ngàn cân?"

Bốn gã đàn ông trừng trừng nhìn lại Shaw, chẳng tên nào tỏ vẻ muốn đáp lời. Cửa bên kia ghế tài xế xe tải bật mở, một tay mảnh khảnh bật ra và nhẹ nhàng đáp xuống mặt đất. Gã có mái tóc vàng lưa thưa, mặc bộ complê đắt tiền, nụ cười như lúc nào cũng thường trực để lộ bộ răng mới trồng bằng công nghệ implant[1]."

---

[1] Công nghệ tiên tiến nhất, răng trồng sẽ bám thẳng vào xương hàm, đảm bảo bền chắc như răng tự nhiên.

"Chúng tôi đã làm việc này từ lâu", hắn nói, mỗi âm phát ra đều chẳng rõ ràng. Tên này chìa một tay cho Shaw.

"Tất cả những khách hàng mới của chúng tôi đều đặt câu hỏi đó, nhưng họ không bao giờ phải thất vọng". Hắn chỉ trái bóng đã bị rạch. "Đó là loại heroin tốt nhất thế giới. Đảm bảo bảy mươi phần trăm tinh khiết dù các ông có cho vào đó những thứ vớ vẩn trước khi tung ra đường phố Mỹ. Với hầu hết các loại heroin, ông cần kiếm khoảng mười cân để lấy được hơn hai cân có thể bán được. Như thế tỷ lệ tinh khiết là bốn mươi phần trăm. Thế là tốn tiền của ông, bạn của tôi ạ. Với hàng của bọn tôi, ông có thể kiếm gấp đôi số đó".

Shaw hình dung chính mình đang đứng trước một hàng sản phẩm mẫu và nghe giới thiệu về chúng.

Gã đàn ông tiếp lời. "Và tôi đã cho thêm mười cân không tính tiền. Tính theo giá bán lẻ là hai triệu đô đấy. Cái đó chỉ dành cho khách hàng mới, để thể hiện thiện chí của bọn tôi. Chỉ một lần thôi", hắn nói với vẻ cứng rắn nhưng miệng vẫn mỉm cười. "Chúng tôi bán cho ông với giá năm triệu euro rồi ông sẽ thu về từ mười hai tới mười lăm triệu ở New York, Los Angeles và Miami. Như thế đâu phải tệ. Và cứ cách một tuần chúng ta có thể làm việc này một lần. Kiếm tiền quá dễ dàng".

"Bán ma túy ở Mỹ rủi ro lớn lắm", Shaw nói.

Gã đàn ông khẽ cười. "Đó không phải những gì tôi đã nghe. Dễ như lấy kẹo trong túi vì người Mỹ nghiện hết cả. Béo ị, tham lam, điên vì sex. Và vì ông đã thấy hàng của chúng tôi, tôi muốn được thấy tiền của ông".

"Tôi đưa những quả bóng tới cảng thế nào?" Shaw hỏi để câu giờ. *Nếu Frank chơi mình thì sao? Bọn Tajikistan sẽ dùng mình làm món ăn cho lũ sóc, lần cho xơi ngón tay, lần thì ngón chân, mỗi lần một bộ phận quan trọng.*

"Chúng tôi đưa thẳng lên tàu cho ông. Không ai khôn hơn ai. Bây giờ thì tiền đâu?" Gã đàn ông nhìn vào chiếc Mercedes. "Tôi chẳng thấy chiếc vali nào. Dù có là tiền mệnh giá lớn thì năm triệu euro cũng tốn nhiều chỗ lắm". Hắn nhìn Shaw vẻ dò xét. "Chúng tôi không chấp nhận séc hay thẻ tín dụng", tên này nói thêm với nụ cười phớt qua miệng trước khi nó mím chặt lại. "Tiền ở chỗ quái nào thế?"

"Người của tôi đang mang tới", Shaw đáp một cách thản nhiên.

"Người của ông? Người nào?" Gã đàn ông ngó quanh.

"Ông có người của ông, tôi có người của tôi".

"Chúng tôi đã không được thông báo về điều này".

"Thôi nào. Ông nghĩ tôi chịu một mình ngồi vào xe với bốn tay khủng long mà Chúa cũng chẳng biết là ai với năm triệu euro để trong túi thủng à? Nếu ngu tới mức ấy, tôi đã chẳng sống nổi một tuần trong cái nghề này".

Gã đàn ông ra hiệu cho quân của mình, bốn khẩu tiểu liên MP5 xuất hiện từ thùng xe Mercedes. Shaw nghe thấy một âm thanh của kim loại phát ra từ chiếc xe tải cho thấy tên lái xe cũng có vũ khí.

Ông ở chỗ chết tiệt nào thế, Frank?

CHƯƠNG 23

Katie James vừa điều chỉnh chiếc ống nhòm nhỏ vừa đặt một tay lên ngực để ngăn tim đập mạnh. Cô đã bám theo chiếc Mercedes từ khách sạn Balmoral. Vì lúc trên du thuyền Britannia trước đó cô đã nghe lỏm được tên đích tới nên có vài lần Katie chạy vượt lên chiếc Mercedes để tránh bị nghi ngờ, sau đó mới tụt lại sau. Khi chiếc xe ấy rẽ vào con đường rải sỏi, Katie tiếp tục chạy thẳng, sau đó mới vòng lại, tính toán rằng họ chưa thể đi quá xa. Cô đỗ xe khuất sau một khúc cua, leo qua một gò nhỏ, len lỏi qua một vài cây rồi ẩn mình ở một khe nhỏ để quan sát.

Katie tới đủ gần để nghe một số điều cánh đàn ông nói. Người đàn ông cao lớn ở khách sạn Balmoral là kẻ mua ma tuý, cái đó thì rõ rồi. Điều khiến cô ngạc nhiên chính là tay đi cùng với ông ta ở nhà thờ. Tay đó có hình xăm mà Katie chỉ thấy trên da của lính đặc nhiệm Delta. Nhưng dù sao những người như thế vẫn có thể trở thành người xấu, cô nghĩ. Cánh đàn ông còn lại là kẻ bán. Ma tuý giấu trong những quả bóng đá, họ đang bàn đến chuyện tiền nong thì những khẩu tiểu liên xuất hiện.

Katie đã tính chuyện dùng điện thoại di động gọi cảnh sát nhưng rồi cô lại thay đổi chiến thuật. Khi những khẩu súng đột ngột xuất hiện, cô chỉ muốn bỏ chạy. Vừa bắt đầu lùi lại thì một âm thanh làm cô khựng lại.

Tít phía xa bên phải cô như có một làn sóng màu đen đang di chuyển xuyên qua khu rừng. Cô sụp xuống đất và cố tìm cách chui xuống. Khi những khẩu súng bắt đầu nhả đạn, Katie cố chui xuống sâu hơn nữa. Nhưng thứ gì đó - có lẽ là bản năng của một nhà báo - khiến cô nhìn qua ống nhòm đúng lúc để kịp thấy hai tên bán ma tuý trúng đạn súng máy, cơ thể chúng lỗ chỗ vết đạn, từ đó máu phọt ra. Hai tên ngã xuống đất chết không kịp kêu một tiếng.

Khi tiếp tục theo dõi, Katie thấy người đàn ông cao lớn giật được khẩu tiểu liên từ tay một trong những tên khổng lồ, rồi với sự nhanh nhẹn trái hẳn với thân hình to lớn, ông tung một cú đá vào bụng, rồi thêm một cú nữa vào đầu kẻ to lớn hơn khiến hắn đổ gục. Ông ta xoay người và giơ khẩu súng lên như thể đầu hàng, song khi những viên đạn súng máy găm xung quanh chỗ mình đứng, dường như ông ta nghĩ lại việc ấy.

Những tên bán ma tuý khác đã kịp nấp sau chiếc xe tải. Chúng bắn vào bất kỳ thứ gì cản đường, trong khi làn sóng đen tràn qua chỗ Katie đang thiết lập lưới hoả lực dày đặc. Thế là người đàn ông cao lớn bị kẹt ở giữa.

"Ông ta chết rồi", Katie sợ hãi thầm thì với chính mình.

Shaw nấp vào sau chiếc Mercedes lúc một loạt đạn đi chỉ cách ông vài cen-ti-mét. Bọn Tajikistan đang bắn vào ông từ phía sau còn người của ông cũng đang làm việc ấy từ phía trước. Cái quái gì thế, hay Frank đã không nhắc đội đột kích rằng họ phải để lại ít nhất một người sống sót? Là *ông*.

Shaw nã một loạt đạn tiểu liên vào đám người Tajikistan rồi chuồi vào ghế trước chiếc Mercedes. Ông khởi động máy rồi đẩy mạnh cần số. Một viên đạn khác hớt gọn cửa sổ sau của chiếc xe.

Ông đạp mạnh ga, chiếc S600 nhảy chồm về phía trước, đá sỏi bắn tung dưới bánh xe và đập vào chiếc xe tải. Thò khẩu MP5 ra ngoài cửa sổ xe, Shaw dốc toàn bộ số đạn còn lại vào chiếc xe tải, trúng mặt một tên Tajikistan, đặt dấu chấm hết cho sự nghiệp của hắn trong ngành buôn bán ma tuý quốc tế.

Đạn ghim vào khắp xe như mưa, nước và dầu bắt đầu phun ra từ phía dưới ca-pô. Shaw vào số lùi và nhấn mạnh ga khiến bánh xe hằn một vệt trên nền đường sỏi, rồi bẻ ngoặt tay lái cho chiếc xe ngoắt hình chữ J. Khi đã hoàn thành cú xoay một trăm tám mươi độ, ông nhấn ga và phi thẳng về phía trước, lúc tốc độ lên tới trên một trăm ki-lô-mét một giờ và gần như ra khỏi đám cây thì động cơ xe bắt đầu phun khói đen rồi tắt lịm. Ánh mắt Shaw quét quanh phía trong xe trước khi dừng lại ở khẩu SIG chín mi-li-mét ẩn một phần dưới thảm ở chân ghế cạnh tài xế. Ông túm khẩu súng, đạp tung cửa ra và chạy.

Và Shaw không phải kẻ duy nhất làm việc ấy.

Ông đổi hướng, vòng qua khúc cua, đôi chân dài vọt qua nhiều mô đất và bắt kịp cô khi đang leo vào xe, một chiếc Mini Cooper màu đen.

"Thả tôi ra!" Katie thét lên khi bị Shaw chộp lấy cánh tay.

"Đưa chìa khoá cho tôi!" Ông quát lại.

Shaw giật phắt chùm chìa khoá từ tay Katie, mở cửa xe rồi nhanh nhẹn đưa cả cơ thể to lớn vào khoảng không gian hẹp của xe.

"Vào đi!" Ông hét lên bởi Katie vẫn còn đứng đó.

"Không!"

"Nếu chúng *vớ* được cô, chúng sẽ giết cô đấy".

"Ý ông là *chúng* sẽ giết tôi". Mắt cô dừng lại ở khẩu súng của Shaw.

"Nếu tôi muốn làm chuyện ấy thì bây giờ cô đã chết rồi còn gì. Tôi sẽ chẳng chở cô đi chứ".

"Chở đi làm *con tin*, ý ông là thế".

"Bọn kia chẳng quan tâm mẹ gì đến con tin hết. Vào đi".

Rồi cả hai cùng nghe thấy có gì đó đang tiến lại, đã khá gần họ.

"Cơ hội cuối cùng của cô đấy!" Shaw nói với giọng thực sự thể hiện đúng những gì ông muốn nói.

Chiếc xe tải phi ra khỏi hàng cây cách chỗ họ đứng chừng mười lăm mét. Đó là loại xe chở hàng, do một trong những tên Tajikistan to sụ cầm lái. Bên cạnh gã là tên gầy nhỏ có nụ cười hiểm độc không chấp nhận thẻ tín dụng hay séc. Đột nhiên ánh mắt hắn quét trúng Shaw và Katie, nụ cười nhếch thêm trong lúc hắn hạ cửa sổ và cẩn thận ngắm mục tiêu.

"Cẩn thận!" Shaw hét.

Mắt Shaw đã thấy thứ Katie không nhận thấy. Ông tóm lấy cánh tay cô, đẩy qua cửa sổ xe đang mở vào trong rồi gần như đồng thời dận ga. Vài giây sau khoảng đất Katie vừa đứng bay sạch vì một phát bắn từ súng phóng lựu.

Shaw ấn Katie rạp sát sàn xe rồi tăng ga, rồi ông chuyển số và cho động cơ chạy quá cả mức nhà sản xuất cho phép. Nhưng có vẻ như thế vẫn chưa đủ.

Đạn súng máy quất vào phía sau họ như một đàn ong không đốt bằng ngòi thường mà bằng đạn. Khi Katie cố ngồi dậy, ông lại ấn xuống lần nữa. "Cúi xuống!"

Shaw nhìn gương. Ông nghĩ đến việc vọt khỏi con đường và tìm cơ hội thoát bằng cách chạy xuyên qua những mảng đồng xanh. Vấn đề duy nhất là vệ đường có những rãnh sâu mà chiếc Cooper chẳng bao giờ vượt qua nổi. Và dù nó có vượt qua đi nữa thì đất ở đây cũng gồ ghề, chỉ một chiếc xe địa hình mới có thể chạy nổi.

Chiếc Cooper *đã* chạy nhanh hơn chiếc xe tải nhưng trên đường thẳng Shaw không thể thoát khỏi tầm bắn của một loạt lựu pháo khác. Ông nghĩ bất kỳ lúc nào mình cũng có thể dính một trái vào mông. Ông nghĩ mình có thể trông thấy hàm răng của tên Tajikistan nhỏ thó khi hắn cười, chắc chắn hắn đang ngồi sau tay lái. Thực tế là như thế, nhưng điều đó sắp thay đổi.

"Bám chặt lấy nhé!" Shaw hét với Katie. Ông bẻ ngoặt tay lái, thêm một cú ngoặt một trăm tám mươi độ rồi đạp lút ga. Bây giờ thì cả hai đang phi thẳng về phía chiếc xe tải.

Katie kịp ngồi dậy để thấy việc ấy. "Ông đang làm quái gì thế?" Cô hét lên.

Trò chơi gà chỉ còn khoảng năm giây nữa là kết thúc, khi chiếc xe tải lớn và xe con đâm bổ vào nhau. Katie nhắm nghiền mắt và bám chặt lấy thanh ngang trong xe.

Khi đầu hai chiếc xe lại gần nhau hơn, hai tên Tajikistan liếc nhau, rõ ràng chúng không thể tin nổi những gì đang diễn ra. Nếu chúng xô vào chiếc xe con, chiếc xe tải có thể hỏng, trong khi những người đàn ông nấp trong rừng đang tới gần thì chúng vẫn cần dùng chiếc xe này.

Đó chính xác là lý do Shaw phi thẳng xe vào chúng.

Tên Tajikistan khổng lồ bẻ lái sang trái. Đó sẽ là động tác bẻ lái tránh chướng ngại vật cuối cùng của hắn.

Khẩu súng của Shaw nhả đạn, ba lỗ đạn xuất hiện trên kính chắn gió phía trước tay lái chiếc xe tải. Nụ cười của gã nhỏ thó vụt tắt cùng cuộc sống của tên tài xế. Shaw ngoắt chiếc Cooper sang phải, vòng qua chiếc xe tải, bánh xe khoét một vệt rộng gần ba mươi cen-ti-mét trên mép đường trước khi bám chắc đường lần nữa rồi vọt đi.

Chiếc xe tải không người lái tiếp tục chạy thêm chừng hơn trăm mét, trượt ra khỏi đường, đâm vào bờ gồ ghề, hất tung một đám đất và cỏ rồi lật nghiêng xe.

Chỉ đến lúc ấy Katie James mới mở mắt ra.

CHƯƠNG 24

Khi đã chạy được gần hai mươi ki-lô-mét khỏi nơi lẽ ra họ đã bỏ mạng, Shaw giảm tốc độ, hạ kính cửa sổ phía bên mình xuống rồi hít một hơi sâu. Ngay cả với ông như thế cũng quá gần với cái chết.

Lần đầu tiên Katie nhận thấy một vệt đỏ gần vai Shaw. "Ông trúng đạn rồi!"

Shaw liếc vết thương với vẻ quan tâm chẳng đáng kể, đầu ông nhanh chóng tái hiện những gì vừa xảy ra. "Chỉ trượt qua thôi, đạn không xuyên vào".

"Này, nếu ông thả tôi đi, tôi hứa sẽ không nói gì hết".

"Cô xem phim nhiều quá rồi đấy".

"Ý ông là ông sẽ để cho tôi đi thật?"

"Hừm, tôi quá chắc là tôi chẳng muốn lang thang cùng cô làm gì".

"Những người đàn ông mặc đồ đen xả súng là ai thế?"

"Tôi đã chở cô đi, tôi không khai báo đâu".

Katie nhìn Shaw tò mò. "Ông không phải tay buôn ma tuý, đúng chứ?"

"Cô gặp nhiều rồi hả?"

"Vâng, thực tế là rồi".

"Mà cô làm gì ở đó thế?" Nét mặt Shaw trở nên ghê gớm khi đột nhiên nhận ra Katie. "Tôi đã xô vào cô ở khách sạn Balmoral. Rồi cô trên du thuyền. Cô đã bám theo tôi!" Ông túm lấy vai Katie. "Tại sao? Ai sai cô làm việc này?"

Cô túm lấy tay Shaw. "Ông đang làm tôi đau đấy. Làm ơn bỏ ra đi".

Siết tay lần cuối cùng rồi Shaw cũng bỏ ra. "Cô làm gì ở đó?"

"Đó là điều tình cờ".

"Nói dối làm tôi khó chịu lắm đấy".

"Được rồi, được rồi, vì ông hành động đáng ngờ nên tôi đã bám theo".

"Tại sao? Cô là cảnh sát à?"

"Không. Tôi là...phóng viên".

"Phóng viên? Điều tra bọn buôn ma tuý ở Scotland?"

"Không. Tôi..."

"Hãy nói sự thật cho tôi biết, không là tôi đổi ý về việc thả cô đi đấy".

"Tôi ở Scotland viết bài cáo phó đặc biệt về cái chết của Andrew MacDougal", Katie vội vã.

"Báo nào?"

"*Diễn đàn New York*".

Shaw ngừng một lát rồi hỏi: "Cô là Katie James?"

"Sao ông biết được điều đó?"

"Tôi đã đọc bài về Andrew MacDougal, có ghi tên tác giả là cô. Nhưng MacDougal mất ở Glasgow mà. Cô làm gì ở Edinburgh?"

"Đi nghỉ. Thỉnh thoảng cánh phóng viên được thế".

"Rình mò những thứ không liên quan tới mình là một phần kế hoạch đi nghỉ của cô à?"

"Tôi ước là đã không phải thế".

"Tôi đoán ít nhiều cô đã làm hỏng gì đó, rồi khi chưa tới bảy chục tuổi thì còn phải dính vào trang cáo phó".

"Cút xuống địa ngục đi".

"Thực ra tôi đã xuống địa ngục rồi. Nó cũng tồi tệ như người ta nghĩ thôi".

Shaw nói câu này mà không lộ chút cảm xúc nào, khiến nhà báo dày dạn cũng chỉ biết chằm chằm nhìn ông trước khi lắp bắp: "Ông nói thế là ý gì?"

"Một khi đã phải hỏi thì cô chẳng hiểu nổi câu trả lời đâu".

Thực ra Katie hiểu chính xác điều Shaw muốn nói, song cô chọn cách không nói gì. Rồi xe chạy trong yên lặng. Ba mươi phút sau chiếc Cooper dừng lại cạnh khách sạn Balmoral.

Shaw quay sang Katie. "Được rồi, bây giờ hãy rời khỏi thành phố nhanh hết mức cô có thể".

"Thế còn ông? Lúc nãy họ *bắn* ông mà".

"Tôi có thể tự lo cho mình".

Khi Shaw bắt đầu bước ra khỏi xe, Katie nhoài người nắm lấy tay ông. "Ông tên gì?"

"Tôi đã theo dõi công việc của cô nhiều năm, vậy nên tôi biết là cô không ngờ nghệch thế đâu".

"Ít nhất ông có thể cho tôi biết chuyện gì xảy ra nơi đó chứ?"

Shaw lưỡng lự.

"Nếu ông có ý nghĩ ấy thì xin nghe này: tôi sẽ không viết bài về chuyện này. Kiểu gì tôi cũng không biết đủ để viết về chuyện này mà".

"Nếu cô viết báo, cô sẽ làm hỏng rất nhiều công sức vất vả tiếp tay cho bọn xấu".

"Tôi chưa bao giờ tiếp tay cho bọn xấu cả".

Shaw dừng lại và nhìn cô thật kỹ. "Đó là một vụ giao dịch ma tuý. Chúng tôi cố gắng ngăn tiền rơi vào tay bọn khủng bố. Đấy, giờ thì cô biết hết rồi".

"Những người tốt không xả súng như thế".

"Tôi biết", Shaw thừa nhận. "Chính tôi cũng chẳng biết tại sao họ lại bắn nữa".

Sự thật thà của ông dẹp tan hầu hết những nghi ngờ của Katie. Cô nói thêm bằng giọng thận trọng: "Thế tại sao chính người của ông lại bắn ông?"

"Đó chính xác là điều tôi sẽ phải tìm ra". Rồi Shaw nhìn thẳng vào Katie. "Hãy rời khỏi Edinburgh. Đêm nay cô đã thoát chết, thật đáng xấu hổ khi bỏ phí cơ hội đó".

Rồi chỉ vài giây sau ông biến mất.

Katie ngồi ngả người vào ghế bọc da của chiếc Mini. Trong nghề của mình cô đã chứng kiến nhiều cảnh chết chóc, những thứ đau đớn không thực sự vượt qua nổi. Nhưng có điều gì đó về buổi tối nay... Và cô chưa từng gặp ai thực sự giống người đàn ông này.

Liệu tất cả những gì ông ta đã nói với cô hoàn toàn là dối trá? Là một nhà báo kỳ cựu, cô thường thấy rằng sẽ đúng như thế. Nhưng ông ta *đã* để cho cô đi, và đã cứu mạng cô nữa. Cô cảm thấy có lỗi một chút khi thậm chí chưa cảm ơn người đàn ông về điều đó. Nếu không có ông ta, bây giờ cô đã là những mảnh thịt vương vãi trên đất Scotland.

Katie với lấy chiếc túi ở ghế sau rồi lôi ra cây bút và cuốn sổ. Trước khi làm nghề báo, cô đã là một hoạ sĩ kha khá. Cô mở sổ, nhanh chóng phác thảo chân dung Shaw, thậm chí còn ghi chú vài điểm.

Vừa viết cô vừa nói với chính mình: "Tóc sẫm màu, cao chừng một mét chín lăm, nặng một trăm mười cân, đôi vai rộng cỡ Nebraska. Đôi mắt xanh đến kinh ngạc". Rồi Katie bỏ bút xuống. *Đôi mắt xanh đến kinh ngạc. Câu này từ đâu tới nhỉ?*

Chẳng thành vấn đề. Khả năng cô có bao giờ gặp lại ông ta một lần nữa...

Katie leo vào ghế sau tay lái, chạy dọc theo một con ngõ, bỏ xe lại đó rồi lủi vào khách sạn Balmoral bằng lối vận chuyển hàng hoá.

CHƯƠNG 25

Shaw chẳng bận tâm lấy quần áo của mình ở khách sạn. Trước đó ông đã bỏ tất cả những tư trang mang theo vào một tủ chứa đồ ở nhà ga xe lửa. Ông gọi điện ngay cho Frank ngay khi đã an toàn ra khỏi khách sạn. Phải đợi tới hồi chuông thứ tư ông ta mới nghe máy.

"Ông đang chơi trò mẹ gì thế?" Shaw quát vào điện thoại.

"Ông nên ăn mừng một phi vụ thành công nữa chứ. Chúng tôi đã thu được chỗ ma tuý, bọn xấu không lấy được đồng nào, chúng tôi còn để lại tay súng cuối cùng – người đang hót như chim khi chúng ta đang nói chuyện đây. Riêng tôi đã mở sâm-panh rồi đấy".

"Người của ông đã nổ súng khi không bị khiêu khích".

"Ồ! Thật thế hả?"

"Ừ, thật đấy. Ông được quyền im lặng và máu lạnh với những điều đã xảy ra hả?"

"Chúng ta đã tiêu diệt mấy tên Tajikistan, còn gì nữa? Ông biết bọn khốn đó có thể xơi bao nhiêu chứ? Mà ngân sách của tôi đang cạn kiệt đấy".

"Và người của ông còn bắn vào tôi".

"Thế thì có lẽ ông nên chú ý".

"Chú ý gì?"

"Chúng tôi không thích những người nghỉ việc, Shaw. Ông ra đi khi chúng tôi bảo ông có thể làm thế - nếu như chuyện ấy có xảy ra".

"Thoả thuận của tôi..."

"Thoả thuận của ông là thứ vớ vẩn. Thoả thuận của ông luôn là thứ vớ vẩn nhưng ông chẳng bao giờ muốn đối mặt với nó. Này, đêm nay là lời cảnh báo cho ông đấy, bạn tôi ạ. Lần duy nhất cho ông thôi. Lần sau có lẽ họ không bắn trượt đâu. Và hãy cho rằng ông gặp may. Ồ mà này, những gì ông yêu cầu liên quan tới Heidelberg đang đợi ở sân bay đấy. Máy bay phản lực thuê riêng, hai tiếng nữa sẽ cất cánh. Có người sẽ gặp ông ở lối vào phía trước sân bay. Thôi, hãy thưởng thức phần còn lại của buổi tối ở đất Scotland xinh đẹp".

Frank bấm phím kết thúc cuộc gọi, bỏ lại Shaw đứng trên phố Các hoàng tử của thành phố Edinburgh cổ kính, với hàng ngàn người xung quanh ông.

Chưa bao giờ ông thấy mình đơn độc thế này.

Katie lấy một cuốn vở ghi trắng từ trong túi xách, kẹp vào thứ gì đó rồi bước vào sảnh khách sạn Balmoral. Trực lễ tân là một thanh niên trẻ cao gầy. Katie bước tới bên và giơ cuốn vở lên.

"Một người đàn ông đánh rơi thứ này trong sảnh. Trong này không có tên nhưng có lẽ ông ta đang nghỉ trong khách sạn. Ông ta bước vào taxi trước khi tôi kịp thông báo cho ông ta biết". Đoạn Katie mô tả chi tiết bề ngoài Shaw.

"Đúng, ông ấy đang ở khách sạn này, thưa cô", tay thanh niên Scotland nói. "Một ông mang họ Shaw. Tôi sẽ để nó vào trong hộp của ông ấy tại đây".

Katie nhìn theo khi chàng thanh niên bỏ cuốn vở vào ngăn của phòng 505. Khi anh ta quay lại thì cô đã đi mất.

Chúa phù hộ cho dân Sctoland, Katie nghĩ. Nếu cô giở mánh này ở New York, người ta sẽ ném thẳng cuốn vở vào mặt cô, quật xuống sàn rồi gọi cảnh sát.

Cô chờ trong sảnh suốt hai giờ đồng hồ, đôi mắt thỉnh thoảng quét qua quầy lễ tân trong lúc miệng nhấm nháp Coca và cắn móng tay tới lúc chúng chảy máu. Rồi Katie rời chỗ ngồi ngay khi chàng thanh niên giao ca cho một phụ nữ trung tuổi mà chưa bao giờ cô trông thấy. Ngay khi anh chàng lễ tân vừa đi khuất, Katie bước tới bên quầy.

"Tôi ở phòng 505 với chồng chưa cưới", cô bắt đầu diễn. "Khi anh ấy để quên chìa khoá ở đâu đó, tôi đưa chìa của tôi cho anh ấy, nhưng anh ấy phải đặt nó trong một cuốn vở để lại cho tôi, thế thì tôi mới vào phòng được".

Người phụ nữ liếc qua một loạt ô phía sau bà. Bà thò tay vào hộp của phòng 505 rồi lôi ra cuốn vở.

"Cuốn này phải không?"Bà nói.

Katie gật đầu và cầm lấy cuốn vở từ tay bà. Cô nhìn kỹ cuốn sổ và cẩn thận cho thứ mình đã kẹp vào trước đó rơi ra quầy. Bà lễ tân cầm lên giúp Katie, đó là bằng lái xe của cô cấp tại Mỹ. Người phụ nữ nhìn ảnh rồi nhìn Katie, cô nói: "Tôi đã tìm thứ này khắp nơi. Hẳn là anh ấy đã thấy nó trong phòng rồi kẹp vào vở cho tôi".

"Thế chồng chưa cưới cô đâu?" Bà lễ tân hỏi với thái độ đủ mức dễ chịu, nhưng bằng giọng của người có việc để làm và thực sự có ý định sẽ làm việc ấy.

"Glasgow". Katie lật hết cuốn vở. "Mai anh ấy sẽ quay về nhưng chẳng để lại chìa khoá. Làm sao tôi vào phòng được?"

"Cô đã thử gọi cho anh ấy chưa?"

"Rồi, nhưng anh ấy không nghe máy. Có khi sóng hơi kém".

"Chẳng lẽ tôi lại không biết", người phụ nữ đồng tình ngay.

Rồi bà ta liếc tấm bằng lái xe lần nữa.

"Hừm, bây giờ chúng tôi chẳng thể để khách của mình ngủ ngoài vỉa hè được, phải không?" Bà lấy chìa khoá dự phòng trong hộp rồi đưa nó và bằng lái xe cho Katie.

Katie liếc biển tên của người phụ nữ. "Bà Sara, nói cảm ơn với bà chẳng thể đủ. Tôi vẫn không thể tin nổi là anh ấy quên để lại chìa khoá đấy".

"Tôi sống với ông chồng Dennis được hai mươi sáu năm rồi, anh chàng khốn khổ chẳng thể nhớ những ngày sinh nhật, những ngày đáng nhớ, đôi lúc còn quên ráo tên của năm đứa con nữa. Thế nên nếu người đàn ông của cô chỉ quên chìa khoá, tôi sẽ ủng hộ kết hôn và chúc cô hạnh phúc, thưa quý cô".

Katie đi về phía thang máy.

Một phút sau cô mở cánh cửa phòng 505. Cô đã trông thấy Shaw ra khỏi khách sạn Balmoral nên Katie rất chắc chắn rằng lúc này ông không ở trong này. Nhưng cô vẫn tự nhủ rằng mình chỉ có mười phút sục sạo nơi này.

Chín phút sau Katie đã soát hết từng li căn phòng và vài thứ đồ Shaw đã để lại, thứ cô tìm được là số không tròn trĩnh. Hừm, không hoàn toàn như thế. Trong túi của một chiếc áo khoác cô tìm thấy hoá đơn mua một cuốn sách ở Dublin. Nhưng thứ đó chẳng có ích gì.

Katie bước dọc theo rìa căn phòng và dừng lại bên chiếc bàn, ánh mắt lướt qua những thứ trên đó, tất cả đều của khách sạn. Đó là lúc cô trông thấy nó. Cô ngồi xuống và kéo tờ giấy thấm về phía mình, lấy chiếc bút chì khỏi giá rồi cẩn thận quẹt đầu bút chì qua lại. Dần dần một cái tên nổi lên từ mảnh giấy trắng, nơi Shaw đã ấn bút với lực mạnh đến mức nó hằn xuống tờ bên dưới tờ ông viết cái tên - một lỗi thể hiện tính thiếu chuyên nghiệp. Katie chẳng thể nào biết rằng Shaw mắc phải lỗi này khi đang đau khổ về chuyện với Anna.

"Anna Fischer", Katie đọc. Cái tên này không phải không nổi tiếng nhưng vì lý do nào đó Katie nghĩ mình không nhận ra.

Rồi thứ gì đó chạm vào bộ nhớ của cô. Cô nhìn tờ hoá đơn đã tìm thấy trong túi áo khoác của Shaw.

Nghiên cứu lịch sử các nhà nước cảnh sát", Katie đọc thành lời. Một lần nữa có thứ gì đó lại bật lên trong đầu cô.

Cô rời khỏi phòng và gọi theo số điện thoại của hiệu sách ghi trên hoá đơn. Cô chẳng hy vọng có ai nhấc máy vào giờ này, song giọng một phụ nữ vang lên bên kia đầu dây. Katie hỏi liệu họ có cuốn sách đó không. Người ta bảo cô rằng họ có, nhưng chỉ còn lại duy nhất một cuốn. "Còn tên tác giả?" Cô hỏi. "Tôi không thể nhớ được".

"Anna Fischer", người phụ nữ trả lời.

CHƯƠNG 26

Anna Fischer chậm rãi bước dọc những con phố ở khu Westminster, London. Có vẻ nhiều khách du lịch tập trung ở khu vực này của thành phố, nghển cổ để trông thấy bóng thoáng qua của Nữ hoàng hay các thành viên hoàng gia trong điện Buckingham, hoặc thăm mộ của các vua đã chết từ lâu ở khu nhà thờ nổi tiếng. Khu nhà hát West End cũng nằm ở đây, cả tướng Nelson[1] đứng trên cột đá granite khổng lồ ở quảng trường Trafalgar với vẻ mặt trầm tư, dù đám bồ câu cứ bậy khắp lên cả người ngài.

Cô vào công viên Thánh James, bước qua những người trông trẻ nước ngoài và các bà mẹ Anh đẩy xe nôi và thong dong dạo dưới bầu trời tối quang đãng. Thời tiết thế này không xuất hiện thường xuyên ở hòn đảo nhỏ giữa một biển nước, thế nên người London tận hưởng tối đa ánh mặt trời khi họ có cơ hội.

Anna tiếp tục dạo, qua phố King Charles Steps rồi dừng lại và nhìn qua đảo Vịt nằm giữa hồ công viên Thánh James. Cô ngồi xuống, váy quấn gọn quanh cặp chân dài.

---

[1] Horatio Nelson (1758-1805), chỉ huy hải quân Anh. Chiến thắng trên hai mặt trận Nile và Trafalgam khiến ông trở thành anh hùng dân tộc của Anh.

Liệu Anna đã quá cứng rắn với Shaw? Một phần con người cô nói có nhưng những phần còn lại phản đối bằng tiếng thét *Không!* Hôn nhân, ít nhất với Anna, là sự trao gửi cả cuộc đời. Đúng, lẽ ra cô nên bày tỏ rõ ràng quan điểm từ trước, nhưng vì Shaw đã chính thức cầu hôn nên vấn đề này càng đòi hỏi thúc bách hơn. Ông phải thấy được điều đó, nếu không, hừm, có lẽ tốt nhất họ không ở bên nhau.

Những năm qua Anna có nhiều người khác theo đuổi, họ là những người có học, ăn nói giỏi, giữ những cương vị quan trọng trên thế giới và cũng kiếm được tương đối nhiều tiền. Nhưng cô phải thừa nhận rằng chẳng ai trong họ, chẳng người nào khơi dậy trong cô những cảm xúc êm dịu mà cũng sâu sắc như Shaw đã làm được. Nhưng liệu ông có tới Wisbach thăm cha mẹ cô?

Anna đứng dậy và ngồi vào một chiếc ghế trong công viên. Bên cạnh cô là một tờ báo bỏ đi. Cô cầm lên. Tờ *Người bảo vệ* đăng một bài khá mạnh mẽ về nước Nga ma quỷ. Bài này chạy tít: "Sự trở lại của *Hiểm hoạ đỏ?*"

Và thứ gì đó có tên "Viên bi kịch" đã được gửi có chọn lọc tới các nhà lãnh đạo thế giới, các nguồn cung cấp tin lớn. Kiểu sắp xếp thô sơ, các bức ảnh lỗ chỗ chụp những người Nga được coi là bị giết, cùng những câu chuyện bi thảm của họ viết bằng thứ ngôn ngữ đơn giản, có sức tác động mà hàng triệu bản in bóng bẩy không bao giờ tạo được. Anna nhướng mày khi lướt qua nội dung bài báo. Nó máy móc lặp lại nhiều thông tin đã nêu, rồi lại lấy chính những thông tin ấy làm cơ sở viết thêm. Cứ như trò chơi thì thầm kể một câu chuyện vào tai một người trong nhóm rồi xem nội dung câu chuyện thay đổi ra sao khi người cuối cùng thuật lại. Và vụ giết Sergei Petrov với chữ "Kẻ phản bội" bằng tiếng Nga trên trán cực kỳ có giá trị, khẳng định tội ác của Gorshkov, ít nhất theo quan điểm của cánh thông tấn phương Tây.

Tay tổng thống Nga đã đặt lực lượng quân đội trong tình trạng báo động cao nhất khi những cuộc biểu tình lớn nổ ra khắp các nước. Như thể nơi đó đang co mình rất ghê gớm. Thậm chí Anna còn nghe những đồng nghiệp cũ của cô ở Liên hợp quốc bàn tán rằng nếu *Hiểm hoạ đỏ* không sớm được giải thích theo hướng có lợi cho Gorshkov, ghế của Nga ở Hội đồng bảo an sẽ bị đe doạ. Cho dù điều đã xảy ra với Konstantin và gia đình có là giả chăng nữa, chắc chắn một điều là lúc này anh ta đang báo thù.

Nhưng liệu có ai bận tâm xác minh việc ấy? Khác với một số người có thể đưa ra cùng câu hỏi ấy, Anna có những phương tiện để thử và có được câu trả lời. Cô quyết định lúc này làm ngay điều gì đó về việc ấy, có lẽ để quên đi những trục trặc đời tư.

Cô bước về văn phòng mình, một toà nhà trong dãy liền kề một trăm bảy mươi lăm tuổi nằm ở cuối con phố cụt gần cổng Buckingham. Các căn hộ hai bên văn phòng Anna đều không có người, dự kiến sáu tháng nữa sẽ được xây dựng lại. Bây giờ cô sẽ được tận hưởng sự yên bình và tách biệt cho tận tới khi nó bị nát vụn bởi tiếng búa máy và cưa. Có mùi sơn mới trong không khí. Toà nhà của Anna vừa có diện mạo mới, trong đó có lớp sơn mới trên tất cả cửa chính và cửa sổ.

Cô mở cánh cửa dày phía trước, trên đó treo tấm biển mạ vàng khắc tên *Công ty trách nhiệm hữu hạn Phượng hoàng*. Khi cô bắt đầu làm việc tại đây, người ta bảo Anna rằng công ty này hoạt động nhờ tiền của một quý ông giàu có và sống rất khép kín. Ông này sinh tại Mỹ, chính xác là bang Arizona. Ông ta kín đáo tới mức chẳng ai ở Công ty Phượng hoàng biết tên người cấp tiền hoạt động cho công ty, cũng chẳng khi nào ông ta tới thăm. Tuy nhiên thi thoảng họ nhận được những thông báo của ông này, với những lời khen ngợi, động viên đối với công việc quan trọng họ làm. Có những đại diện của ông chủ ở Mỹ đến gặp họ và trả lời các câu hỏi. Người ta mô tả chủ công ty là một trí thức quan tâm tới những câu hỏi rất lớn đang làm đau đầu nhân loại. Ông trả tiền cho những người như Anna để tìm ra câu trả lời. Dù có là ai đi nữa, ông này cho Anna và những người khác tự do theo đuổi đam mê của họ. Rất ít nghề có được đặc quyền ấy, và đó là công việc thú vị nhất mà Anna từng làm. Giá như bây giờ cô có thể khiến cho đời tư cũng như vậy!

Cô khoá cửa rồi đi lên cầu thang. Phòng làm việc chật hẹp của Anna nằm cuối hành lang tầng trên cùng. Cô bước qua những phòng khác, tất cả đều trống trơn trừ căn sát phòng cô, nơi đồng nghiệp

Avery Chrisholm - một viện sĩ già khắm khú – đang vật lộn với dự án của mình, mái tóc bạc trắng gần như chạm tới chồng sách phía trước mặt. Ông giơ một tay đáp lại lời chào của Anna, cô vội vã bước tiếp.

Anna ngồi xuống bên một chiếc bàn lớn chất đầy sách và các tập tài liệu. Công việc của cô là cố gắng hiểu thế giới, mỗi lần xoáy vào một yếu tố phức tạp. Cô và các đồng nghiệp viết hết báo cáo này tới báo cáo khác, xuất bản sách nọ nối tiếp sách kia, tổ chức diễn thuyết hết buổi này tới buổi khác, trong đó trình bày những phân tích rất chính xác và chi tiết mà lẽ ra đối với chính phủ và các lãnh đạo doanh nghiệp từ Mỹ tới Nhật Bản, chúng phải có giá trị bằng cả kho báu. Nhưng Anna đau đớn nhận ra rằng hầu như chẳng có kẻ nào trong guồng máy quyền lực bận tâm đọc chúng.

Anna lên mạng và vào một phòng chat. Bất kỳ khi nào nêu câu hỏi về tội ác của người Nga hay nguồn gốc "thực sự" của *Hiểm hoạ đỏ*, cô đều bị người ta tấn công từ mọi phía, họ đặt câu hỏi về đức tin và lòng yêu nước của Anna dù họ thậm chí chẳng biết cô có theo tôn giáo nào không hay là công dân nước nào. Thậm chí Anna còn bị chụp là kẻ bám đít Gorshkov, là kẻ phản bội loài người, là con chó của hoàng gia.

Cô rút lui khỏi thế giới ấy và tiếp tục tìm kiếm cho tới khi chú ý tới một tay viết blog khó hiểu ở một góc rất xa xôi trong thế giới ảo. Anh ta cũng đang nêu lên những câu hỏi và hoài nghi tương tự Anna. Cô gửi cho anh ta một email khá chi tiết và hy vọng sẽ sớm nhận được hồi âm.

Anna sẽ nhận được, nhưng không theo kiểu cô có thể tượng tượng ra.

CHƯƠNG 27

Anna Fischer là một phụ nữ đặc biệt thông minh, sở hữu bằng của nhiều trường đại học tầm cỡ trên thế giới. Nhưng cô vừa phạm một sai lầm nghiêm trọng. Có thể hiểu được ở chỗ Anna không có cách nào để biết rằng đó là sai lầm. Chính xác đây thường là kiểu sai lầm sau này trở lại ám ảnh ta.

Kẻ viết blog mà Anna vừa gửi email kèm theo những hoài nghi của mình không phải người đúng như anh ta thể hiện. Thậm chí đó không phải một con người. Đó chỉ là những tấm gương, những màn khói kỹ thuật số.

Dick Pender và người của mình đã theo dõi những gì diễn ra ở hàng ngàn phòng chat trên khắp thế giới. Những dòng chat đầy chất hài hước và trí tuệ liên tục hiện ra trên những màn hình máy tính lớn của hắn vượt qua cả những bài thống thiết nhất đăng trên mục tìm người thân của báo Anh cuối thế kỷ 19. Tất nhiên *Hiểm hoạ đỏ* là chủ đề thường trực trong đầu mọi người, Pender mỉm cười khi hắn tập hợp lại toàn bộ những người tin rằng Nga đứng sau nó cũng như những người chưa chắc chắn về điều ấy. Vụ tập hợp hợp này đã đạt được chín mươi tám phần trăm theo đúng ý Pender.

Hắn cực kỳ sung sướng nhận thấy rằng khi bất kỳ ai nói gì đó khác với "sự thật" hắn đã tạo ra, người đó lập tức "ăn đòn" của một loạt người chat trên mạng. Ở vài ngàn trang web chuyên thảo luận các vấn đề, Pender gửi đi những bài viết được chuẩn bị sẵn, đưa ra hết thông tin nọ tới thông tin kia mà thực ra chẳng có cơ sở gì, rồi hắn cười khoái chí khi được những thành viên trên mạng tung hô như một vị anh hùng, một diễn giả cực kỳ thông thái.

Chúa ơi, Pender nghĩ, thật dễ khi ủng hộ cho một quan điểm phổ biến dù hoàn toàn sai. Việc ấy chẳng đòi hỏi gì lòng dũng cảm.

Một phút sau, nụ cười của Pender còn lớn hơn nữa. Hắn vừa kiểm tra cái mà hắn gọi là chiếc bẫy gấu trên mạng. Một trong số đó là tay viết blog mà Anna đã gửi email. Người của Pender đã lập ra nó – trong số rất nhiều thứ khác - để thu hút sự quan tâm của bất kỳ ai có thể tin rằng toàn bộ chiến dịch *Hiểm hoạ đỏ* là trò lừa đảo. Điều rất quan trọng là phải biết liệu có hay không làn sóng hoài nghi đối với những nỗi kinh hoàng mà người Nga gây ra.

Nếu Pender phát hiện thấy những động thái ấy, hắn có rất nhiều chiến lược có thể dùng để đập tan những hoài nghi. Một trong những chiến lược mà hắn ưa thích là tạo ra một sự kiện gây phẫn nộ để lái sự chú ý của mọi người khỏi nơi đang có vấn đề. Trong nhiều năm hắn đã được chính phủ ở Washington, London, Paris, Bắc Kinh và Tokyo thuê thực hiện việc ấy một cách khẩn trương. Thường thì những việc ấy cần thiết khi có bầu cử, các vụ bê bối, chiến tranh, các cuộc đấu đá liên quan tới ngân sách.

Không có nhiều người gửi email tới trang web "mồi". Có vẻ phần lớn thế giới chấp nhận tin rằng mọi điều nói về người Nga đều đúng. Hầu hết con người đều hoàn toàn vui vẻ làm những chú cừu non suốt đời, điều này đặc biệt có lợi cho công việc của Pender. Tất nhiên có những người muốn biết tất cả về R.I.C và đang đào sâu về phía nó. Vì thế Pender cung cấp những mẩu nhỏ để thoả mãn cơn đói của họ. Thực ra chẳng có gì khó khi lúc nào cũng dắt mũi họ. Cánh báo chí có nhiều chuyện, nhiều lĩnh vực để viết trong khi Pender chỉ có một việc để lo: Nicolas Creel. Có một kỹ thuật hắn gọi là "mở vòi theo giờ", nghĩa là mở và tắt vòi thông tin vào những thời điểm tối ưu nhất. Nơi nào cần là hắn có trong tay giới truyền thông - ở trạng thái hoàn toàn thụ động.

Một số ít người đưa ra những câu hỏi trên trang web lập sẵn đã được người của Pender kiểm tra thông tin và xác minh rằng họ là những nhân vật chẳng có gì quan trọng. Khác với những phòng chat thông thường, một người phải thực sự bỏ công tìm kiếm mới thấy những chiếc bẫy gấu trên mạng. Điều ấy chứng tỏ họ có nỗ lực rõ ràng hơn những người chỉ chat bình thường. Pender không biết Anna Fischer là ai nhưng tên trang web kèm theo địa chỉ của cô khiến hắn chú ý.

"Công ty Phượng hoàng", hắn tự nói với mình lúc ngồi tại bàn trong phòng điều hành trung tâm. Pender đã sử dụng công nghệ xác định vị trí xuất phát của email. Công ty Phượng hoàng nằm ở London, trên bàn Pender là một hồ sơ hắn đã nhanh chóng có được. Công ty Phượng hoàng là một tổ chức nghiên cứu nằm ở khu Westminster, gần điện Buckingham, tên của chủ sở hữu vẫn là một ẩn số.

Pender có rất nhiều việc cần nghĩ tới. Tờ *Nhật báo phố Wall* sẽ sớm đăng một bài gây nên chút hoài nghi về vài chục ngàn người Nga bỏ mạng. Pender biết nhà báo viết bài này. Anh ta là nhà báo giỏi nhưng hơi lười biếng và có tiếng là không theo đuổi chủ đề mình đã viết nếu mọi thứ trở nên khó khăn hoặc quan điểm của anh ta không được công chúng hoan nghênh. Pender đã ra lệnh cho người của mình tung lên mạng bốn bài với ngụ ý mạnh mẽ rằng dù có thể thông tin về quá khứ của vài trong số hàng ngàn người Nga bỏ mạng không thật chính xác, nguyên nhân là hồ sơ lưu trữ của chính quyền có thiếu sót; song thiếu sót ấy không thể lu mờ quy mô của nạn thảm sát mà người dân Nga phải gánh chịu. Làm như vậy là bôi nhọ ký ức về những người đã khuất. Pender cũng sẽ sắp xếp cho vài "chuyên gia" xuất hiện trên các buổi phát sóng tầm cỡ quốc gia để nêu lại quan điểm này bằng những ngôn từ mạnh mẽ nhất.

Pender chắc chắn rằng tay phóng viên của tờ *Phố Wall* - vì không muốn bị chụp mũ là con lợn yêu lũ độc tài, là kẻ bất chấp đạo lý - sẽ không bao giờ bén mảng tới chủ đề cũ nữa. Hắn cũng nghe ngóng được rằng BBC chuẩn bị làm về chủ đề này nhưng người phụ trách sản xuất chưa chắc chắn sẽ nhìn nhận từ góc độ nào. Pender đã gửi cho cô ta một lá thư nặc danh và ba bài viết "đã xuất bản", móm cho nhà sản xuất đang lo âu này cách xây dựng chương trình của mình theo hướng hoàn toàn có lợi cho cho mục tiêu của Pender và Creel. Hắn đang trông mong được xem chương trình ấy.

Nhưng một cách bản năng, Pender biết rằng Công ty Phượng hoàng có thể chính xác là điều Creel đã ra lệnh cho hắn cảnh giác. Vì thế hắn chuyển tiếp tất cả những thông tin này cho khách hàng của mình.

Rồi hắn trở lại công việc mà hắn làm tốt nhất: đưa sự thật đến với thế giới cả tin.

Chưa bao giờ có một trò chơi tuyệt vời hơn thế.

CHƯƠNG 28

Nicolas Creel ngồi ở phòng chiếu phim trong căn nhà của mình ở khu Riviera (Pháp) xem đoạn kết phim *Giải cứu binh nhì Ryan*[1]. Ông ta yêu bộ phim này, không phải vì diễn xuất và đạo diễn tuyệt vời hay thông điệp đạo đức luôn có trong câu chuyện kinh điển về chiến tranh kiểu này. Không, ông ta thích thấy thế giới trong cảnh chiến tranh vì nó khiến cái chết trở nên thật cao quý.

Creel có được gia tài khổng lồ bằng việc chế tạo và bán những cỗ máy có thể giết hàng vạn, thậm chí hàng triệu người, song ông ta vẫn là con người hiền lành. Creel chưa bao giờ đánh ai vì nóng giận, thậm chí chưa từng sử dụng bất kỳ món vũ khí nào. Ông ta căm ghét bạo lực, phần lớn số tiền trong gia tài do ông ta kiếm được khi thế giới hoà bình – hoà bình theo một kiểu rất riêng. Thực sự đó chỉ là *cảm giác* hoà bình xen lẫn với nỗi sợ hãi rằng chiến tranh có thể nổ ra bất cứ lúc nào. Với Creel, hoà bình đặt trên những nỗi kinh hoàng luôn lấp ló là loại hoà bình tốt nhất.

---

[1] Phim về một nhóm lính Mỹ thời Thế chiến thứ hai tìm cách giải cứu binh nhì James Francis Ryan khỏi tay quân Đức. Phim giành năm giải Oscar năm 1998.

Creel còn thích phim *Giải cứu binh nhì Ryan* vì một lý do khác. Thế chiến thứ hai là một cuộc xung đột kinh điển giữa cái tốt và cái xấu, một cuộc chiến cao quý giúp tạo ra một thế hệ người Mỹ hoàn toàn xứng đáng hoàn thành sứ mệnh của mình và trở thành thế hệ "vĩ đại nhất". Dù thế giới có ý thức được hay không, bây giờ một cuộc xung đột tương tự đang hiển hiện. Còn Creel, chẳng thể nghi ngờ, đang ở vai trò của một đạo diễn tầm cỡ toàn cầu, đang vươn lên nắm lấy cơ hội đè bẹp cái ác và giúp cho thế giới trở nên an toàn hơn mấy thập kỷ vừa qua. Dĩ nhiên trước mắt sẽ có khó khăn, song luôn có thương đau và mất mát. Xét về lâu dài, những mất mát ấy cũng xứng đáng.

Creel đứng dậy, đi vào phòng ngủ và hôn nhẹ vào má *Người đẹp thế giới* đang nằm dài trên giường sau khi đã thực hiện xong công việc cô ta thường làm để phục vụ ông ta.

Ngay cả lúc nhìn xuống cô vợ, Creel vẫn biết rằng mọi chuyện sắp kết thúc. *Người đẹp* thích sự giàu có mình mới được hưởng, địa vị xã hội, thích cả việc cô ta uống hơi nhiều. Cô ta thường xuyên quát mắng người phục vụ, tò mò về những thứ chẳng liên quan gì tới mình, còn làm những đứa con lớn của các bà vợ trước khiếp sợ mỗi khi chúng ghé thăm Creel. Đó không hẳn là điều xấu bởi Creel không quá yêu đứa nào cả. Thế nhưng những cơn giận dữ có thể khá kỳ quặc.

Thực ra cô vợ của Creel có thể là một điển hình cho sự thiếu bền vững. Hình như dưới cái vỏ siêu mẫu, cô ta chỉ có bằng tốt nghiệp trung học. Thế nhưng khi nhìn thấy những bước đi mạnh mẽ trên sàn diễn New York, ông ta biết mình phải có được cô nàng, chỉ đơn giản bởi tất cả những kẻ khác đều phát điên cũng vì điều ấy. Creel luôn muốn là người đầu tiên.

Theo thói quen vào ban đêm, ông ta vào phòng làm việc. Không gian có lẽ không lớn như nhiều người nghĩ khi nhắc tới một người như Creel, song rất thoải mái. Ông ta ngồi xuống bên bàn, bật máy tính và nhìn thấy email cùng những file đính kèm cho Pender gửi tới.

Creel đọc toàn bộ một cách kỹ lưỡng rồi có vẻ khá quan tâm.

Công ty Phượng hoàng? Không có gì quen hết.

Creel gọi một cú điện thoại và ra đúng một mệnh lệnh. "Tìm *chính xác* người đứng đằng sau Công ty Phượng hoàng - một tổ chức nghiên cứu có trụ sở ở London, hãy làm càng nhanh càng tốt".

Tất cả những gì gọi là bản năng đang mách bảo Creel rằng có thể đây là miếng ghép còn thiếu mà ông ta cần để hoàn thành trò ghép hình. Có lẽ điều này cần tới chút may mắn, nhưng đôi lúc ngay cả những tỷ phú kiếm tiền nhờ buôn bán cái chết cũng được quyền có chút may mắn.

Vài giờ sau điều ước của Creel đã thành hiện thực. Người của ông ta thật giỏi. Họ đã lột bỏ được vô số bình phong che giấu chủ sở hữu thực sự của Công ty Phượng hoàng. Một khi người ta đã cất công đến thế để che giấu, thường phải có lý do quan trọng. Lúc này Creel khó tin mình lại may đến như vậy.

Chủ sở hữu Công ty Phượng hoàng chẳng liên quan gì tới Arizona. Chủ yếu người ta nghĩ chim phượng hoàng có nguồn gốc Ai Cập song nó còn xuất phát từ một nơi khác trên thế giới. Ở vùng đất lâu đời ấy, nó biểu tượng cho quyền lực từ thiên đình. Ngoài ra nó còn là biểu tượng của lòng trung thành và trung thực. Không gì có thể hoàn hảo hơn.

Creel nói vào điện thoại: "Hãy theo dõi toà nhà của Công ty Phượng hoàng 24/24 giờ. Tôi muốn có hồ sơ đầy đủ về tất cả những người làm việc tại đó. Cả sơ đồ về mọi ngóc ngách của toà nhà đó. Không có chi tiết nào quá nhỏ cả".

Rồi ông ta gọi cho Caesar. Đã gần đến lúc đặt chân xuống đất.

CHƯƠNG 29

Shaw đang đứng trong lâu đài Heidelberg, trước một thùng gỗ chứa rượu vang lớn nhất thế giới. Đêm qua ông đã bay từ Edinburgh tới Frankfurt rồi sáng nay đi xe tới Heidelberg. Lần này nhiệm vụ của ông tương đối đơn giản, chỉ là chuyển vài tài liệu cho một người khác tiếp tục đưa đi.

Sau khi hoàn thành nhiệm vụ, Shaw dự định sẽ lái xe tới thăm cha mẹ Anna ở hiệu sách của họ trong ngôi làng nhỏ Wisbach. Liệu ông vẫn nên đi? Frank đã nói rõ rằng thân phận như một nô lệ của Shaw chẳng thể kết thúc sớm. Thực ra tình trạng ấy chỉ chấm dứt khi cuộc sống của ông dừng lại. Vậy có lý do nào tới Wisbach đây? Ông không thể cưới Anna và cứ tiếp tục làm việc cho Frank. Lẽ ra ông không bao giờ được cầu hôn Anna. Giờ thì đã trót làm điều đó, ông cần phải cuốn xéo khỏi cuộc đời cô để một người khác có thể mang lại cho cô điều ông không thể đem tới.

Đó sẽ là việc làm cao thượng hoặc không hề vị kỷ nhưng Shaw chẳng hề cảm thấy mình cao thượng hay không vị kỷ. Ông không muốn mất Anna. Ông không thể mất cô. Ông sẽ lái xe tới Wisbach và biết đâu lúc trên đường, nhờ phép thần nào đó mà ông có thể nghĩ ra cách thoát khỏi cơn ác mộng của mình.

Nửa giờ sau số tài liệu được chuyển hoàn toàn suôn sẻ cho một thanh niên trẻ trông giống sinh viên Mỹ với mũ lưỡi trai hiệu Red Sox, quần jeans kiểu bụi và giày chơi tennis Nike. Shaw tiếp tục diễn vai du khách bằng cách chụp ảnh toà lâu đài, các khoảng sân xung quanh, tìm hiểu về lịch sử của một trong những lâu đài nổi tiếng nhất nước Đức, xem các bức tường dày tới bảy mét của nó. Khi đã có thể rút lui an toàn, Shaw gần như chạy ào xuống đồi, tới chiếc xe thuê của mình rồi lái tới Wisbach.

Trên đường tới Wisbach, Shaw chạy qua men thị trấn Karlsruhe. Đúng như lời Anna, hiệu sách nhỏ rất dễ tìm vì nó nằm ngay trên đường chính của ngôi làng cổ.

Natascha Fischer đón ông ở cửa trước. Chiều cao và phần lớn những nét đẹp của Anna thừa hưởng từ bà mẹ. Tuy nhiên trong khi Anna hay nói và cởi mở thì mẹ cô lại rụt rè, bà không nhìn vào mắt Shaw lúc ông tự giới thiệu.

Hiệu sách nhỏ nhưng các giá sách có khung rất tốt làm từ gỗ óc chó sẫm màu và gỗ thông già. Có một chiếc thang lăn dựa vào bức tường hình thành từ các cuốn sách cũ, dựa vào một bức tường khác cùng loại là chiếc bàn lớn la liệt giấy má. Ngồi phía sau chiếc bàn ấy là một người đàn ông còn to lớn hơn Shaw. Wolfgang Fischer đứng dậy và chìa tay ra. Trước đó Anna đã báo với họ rằng Shaw sẽ tới. Natascha treo ra ngoài cửa tấm biển "Đóng cửa" và khoá lại rồi theo chồng mình và Shaw đi qua một cánh cửa vào căn phòng liền với hiệu sách, nơi ở của hai ông bà.

Giống như hiệu sách, căn phòng gọn gàng và trang trí đẹp đẽ với nhiều ảnh của Anna từ khi còn bé xíu tới lúc đã là một phụ nữ. Trong lúc Natascha cắm ấm pha cà phê, Wolfgang lôi từ tủ bát ra một chai cognac nho nhỏ.

"Sự kiện như thế này đòi hỏi chút gì đó mạnh hơn cà phê, hả?" Ông nói tiếng Anh nhưng với giọng Đức đặc sệt khiến Shaw hơi khó nghe. Wolfgang rót rượu rồi chăm chú nhìn Shaw lúc này đang dựa vào khung lò sưởi gỗ đẽo gọt qua loa, mặt lộ rõ vẻ hồi hộp.

"Anna đã kể cho chúng tôi nghe rất nhiều về anh", Wolfgang bắt đầu bằng giọng đầy khích lệ.

Natascha đã trở lại với cà phê và vài chiếc bánh đặt trên khay. Bà nhìn cốc cognac trong tay chồng với vẻ không đồng tình.

"Chưa đến bốn giờ đâu", bà nói với giọng trách mắng.

Ông chồng già cười toét. "Shaw ở đây chỉ để nói điều gì đó".

Natascha ngồi xuống và rót cà phê nhưng vẫn lo lắng liếc vị khách.

Shaw thấy mồ hôi ướt hết cả nách. Gần như chưa bao giờ ông toát mồ hôi vì lo lắng, ngay cả khi có kẻ khác bắn mình. Ông thấy mình giống như cậu học sinh trong lần hẹn hò đầu tiên. Miệng khô khốc, hai chân như không còn khả năng nâng đỡ cơ thể.

"Cháu tới đây để hỏi hai bác một việc", cuối cùng ông cũng cất lời và ngồi xuống phía đối diện vợ chồng Fischer.

Có thể mình chỉ cần nói điều đó. Shaw nhìn thẳng vào Wolfgang. "Hai bác có vấn đề gì không nếu cháu lấy con gái của hai bác?"

Wolfgang liếc vợ, đôi môi mở thành một nụ cười. Natascha dùng chiếc khăn ăn chấm hai mắt.

Wofgang lập cập đứng dậy, kéo Shaw đứng lên và dành cho ông cái ôm của một con gấu khiến xương sườn Shaw đau điếng. Vừa cười ông vừa cất giọng ồm ồm: "Việc này trả lời câu hỏi của anh rồi chứ?"

Natascha run run đứng dậy, hai tay nắm chặt bàn tay Shaw, hôn vào má ông và nói với giọng khẽ khàng: "Anh đã làm cho Anna thật hạnh phúc. Chưa bao giờ nó nói về ai khác như anh. Chưa bao giờ. Phải không Wolfie?"

Ông già lắc đầu. "Và nó cũng khiến anh hạnh phúc, tôi chắc chắn là thế chứ?"

"Hạnh phúc hơn bất kỳ lúc nào".

"Khi nào tổ chức đám cưới", Natascha hỏi. "Tất nhiên sẽ làm ở đây, nơi có gia đình của nó chứ?"

Wolfgang nhìn bà vợ vẻ cáu. "Này, thế còn gia đình Shaw thì sao? Có thể họ không muốn tới ngôi làng nhỏ thế này". Ông vỗ mạnh vào cánh tay Shaw, thật không may lại trúng chỗ ông dính đạn ở Scotland. Tất cả những gì Shaw có thể làm là không hét lên vì đau đớn.

"Ở đây cũng tốt", Shaw nói. "Cháu, dạ, cháu không có gia đình". Vợ chồng Fischer nhìn Shaw tò mò. "Cháu mồ côi".

Môi dưới của Natascha run run. "Anna không nói với chúng tôi điều ấy. Tôi xin lỗi".

Wolfgang lên tiếng: "Nhưng bây giờ anh đã có một gia đình. Có nhiều gia đình ấy. Chỉ riêng làng Wisbach đã có mười gia đình họ Fischer. Nếu tính cả Karlsruhe với Stuttgart thì còn đông hơn nhiều. Ở Đức này có hàng ngàn nhà ấy, phải không Tasha?"

"Nhưng không phải tất cả sẽ đến dự đám cưới đâu", Natascha vội vã nói.

"Những đứa cháu", Wolfgang chằm chằm nhìn Shaw, một nụ cười rộng mở xuất hiện trên khuôn mặt ông già. "Cuối cùng tôi sẽ có cháu. Tất nhiên anh với Anna sẽ có một gia đình lớn".

"Wolfgang", Natascha nói giọng nghiêm khắc, "đây đâu phải chuyện vợ chồng mình. Mà Anna không còn trẻ đâu. Nó đã có nghề, lại là nghề quan trọng nữa. Và chuyện đó còn tuỳ thuộc ở Chúa. Mình đã muốn có thật nhiều con nhưng chỉ sinh được mỗi Anna đấy thôi".

"Ừ, thế thì không phải gia đình thật lớn", Wolfgang chữa lại. "Không quá bốn hoặc năm người".

"Chúng cháu sẽ làm điều tốt nhất có thể", Shaw đáp với giọng lo lắng.

"Anna bảo anh là chuyên gia tư vấn", Wolfgang tiếp tục. "Anh tư vấn ở mảng nào thế?"

Shaw tự hỏi liệu Anna đã gợi ý câu hỏi này để buộc ông phải nói với cha mẹ cô điều ông đã bí mật nói cho con gái họ biết.

"Quan hệ quốc tế", ông đáp.

"Trong ngành quan hệ quốc tế này có nhiều việc không?" Ông hỏi.

"Nhiều hơn mức bác có thể tưởng tượng". Rồi ông nói thêm: "Thực tế là nhiều hơn thế một chút". Khi cả hai ông bà nhìn với vẻ chờ đợi, Shaw dựa vào tường. Lớp gỗ dày và chắc như làm quyết tâm của ông trở nên mạnh mẽ hơn.

"Cháu làm cho một tổ chức giúp thế giới trở nên an toàn hơn".

Đôi vợ chồng già liếc nhìn nhau. "Anh giống một cảnh sát hả? Cảnh sát thế giới à?"

"Đại loại như vậy. Nhưng cháu có kế hoạch nghỉ hưu khi cháu và Anna cưới nhau".

Thật may là họ chỉ hỏi thêm vài câu về công việc của Shaw. Có lẽ họ nghĩ điều đó sẽ làm lộ thông tin mật.

Nếu họ biết thì sao.

Shaw ở nhà Fischer hơn một giờ. Ngay khi ông vừa khuất tầm mắt, một người đàn ông bước tới trước nhà và gõ cửa. Khi Natascha mở cửa, ông ta nói:

"Bà Fischer, tôi cần nói chuyện với ông bà về người đàn ông hai vị vừa gặp".

Ông ta bước ào qua cửa mà không cần đợi mời vào. Khi Wolfgang bước đến bên vợ, người đàn ông kia nói: "Tôi nghĩ cả hai ông bà nên ngồi xuống".

CHƯƠNG 30

Nga đã làm một việc hoàn toàn có thể dự đoán trước, khiến Nicolas Creel rất vui mừng. Khi bị cô lập và gạt ra khỏi lễ, nước này lập tức thể hiện sức mạnh bằng cách ném trái bom thông thường thuộc hạng "ông nội" từ một chiếc máy bay TU-160. Sức công phá của nó tương đương năm mươi tấn thuốc nổ TNT, gấp năm lần trái bom cùng chủng loại mà Mỹ đã ném trước đó, khoét một hố có đường kính năm trăm mét và tạo nên đám mây hình nấm khủng khiếp bao phủ bầu trời – nhưng may mắn là không có phóng xạ. Vụ nổ này được Gorshkov coi là một phần của các cuộc diễn tập thường xuyên đảm bảo khả năng sẵn sàng chiến đấu, ngay sau đó ông ta đặt quân đội trong trạng thái báo động cao nhất. Tay tổng thống này còn tuyên bố bằng những ngôn từ mạnh mẽ nhất, rằng nếu Nga tìm ra kẻ nào đứng sau chiến dịch vu cáo, nước này sẽ coi đó là hành động gây chiến.

"Tôi thấy tiếc cho nước hoặc tổ chức nào đứng sau vụ này, dù họ có là ai và mạnh đến mức nào", Gorskov nói thêm với vẻ đầy đe doạ, dường như đang chỉ một ngón tay về phía Mỹ - nước cực lực bác bỏ bất kỳ sự liên quan nào đối với chiến dịch chống lại Nga. Tuy nhiên giới ngoại giao cho đây chính là hành động thú tội bởi họ lý luận rằng còn ai khác ngoài người Mỹ đủ tiền bạc hay động cơ làm những việc như thế?

Nicolas Creel bật cười khi đọc bài viết mới nhất này. Giờ ông ta ở trong phòng họp của chiếc Boeing đang bay cách mặt nước Đại Tây Dương gần mười ba ngàn mét. Ngồi đối diện là Caesar. Creel xoay tờ báo nên Caesar có thể đọc được tít bài để cập việc ném bom cùng những lời đe doạ của Gorskov.

Creel giễu cợt: "Hành động gây chiến? Để tiến hành một cuộc chiến anh phải có quân đội, mà Nga thì đâu có. Họ đang ngồi trên một núi tiền thu được từ dầu mỏ. Nhưng theo một sắc lệnh của tổng thống mà sự ngu ngốc chứa trong ấy chỉ khiến người ta thêm hoài nghi, nước ấy đâu dám chi quá ba phảy năm phần trăm tổng thu nhập quốc dân cho quân đội. Như thế tính ra mỗi năm chỉ có hai mươi hai tỷ đô-la, trong đó chỉ có tám tỷ dành mua vũ khí. Với mớ tiền lẻ ấy thì sao xây dựng nổi hệ thống vũ khí tử tế? Nhìn người Mỹ ấy. Kể cả ngân sách bổ sung thì mỗi năm họ chi hơn bảy trăm tỷ đô cho quốc phòng, tức là hơn hai mươi phần trăm ngân sách liên bang. Số tiền Mỹ chi mua vũ khí nhiều hơn cả thế giới *cộng lại*. Phải như thế chứ. Vị thế siêu cường đâu có rẻ, nhưng chắc chắn là quá đáng đồng tiền bát gạo. Vì một khi anh muốn đá đít kẻ nào đó là anh có thể đá, anh bạn ạ".

Creel trỏ biểu đồ thống kê trên báo cáo, mô tả chi tiết sức mạnh quân sự của Nga.

"Nếu may mắn, người Nga có được năm sư đoàn bộ binh đủ khả năng sẵn sàng chiến đấu, *năm* nhé. Họ từng đóng tới một phần ba số tàu chiến trên thế giới. Bây giờ Nga lại chẳng thể đóng nổi một tàu sân bay bởi bọn ngu ở nước ấy không có nổi một ụ đóng tàu đủ lớn để làm việc đó. Có kế hoạch sẽ làm việc đó, đồng chí ạ. Do chính phủ của chính họ không chịu bỏ tiền mua thứ gì, các nhà sản xuất vũ khí của Nga phải xuất khẩu những đồ rác rưởi sang Ấn Độ, Trung Quốc và những nước khốn kiếp khác đang tìm cách mua đồ rẻ tiền và không phải quá bận tâm đến các thông số. Người Mỹ, người Anh, người Đức và người Pháp không nghĩ đến việc bỏ xu lẻ nào mua thứ vớ vẩn của Nga đâu nhé. Lại còn trong mười lăm năm qua, những tay cộng sản kiểu mới chẳng bổ sung chiếc máy bay mới nào cho quân đội hết. Họ có hơn ba ngàn chiếc nhưng chẳng chiếc nào bén mảng gần tiêu chuẩn của phương Tây được, thậm chí một nửa căn cứ quân sự lại chẳng có nhiên liệu cho chúng nữa. Máy bay chiến đấu thế hệ mới nhất của họ chưa bao giờ nhận được ngân sách đầu tư. Họ vẫn có vũ khí hạt nhân nhưng đâu dùng nổi. Nếu họ bắn ra một quả, chú Sam sẽ đáp trả mười quả ngay".

"Lực lượng hải quân hay được họ tán dương chỉ có hai mươi con tàu cũ gỉ, trong đó có một tàu sân bay già cả chục tuổi rồi. Nhưng đó còn chưa kể các tàu ngầm vốn có xu hướng tìm xuống đáy đại dương rồi ở hẳn dưới đó nữa. Người Mỹ có ba trăm tàu, kể cả mười tàu sân bay lớp Nimitz dùng năng lượng hạt nhân. Đấy là còn chưa tính khoảng hơn chục tàu ngầm lớp Ohio mang tên lửa đường đạn. Mỗi chiếc ấy đủ xoá sổ cả một đất nước rồi. Tôi biết điều đó bởi một trong những công ty con của tôi đóng chúng mà. Mẹ khỉ, dân Mẽo có thể xoá sạch *Hiểm họa đỏ* trong một tuần mà chẳng nhỏ giọt mồ hôi nào". Creel lại cười thầm lần nữa. "Nhưng tôi vẫn là người hạnh phúc".

Caesar đã đọc xong bài báo."Tại sao người Nga sẽ không mua thứ ông bán?"

Creel ngừng một chút để châm điếu xì gà. "Năm ngoái, trong một phút điên loạn hiếm thấy, Tổng thống Gorshkov đã cho phép thực hiện chương trình quốc gia về trang bị vũ khí trong tám năm, trị giá tám ngàn tỷ rúp, tức là một trăm tám mươi sáu tỷ đô-la đấy. Vậy là hơn ngân sách quốc phòng hiện nay".

"Rồi, tôi hiểu mối quan tâm của ông".

"Đó là điều tôi nghĩ khi tôi cho người của mình ở đó tìm cách tác động để kế hoạch được thông qua. Nhưng rất tiếc là điều ấy chẳng làm cho tôi hào hứng. Đó mới chỉ là khởi đầu".

"Xin lỗi vì phải nói rằng tôi không hiểu ý ông, ông Creel".

Tay tỷ phủ mỉm cười. "Anh cũng giống như phần còn lại của nhân loại thôi. Để tôi giải thích cho anh. Phần lớn những đồng đô-la này sẽ dùng mua trang bị cho Nga, nhưng nếu Nga muốn mức chi cho quốc phòng ngang ngửa với Mỹ về tỷ lệ thu nhập quốc dân, ngoài phần hiện nay ra, *mỗi năm* họ sẽ phải chi thêm bảy mươi tỷ đô *cộng thêm* chương trình mua sắm vũ khí mới. Bộ máy chiến tranh ở đó chẳng thể nào hoàn thành nổi khối lượng công việc lớn như vậy. Mà để có lượng vũ khí mình cần, họ sẽ phải mất tới mười năm. Thế nghĩa là họ sẽ phải nhờ cậy phương Tây, thực ra là nhờ tôi. Quy ra đồng đô-la có tính trượt giá, thế là gần một ngàn tỷ đô-la. Cứ coi như Ares nhận được bảy mươi phần trăm lượng công việc đi thì con số sẽ là bảy trăm tỷ đô-la. Giờ thì *cái đó* làm huyết áp tôi tăng đấy".

"Nhưng sao họ lại làm việc đó, việc bắt kịp Mỹ ấy?"

"Họ sẽ làm nếu họ cảm thấy đó là việc phải làm".

"Konstantin? Chiến dịch khơi dư luận mà ông đã tạo ra à? Ông nghĩ nó sẽ khiến họ hành động như Liên Xô cũ và rót tiền vào túi ông sao?"

"Không đơn giản thế. Một điều chắc chắn là *Hiểm hoạ đỏ* đã cô lập họ với phần còn lại của thế giới. Lúc này anh có thể nói rằng Gorshkov ăn sáng bằng thịt trẻ con, một nửa thế giới sẽ tin điều ấy. Nhưng để kế hoạch của mình thành công, tôi phải làm mạnh hơn. Bọn Nga đâu phải lũ khờ cả. Nếu họ phải trả tiền cho những thứ tốt nhất, họ phải có lý do thật hợp lý".

"Vậy ông làm mạnh hơn như thế nào?"

"Đó là công việc anh sẽ làm. Tôi cần khoảng chục tay nam giới toàn là người Nga hết, hoặc ít ra phải trông giống người Nga".

"Không vấn đề gì. Ở đó tỷ lệ thất nghiệp cao lắm nên lúc nào tôi cũng có bọn bám đít. Chúng có thể giết người bằng súng, dao hay tay không, với chúng thì chẳng vấn đề gì".

"Tôi không nghĩ là sẽ có vấn đề gì. Tôi cũng cần bọn chúng phải thạo về máy tính".

"Một lần nữa phải nhắc lại là không vấn đề. Nga dẫn đầu về số tin tặc đẳng cấp thế giới".

Creel ngả người về phía trước và rút ra một tập hồ sơ. "Tốt. Còn bây giờ, đây là kế hoạch đặt chân xuống đất".

CHƯƠNG 31

Anna Fischer chuẩn bị mở cửa căn hộ ở London thì một người đàn ông bước lại phía sau. Cảm giác có sự xuất hiện của người khác ở phía sau, lại luôn cảnh giác sau vụ cướp tại Berlin, cô xoay người thật nhanh, tay nắm chặt bình xịt cay gắn với chùm chìa khoá.

Người đàn ông đã rút phù hiệu ra.

"Cô Fischer phải không? Tôi là Frank Wells. Tôi muốn nói chuyện với cô về Shaw".

Anna nhìn chằm chằm tấm phù hiệu rồi bước về phía người đàn ông.

"Tôi không nhận ra phù hiệu của cơ quan nào", cô nói.

"Hầu hết mọi người đều thế. Chúng ta vào trong được chứ?"

"Tôi không mời đàn ông lạ vào nhà. Ông *nói* là ông biết Shaw. Có thể ông nói dối".

"Cô nên biết rồi mới phải. Một phụ nữ bằng cấp đầy người như cô đâu phải ngốc nghếch."

"Bằng cấp của tôi à? Làm sao ông biết được?"

"Tôi có một bộ hồ sơ dày năm phân về Anastasia Brigitte Sabena Fischer. Cha mẹ cô – Wolfgang và Natascha - sống ở Wisbach, Đức, nơi họ mở một hiệu sách. Cô là con độc nhất, vô địch bơi lội. Trong số nhiều bằng, có một bằng giỏi của đại học Cambridge. Từng làm cho Liên hợp quốc và bây giờ làm cho Công ty Phượng hoàng ở London này." Frank nhìn chiếc nhẫn trên ngón tay Anna. "Và đã đính hôn với Shaw." Ông ta tránh cái nhìn sửng sốt của cô và liếc cửa trước. "Bây giờ chúng ta có thể vào căn hộ của cô được chứ? Việc quan trọng đấy".

Họ ngồi trong phòng nhỏ phía trước của Anna trông ra đường phố. Frank nhìn quanh phòng.

"Đẹp đấy".

"Tại sao ông tới đây?"

"Như tôi đã bảo, để nói chuyện với cô về Shaw. Chỉ giống như người của tôi đã nói chuyện với cha mẹ cô thôi".

"Cha mẹ tôi! Không, ông lầm rồi. Nếu có thì họ đã gọi…"

"Chúng tôi đã bảo họ không gọi, vậy nên tôi có cơ hội gặp cô trước". Frank nhìn Anna vẻ thích thú. "Ông ấy cầu hôn cô ở Dublin, phải không?"

"Tôi không thể hiểu tại sao chuyện ấy lại thành việc của ông đấy".

Frank lờ đi. "Và ông ấy bảo cô rằng ông ấy sẽ rời bỏ công việc của mình".

Anna chợt nhận thấy rằng cô đã gật đầu dù chẳng có ý định ấy.

"Hãy để tôi cho cô biết sự thật. Cô có muốn không?"

Nước mắt dâng ứ lên. Anna dùng tay gạt đi và trấn tĩnh lại.

"Nếu ông có gì đó cho tôi biết, hãy nói. Nhưng tôi sẽ tự xác minh xem điều đó đúng hay không".

Frank khẽ cười rồi gật đầu. "Đủ tốt". Ông ta cúi người về trước rồi ngỏng đầu lên để Anna có thể trông thấy cái lỗ hõm sâu trên xương sọ của mình. "Thấy cái lỗ nhỏ đó không? Đó là dấu ẩn của một viên đạn Shaw găm vào sọ tôi khi tôi đang cố tìm cách bắt giữ ông ta".

Anna lạnh lùng nhìn Frank: "Bắt anh ấy? Vì cái gì?"

"Đó là thông tin mật. Nhưng không phải tội không chịu đóng tiền phạt đỗ xe sai quy định đâu, tôi *có thể* nói với cô như thế. Nhưng khi tôi hồi phục và chúng tôi tóm được Shaw, ông ta bắt đầu làm việc cho chúng tôi".

"*Làm việc* cho các ông? Sau khi anh ấy suýt giết ông à? Ông nói rằng ông muốn bắt giữ anh ấy. Nếu Shaw là tội phạm, ông lại bảo là anh ấy bắn ông, sao anh ấy không phải ngồi tù?"

Frank giơ điếu xì gà lên. "Có phiền cô nếu tôi hút thuốc?"

"Có".

Ông ta cất điếu thuốc đi. "Thế giới của tôi không nhất thiết liên quan đến cái tốt và xấu, đúng và sai. Lẽ ra lúc này Shaw đang trong tù, nếu không có một thứ".

"Thứ gì?" Anna hỏi với vẻ gay gắt.

"*Chồng chưa cưới* của cô sở hữu những kỹ năng khó có thể tin nổi. Trong tất cả những người tôi từng làm cùng trong ngành này, chưa ai chạm nổi tới Shaw. Ông ấy có thể vào một căn phòng đầy bọn khủng bố trang bị vũ khí tận răng, lột hết khăn quấn đầu, hạ gục chúng rồi ra ngoài mà vẫn an toàn. Đúng là con người có một không hai. Vì cái đó mà chúng tôi chấp nhận ngoại lệ". Frank gõ nhẹ vào cái lỗ trên đầu mình. "Dù ngoại lệ suýt lấy mạng tôi".

"Thế là anh ấy làm việc cho các ông. Shaw bảo tôi rằng anh ấy làm cho một cơ quan thực thi pháp luật".

"Ông ta đã nói thế hử? Và rằng ông ta chạy quanh thế giới mà chẳng bao giờ biết liệu mình sắp sống hay chết?" Frank chăm chú quan sát Anna.

Anna vặn vẹo ngón tay vẻ không yên. "Anh ấy nói…anh ấy nói rằng bây giờ đang làm việc bàn giấy".

"Bàn giấy?" Frank nhăn nhở. "Và ông ta cũng nói rằng sắp nghỉ việc nữa." Frank ngả người vào gần tới mức Anna có thể ngửi thấy mùi khói thuốc của ông ta. "Để tôi nói cho cô điều này. Những người như Shaw không nghỉ việc. Ông ta sẽ tiếp tục cho tới lúc chết hoặc lúc chúng tôi không cần tới ông ta nữa. Nếu Shaw cố bỏ việc trước khi điều đó xảy ra, ông ta sẽ phải vào nhà tù khốn nạn nhất tôi có thể tìm được." Rồi Frank ngả người ra sau.

"Tại sao ông tới đây để nói với tôi điều này?"

"Vì tôi nghĩ cô cần biết toàn bộ sự thật."

"Người đàn ông mà ông đã mô tả cho tôi nghe không phải con người tôi biết. Anh ấy đã cứu mạng tôi ở Đức. Anh ấy là người đàn ông tử tế nhất, tuyệt vời nhất tôi từng gặp."

"Ông ta giết người, thưa cô Fischer. Chúng là người xấu, tất nhiên là thế, nhưng ông ta vẫn giết người. Tôi cũng thế, hoặc là đã từng làm thế. Này, thực tế là *tôi* đang làm việc bàn giấy. Chồng chưa cưới của cô là một người dũng cảm, tôi phải nói thế. Có hệ thần kinh tôi chưa từng thấy bao giờ. Nhưng tôi cũng đã chứng kiến ông ta mổ bụng một người, từ đây tới đây," Frank kéo ngón tay dọc từ rốn lên tới cổ. "Gã ấy đáng bị thế, nhưng Shaw không hề thấy buồn nôn. Khi là kẻ săn đuổi, ông ta đúng là Alpha[1] với chữ A hoa đấy[2]! Cô biết ý tôi là gì chứ?"

Frank ngừng lời và lại nhìn Anna thật kỹ, một nụ cười lướt qua. "Cô biết đấy, tôi phải nói với cô rằng tôi thấy ấn tượng. Tôi cứ nghĩ cô phải khóc từ cách đây năm phút kia".

"Ông đã từng yêu ai chưa, ông Wells?" Đột nhiên Anna hỏi.

Đôi mắt Frank nhíu lại trong khi thái độ đùa cợt mất ngay. "Gì cơ?"

"Dường như ông nghĩ tất cả chuyện này có gì đó buồn cười. Ông thích thú với nỗi đau của người khác đến thế sao? Đó có phải tố chất cơ quan của ông tìm kiếm ở nhân viên của mình không? Không tâm hồn? Không lòng trắc ẩn?"

"Này, tôi đến đây để cho cô biết sự thật".

Anna bước tới bên cửa và mở ra.

Frank đứng như trời trồng một lúc rồi nhún vai. "Được thôi, cô không thể nói là tôi đã không cảnh báo nhé".

Khi ông ta bước qua, Anna nói: "Sao ông lại ghét anh ấy thế?"

"Ông ta bắn vào đầu tôi, thưa quý cô!"

"Tôi không nghĩ đó là lý do thực sự".

"Cô đang làm gì, chơi trò lẩn tránh à?"

---

[1] Alpha là ngôi sao sáng nhất.

[2] Họ tên đầy đủ của Shaw là "A Shaw", Frank hàm ý "ngôi sao sáng nhất mang tên A".

"Ông chưa bao giờ có một người nào đó trong đời, phải không? Người mà ông thực sự quan tâm, hoặc thực sự quan tâm tới ông ấy?"

"Vấn đề này không liên quan đến *tôi*"

"Tôi đoán ông là người duy nhất có thể trả lời điều đó một cách trung thực nhất. Chúc ngủ ngon, ông Wells."

Khi cô đóng cánh cửa phía sau Frank, Anna bưng mặt, cố ngăn tiếng nức nở.

Điện thoại đổ chuông, suýt nữa cô không nghe máy.

Tiếng nói vang lên. "Làm ơn cho gặp Anna Fischer".

"Tôi đây," Anna hơi ngập ngừng. "Ai đấy?"

"Cô có biết một người tên là Shaw chứ?"

Anna cứng người. "Sao cô hỏi thế?"

"Ông ấy là một người to lớn, tóc sẫm màu, mắt xanh?"

Có gì đó bóp nghẹt cổ họng Anna. *Chúa hãy làm ơn, đừng để chuyện ấy xảy ra... Thế này là quá rồi.* "Vâng, tôi biết anh ấy", cô cũng gắng thốt được nên lời.

"Vậy thì chúng ta cần gặp nhau".

"Anh ấy ổn chứ?", Anna thở dốc.

"Lúc tôi chia tay thì ông ấy vẫn thế. Nhưng thế không có nghĩa là ông ấy sẽ ổn".

"Ý cô là gì? Cô là ai?"

"Tôi tên là Katie James. Và tôi tin là Shaw đang gặp rắc rối nghiêm trọng".

CHƯƠNG 32

Hai người phụ nữ ngồi đối diện nhau trong một quán cà phê trên phố Victoria. Buổi chiều lạnh, u tối với những cơn mưa xen kẽ nhau - một ngày đặc trưng mà người London đều biết quá rõ.

Katie James khuấy chiếc thìa trong tách cà phê còn Anna Fischer chăm chăm nhìn ra cửa sổ, một đám đông cầm ô diễu qua. Một giọt nước mắt rơi xuống. Katie vờ như không thấy gì.

"Chị đã nói cho tôi chuyện xảy ra ở Edinburgh với Shaw nhưng chưa khi nào giải thích làm thế nào chị tìm được tôi".

"Cách đây vài năm chị trình bày một báo cáo ở Toà án quốc tế The Hague về nội dung cân bằng giữa bảo đảm tự do cá nhân với cuộc chiến chống khủng bố, tôi đã viết về sự kiện này. Lúc ấy tôi đang làm ở Trung Đông, chắc chắn chủ đề vừa nói có quan tâm tới khu vực ấy. Rồi tôi tìm thấy hoá đơn bán hàng mà Shaw giữ. Ông ấy đã mua một cuốn sách do chị viết. Tôi nhớ lại là khi thuyết trình, chị có bàn về chủ đề đó. Ý kiến đưa ra rất hay".

"Vâng, quá tệ nên chẳng ai thèm nghe".

"Tôi chắc chắn là nhiều người nghe đấy, chị Fischer".

Anna ngước lên, mắt rời khỏi những gì còn lại của bữa trưa gần như không động đến. "Xin hãy gọi là Anna. Vì những gì chị vừa nói với tôi về người đàn ông tôi đã đính hôn, xin hãy gọi bằng tên", Anna nói với giọng cam chịu.

"Và chị không hề biết gì?"

"Tất nhiên tôi biết *một chút*. Tôi cũng có những điều nghi ngờ".

"Nhưng không bao giờ tra hỏi Shaw về những chuyện ấy?"

"Có. Sau khi anh ấy cầu hôn tôi", Anna tiếp lời, giọng nghẹn ngào. Khi cô bắt đầu sụt sịt, nhiều khách quay lại chằm chằm nhìn cô.

"Chị muốn đến nơi nào riêng tư hơn chút không?" Katie khẽ khàng gợi ý.

Anna lau mắt rồi đứng dậy. "Văn phòng tôi. Cũng gần đây thôi".

Vài phút sau hai người đã ngồi trong phòng làm việc xếp đầy sách của Anna ở Công ty Phượng hoàng. Một nhân viên phục vụ mang cho họ trà nóng rồi rút lui. Katie ngó quanh vẻ quan tâm.

"Thế chị làm gì ở đây?" Cô hỏi, rõ là đang cố phá một phần nhỏ của tảng băng.

"Ở đây chúng tôi tư duy", Anna đáp. "Chúng tôi nghĩ về những vấn đề sống còn của toàn cầu mà hầu hết mọi người không có thời gian, trình độ hay đam mê dành cho chúng. Rồi chúng tôi viết các báo cáo, xuất bản sách với lượng in mỗi cuốn khoảng một trăm bản, thực hiện những bài diễn thuyết ở những phòng có người nghe chỉ đầy một nửa, trong khi ấy thế giới vẫn vui vẻ khi hoàn toàn chẳng để tâm gì tới chúng tôi".

"Chuyện ấy thực sự tệ hại à?"

"Vâng". Anna nhấp một ngụm trà. "Chị bảo là Shaw đã bị thương à?"Gương mặt cô nhăn lại khi cố tỏ ra vẻ bình thường.

"Dường như ông ấy thậm chí chẳng để tâm. Ông ấy bảo là đạn không xuyên vào trong người hay điều gì đó đại loại thế. Nhưng họ bắn Shaw. Chính người của ông ấy đấy, những người tốt".

"Anh ấy bảo chị rằng đó là những người tốt", Anna nói giọng sắc lẻm.

Katie sững sờ mất một lúc. "Tôi nghĩ tôi nghe ông ấy nói như vậy. Tôi đâu có cơ hội hỏi xét giấy tờ của tất cả những người đó".

Anna đứng dậy và bước quanh phòng, thỉnh thoảng lại quay ngoắt một góc chín mươi độ. "Rất có thể Shaw *không* đúng là người như tôi nghĩ".

"Ông ấy đã cứu sống tôi, Anna, và cũng để cho tôi đi".

Như thể đã dùng hết toàn bộ sức lực, Anna ngồi thụp xuống ghế, một tay bưng lấy mặt và khóc lặng lẽ.

Katie đứng dậy và đặt một bàn tay lên vai Anna. "Còn gì khác không?"

Anna hít một hơi sâu và dùng chiếc khăn giấy lau mặt. "Shaw đã đến thăm cha mẹ tôi ở Đức. Anh ấy làm việc đó theo yêu cầu của tôi. Để xin phép cha tôi cho tôi lấy anh ấy". Cô liếc lên phía Katie. "Tôi biết làm thế thật ngu ngốc. Nhưng tôi chỉ muốn..."

"Để xem ông ấy có làm việc đó không?" Anna gật đầu. "Rồi chuyện gì xảy ra?"

"Và cha mẹ tôi đã vui mừng chấp thuận".

"Thế thì có vấn đề gì?"

"Sau khi Shaw đi khỏi, có một người đàn ông khác xuất hiện. Ông ta nói cho cha mẹ tôi nhiều điều về Shaw, những điều có tác động rất xấu. Rồi vào đêm chị gọi cho tôi, có một người đàn ông tới gặp *tôi*. Ông ta là người của một tổ chức quốc tế mà tôi chưa từng nghe tới. Ông ta nói rằng Shaw làm việc cho họ".

"Như vậy ông ấy là người tốt!" Katie thốt lên.

Nhưng Anna lắc đầu. "Ông ta nói rằng Shaw *buộc* phải làm cho họ".

"Bị bắt buộc? Như thế nào?"

"Để tránh đi tù vì những tội nghiêm trọng. Tay này bảo rằng Shaw đã bắn vào đầu ông ta, suýt nữa thì ông ta mất mạng".

"Nếu Shaw làm việc ấy, sao họ không tống ông ấy vào tù? Sao họ lại mang lại cho ông ấy một thoả thuận như thế?"

"Tôi đã hỏi đúng câu này. Và người đàn ông này – ông ta tự giới thiệu là Frank Wells - bảo rằng Shaw rất giỏi làm những việc họ muốn hoàn thành. Anh ấy dũng cảm và có thần kinh thép, rằng anh ấy có thể xông vào những tình huống nguy hiểm mà vẫn thoát ra được, không giống bất kỳ ai khác".

"Từ những gì được chứng kiến, tôi tin điều ấy. Thế là ông ấy đang làm việc cho những người tốt".

"Frank bảo rằng Shaw giết người".

"Khi họ cố giết ông ấy".

"Sao chị bênh anh ấy chằm chặp thế?" Anna hỏi với giọng đột ngột dữ dằn. "Chị không biết anh ấy. Chị gặp anh ấy – theo lời của chị - chỉ một lần".

"Đúng đấy, nhưng một lần nhớ đời. Trong tình huống như thế chị biết được rất nhiều về một con người. Không có cơ hội nào cho người ta giả tạo được. Ông ấy đã cứu mạng và thả tôi đi, Anna. Thế nên tôi cảm thấy như tôi mắc nợ ông ấy. Nhưng tôi nghĩ thế nào không quan trọng. Quan trọng là chị tin gì".

"Tôi đã nghĩ rằng tôi biết về Shaw". Anna ngừng lại. "Cha tôi đã rút lại sự chấp thuận".

"Chị là con gái lớn rồi, không cần phải được cha cho phép mới lấy chồng".

"Chị sẽ lấy một người đàn ông trong hoàn cảnh ấy chứ?"

"Tôi sẽ nói chuyện với ông ấy trước khi đưa ra bất kỳ quyết định nào".

"Tôi...tôi sợ", Anna thú nhận.

"Anna, nếu muốn làm hại chị thì bây giờ ông ấy đã làm rồi".

"Tôi không sợ anh ấy làm tôi đau đớn về thể xác. Nhưng nếu anh ấy thừa nhận phạm những tội mà người đàn ông kia đã nói tới thì sao? Nếu anh ấy nói với tôi như thế thì sao? Thế thì tôi không sống nổi. Tôi không muốn biết".

"Nhưng thế thì ông ấy không có cơ hội nói cho chị mọi thứ từ góc độ của mình. Như thế không công bằng với ông ấy".

"Anh ấy bảo tôi là làm việc văn phòng. Nhưng theo chị thì điều đó không đúng, thế là anh ấy lừa dối tôi. Anh ấy còn bảo sắp nghỉ việc.

Theo tay Frank Wells thì đó không phải lựa chọn. Nếu nghỉ việc anh ấy sẽ vào tù".

"Anna, tôi không có mọi câu trả lời nhưng có một gợi ý. Hãy nói chuyện với Shaw. Ngay lúc này ông ấy cần chị. Chính người của ông ấy muốn giết ông ấy. Có lẽ ông ấy đang cố hết sức thoát ra và họ cho ông ta một đòn cảnh cáo hút chết. Nhưng chị phải nói chuyện với ông ấy".

Anna bình tĩnh lại. "Tôi muốn cảm ơn chị vì đã tới và cho tôi biết tất cả chuyện này".

"Không có gì cả", Katie nói với vẻ hơi bực. "Nhưng chị sẽ không nói chuyện với ông ấy, đúng không?"

"Làm ơn đi, đây không phải chuyện của chị".

Cửa mở và một người đàn ông bước vào. "Anna, Bill muốn nói chuyện với cô một lát".

Anna quay về phía Katie. "Tôi sẽ quay lại".

"Chẳng còn nhiều điều để nói, phải không?"

Anna vội vã bước ra trong lúc Katie mặc áo mưa vào. Ánh mắt cô bắt gặp vài tờ giấy trên bàn Anna. Vốn là kẻ tò mò, cô tiến lại gần.

"*Hiểm hoạ đỏ*", cô đọc từ phần đầu của một bản in. Trên bàn Anna đầy những bản nghiên cứu liên quan tới chủ đề số một thế giới hiện nay, cùng nhiều bản ghi chú viết tay của cô. Mắt Katie quét qua bàn, cố gắng ghi nhớ càng nhiều càng tốt. Những cái tên, ngày tháng, địa chỉ, trang web. Cô có trí nhớ tạm thời rất tuyệt. Khi ra ngoài cô sẽ viết những thứ đó ra. Katie chẳng biết tại sao mình làm thế. Ừ, cô làm điều ấy chỉ vì con người cô như vậy.

Rồi mắt Katie gặp phải một thứ khác. Cô cầm tấm ảnh ở bàn lên. Shaw và Anna đứng ôm nhau thật hạnh phúc, như đang chìm đắm trong tình yêu. Phía sau họ là Khải hoàn môn như chứng kiến hạnh phúc của đôi tình nhân.

"Này, nếu không bắt đầu tình yêu ở Paris thì các vị sẽ chẳng được ở bên nhau đâu", Katie nói thầm.

Cô liếc mắt lên khi Anna vội vã trở lại phòng.

"Vậy là chị đang "phân tích" *Hiểm hoạ đỏ*?" Katie hỏi và trỏ chiếc bàn.

"Chỉ do tò mò thôi, như mọi người ấy mà".

Ngay sau đó Anna trông thấy thứ Katie đang cầm trên tay. "Xin bỏ ngay thứ ấy xuống".

Khi bước qua Anna, Katie ấn tấm ảnh vào tay cô rồi nói: "Đừng trông đợi thứ tình yêu đó sẽ trở lại. Thậm chí hầu hết mọi người không có được tình yêu như thế một lần trong đời. Mà tôi rút từ kinh nghiệm bản thân đấy". Rồi cô đưa cho Anna tấm danh thiếp của mình, mặt sau ghi dòng địa chỉ. "Đây là địa chỉ tôi ở tại London, nếu chị muốn nói chuyện thêm".

Katie bỏ mặc Anna đứng nắm chặt tấm ảnh và đi xuống cầu thang.

CHƯƠNG 33

Shaw đang ngồi trong phòng chờ của hãng British Airway ở sân bay Frankfurt. Cùng với những hành khách khác, ông xem tin tức qua nhiều màn hình tivi đặt rải rác khắp phòng. Trên một màn hình, các thượng nghị sĩ Mỹ đầy vẻ giận dữ ngồi trong phòng họp rộng rãi đang lần lượt đưa ra những lời chỉ trích gay gắt nhắm vào người Nga cũng như sự tụt lùi của họ, trở lại một nhà nước chuyên quyền còn tệ hại hơn cả chế độ mà Joe Stalin từng dựng lên.

Trên một màn hình khác, đài BBC đang chiếu cảnh quốc hội Anh làm những việc tương tự đối với Liên Xô cũ. Thế nhưng trên một màn hình nữa, thủ tướng Đức lại chơi trò hai mặt. Trong khi kêu gọi bình tĩnh và yêu cầu các nước khác không vội vã phán xét, bà ta nói khá rõ rằng người Nga nên cảm thấy cực kỳ xấu hổ về bản thân. Đây cũng là chiến thuật được tổng thống Pháp áp dụng, dù ông ta có xu hướng thận trọng hơn các nhà lãnh đạo khác.

Shaw không chú ý tới vấn đề chính trị quốc tế lớn nhất của ngày hôm nay. Ông đã quyết định. Ông sẽ bay tới London, sẽ nói với Anna sự thật về việc ông đã làm để kiếm sống. Nếu cô vẫn còn muốn lấy ông - điều Shaw thấy hoài nghi - ông sẽ tìm ra cách nào đó để làm việc ấy. Shaw thực sự ngạc nhiên là sau khi gặp cha mẹ Anna, ông không nghe được tin tức gì từ cô. Ông đã gọi điện và để lại lời nhắn rằng mình sẽ tới London. Không thấy Anna gọi lại, một điều không bình thường. Shaw đang nghĩ về chuyện này thì đám đàn ông bước tới. Họ không cần chìa phù hiệu vì Shaw đã nhận ra.

Người của Frank.

Vài phút sau, ở tận phía trong sân bay, Shaw bước vào một căn phòng nhỏ, nơi Frank ngồi ở đầu một chiếc bàn, đầu kia là một người đàn ông mà Shaw không biết. Trong này có bốn người đàn ông, tất cả đều lực lưỡng và theo nhận định của Shaw, còn được trang bị đầy đủ.

"Tôi đã xong việc ở Heidelberg."

Frank gật đầu. "Tôi biết. Việc dễ dàng, giống như ở Scotland. Tiện hỏi thăm chút, chuyến đi tới Wisbach thế nào? Tốt đẹp với ông chứ?"

Điều này không làm Shaw ngạc nhiên. Ông biết rằng ông đi đâu Frank cũng nắm được. "Thực tế là tốt".

Frank liếc đám đàn ông đang đứng dựa vào tường và gật đầu. Lần lượt từng người tiến về phía trước một chút, tạo thành một hàng rào bằng xương thịt và súng ngăn giữa Frank và Shaw.

"Gia đình Fischer toàn người dễ chịu, phải không?" Frank nói. "Người của tôi thực sự thích buổi nói chuyện với họ. Tôi cũng thực sự vui khi được làm quen với Anna lúc ghé thăm cô ấy ở London, dù tôi thật ngạc nhiên rằng cô ấy mù tịt về ông. Nhưng bây giờ, như ông biết đấy, cô ấy đã được cung cấp thông tin đầy đủ".

Khoảng một phút tuyệt đối im lặng trôi qua trong lúc Shaw nhìn Frank trừng trừng còn ông ta đáp lại bằng cách mỉm cười.

Shaw nhanh chóng đánh giá tình hình. Họ sẽ giết ông trước khi ông kịp chạm tới Frank. Nếu như sáu năm qua đã dạy cho ông điều gì, đó sẽ là sự kiên nhẫn.

Ông quay người về phía người đàn ông dáng thấp, cổ ngắn, tóc xoăn trạc tuổi Shaw ngồi bên kia bàn. "Ai đây, Frank? Sếp ông hay một tên nô lệ khác?"

Nếu Frank thất vọng vì Shaw đã không tìm cách tấn công mình, ông ta sẽ không thể hiện ra ngoài. Người đàn ông này chỉ tiếp tục mỉm cười và ra hiệu cho người kia.

Người này lên tiếng. "Thực ra tôi chẳng là thành phần nào như ông nói. Tôi là Edward Royce, người của MI5[1]". Ông ta đưa danh thiếp cho Shaw.

"Và điều gì quan trọng tới mức ngài phải lôi tôi ra khỏi một chiếc ghế dễ chịu và một chai Guinness thế, quý ông MI5?"

Royce liếc Frank, nhướng mày. "Xin lỗi vì đã làm phiền ông".

"Không, ông không làm phiền đâu, và xin khẩn trương lên. Tôi có chuyến bay sắp đi". Shaw nhìn thẳng vào mặt Frank khi nói câu ấy.

Lời nói của ông khiến Royce nhướng mày lần nữa. "Rồi, xin nói thẳng là nếu chuyện này thuộc trách nhiệm của tôi, ông Shaw, tôi thậm chí chẳng đến đây. MI5 đang phối hợp với Interpol điều tra hiện tượng *Hiểm hoạ đỏ* này. Tôi nghĩ chúng tôi hoàn toàn đủ khả năng giải quyết tình huống này, nhưng đó không phải công việc của tôi. Cấp trên của tôi đã đề nghị người của ông Wells hỗ trợ. Và đến lượt mình, ông ấy lại đề xuất tôi gặp ông".

"Ông muốn tôi làm gì với chuyện ấy?" Shaw hỏi thẳng.

"Người ta bảo tôi rằng ông có những quan hệ rất tốt ở Moscow, nói tiếng Nga thông thạo, lại có thể xoay xở tốt trong những tình huống nguy hiểm. Điều đó khiến ông trở thành người có một không hai".

"Thời gian tôi ở Nga không phải do mong muốn đâu. Thế nên có lẽ ông cần tìm người *có một không hai* khác xách cặp đấy".

"Ông không muốn tìm ra kẻ nào đứng sau *Hiểm hoạ đỏ* sao?"

"Tại sao?" Shaw hỏi cộc lốc. "Những điều người ta nói về Nga không đúng à?"

"Chó nào mà biết được?" Royce nói. "Này, chắc chắn có vài điều đúng. Nhưng thực ra sự thật nằm ngoài chuyện đó, nó là điều cuối cùng chúng tôi cần. Có lẽ ông biết rằng MI5 bảo vệ nước Anh khỏi những tay khủng bố, gián điệp, cực đoan và bọn tương tự thế. Hừ, *Hiểm hoạ đỏ* đã mở chiếc hộp Pandora[2] rồi. Bây giờ thế giới đang rất mong manh. Nhiều quốc gia là các thùng thuốc súng sẵn sàng bùng nổ".

---

[1] Cơ quan an ninh Anh.
[2] Theo thần thoại Hy Lạp, mở chiếc hộp của Pandora khiến những điều xấu xa và đau khổ thoát ra.

"Thật sao? Hẳn là tôi đã để lỡ các tín hiệu cảnh báo rồi".

Câu này khiến Frank cười khục một tiếng.

Royce vội vã tiếp. "Dù sao chiến dịch này đang đẩy nước Nga theo hướng mà cả chúng tôi hay phần còn lại của châu Âu đều không muốn. Gấu Nga đầy nguy hiểm đang bị săn đuổi là mối nguy cho tất cả, ông Shaw ạ. Chúng ta phải tháo ngòi nổ cho tình trạng nguy hiểm. Để làm điều ấy chúng ta phải tìm ra ai thực sự đứng sau toàn bộ chiến dịch này".

"Sao không bắt tay với người Mỹ? Nếu cần họ có thể rút móng gấu ấy chứ".

"Cũng như mọi lần, người Mỹ đang xử lý vấn đề này theo cách riêng của họ. Nhưng ông Wells đây đã đồng ý cho phép ông làm việc với chúng tôi. Ông ấy nói rằng ông thậm chí còn biết Sergei Petrov - người mới bị giết".

Shaw bắn tia mắt về phía Frank, ông ta chằm chằm nhìn lại một cách bình thản.

"Frank thật hào phóng khi đề nghị các ông nhận sự phục vụ của tôi. Nhưng tôi xin lễ phép từ chối".

Royce giận dữ: "Tốt thôi. Tôi chẳng thèm quan tâm vì chẳng ảnh hưởng quái gì đến tôi hết".

Frank đứng dậy. "Này Shaw, khi ông làm xong việc này, có lẽ chúng ta sẽ nói với nhau về những vấn đề khác đó".

"Có thật không?" Tất cả những gì Shaw có thể làm là không nhảy qua bàn và bẻ gãy cổ Frank.

Frank xốc quần. "Thật. Tôi đang thẳng thắn với ông đấy, Shaw. Tôi vẫn luôn thế".

"Tôi sẽ phải trở lại với các ông sau".

"Gì thế? Tại sao?" Frank thốt lên.

"Bây giờ tôi có việc quan trọng hơn cần làm".

Royce nói: "Quan trọng hơn việc cả thế giới đang rơi xuống địa ngục à?"

"Ừ."

"Việc đó có thể là gì nhỉ?" Royce hỏi.

"Tôi cần gặp một phụ nữ", Shaw đáp và chằm chằm nhìn Frank trước khi bước khỏi phòng.

Royce liếc lại phía Frank. "Không chính xác như tôi hy vọng đâu, Wells", ông ta sửa lên.

Vẻ trang nghiêm, Frank dõi mắt theo Shaw. "Cũng làm tôi ngạc nhiên đấy, nhưng vì một lý do khác".

"Tại sao? Ông mong đợi cái quái gì?"

"Mong đợi ông ta cố gắng tìm cách giết tôi".

"Lạy Chúa lòng lành. Và tay đó *làm việc* cho ông! Cả hai bọn ông đều điên hết".

"Ông ta thực sự không *làm việc* cho ai, Royce".

"Nhưng tôi nghĩ ông đã nói rằng..."

"Ừ, đúng, Shaw là trường hợp đặc biệt".

"Ông có ai khác có thể làm việc Shaw có thể làm không?"

"Thậm chí gần đến mức đó cũng không có".

CHƯƠNG 34

Tỉnh dậy trên chiếc giường trong căn hộ ở London, Anna suýt hét lên khi thấy một người đàn ông đứng nhìn mình. Cô ngồi dậy, quấn chăn quanh người.

"Anh làm gì ở đây?" Cô hỏi.

Shaw ngồi xuống cạnh giường. "Anh nghĩ là em biết", ông khẽ nói.

"Làm thế nào anh vào được đây?"

Shaw giơ một chiếc chìa khoá lên. "Em đã đưa cho anh, nhớ chứ?"

"Nhớ", Anna mệt mỏi trả lời.

"Anh đã đến thăm bố mẹ em, nhưng anh chắc là em biết rồi".

"Và anh có biết về người đàn ông đến gặp họ sau đó? Cả người đến gặp em nữa?"

"Ông ta nói gì với em?"

"Anh muốn đoán không? Thực ra chẳng khó quá đâu. Điều em muốn biết là: đó có phải sự thật không?"

"Anna, anh rất tiếc. Chưa bao giờ anh muốn chuyện này xảy ra".

"Anh nên biết rằng lừa dối luôn gây tổn thương cho người khác".

"Anh biết rằng em buồn khổ, rằng có lẽ bây giờ em căm ghét anh. Em có quyền như thế. Nhưng anh tới đây để nói với em sự thật".

"Và lần này đơn giản là em phải tin nó *là* sự thật?"

Shaw liếc quanh phòng ngủ. Đã có nhiều giờ hạnh phúc ở đây. Ông biết từng ngóc ngách căn hộ của Anna hơn bất cứ nơi nào mình từng gọi là nhà. "Tất cả những gì anh có thể làm là cố gắng".

"Để em mặc quần áo đã. Anh có thể chờ ở phòng khác".

"Cứ như thể anh chưa nhìn em khoả thân tới một ngàn lần ấy".

"Tối nay anh sẽ không thấy em khoả thân. Ra!"

Shaw đi ra, vài phút sau Anna ra theo, cô mặc một chiếc váy ngủ dài, đi chân không. Hai người ngồi bên chiếc bàn nhỏ nhìn ra phố, nơi Anna và Frank từng ngồi.

"Giải thích đi", cô nói cụt lủn.

"Frank Wells là cấp trên của anh ở tổ chức mà anh đã nói với em".

"Vâng. Nơi anh làm việc *bàn giấy* phải không? Mà công việc ấy thế nào? Có gì thú vị ở công việc văn phòng an toàn, tốt đẹp của anh không?"

Shaw dán mắt xuống bàn. "Công việc anh làm cực kỳ nguy hiểm. Gần như không có lần nào anh đi thực hiện nhiệm vụ mà biết chắc mình sẽ sống sót. Đó là sự thật".

Anna phát ra một tiếng than thấy rõ nhưng rồi cô bình tĩnh lại. "Và anh làm việc này vì lòng tốt?"

"Cách đây bảy năm, ở Istanbul anh bắn vào đầu Frank Wells. Ông ta chĩa súng vào anh, anh nghĩ tay đó sắp giết anh. Khi đã nhận ra ông ta là ai, anh đưa Frank tới bệnh viện, nếu không ông ta đã chết. Có lẽ tay này quên nhắc tới chuyện ấy".

"Ông ta nói rằng khi ấy đang gắng bắt anh vì có hành vi phạm tội".

"Đó là quá khứ, nhưng không vì nó mà điều ông ta nói trở thành đúng".

Anna ngồi dịch lại phía sau và kéo tấm váy sát vào người. "Vậy câu chuyện của anh thế nào? Anh đang làm gì lúc bắn Frank?"

"Anh không thể nói cho em. Chỉ có thể nói rằng khi ấy anh không phải người như Frank nghĩ. Nhưng anh không thể chứng minh được".

Anna nhìn Shaw hoài nghi. "Vậy em phải tin lời anh về chuyện ấy? Lý lịch tính trung thực của anh không được tốt".

Shaw trầm ngâm một lát. "Được rồi, nhưng chuyện này không thể đi xa hơn đâu, Anna. Nghiêm túc đấy, không xa hơn". Anna nhanh chóng gật đầu, nét mặt căng thẳng. "Hôm đó anh ở Istanbul để phát hiện kẻ nào đang cố gắng đưa anh vào bẫy nhằm buộc tội anh làm cho một băng bán ma tuý rất hung ác hoạt động tại Tajikistan. Hồi ấy anh đang làm việc tự do. Anh đã làm cho Mỹ, Pháp, Israel, nhiều, trong số ấy chẳng tổ chức nào liên quan tới tội phạm cả".

"Ai cố cho anh vào bẫy?" Anna nói nhưng lúc này giọng đã dịu hơn.

"Có rất nhiều kẻ đáng nghi. Công việc anh làm đã gây nhiều khó khăn cho hoạt động của bọn xấu. Anh đoán là tổ chức của Frank đã tham gia, họ tin rằng anh đã biến chất và chuẩn bị đưa anh vào tròng. Khi ấy anh nghĩ Frank là một trong những tên bẫy anh. Anh tin rằng họ đặt bẫy ở Thổ Nhĩ Kỳ và ông ta đến đó để hoàn thành việc ấy. Thế nên anh ra tay trước khi ông ta bắn anh".

"Nếu không sai, tại sao sau đó anh đồng ý làm việc cho Frank?"

"Ta hiểu thế này nhé. Nếu đưa chuyện này ra toà thì có lẽ anh sẽ chẳng còn bao giờ trông thấy ánh sáng mặt trời. Anh không có bằng chứng gì, vụ dựng bẫy lại cực kỳ thuyết phục. Rõ ràng làm cho Frank chẳng dễ dàng gì, nhưng vẫn còn hơn khả năng kia. Anh nghĩ Frank và người của ông ta cũng nghi rằng anh bị bẫy nhưng thay vì điều tra thêm để chứng tỏ anh vô tội, họ lại dùng việc ấy làm cái cớ để buộc anh làm việc cho họ, bọn người tốt thật!"

"Sao chính người của anh lại bắn anh lúc ở Scotland?"

"Ai bảo em chuyện đó?" Shaw giật giọng.

"Có lẽ là Frank".

"Đừng nói dối anh, Anna".

"Điều tốt đẹp đó xuất phát từ anh đấy".

"Anh chưa bao giờ thực sự lừa dối em. Anh chỉ không nói cho em hết mọi thứ".

"Sự khác biệt còn trên cả lố bịch", cô đáp trả.

Shaw có vẻ tức giận mất một lúc rồi gương mặt trở lại bình thường. "Em đúng, đúng thế. Hồi ấy họ đồng ý rằng anh sẽ làm cho họ năm năm, sau đó nếu còn sống, anh sẽ là người tự do. Tính đến giờ anh đã làm gần sáu năm, chỉ để khẳng định một điều".

"Sao anh làm việc cho những con người đáng sợ ấy thêm một năm? Quả không thể hiểu nổi".

"Anh làm thế vì muốn chắc chắn rằng họ sẽ để anh đi. Anh *phải* chắc chắn vì, ừm, vì một lý do rất quan trọng. Lúc đưa ra quyết định ấy, anh đã làm cho họ được gần ba năm".

"Chính xác khi nào anh quyết định làm cho họ thêm một năm nữa?"

"Ba năm trước. Lúc mười hai giờ đêm. Ở Berlin".

Bốn mắt gặp nhau, cổ họng Anna nghẹn lại. Đó chính là thời điểm Shaw cứu cô khỏi tay bọn cướp. Họ biết điều đó bởi khi ấy đồng hồ trên phố đổ chuông báo giờ".

"Nhưng ông ta bảo em rằng anh sẽ không được tự do. Rằng anh vẫn làm cho họ. Rằng người ta không từ bỏ công việc đó, không bao giờ".

"Anh vừa mới biết được điều ấy".

Giọng Shaw như thể ông đã suy sụp hoàn toàn, hai tay Anna nắm chặt lấy tay ông.

"Sao anh không thể dừng lại, chỉ ra đi thôi?" Đôi mắt cô đã ngấn nước.

"Anh có thể làm thế, nhưng chỉ trong vòng hai tư giờ làm việc ấy, anh sẽ chết hoặc nhiều khả năng hơn là vào tù".

"Nhưng những người này là luật pháp! Sao họ có thể làm thế?"

"Họ là luật pháp, với chính họ. Họ giết người khi mục đích cho phép làm việc đó. Đây là một thế giới nguy hiểm, luật chơi đã thay đổi".

"Nghe có vẻ ổn lắm!"

"Em có muốn được an toàn không?"

"Bằng mọi giá à? Không!"

"Thế nên điều đó khiến em trở thành thiểu số".

"Vậy chính xác thì điều đó đưa chúng ta tới đâu?"

"Anh đã xin cưới em, em đã chấp nhận. Em muốn anh phải được cha em chấp thuận. Anh đã đạt được điều ấy. Nhưng anh đã không thật với em. Và anh cũng không thể ngừng làm việc cho Frank. Anh không thể mong đợi em lấy anh trong điều kiện như vậy. Như thế không công bằng và không phải. Và anh yêu em nhiều quá nên không thể làm như vậy. Bây giờ anh sẽ làm việc khó khăn nhất mình từng phải làm".

"Điều gì?" Anna thì thào như hụt hơi.

"Ra khỏi cuộc đời em".

Shaw toan đứng lên. "Đợi đã!" Anna nói. Ông ngồi xuống.

Anna lau mắt bằng hai tay váy. "Anh vẫn muốn cưới em chứ?"

"Anna, bây giờ chuyện đó không thành vấn đề nữa. Khi anh đi xa em sẽ chẳng thể biết liệu anh còn sống và trở về không".

"Anh nghĩ hàng ngày vợ của những người lính và cảnh sát làm gì?"

"Anna, nói thế thật dễ nhưng..."

Anna ngồi vào lòng Shaw rồi đặt bàn tay to lớn của ông lên chiếc nhẫn đính hôn của cô.

"Anh chỉ phải tự hỏi mình một câu, Shaw. Chỉ một câu thôi. Anh vẫn yêu em chứ? Nếu câu trả lời là không, anh không gặp vấn đề gì nữa".

Shaw tì nhẹ đầu mình vào đầu Anna. "Thế thì anh gặp phải vấn đề lớn đấy".

CHƯƠNG 35

Nicolas Creel chưa bao giờ là kẻ ngoan đạo nhưng chắc chắn khối tài sản khổng lồ này phát ra thứ ánh sáng thần thánh. Sống kiểu cân bằng những việc làm tốt với việc bán các loại vũ khí giết người của Creel rõ ràng đã mang lại kết quả, minh chứng là cơ hội vàng mới nhất vừa xuất hiện.

Ông ta đã xem cuốn băng theo dõi toà nhà của Công ty Phượng hoàng và sửng sốt thấy cảnh người phụ nữ được xác định là Anna Fischer đi vào toà nhà, tay trong tay với một người không ai khác là nhà báo huyền thoại Katie James.

Bây giờ Creel đã có quân còn lại trong ván cờ của mình. Ông ta có hồ sơ về hơn chục ứng viên đầy hứa hẹn song Katie James chưa bao giờ xuất hiện bởi cô đã trượt dốc. Chỉ trong vòng một giờ sau khi trông thấy người phụ nữ này, Creel đã có hồ sơ đầy đủ về cô. Ông ta thích những gì mình đã được chứng kiến.

Cú rơi từ đỉnh cao của Katie thật nhanh chóng. Những cáo buộc nghiện rượu, những bài báo tệ hại hoặc chẳng bao giờ viết. Bị điều xuống trang chuyên viết cáo phó, năm nay cô ta gần bốn mươi tuổi. Hai giải Pulitzer cũng không cứu Katie khỏi thân phận ấy. Trên màn ảnh trông cô nàng có vẻ thèm muốn gì đó.

Được rồi, Creel sẽ làm người biến giấc mơ của cô thành sự thật. Ông ta sẽ cho cô một vấn đề có thể đưa cô trở lại đỉnh vinh quang.

Creel gọi Caesar và bảo sẵn sàng đi xa trong vòng hai ngày. Vừa bỏ điện thoại xuống và ngả người vào ghế thì cửa phòng mở ra và *Người đẹp thế giới* lừ đừ bước vào, tay cầm một chai sâm-panh, trên người chỉ mang những gì khi vừa lọt lòng mẹ.

"Em thích phòng làm việc của anh", cô ta nói. "Nó giống như anh. Em đã vào đây vài lần và đắm chìm trong nó". Đoạn cô ta ngồi vào lòng Creel và tu rượu thẳng từ chai.

"Đây là điều ngạc nhiên tuyệt vời", Creel nói trong lúc tay vuốt dọc theo cặp đùi trần. "Việc này đâu có lịch, em yêu".

"Đây là lời cảm ơn đối với cái nhẫn khốn kiếp anh đã mua cho em, nhóc ạ", cô ta lè nhè. *Người đẹp* đã say và nhìn đồng tử co lại thì cũng biết là còn đang phê thuốc. Nhưng Creel phát hiện ra rằng lúc phiêu diêu với thuốc thì vợ mình làm tình tuyệt nhất.

"Thật sự đáng ngạc nhiên khi thời nay hai mươi ca-ra có thể đem lại một thứ như thế này", Creel thở dài khi *Người đẹp* trườn lên và nằm dài trên bàn.

Tiếng u u khiến Shaw tỉnh dậy. Theo bản năng, ông ngồi dậy và lia mắt quanh phòng cho tới khi nhận ra mình đang ở đâu. Bên cạnh ông, Anna vẫn đang ngủ. Shaw xoa mặt và liếc điện thoại, Frank. Ông cầm lấy điện thoại và đi sang phòng bên, ngó ra màn đêm không trăng của London bên ngoài cửa sổ. Mưa đã tạnh nhưng một làn sương lạnh bồng bềnh trên phố, làm mờ đi mọi thứ nó chạm vào.

"Ông muốn gì", Shaw nói.

"Ở qua đêm à? Hẳn cô ấy phải yêu ông lắm".

"Nếu ông bén mảng tới gần cô ấy lần nữa, Frank, tôi sẽ giết ông".

"Đừng có hứa nếu không thực hiện được, ông bạn".

"Ông muốn cái chó gì?" Shaw gắt.

"Rồi, vì có vẻ ông không quan tâm đến nhiệm vụ của MI5, nhiệm vụ của tôi là thúc đít ông trở lại làm việc. Tôi hy vọng ông đã tống mẹ cái ý tưởng tự do ra khỏi đầu, nếu không cô gái bé nhỏ có thể tới thăm ông ở nhà tù khốn nạn lớn nhất tôi có thể tìm được".

Được quay trở lại với Anna khiến Shaw hạnh phúc tới mức chẳng bị ảnh hưởng gì bởi những đòn khiêu khích, kể cả của Frank. "Đi đâu?" Ông hỏi cụt lủn.

"Paris. Chiều nay ông sẽ đi qua đường hầm. Ban đầu nhận lệnh ở ga Thánh Pancras. Còn lại ở Paris".

"Có chút lời khuyên đấy, Frank, luôn ngó sau lưng ông nhé".

Nhưng không biết đầu dây bên kia đã ngắt từ lúc nào.

Shaw mỉm cười và bấm nút tắt. Ông đã có Anna, đó là tất cả những gì quan trọng. Gánh nặng khủng khiếp đã được trút bỏ khiến Shaw cảm tưởng mình có thể bay được.

Ăn sáng cùng vợ chưa cưới, hôn tạm biệt, chuẩn bị rời khỏi căn hộ trong lúc Anna đang tắm thì Shaw chợt nhớ rằng mình đã bỏ lại áo khoác trong phòng làm việc bề bộn của cô, gần phòng ăn. Khi lấy chiếc áo, ông tình cờ thấy tấm danh thiếp trên bàn và cầm lên.

"Katie James, *Diễn đàn New York*", Shaw chầm chậm nói, cơn thịnh nộ nổi lên.

Ông lật tấm danh thiếp và thấy dòng địa chỉ tại London ghi bằng bút chì. *Đó là cách Anna biết những gì xảy ra ở Scotland. Shaw ngó đồng hồ đeo tay, vẫn còn thời gian. Ông đút tấm danh thiếp vào túi.

CHƯƠNG 36

Shaw có thể cảm thấy ánh mắt sau khe cửa kia xoáy thẳng vào ông. Ông dám cá rằng cô ta sẽ không cho ông vào. Nhưng nếu cá, ông sẽ thua.

Katie vào đề luôn. "Này, tôi có thể nói rằng ông rất bực tức, nhưng ông đã gặp Anna chưa vậy?" Giọng cô có vẻ bồn chồn, nét mặt lộ sự lo lắng.

Katie ngồi xuống chiếc ghế sô-pha nhỏ và khoanh chân lại. Cô mặc chiếc áo choàng tắm của khách sạn, chân đi dép dùng trong nhà, mái tóc vẫn còn ướt và thẳng đuỗn. Shaw có thể cảm thấy hơi nước toả ra từ phòng tắm. Mùi thơm của dầu gội đầu xộc thẳng vào mũi nhưng dường như Shaw chẳng nhận ra. Ông giận dữ đến mức khó giữ cho người khỏi run lên.

"Tôi có thể hỏi *cô* một câu không?" Ông nói.

"Hỏi đi".

Shaw bật ngay."Cô nghĩ mình đang làm cái khỉ gì giây vào đời tư của tôi không?"

"Tôi chỉ cố gắng giúp thôi".

"Tôi không cần cô giúp, thưa cô".

Katie dựa vào ghế và khoanh hai tay. "Thật sao? Vậy ông hoàn toàn chẳng để ý gì tới sự thực rằng ông có người phụ nữ tuyệt vời toàn tâm toàn ý yêu mình nhưng vẫn phải cố xem ông là hiệp sĩ giáp trụ sáng choang của cô ấy hay là một gã tâm thần à?" Giọng cô lúc này đã ghê gớm hơn nhiều.

"Cô chẳng liên quan, chẳng có quyền gì để chõ mũi vào chuyện này".

"Tôi đã bảo Anna hãy nói chuyện với ông trước khi quyết định. Tôi nói rằng tôi nghĩ ông là người tốt. Hừm, có đúng thế không?"

"Lúc này tôi khó mà suy nghĩ chuẩn được".

"Tại sao?"

"Vì một phần con người tôi muốn bóp cổ cô".

"OK. Tôi có thể hiểu. Vậy ông muốn uống chút cà phê thay cho việc đó chứ?"

Giờ Shaw mới nhận ra chiếc bàn chứa đồ phục vụ của khách sạn, trên đó có bữa sáng của Katie.

"Không".

"Vâng, tôi chắc là không phiền gì ông nếu tôi dùng một chút".

Katie rót một tách cà phê rồi cắn một miếng bánh mì tròn. "Thế nào?"

"Thế nào cái gì?" Shaw cộc cằn.

"Ông đã nói chuyện với Anna chứ?"

"Rồi".

"Và...?"

"Và chẳng có mẹ gì liên quan tới cô hết".

"Vậy đó là lý do duy nhất khiến ông tới đây à? Để đọc cho tôi nghe luật về xua đuổi những kẻ quấy rối sao?"

Shaw hành động nhanh đến mức mắt Katie không theo kịp. Chiếc bàn đập vào tường gây một tiếng động mạnh trước khi vỡ tan.

Chẳng có vẻ gì thay đổi, Katie uống nốt chỗ cà phê rồi đặt tách xuống. "Ông xong màn hành động rồi chứ?"

"Đừng có chọc mũi vào đời tôi".

Shaw xoay người chuẩn bị đi.

"Thực ra tôi có một câu hỏi cho ông. Mà không liên quan tới Anna", Katie nói thêm.

Shaw dừng lại ở cửa, gườm gườm nhìn cô.

"Ông có ý gì khi bảo rằng ông đã từng xuống địa ngục và nó cũng tồi tệ như mọi người nghĩ?"

"Như tôi đã bảo cô trước rồi, cô không hiểu được câu trả lời đâu".

Để đáp lại câu nói ấy, Katie kéo chiếc áo xuống một chút, để lộ ra một sẹo phồng to và đỏ bầm phía trên bắp tay phải.

"Thử xem".

Shaw nhìn vết sẹo cũ trên vai Katie. "Bị bắn?"

"Tôi nghĩ ông là người tôi có thể cho biết. Bị một tên người Syria nổi điên bắn. Tốt một cái là tay đó bắn tồi. Sau đó hắn nói với tôi rằng lúc ấy hắn nhắm vào đầu tôi".

Katie nhặt lên một chiếc tách không bị vỡ và bình pha cà phê - thật kỳ diệu là không bung ra, rót cho Shaw một tách. Khi đưa tách cho ông, cô nói:

"Trong phim, bất kỳ khi nào Clint Eastwood[1] bị bắn vào cánh tay, họ sẽ rót lên đó chút whiskey, lấy một miếng gạc nhỏ quấn lại, thế rồi ông ta sẽ nhảy lên con ngựa tận tụy của mình và phi đi. Họ chẳng bận tâm xem điều gì xảy ra khi viên đạn xuyên qua cánh tay và tiếp tục lao đi, phá mạch máu chỗ này, cắt đứt cơ và sợi gân chỗ kia, hoặc lấy mất dây chằng trên hành trình xuyên qua các cơ quan của nạn nhân. Sau khi họ cho dừng thở bằng máy, tôi phải mất ba tháng phục hồi chức năng. Họ phải tạo một cái lỗ nhỏ xinh ở lưng tôi để lấy đầu đạn ra. Nó bẹp dí như một cái bánh kếp vậy".

Shaw ngồi xuống. Dường như việc nhìn vết thương đã làm nguôi cơn giận của ông. "Đầu đạn mềm. Theo mục đích thiết kế, nó sẽ đi khắp người cô, phá huỷ mọi thứ trên đường đi. Mà đầu đạn có xu hướng ở trong người, nghĩa là bác sĩ phải mổ cô ở nơi khác để lấy thứ chết tiệt ấy ra, trong khi cô chết tới nơi".

---

[1] Một diễn viên, đạo diễn, nhà sản xuất nổi tiếng thế giới, thành công với nhiều vai hành động.

Katie nhìn ông qua mép tách trà. "Ông có bao nhiêu vết đạn? Ông có thể cho tôi xem, tôi sẽ không đi kể lể đâu".

"Một chuyên gia phẫu thuật tái tạo mô có thể xử lý vết sẹo đó".

"Tôi biết. Họ đã muốn làm việc ấy khi tôi trở lại Mỹ".

"Sao họ không làm?"

"Tôi không muốn họ làm thế".

"Sao lại không?"

"Vì tôi muốn giữ vết sẹo ấy. Lời giải thích đó đủ với ông chứ?"

Nét mặt Katie dịu lại và cô nói bằng giọng nhẹ nhàng hơn. "Này, ông có quyền cáu với tôi. Giả sử ông can thiệp vào đời tôi – nói giả sử vì bây giờ tôi chẳng có cuộc đời – thì tôi cũng chẳng vui vẻ gì. Chẳng biết có đúng hay không, tôi chỉ cố gắng giúp thôi. Ông đã có một phụ nữ tuyệt vời, dễ thấy cô ấy yêu ông đến mức nào".

Shaw uống cà phê của mình nhưng không nói gì.

Katie tiếp tục. "Và không có quấy rối gì từ phía tôi nữa. Tôi thề đấy. Hy vọng mọi việc sẽ tốt đẹp với cả hai người".

Shaw uống hết chỗ cà phê rồi đứng dậy, trông rất khó xử. "Anna và tôi ổn. Tôi đã nói với cô ấy...Tôi đã nói với cô ấy những điều lẽ ra nên nói từ lâu rồi". Ông bước vài bước về phía cửa rồi liếc lại. "Tôi mừng khi thấy cô thoát khỏi Edinburgh mà vẫn ổn".

"Quả là quá muộn, nhưng tôi muốn cảm ơn vì đã cứu tôi khi ở đó. Tôi thực sự muốn cảm ơn ông".

"Làm thế nào cô tìm ra Anna?"

"Này, tôi *là* một phóng viên điều tra đoạt giải lớn đấy! Trong phòng khách sạn của ông, ông đã viết tên cô ấy hẳn lên tờ giấy thấm. Tôi còn tìm thấy hoá đơn mua sách trong túi áo khoác của ông nữa. Thực ra cách đây vài năm tôi đã nghe Anna phát biểu và thấy rất ấn tượng. Tôi thấy cũng xứng đáng khi gọi vài cuộc điện thoại xem có đúng hai người chính là một không. Từ những gì tôi đã thấy ở ông, phải một phụ nữ thật đặc biệt mới khiến ông quan tâm được".

Shaw có vẻ hơi ngạc nhiên vì lời khen này nhưng không nói câu nào.

Ông tình cờ nhìn qua chiếc bàn của cô đặt cạnh cửa phòng. Trên đó rải rác các tập tài liệu, mẩu tin cắt ra và các bài viết. Trên màn hình máy tính xách tay là một tít báo đề cập những diễn biến liên quan tới Nga.

"Giải Pulitzer tiếp theo của cô à?" Shaw hỏi.

"Một phụ nữ phải luôn nỗ lực, và phải cố hơn cánh nam giới rất nhiều mới được đối xử bình đẳng".

"Cô nói ý như Anna".

Shaw do dự rồi từ từ rút thứ gì đó trong túi ra đưa cho Katie. Đó là một tấm danh thiếp nhưng chẳng có tên, chỉ ghi số điện thoại.

"Tôi không đưa thứ này cho nhiều người đâu."

"Tôi chắc chắn là thế."

"Nhưng nếu cô đã tới gặp Anna, có khả năng tay đàn ông chỉ đạo tôi đã rình mò. Nếu như ông ta tới..."

"Ông sẽ là người đầu tiên tôi gọi."

"Bảo trọng nhé. Tôi không chắc chúng ta sẽ gặp lại nhau."

"Tôi đã nghĩ đến điều đó từ lần trước, hãy xem chúng ta đang ở đâu chứ. Đang cùng nhau uống cà phê ngon lành đấy."

Một giây sau Shaw biến mất.

CHƯƠNG 37

Sau khi Shaw rời Paris, người Nga công khai tuyên bố rằng nếu quả thật họ tồi tệ như vậy, hiển nhiên thế giới sẽ không hạ cố dùng dòng dầu bẩn của họ nữa, thế nên nước này cắt giảm một nửa lượng dầu xuất khẩu. Vì là nước xuất khẩu dầu thô lớn thứ hai thế giới chỉ sau Arập Xê-út, lại sở hữu các mỏ khí thiên nhiên đã phát hiện thuộc hàng lớn nhất toàn cầu nên hành động trên chẳng hề đơn giản. Nga xuất khẩu dầu nhiều hơn tổng lượng xuất khẩu của ba nước đứng sau mình là Na Uy, Iran và Các tiểu vương quốc Arập thống nhất. Sản xuất dầu trên toàn cầu hầu như không đáp ứng nổi nhu cầu khi tất cả đường ống xuất khẩu đều chảy. Khi vàng đen của Nga không còn trên thị trường, chẳng có cách nào bù nổi lượng thiếu hụt.

Thị trường thế giới chẳng lấy gì hài lòng. Chỉ vài giờ sau tuyên bố của Nga, giá mỗi thùng dầu thô vọt lên một trăm ba mươi đô-la, các thị trường chứng khoán trên toàn cầu sụt giảm khủng khiếp, có những khoản lỗ chưa từng thấy dù đã có chế độ tự động ngừng giao dịch. Giá nhiên liệu và vé máy bay tăng vọt. Và vì nhiều thứ đồ con người sử dụng hàng ngày làm từ các sản phẩm dầu mỏ, chi phí cho mọi thứ từ đồ chơi tới xe hơi cũng tăng trông thấy.

OPEC[1] – từ lâu ngồi ghế điều khiển kinh tế thế giới – lập cập nỗ lực can thiệp và ít ra cũng bù đắp được chút thiếu hụt nhưng chẳng ăn thua. Và thay vì làm cho các nước Arập kiếm thêm những khoản lợi nhuận không kể xiết, giá dầu cao lại khiến họ thiệt hại vài chục tỷ đô-la bởi khác với Nga, các quốc gia vùng sa mạc nhập hầu hết mọi mặt hàng cần thiết. Thế nên khi giá dầu thô tăng bốn mươi phần trăm, giá các sản phẩm chiết xuất tăng gấp đôi. Giá cả tăng, dự trữ ngoại tệ và đầu tư nước ngoài lớn cộng với tỷ lệ nhập khẩu và tiêu dùng tương đối thấp, người ta tin rằng Moscow có thể duy trì vị thế của mình trong thời gian tương đối dài.

Nếu điều đó chưa đủ cho thế giới thấm thía sau một tuần, người Nga xắn tay áo tiếp. Bộ Ngoại giao nước này thông báo đã "bắt quả tang" một khu vực của Afghanistan do Taliban[2] chiếm giữ dùng người Uzbekistan và Kazakhstan chuyển ma tuý vào Nga, gây ra các hoạt động tội phạm và làm hư hỏng nhiều thanh-thiếu niên Nga vô tội. Tất nhiên mọi người biết chuyện đó hoàn toàn chính xác, chỉ có điều trước đây người Nga chẳng làm gì để giải quyết. Nga sẽ không thông qua các kênh ngoại giao để xử lý vấn đề nghiêm trọng này, Bộ Ngoại giao tuyên bố. Afghanistan đã cho phép hành động ấy diễn ra nhiều năm, Nga đã mệt mỏi vì chuyện này.

Và khi người Nga đã quyết định, họ ra tay hành động.

Một ngày sau, năm quả tên lửa hành trình loại lớn phóng lên từ một tàu ngầm Nga bắn trúng một khu huấn luyện của Taliban mà theo thông tin của Bộ Ngoại giao Nga sau đó, có vai trò quan trọng trong hoạt động buôn bán ma tuý. Chỉ trong ít giây, một ngàn chiến binh Taliban bị xoá sổ, các kho vũ khí, trang bị bị phá huỷ. Người Nga cảnh cáo mọi nước Arập ở khu vực Trung Đông rằng nếu họ có bất kỳ hành động trả đũa nào nhằm vào lợi ích của Nga, họ sẽ nhận được món quà tương tự nhưng với quy mô gấp cả trăm lần.

Tổng thống Afghanistan ra tuyên bố chính thức lên án "sự xâm phạm không gì biện minh nổi đối với biên giới của một quốc gia có chủ

---

[1] Organization of Petroleum Exporting Countries: Tổ chức các nước xuất khẩu dầu mỏ.
[2] Phong trào Hồi giáo từng kiểm soát Afghanistan từ năm 1996 đến 2001, liên quan tới bin Laden.

quyền." Nhưng giới ngoại giao cho rằng đây chỉ là việc làm cho có bởi Taliban đang cố gắng hết sức lật đổ chính phủ Afghanistan, lại từng hai lần ám sát không thành vị tổng thống hiện nay. Có vẻ như nhà lãnh đạo Afghanistan vừa chơi trò nhào lộn trong dinh tổng thống vừa chỉ trích Nga thì phải.

Tehran[1] phát ra phản ứng đầy giận dữ, cho rằng nước này kinh hoàng vì điều họ gọi là hành động dã man của Nga, rồi vội vã quay sang Liên hợp quốc nhờ giúp đỡ.

Ngay lập tức Mỹ lên tiếng phản đối Nga tại Liên hợp quốc và bắt đầu rút quân ở Afghanistan và Iraq về. Lầu Năm góc tuyên bố rằng việc này không liên quan tới các vụ tấn công nhằm vào Taliban mà chỉ tuân thủ chính sách đã được thông báo trước đây. Cùng với hầu hết dân Mỹ, những người trong cuộc hiểu rằng việc tăng cường quân số này liên quan tới mối đe doạ mang tên nước Nga đang hiển hiện. Trung Đông chẳng còn quan trọng nữa. Tướng lĩnh của mọi nước thành viên NATO đều lôi ra kế hoạch cũ về tấn công - phòng thủ có đối tượng tác chiến là Liên Xô trước kia.

Một tờ báo lớn rút tít với hàng chữ đậm lớn tới cả chục phân, cô đọng nhưng hơi cường điệu:"CHIẾN TRANH LẠNH TRỞ LẠI".

Nói riêng với nhau thì các quan chức chính phủ và quân đội của Mỹ đang hài lòng vì một đòn của Nga đã làm suy giảm phần lớn tiềm lực của lực lượng khủng bố Taliban. Một viên tướng bốn sao than phiền với phụ tá của mình nói: "Giá mà *chúng ta* có thể làm được như thế mà không sao hết".

Khi những đợt rút quân lớn của Mỹ khỏi Iraq bắt đầu, các bộ tộc người Shiite và Sunni cùng các nhóm du kích bắt đầu tiến hành các cuộc tấn công nhằm vào nhau để chuẩn bị cho điều nhiều người tin là cuộc nội chiến toàn diện mà người ta lo sợ từ lâu. Nhưng chuyện này bị đẩy vào trang trong của hầu hết các báo lớn, cũng chẳng còn là chủ đề hàng đầu của các chương trình tin tức trên truyền hình. Iraq vốn là tiêu điểm tin tức nay tụt xuống hạng hai. Trong các cuộc thăm dò dư luận gần đây với người dân toàn cầu, tầm ảnh hưởng của khủng bố Hồi

---

[1] Thủ đô Iran.

giáo chỉ đứng thứ mười một, tụt rất xa so với vấn đề tình dục và bạo lực trên truyền hình.

Nga là mục tiêu quan tâm số một, lý do thì quá rõ ràng. Đám khủng bố chỉ có số bom ít ỏi, Nga sở hữu cả chục tấn nguyên liệu hạt nhân và rõ ràng không còn chịu sự lãnh đạo của một cái đầu tập thể.

Bây giờ việc tìm ra các lực lượng đứng sau Konstantin và tất cả những gì còn lại càng trở nên cấp bách. Hình như thế giới nhận thức được rằng nếu họ kiếm được ít nhất một mục tiêu cho người Nga tiêu diệt, có lẽ nước này sẽ để yên cho số còn lại.

Nhưng nếu lực lượng đứng sau *Hiểm hoạ đỏ* là Mỹ *rồi* thì sao? Nhiều người kinh hãi tự hỏi. Người Nga đã nói họ sẽ coi đó là một hành động gây chiến. Liệu đây thực sự là khởi đầu cho sự kết thúc? Liệu người Mỹ đã có một nước cờ sai lầm khủng khiếp như thế? Người dân trên mọi quốc gia trên trái đất lo lắng chờ cuộc khủng hoảng tiếp theo nổ ra.

Họ chẳng phải chờ lâu.

CHƯƠNG 38

Những phần việc cuối cùng của nhiệm vụ tại Pháp mất rất nhiều thời gian mới hoàn thành. Thường thì Shaw tới thành phố một ngày trước khi sự kiện lớn diễn ra, nghe thông báo nhanh gọn, thực hiện phần việc của mình. Việc ông sống hay chết là câu hỏi duy nhất không có câu trả lời. Lần này thì khác.

Thậm chí Frank cùng một đội đã bay đến, xem xét tất cả mọi thứ đến từng chi tiết nhỏ. Trong cuộc họp chuẩn bị cuối cùng trước ngày hành động ở một căn nhà nhỏ nằm ở ngoại ô Paris cách trung tâm thành phố hơn ba mươi ki-lô-mét, Frank nhắc đi nhắc lại với Shaw những nội dung cơ bản mà ông đã quá quen.

Ông ta cảnh báo: "Bọn này giỏi đấy Shaw, giỏi thực sự. Chúng không tin bất kỳ ai bọn nó đều giết".

"Cảm ơn về cuộc họp chuẩn bị, Frank, thực sự tôi thấy cảm kích". Shaw ngồi phía đối diện, hai tay từ từ xoa vào nhau, không nhìn vào ánh mắt của đồng nghiệp.

Frank nhận thấy điều này và đột ngột đấm mạnh xuống bàn. "Ông đang lo phải không?"

Shaw ngước lên."Ông nghĩ mẹ gì thế?"

"Tôi nghĩ tôi cần Shaw ngày xưa, người không bao giờ biết toát mồ hôi. Nếu lũ khốn này ngửi thấy mùi gì đó ở ông, chúng sẽ cho ngay vào đây một viên đạn trước khi ông kịp kêu 'Ôi, cứt quá!' Vừa nói Frank vừa chỉ vào giữa trán Shaw. "Rồi bọn nó vừa băm xác ông vừa tán chuyện về thời tiết và đàn bà".

"Sẽ ổn thôi, Frank".

"Do quý cô, phải không? Giờ sắp đến lúc cưới, cuối cùng ông cũng có cái để mất". Frank ngồi ngả về sau, vẻ coi thường lướt qua mặt. "Đây, nhớ lấy điều này, chàng trai đang yêu: ngày mai ông hỏng chuyện thì chẳng có đám cưới nào hết, chỉ có bốn đám tang của ông thôi. Mỗi đám dành cho một phần xác sau khi bọn khốn chẻ ông làm tư".

"Tôi đã làm chuyện này được bao lâu rồi ấy nhỉ? Và tôi luôn hoàn thành công việc mà vẫn ổn".

"Ai cũng có lần đầu tiên và lần *cuối cùng*. Lần này đừng để điều ấy xảy ra. Tôi còn chưa xong việc với ông đâu".

Shaw choài về phía trước túm chặt lấy cánh tay Frank. "Nói cho tôi nghe tại sao ông tới gặp Anna".

"Tôi bảo ông rồi đấy. Tôi công tâm thôi. Và lẽ ra *ông* đã phải là người nói cho cô ấy chứ không phải tôi. Cô ấy có quyền biết mình sắp lấy người như thế nào".

"Cô ấy không còn là bé gái nữa đâu, Frank".

"Ông đã nói với cô ấy rằng ông sẽ không nghỉ việc chứ? Rằng bất kỳ lúc nào ông cũng có thể thành tro bụi ấy?"

"Ông quan tâm tới cái chó gì thế?"

Frank trông có vẻ không thoải mái, ông ta nhún vai. "Có vẻ cô ấy là người phụ nữ tuyệt vời. Ông đã bao giờ ngừng lại và nghĩ xem việc ông bị giết sẽ ảnh hưởng gì tới cô ấy chưa? Hoặc liệu một trong những tên khốn chúng ta đối mặt hàng ngày sẽ đánh hơi thấy cô ấy?"

"Tôi sẽ không để bất kỳ chuyện gì xảy ra với Anna?"

"Nhưng ông đâu kiểm soát được chuyện ấy, phải không? Ông có phải kế toán đâu, Shaw. Trong công việc của ông, phạm một lỗi là chết nhanh lắm. Có khi cô ấy cũng thế nữa". Frank ngừng lại. "Bất chấp những điều ấy, ông không nghĩ cô ấy có quyền biết à?"

Shaw không nói gì bởi một phần con người ông cũng đang hướng tới điều mà Frank – Frank đáng ghét – có thể nói đúng.

Frank đứng dậy, nhặt áo khoác và đi về phía cửa. "Chúc may mắn, Shaw. Và nếu tôi không gặp lại ông lần nữa, ừm, tôi sẽ phải tìm người khác, đúng không nhỉ?"

"Ông sẽ không bao giờ tìm được ai giỏi như tôi".

Vừa đội chiếc mũ bẹp lên đầu Frank vừa ngẫm nghĩ điều ấy. "Có lẽ ông nói đúng. Nhưng tôi sẽ lo liệu sao cho tốt *gần* như vậy. Và nếu cuối cùng bọn chúng giết ông, trước khi viên đạn găm vào não mình, hãy hỏi chính bản thân ông chỉ một câu thôi: người phụ nữ kia có thực sự xứng đáng không?"

Ông ta đóng sầm cửa, bỏ mặc Shaw với những suy nghĩ của mình.

"Có", Shaw nói với căn phòng trống. "Có đấy".

CHƯƠNG 39

Shaw đang di chuyển. Nhà kho nằm ở một khu vực của Paris mà những người muốn tránh bạo lực không bao giờ lai vãng. Phần đất nhỏ của nước Pháp này không do cảnh sát kiểm soát, nó thuộc về những kẻ gọi đó là nhà. Và những kẻ ấy không khuyến khích các vị khách tới thăm.

Bốn gã đầu trọc bước ra khỏi bóng tối và tiến về phía Shaw lúc này đứng ở một đầu của nhà kho, thứ ánh sáng duy nhất là vài bóng đèn lờ mờ trên đầu. Đám thanh niên quây xung quanh ông, bọn chúng chẳng bận tâm giấu vũ khí làm gì. Có lẽ bọn này giữ những thứ đó cả trong bữa sáng, bữa trưa và bữa chiều chặt hơn cả những phụ nữ từng chung chạ với chúng.

Ba tên trong số này mặc áo sát nách dù bên ngoài trời lạnh. Tất cả đều da trắng, dù thực sự khó mà nói được như thế bởi mình chúng đều tối lại vì các hình xăm. Hình xăm trên người mỗi tên đều khác nhau, trừ một hình xuất hiện ở phía sau bắp tay: chữ thập ngoặc. Một trong số này chừng hai mươi tuổi xăm cả một con rồng ba màu xanh, đen và hồng cuộn kín phần thân trên, răng nanh của nó nhe ra ở phần dưới mặt của tên này. Một tay hắn cầm khẩu súng trường tự động chống giật, quan điểm "Tao chẳng quan tâm tới cái mẹ gì" hiện rõ trong đôi mắt nâu hầm hầm nhìn Shaw chất chứa lòng căm ghét pha lẫn khinh bỉ. Tên này hộc lên rồi nhổ một bãi nước bọt chỉ cách chân ông chừng hai chục phân.

Mẹ mày hẳn phải tự hào lắm đấy.

Shaw xoay người sang phía một tên khác đang bước lại gần ông. Hắn mặc áo khoác, áo bò jeans là ly, quần rộng có tua thay vì quần đen, áo sơ-mi bó sát và đi ghệt mũi cao kiểu nhà binh. Thế nhưng thái độ của tên này cũng chẳng khác gì thái độ của bọn lâu la. Hắn cố đi vẻ khệnh khạng, chỉ khiến ta muốn thò tay rút súng hoặc chuẩn bị nắm đấm mà nện cho hắn ra bã để nhân loại đỡ được một thành phần tệ hại.

Tên cầm đầu không thể quá ba mươi tuổi nhưng gương mặt chằng chịt sẹo và đầy cảm xúc kia cho thấy hắn có kinh nghiệm hơn rất nhiều so với kẻ có ba mươi năm sống cuộc đời bình thường.

Hắn bắt tay Shaw rồi chỉ cho ông một chiếc bàn nhỏ đặt trong góc. Chỉ khi hắn đã ngồi Shaw mới bước theo. Bây giờ đám đầu trọc đã quây tròn quanh bàn. Bọn chúng là thú sống theo bầy, Shaw thấy như vậy, luôn luôn chờ đợi lệnh diệt con mồi.

"*Je uis* Adolph[1], thưa ngài. Ngài đi bằng gì?"

"Chẳng gì cả", Shaw đáp. "Tôi có tất cả những gì các anh cần".

"Chưa hề nhắc tới giá cả", Adolph nói. "Thật lạ, phải không?"

Shaw ngả người về phía trước một chút. "Có những thứ quan trọng hơn tiền bạc".

"Hầu hết mọi thứ quan trọng hơn tiền, nhưng ngài cần tiền để có được chúng". Gã đàn ông mỉm cười và châm một điếu thuốc. "Giá Sarre còn sống, ông ấy sẽ phân tích thật chính xác từ góc độ triết học cho chúng ta hiểu, hoặc có lẽ ông ấy chỉ nói đơn giản một câu '*C'est la vie*[2]'".

"Anh muốn giết tổng thống Benisti", Shaw mở đầu. "Như thế sẽ gần như đẩy Pháp vào tình trạng vô chính phủ".

Adolph lắc đầu: "Ngài đánh giá quá cao tình yêu chính trị của người Pháp rồi. Ngài nói rằng tôi muốn giết Benisti? Đó chỉ là quan

---

[1] Tiếng Pháp: Tôi là Adolph.
[2] Tiếng Pháp: Đời là thế.

điểm của ngài thôi. Nhưng giả sử tôi muốn, đó chỉ là một tay tổng thống đã ngỏm, dân họ chỉ việc bầu lên một thằng đần khác".

"Đây là quê hương của cách mạng chính trị đấy", Shaw phản pháo.

"*Au contraire*[1]. Đây *từng* là quê hương của cách mạng chính trị", Adolph trả lời. "Chúng tôi đã bị Mỹ hoá thực sự. Điều tất cả những đồng bào tôi quan tâm lúc này là liệu họ có chiếc iPhone[2] mới nhất không. Nhưng chúng tôi là những nhà cách mạng thực sự, *mon ami*[3]".

"Vậy cuộc cách mạng của anh liên quan tới điều gì?"

"Ngài nghĩ gì?" Đột nhiên gã rít lên, túm lấy tay của một tên lâu la rồi cho hình thập ngoặc xoay thẳng về phía mặt Shaw. "Không như những đồ rởm của Hitler chỉ mang hình này trên quân phục, chúng tôi *khắc* nó vào xương. Đó là bản sắc vĩnh cửu của chúng tôi. Và tôi đã lấy tên của vị tiền bối làm tên của mình".

"Vậy người Do Thái là căn nguyên của mọi tội lỗi?"

"Do Thái, Hồi giáo, Thiên chúa giáo đều có tội như nhau cả. Mẹ Benisti là người Do Thái, dù lão cố gắng che giấu chuyện ấy. Ông nói rằng ông có thông tin và các loại thẻ có thể giúp chúng tôi vào khách sạn hắn sẽ có mặt?"

"Đúng. Không phải tất cả ở đây, nhưng tôi có mang một mẫu để các anh thấy rằng tôi nghiêm túc". Shaw chậm rãi thò tay vào túi và lấy ra một tấm thẻ tác nghiệp báo chí trông khá nghiêm chỉnh và một giấy cho phép dự buổi phát biểu sắp tới của tổng thống tại một khách sạn ở Paris.

Adolph nhìn tất cả, hắn có vẻ ấn tượng. "*C'est bon. Bien fait*[4]".

"Tôi có năm tấm nữa loại này", Shaw nói thêm. "Cộng với việc các anh sẽ được đưa vào danh sách VIP[5] chính thức".

"Vũ khí?" Adolph hỏi.

---

[1] Tiếng Pháp: Ngược lại.
[2] Loại điện thoại tiên tiến nhiều tính năng, từng gây cơn sốt trên thế giới.
[3] Tiếng Pháp: Bạn tôi ạ!
[4] Tiếng Pháp: Tốt đấy. Có ích.
[5] Very important person: Nhân vật rất quan trọng.

"Người Pháp không hoang tưởng như người Mỹ đâu. Các khách VIP không phải kiểm tra qua máy soi". Shaw nhìn những hình xăm. "Nhưng các anh phải có diện mạo và cử chỉ như các VIP".

Adolph bật cười. "Đây là các cận vệ riêng của tôi. Chúng tôi lớn lên cùng nhau trên đường phố Paris. Từng người trong số này đều vui vẻ từ bỏ cuộc sống của mình để tôi được tồn tại. Tôi là người được lựa chọn. Tất cả họ đều hiểu điều ấy".

Shaw nhìn gã đầu trọc xăm con rồng. *Phải, nó trông cũng đủ ngu độn để chết cho thằng khốn cực điên này.*

"Vậy là anh có những người khác thực hiện việc ấy. Anh xem rồi chứ?"

Adolph gật đầu. "Khi nào chúng tôi có thể lấy những giấy tờ còn lại?"

"Ngay khi cái giá của tôi được đáp ứng".

"À, bây giờ chúng ta sẽ bàn tới việc ấy". Adolph ngồi lùi lại, khoanh hai chân và thả một vòng khói thuốc lên trần nhà kho cao ba chục mét. "Chúng tôi xin nói trước, thưa quý ngài, rằng chúng tôi không có nhiều tiền".

"Tôi nghĩ tôi đã nói rõ rằng tôi không quan tâm đến tiền".

"Mọi người đều bảo không quan tâm đến tiền cho tới khi họ đòi hỏi có nó. Chúng tôi không phải những tay buôn ma tuý hay bọn khủng bố vùng sa mạc phất lên nhờ dầu mỏ. Tôi không có hàng tỷ đô-la trong tài khoản ngân hàng Thuy Sĩ. Tôi là người đàn ông nghèo nhưng giàu ý tưởng".

"Năm ngoái bố tôi chết trong nhà tù Pháp".

Adolph ngồi thẳng dậy và nhìn Shaw, bây giờ thì đã quan tâm."Nhà tù nào?"

"Santé".

Gã đàn ông gật đầu và dùng gót ghệt di nát điếu thuốc hút dở trên nền bê tông. "Đó là một trong những nơi chó má nhất. Mà nhà tù Pháp đều khốn nạn cả. Bây giờ có nhiều người của chúng tôi đang ở Santé, tội của họ chỉ là làm quét sạch lũ lợn bẩn thỉu ra đường phố. Mà vì việc ấy, họ bị nhốt như thú vật sao? Thế giới điên hết rồi".

Phía sau Shaw, tên đầu trọc xăm rồng trên người học lên một tiếng.

Shaw quay lại nhìn và thấy một bãi nước bọt khác vừa đáp xuống gần giày ông.

Adolph nói: "Anh của Victor là một trong số đó. Năm ngoái anh ta tự sát trong nhà tù Santé. Cậu rất gắn bó với anh mình, phải không Victor?"

Victor học một tiếng nữa và lắc khẩu súng.

"Tôi chắc chắn là họ rất gần gũi", Shaw nói tỉnh bơ.

"Vậy là bố ngài chết trong tù. Vì tội gì?"

"Bố tôi là người Mỹ nhập cư vào đây để lập một doanh nghiệp, doanh nghiệp có tính cạnh tranh cao so với nhiều doanh nghiệp khác của bạn Benisti, thật ra là quá cạnh tranh. Thế nên khi Benisti là công tố viên cho chính phủ, tay này đưa bố tôi vào bẫy để chụp một số tội mà ông ấy chưa bao giờ phạm, chỉ để triệt hạ ông ấy. Tất cả đều là dối trá, Benisti biết điều ấy. Bố tôi mất hai mươi năm trong cái địa ngục ấy và lúc được thả thì ông ấy chết vì một cơn đau tim. Một trái tim tan vỡ. Benisti làm tốt chẳng khác nào cắm một con dao xuyên ngực ông ấy".

"Nếu chúng tôi xác minh câu chuyện của ngài, chúng tôi sẽ thấy rằng nó có thật chứ?"

"Tôi nói sự thật", Shaw nói với giọng nhấn mạnh, ánh mắt ông dừng ở gã đàn ông. "Nếu không tôi đã chẳng tới đây".

"Vậy là ngài muốn báo thù. Đó là tất cả?"

"Như thế chẳng đủ sao? Tôi cung cấp thông tin cho các anh, các anh giết Benisti". Shaw ngừng lại. "Và một kẻ khác", ông chậm rãi nói thêm.

"Ai?" Adolph hỏi ngay lập tức.

"Cha của Benisti. Hắn đã làm tôi mất cha, giờ tôi sẽ làm thế với hắn".

Adolph ngồi dịch về phía sau và ngẫm nghĩ. "Tôi biết rằng lão ấy cũng được bảo vệ".

"Tôi lên kế hoạch rồi. Tôi đã dành nhiều năm làm việc ấy". Shaw ngoái lại nhìn đám đầu trọc. "Những người này có thể làm điều đó. Việc ấy chỉ đòi hỏi chút dũng cảm và một bàn tay vững vàng".

"Ông đã làm thế nào mà có những thông tin này? Điều ấy khiến tôi quan tâm lắm đấy".

"Tại sao?"

"Vì có tin đồn rằng Benisti không giỏi cài bẫy, thế đấy".

Adolph ra hiệu cho đám tay sai. Chúng túm chặt lấy Shaw, lột áo khoác và dựng ông đứng dậy. Victor rút ra một con dao và rạch sơ-mi của Shaw nhằm tìm thiết bị liên lạc gắn trong đó. Để làm việc ấy, chúng rạch cả quần ông. Sau khi khám xét kỹ đến mức bác sĩ phụ khoa còn phải đỏ mặt, bọn này cho Shaw mặc quần áo vào.

"Tôi ngạc nhiên là các anh đợi tới giờ mới khám người tôi", Shaw vừa nói vừa cài cúc áo.

"Có vấn đề gì nếu ngài là một kẻ giả danh mang thiết bị liên lạc đâu? Kiểu gì ngài cũng chết thôi mà. Còn tôi thì sẽ biến mất khá lâu trước khi bọn ngốc có mặt ở đây".

"Có thể họ đã bao vây nhà kho này", Shaw chỉ ra ngoài.

Adolph cười khinh bỉ. "Không không, thưa ngài, chúng không thể tới cách đây mười khu nhà mà tôi không biết. Đám cảnh sát Pháp kiểm soát các khu vực của Paris có khách du lịch tới nhưng tôi nghĩ không phải khu này thưa ngài, không phải nơi này".

Shaw lại ngồi xuống. "Tôi gần gũi với Benisti. Hắn tin tôi".

"Tại sao, sau những gì hắn đã gây ra với cha ông?"

"Hắn không biết người đàn ông hắn giết chính là bố tôi", Shaw giải thích đơn giản. "Tôi đã rời Pháp, đổi tên, trở thành một người khác rồi trở lại. Tôi thực hiện những công việc bẩn thỉu của hắn sau sân khấu. Ồ, hắn tin tôi, như tin một đứa con trai. Ngày nào tôi cũng nghĩ về sự trớ trêu ấy".

"Lòng căm thù của ngài có sức tác động thật lớn".

"Chúng ta có thoả thuận không?"

"Vive la revolution, monsieur[1]."

---

[1] Tiếng Pháp: Cách mạng muôn năm, thưa ngài.

CHƯƠNG 40

Anna Fischer đang ngồi trong văn phòng của mình ở toà nhà Công ty Phượng hoàng, tiếp tục nghiên cứu những tài liệu nằm la liệt trên bàn làm việc của cô. Bây giờ thực ra cô có nhiều câu hỏi hơn câu trả lời về *Hiểm hoạ đỏ*. Mọi ngày, đôi lúc là mọi giờ, một tiết lộ mới sẽ vọt lên khỏi bề mặt như những đợt dư chấn sau sóng thần, làm trái đất rung động.

Điều khiến Anna quan tâm nhất là không có gương mặt nào, không có cái tên nào đằng sau R.I.C. Các thông cáo báo chí chỉ xuất hiện trên mạng Internet. Không có ai ra mặt và tuyên bố *tôi* là R.I.C. Với vụ sát hại Petrov, vụ tấn công nhằm vào Afghanistan, có lẽ Anna có thể hiểu vì sao. Gorshkov đã tuyên bố rõ ràng rằng bất kỳ kẻ nào đứng sau việc này sẽ bị trừng phạt, trên thế giới này chỉ có rất ít dân tộc giỏi trừng phạt như người Nga.

Liệu vụ này có tác động ngược chút nào đối với những kẻ đã khơi mào? Liệu chúng có sợ hãi bỏ chạy và bây giờ không biết phải làm gì? Anna không thể trả lời được câu hỏi nào trong số này. Tất cả những gì cô biết là những nỗ lực thực hiện chiến dịch đã được lên kế hoạch cực kỳ tinh vi và chặt chẽ. Làm thế nhằm mục đích vô hại hay xấu xa? Anna có thể hiểu được cuộc tranh cãi vô hại; tóm lại Nga không có thành tích thuộc loại mẫu mực về nhân quyền, có nhiều người và tổ chức muốn đưa họ "vào khuôn khổ". Về mục đích xấu, Anna khó hình dung hơn. Đạt được mục đích gì khi biến nước Nga trở thành một nước bị cô lập hơn và đa nghi hơn? Như thế chẳng khác nào trao không vũ khí hạt nhân cho Bắc Triều Tiên rồi bảo họ bắn.

Anna xoa hai thái dương. Cô không thể dành toàn bộ thời gian cho chuyện này. Thế nhưng cô cũng chắc chắn rằng lúc này rất nhiều người trên khắp thế giới đang làm việc đó. Ai đó phải tìm ra sự thật ở mức độ nào đó.

Cô nhìn đồng hồ đeo tay, đã gần ba giờ. Hôm nay có một cuộc họp toàn công ty, yêu cầu tất cả nhân viên phải dự. Anna không mong phải ngồi hết một buổi mà thông thường biến thành một cuộc thảo luận buồn tẻ. Nhưng ít nhất cô có nửa giờ để làm việc gì đó quan trọng. Rồi tối nay cô có việc còn quan trọng hơn để làm.

Cô sẽ đi mua váy cưới. Cô mặc váy cưới? Anna mỉm cười khi nghĩ tới điều ấy, thật ra da cô còn hơi nhột. Điều duy nhất tuyệt hơn việc ấy là được thấy Shaw trong bộ xi-mốc-kinh. Anna chẳng nghi ngờ gì rằng Shaw mặc bộ đồ đó sẽ rất tuyệt vời.

Khi thế giới đang khủng hoảng, có vẻ lố bịch khi nghĩ đến áo váy và đám cưới. Mặt khác, nếu như thế giới nổ tung chỉ nay mai chứ không phải lâu nữa, Anna chẳng hề muốn đợi hợp pháp hoá quan hệ giữa cô và người đàn ông mình yêu.

Chỉ vài phút sau Anna đã mải mê với công việc đến nỗi cô chẳng hề nghe thấy gì đang diễn ra ở tầng dưới.

Gần như cùng một lúc, cả cửa trước và cửa sau của toà nhà mở tung, mười hai gã đàn ông mặc áo khoác dài xông thẳng vào. Từ những chiếc áo khoác đó chúng lôi ra súng gắn ống giảm thanh, lấy mục tiêu và bắt đầu nhả đạn.

Khi bọn này xông vào, nhân viên tiếp tân ở sảnh trước nhấc điện thoại và gọi đi nhưng đường dây đã bị cắt. Lát sau cuộc sống của cô cũng rơi vào tình trạng tương tự, một viên đạn ghim giữa trán. Cô ngã khỏi ghế và rơi xuống bên bàn, máu từ vết thương ướt cả vạt váy trước. Thật không may khi một chuyên gia phân tích trung tuổi chọn thời điểm này bước vào sảnh trước. Một giây sau ông nằm chết cạnh nhân viên tiếp tân. Vài trong số đám đàn ông vũ trang hướng về phía tầng hầm, những tên khác đi lần lượt từ phòng nọ sang phòng kia ở tầng một, đạp tung cửa và giết bất kỳ ai trong đó. Thế nhưng vẫn có những tên khác chạy lên các tầng trên. Hôm nay trong công ty có hai mươi tám người, sẽ chẳng ai trong số đó về nhà đêm nay.

Khi những tiếng thét vang tới tai, Anna nghĩ ai đó vừa vô ý bị tai nạn. Cô nhảy khỏi ghế và chạy ra cửa. Khi nghe thấy một âm thanh bị chẹn lại, cô không nhận ra ngay nó là gì. Khi nghe thấy lần nữa, Anna nhận thức được sự thực.

Đó là tiếng súng! Rồi Anna nghe thấy thêm nhiều tiếng nữa.

Cô đóng sập cửa, khoá lại, chạy ngược lại bàn và thử gọi điện. Đường dây tắt ngấm. Anna giật túi xách trên giá và lấy điện thoại di động ra. Tiếng những bước chân đã lại gần hơn. Cô nghe thêm nhiều tiếng súng, thêm những tiếng thét và tiếng va huych khi xác người đổ xuống sàn. Anna cố giữ bình tĩnh nhưng hai tay cô run đến mức gần như không thể cầm nổi chiếc điện thoại.

Cô bấm số khẩn cấp gọi cảnh sát và không thể tin vào mắt mình khi điện thoại cố kết nối nhưng không có hồi chuông nào. Trước đây cô từng dùng máy di động gọi nhiều cuộc từ toà nhà này. Chuyện gì đang xảy ra thế này? Anna nhìn màn hình nhỏ bé, *không* có vạch sóng nào cả. Cô thử đi thử lại nhưng không có chút may mắn nào. Cuối cùng cô ném điện thoại xuống và chạy tới bên cửa sổ. Phòng làm việc ở tầng ba, song cô không còn lựa chọn nào khác. Anna nghe thấy tiếng bước chân đang lên cầu thang. Phòng làm việc nằm cuối hành lang nhưng có lẽ cô chỉ còn chưa tới một phút.

Anna chật vật huy động toàn bộ sức lực để nâng cửa sổ lên. Phía ngoài toà nhà mới được sơn, đột nhiên Anna nhận ra rằng đám thợ ngớ ngẩn đã sơn kín cả kính và mọi kẽ cửa sổ. Cô luồn các móng tay vào khung gỗ, dùng toàn bộ lực có thể dồn vào nhưng nó không nhúc nhích. Những tiếng động đang tiến dần về phía cuối hành lang. Anna nghe thấy tiếng đá cho cửa mở ra, sau đó là một tiếng thét. Rồi tới một tiếng động như cuốn sách bị quăng khi một cái xác khác đổ ập xuống sàn.

Trong cơn hoảng loạn, thực ra điều đó lại khiến Anna nảy ra một ý tưởng. Cô giật một cuốn sách trên bàn và dùng nó đập vỡ lớp kính cửa sổ, sau đó phá nốt những mảnh còn sót lại. Rồi cô nhoài người ra cửa sổ và hét to.

"Cứu! Cứu chúng tôi với. Gọi cảnh sát giúp với!"

Thật không may nơi đây lại là con phố yên tĩnh, cả hai bên Công ty Phượng hoàng đều là những toà nhà không có người, phía dưới lại chẳng có ai để nghe thấy Anna. Trông thấy một xe tải lớn đậu ở rìa phố, cô kêu lên lần nữa nhưng rõ ràng chẳng có ai trong xe hết. Định ném thứ gì đó vào chiếc xe thì Anna nhận ra thứ gì đó - một đĩa thu sóng vệ tinh loại nhỏ gắn vào nóc xe tải. Nó đang chĩa thẳng vào toà nhà.

Cái đầu hoảng loạn của Anna vẫn hoạt động với tốc độ không tin nổi, cô nhận biết được thực tế. Đó là lý do điện thoại di động của cô không có vạch sóng nào. Dù là cái gì, thứ xuất phát từ chiếc xe tải cũng chặn sóng. Cô nhìn xuôi nhìn ngược con phố cụt và nhận ra rằng một đầu đã dựng các rào chắn tạm thời, ngăn xe cộ chạy qua.

Anna tụt giày, leo lên bệ cửa sổ và nhìn xuống. Phía trên cửa sổ tầng một có mái che bằng bạt. *Giá mình có thể nhảy trúng nó và lăn xuống phố.*

Anna không biết liệu trong chiếc xe tải có kẻ nào khác không. Cô chỉ biết rằng nếu cứ ở đây, mình sẽ chết. Cô tự động viên mình nhảy. Lúc nước mắt nhỏ xuống là lúc Anna nghe thấy tiếng xô cửa khác ngay cạnh phòng cô. Một tiếng thét, một bụp rồi tiếng đổ huỵch. Đó là Avery tội nghiệp. Đã ra đi.

Chúa ơi, giá mà có Shaw ở đây.

Anna đọc một câu cầu nguyện, nhắm đích, kiểng hai chân chuẩn bị nhảy. Một khi đã ra ngoài an toàn, cô sẽ chạy như chưa bao giờ chạy để kêu cứu, dù Anna hoài nghi liệu còn người nào khác sống sót để cứu mình, trừ chính bản thân cô.

Hai viên đạn bắn xuyên qua cửa trúng thẳng vào lưng Anna, thoát ra khỏi ngực cô và bay vào bầu không khí chiều trong lành của London. Cô khựng lại trên bậu cửa sổ, gần như không biết rằng mình đã bị bắn trong khi máu phun ra cửa sổ, xuống sàn nhà và cả người cô. Khi mắt Anna bắt đầu mờ đi, bầu trời xanh ngả sang nâu, vạt cỏ nhỏ phía bên kia phố chuyển sang úa vàng. Cô không còn nghe thấy tiếng chim trên trời hay tiếng xe hơi chạy ở khối phố gần đó. Anna bấu chặt lấy khung gỗ cửa sổ bằng toàn bộ sức lực của mình nhưng chỉ sau vài giây, khi mất máu quá nhanh, cô không còn chút sinh lực nào.

Khi ngã xuống, Anna Fischer không rơi ra phía ngoài cửa sổ mà về phía sau, vào trong phòng. Cô nằm dang thẳng hai chân tay, mắt mở to nhìn thẳng lên trần.

Cánh cửa bị đạp bật tung, hai gã đàn ông bước vào đứng phía trên Anna. Một trong hai tên lột mặt nạ và nhìn Anna, hắn lắc đầu.

"Mẹ, phát bắn may thật", hắn nói. "Tôi chỉ cố bắn cho bật cửa ra".

Tên còn lại bỏ mặt nạ và chăm chú nhìn Anna. "Thế chó nào ấy nhỉ?" Ceasar lên tiếng. "Trúng hai phát chính giữa ngực mà nó vẫn còn thở sao?"

Tên còn lại nói: "Chờ một phút đi, nó sắp tiêu rồi".

"Tao không có một phút đâu. Nhìn cửa sổ kìa, nó đang tìm cách thoát ra đấy".

Tên kia theo ánh mắt Ceasar và nhìn cửa sổ đã bị đập kính.

Caesar vẫn lấy đích cẩn thận ngay cả khi ngực Anna đang nhấp nhô liên tục với những nhịp sống cuối cùng.

Viên đạn đi trúng giữa trán cô.

Khi cô thở nhịp cuối, tiếng đó nghe giống như một cái tên. "Shaw".

Caesar lấy mũi giày đá mạnh vào vai người phụ nữ xấu số, nhưng rõ ràng cô sẽ chẳng bao giờ được làm nạn nhân chống lại chúng về những chuyện xảy ra hôm nay.

Tên kia nói vào máy bộ đàm. Hắn nghe một lát rồi gật đầu.

"Tất cả đã chết", hắn nói với Caesar.

"Tất cả đã chết", Caesar nhắc lại. "Còn đội máy tính?"

"Gần như đã xong hết".

"Bảo bọn nó rằng bọn nó có hai phút. Cho một đứa xuống phố xem liệu có ai đó trông thấy con đàn bà trên cửa sổ không. Nếu có, chúng nó biết phải làm gì. Máy bay đang đợi. Nếu đứa nào không lên kịp, nó sẽ không được lên nữa. Thực hiện đi".

Hắn cùng gã còn lại mở ba lô và lấy ra các cuốn sổ ghi, các chồng giấy, biểu đồ, bảng kê và các tài liệu khác rồi tiến đến ấn các đầu ngón tay của Anna vào nhiều thứ.

Khi cả hai rải các tài liệu lên bàn Anna, Caesar nói "Mẹ kiếp". Hắn nhìn những tài liệu đã nằm sẵn trên bàn cô.

"Gì thế?" Tên kia hỏi.

Caesar trỏ một trong những bản mà Anna đã in ra cho thấy cô quan tâm tới *Hiểm hoạ đỏ*.

Hắn nói: "Rõ ràng nó đã rất tò mò. Nhưng sẽ ổn thôi".

Rồi Ceasar lấy máy ảnh ra và bắt đầu chụp phía trong căn phòng.

Bọn chúng nhận được thông báo an toàn rằng không ai trông thấy Anna trên cửa sổ, dù một chút máu của cô đã rớt xuống mảnh vườn nhỏ nằm bên trái lối vào toà nhà. Vì vậy những bông hoa hiên đã có màu sẫm hơn.

Rồi nhanh chóng có tên thứ ba bước vào. Hắn ngồi xuống bên máy tính của Anna rồi cho một đĩa CD vào ổ. Hắn gõ nhanh tới mức những ngón tay đeo găng trông mờ đi, bàn phím kêu cành cạch như toa tàu chạy trên đường ray tối.

Sau mươi giây sau hắn lấy đĩa CD ra. "Tải dữ liệu đã xong". Hắn đứng dậy và bước nhanh ra ngoài.

Rồi ba mươi giây sau bên trong toà nhà Công ty Phượng hoàng không còn một người nào đang sống.

CHƯƠNG 41

Lúc tổng thống Benisti rời khách sạn Ritz ở Paris sau khi kết thúc một bài phát biểu, có sáu kẻ bị bắt vì tìm cách ám sát nhà lãnh đạo này. Cánh báo chí tung hô đây là chiến công thần kỳ của cảnh sát bởi những kẻ mưu sát mang theo các loại giấy tờ giả cực kỳ tinh vi để lọt vào được buổi lễ đã bị tóm trước khi chúng đến gần Benisti. Trong một vụ liên quan khác, đã có những tên tội phạm tìm cách tấn công cha của Benisti nhưng chúng bị bắt trước khi đột nhập căn hộ ông già, hai tên bị lực lượng chức năng bắn chết.

Các thủ phạm là thành viên của một tổ chức phát-xít mới khá khét tiếng hoạt động ở ngoại ô Paris. Dự kiến sẽ có thêm những vụ bắt bớ mới. Chính quyền cho biết đây có thể là một đòn trí mạng đối với tổ chức bạo lực trên.

Shaw nghe được thông tin này trên truyền hình trong lúc ông thu dọn đồ đạc trong phòng khách sạn và bỏ vào vali. Điện thoại rung, ông nhấc lên.

"Xin chúc mừng", Frank nói. "Rắc rối của ông đã rời xa".

"Ông lúc nào cũng có cách nói hay ho".

"Sẵn sàng cho chút công việc nữa chứ?"

"Không, tôi sắp đi".

"Để tôi đoán nào, London hả?"

"Tôi không được có bí mật nào với ông hả?"

"Hai ngày nhé. Sau đó tôi sẽ lại cần tới ông".

"Ba. Hãy coi như ông gặp may nhé".

Shaw tắt máy, xách vali và bước về phía cửa. Nó bật mở trước khi ông chạm vào nắm đấm.

Họng súng chĩa thẳng vào ngực Shaw trong lúc ông lùi lại, tay vẫn nắm chặt vali.

Victor nhổ một bãi nước bọt về phía Shaw, nó dừng lại giữa mặt ông.

Một tên khác cầm bao bố nhỏ lách vào sau Victor, đóng cửa và cài then lại.

Trong túi Shaw, điện thoại bắt đầu rung. Có lẽ là Frank báo động cho ông, nhưng đã quá muộn.

Adolph nhăn nhở. "Không, không *thưa ngài*. Ngài chưa được rời Paris đâu. Buổi diễn vẫn chưa kết thúc".

Shaw lùi thêm một bước cho tới lúc chạm vào tường. Ánh mắt ông lướt từ nòng súng lên phía Adolph trong lúc bãi nước bọt của Victor chảy dài xuống mặt.

Adolph lôi từ trong bao ra một chiếc cưa sắt và một chiếc rìu, trong lúc Victor gắn thiết bị giảm thanh lên đầu nòng súng.

Shaw lên tiếng. "Chắc hẳn bọn mày là hai thằng cuối cùng sót lại".

"Tao luôn luôn có thể lấy thêm người", Adolph đáp. "Với mỗi người mất, tao có thể huy động năm người khác thay thế".

"Người Pháp thực sự cần làm gì đó với việc bọn ấy không có việc làm đấy".

Adolph nâng chiếc rìu lên. "Mày là người Do Thái?"

Shaw nhìn thứ vũ khí ấy. "Tại sao, mày định băm tao ra làm đồ lễ à?"

"Tao muốn biết tại sao mày chơi tao. Tao muốn biết điều ấy trước khi mày chết. Gột rửa linh hồn mày sẽ tốt đấy, hãy thú tội với tao. Hãy thú tội với cha Adolph".

"Tao sẽ nói với mày một điều. Tao sẽ cho bọn mày một cơ hội cút xéo khỏi đây. Chỉ một thôi đấy. Sau đó thì đừng mong gì nữa".

Adolph nhìn Victor và bật cười."Chúng tao có vũ khí còn mày chẳng có chó gì. Thế đúng là mày toàn phét lác". Rồi gã vẫy vẫy chiếc rìu và cười một cách hiểm độc. "Nếu trong người mày toàn những thứ tởm lợm, chắc chắn tao sẽ thấy".

Shaw bấm một nút gần khoá của chiếc vali. Một giây sau tín hiệu báo động xé tai rú lên khắp nơi.

Giật mình, Adolph và Victor liếc về phía cửa sổ, rõ ràng chẳng hề hoài nghi rằng cánh sát đang tới.

Ngay lúc ấy Shaw đâm bổ về phía hai tên, chiếc vali che phía trước người. Victor lấy đích và nhả đạn, nghĩ rằng chúng sẽ dễ dàng xuyên qua lớp vỏ và găm trúng đầu Shaw. Hắn đã nhầm.

Những viên đạn đi trúng chiếc vali nhưng bật khỏi lớp vỏ tổng hợp siêu bền và găm vào trần nhà. Lực của chúng khiến Shaw loạng choạng nhưng vẫn giữ được đà lao về phía trước. Khi ông xô vào Victor, lực va chạm lớn tới mức khẩu súng văng khỏi tay gã, thậm chí bẻ gãy ngón tay đặt trên cò súng.

Victor thét lên đau đớn và giữ chặt lấy phần ngón tay lủng lẳng đầy máu. Hắn ngừng thét khi chiếc vali của Shaw đập trúng đầu, khiến tên này bay người lên và ngã xuống một chiếc ghế nhỏ.

Trước khi Shaw kịp quay sang phía Adolph, hắn đã kịp xẻ một vết sâu vào cánh tay trái ông bằng chiếc cưa. Khi ông loạng choạng lùi bước, Adolph nâng chiếc rìu song Shaw kịp tung cả hai chân đá ngược từ phía dưới lên. Adolph đổ ập xuống, chiếc rìu rời khỏi tay. Hắn trườn trên sàn về phía món vũ khí này, nắm lấy và phi về phía Shaw. Thật may là phần tay cầm chứ không phải lưỡi rìu đập mạnh vào đùi Shaw, song nó vẫn khiến ông đau điếng người.

Shaw không cảm thấy chiếc điện thoại lại rung lần nữa trong túi bởi Adolph đang tiến về phía ông với chiếc cưa trong tay, còn Victor với một nửa mặt dập nát và đầy máu đang lẩy bẩy đứng dậy tìm khẩu súng của mình.

Shaw lao cả người về phía Adolph, hướng cho vai ông đi trúng bụng gã, cả hai ngã vào chiếc giường rồi lăn qua đó trước khi rơi khá mạnh xuống sàn, Shaw ở trên. Adolph bấu chặt lấy mặt Shaw, tìm cách làm ông mù mắt. Nửa không thấy gì, nửa bị bấu chặt trong khi cánh tay và một chân bị thương giật giật, Shaw vẫn cố gắng đè một cánh tay xuống cổ họng Adolph. Nhưng khi ông cố gắng ấn mạnh xuống để kết liễu địch thủ, sức khoẻ thường thấy trong ông không còn. Ông liếc cánh tay mình, máu đang xối xả tuôn ra.

Chó thật! Chắc chắn lưỡi cưa đã cắt trúng động mạch. Shaw cảm thấy các ngón tay mình đang tê dần đi.

Ông giật người khỏi Adolph và đứng dậy được nhưng thật không may là đôi chân bắt đầu không chịu tuân lệnh. Khi xoay người tìm đường thoát ra, Shaw khựng lại.

Victor đang chĩa thẳng súng vào đầu ông, ngón tay giữa đặt trên cò.

Rõ ràng nụ cười hiểm độc của gã đầu trọc sẽ là hình ảnh cuối cùng mà trí nhớ Shaw lưu lại. *Đúng là kết thúc thật khốn nạn.*

Cánh cửa mở tung, Frank và sáu người đàn ông khác lao vào. Frank lập tức hiểu ra tình hình và bắn liền hai phát. Cả hai viên đạn găm vào đầu Victor, hắn đổ thẳng xuống sàn.

Với một tiếng thét, Adolph nhảy thẳng vào Shaw, hai tay chụp lấy cổ họng ông.

"Mẹ kiếp, giữ lấy nó", Frank quát lên và bốn người của ông ta lao về phía Adolph, giật phắt hắn khỏi Shaw đang bị thương nặng.

"Tống loại cứt đái ấy ra khỏi đây", Frank ra lệnh và Adolph bị lôi xềnh xệch khỏi phòng.

Khi Frank quay lại về phía Shaw, mặt người đàn ông to lớn đã trắng bệch ra, chút sau đó ông sụm xuống sàn.

"Shaw!" Frank băng từ bên này phòng sang và quỳ xuống cạnh ông.

"Gọi ngay đội cấp cứu tới đây!" Frank hét lên.

Một tay Frank nâng đầu Shaw. "Shaw? Ông có nghe thấy tôi nói không? Shaw!"

Đầu Shaw ngật lên ngật xuống trong tay Frank. Frank liếc xuống và thấy vết cắt sâu trên cánh tay Shaw, ông giật cà-vạt và tạo ga-rô phía trên vết thương.

"Cố lên Shaw, cố lên, đội cấp cứu đang tới rồi. Tới ngay đây".

Rồi ông ta hét lên với người của mình: "Làm thế chó nào mà hai thằng khốn này tìm ra ông ấy? Đúng ra ông ấy được che giấu mà!"

"Frank?" Tiếng nói yếu ớt cất lên.

Frank nhìn xuống Shaw, lúc này đang đăm đăm nhìn lên.

"Shaw, sẽ ổn thôi. Tôi nghe thấy đội cấp cứu lên cầu thang rồi".

"Hãy gọi Anna", Shaw nói, hơi thở đã rất yếu. "Gọi Anna cho tôi".

Đội cấp cứu lao vào phòng rồi vây lấy Frank và người đàn ông bị thương. Khi Frank cố giằng người ra, Shaw kéo ông ta bằng chút sức lực còn lại.

"Hãy gọi Anna. Xin làm ơn".

"Rồi, tôi sẽ gọi. Tôi sẽ làm ngay bây giờ", Frank nói nhanh.

Shaw mê đi, cánh tay buông thõng sang một bên.

Vài phút sau người ta đã đưa ông ra ngoài trên một chiếc cáng.

Victor – gã đầu trọc xăm hình rồng – ra ngoài lần cuối cùng trong một chiếc túi đựng xác.

Frank nhìn qua cửa sổ khi chiếc xe cứu thương lao vọt đi. Căn phòng sẽ được tẩy trùng, dọn dẹp sạch sẽ, cảnh sát sở tại sẽ được xử lý và chuyện này sẽ không bao giờ xuất hiện trên báo chí Pháp. Đầu Frank lướt qua hết các bước cần thiết để làm việc ấy.

"Anna là ai?" Một trong những người của Frank khởi khi bước tới bên sếp của mình.

Frank rút chiếc điện thoại BlackBerry khỏi túi áo và đọc bức email trên màn hình tới lần thứ tư. "Thông báo khẩn: tấn công vào Công ty Phượng hoàng ở London. Không ai sống sót". Đó là lý do ông ta đã cố gọi điện cho Shaw lúc còn trong khách sạn. Khi không thấy người nghe máy, Frank đang trên đường đến trực tiếp báo tin thì nhận được tín hiệu báo động của Shaw. Frank thở dài khi xem xét đống bừa bộn trong phòng. "Chỉ là một phụ nữ thực sự gần gũi với ông ấy".

CHƯƠNG 42

Katie James ngồi trong căn hộ nhỏ của mình ở khu Upper West Side của New York, chằm chằm nhìn vào chai gin cô đã đặt một cách cẩn thận trên quầy bếp.

Bên cạnh đó là một chiếc ly không. Katie cho năm viên đá vào cốc và rót rượu lên đến chừng hai đốt tay. Nữ phóng viên ngồi lùi lại và quan sát điều mình đã làm. Cô khuấy chỗ rượu lên bằng một chiếc thìa, tiếng đá va vào ly kêu lanh canh đầy mê hoặc. Katie nhìn chai gin. Chỉ uống một lần, tất cả chỉ có thế. Mà chẳng lẽ cô không đáng được uống chừng đó sao?

Trước tiên là cô đã suýt bị giết. Rồi cô bay trở lại New York chỉ để thấy rằng người ta đã sa thải cô khỏi trang viết cáo phó, lý do là vấn đề ngân sách. Họ đã thay thế Katie bằng một nhân viên tự do đã gần tám chục tuổi.

Họ cũng đã gửi lời "Chúc may mắn, Katie!" một cách nồng hậu khi cho nhân viên an ninh hộ tống cô ra khỏi toà nhà. Lúc ấy Katie chỉ muốn chạy trở lại, cầm lấy những giải Pulizer cô đã giành được và tống vào những cái họng kia.

Nhưng thay vì làm việc ấy, cô trở về nhà và lúc này đang chằm chằm nhìn chai rượu. Cô sẽ dừng lại sau khi uống một ly. Katie biết mình có thể làm thế. Cô chỉ có thể cảm thấy rằng mình có sức mạnh để dừng lại sau khi uống một ly. Katie mở nút chai, ngửi mùi gin hấp dẫn. Cô thả vào ly một lát chanh, lắc cho nó chạy xung quanh và chuẩn bị tư thế cho bước cuối cùng – thêm vào chút Bombay Sapphire. Đây sẽ là ly uống mừng công việc mới của cô - điều mà cô vẫn chưa biết.

Nhưng đó không phải toàn bộ câu chuyện. Vấn đề là khi tỉnh táo, Katie trông thấy Behnam trong những giấc mơ của mình. Thằng bé Afghanistan đã chết để cô có thể giành giải Pulitzer thứ hai luôn xuất hiện trong giấc ngủ của Katie. Dường như nó vẫn sống, mái tóc xoăn dựng lên đôi chút nhờ một cơn gió nhẹ trên sa mạc. Nụ cười trên khuôn mặt nó đủ làm tan chảy những trái tim cứng rắn nhất, làm sáng lên những đêm đen tối nhất. Nhưng giấc mơ luôn kết thúc với cảnh thằng bé nằm chết trong tay Katie. Luôn luôn chết là Behnam.

Chỉ lúc say Katie mới không trông thấy Behnam. Chỉ khi cô chếnh choáng thì thằng bé mới tránh xa. Mà như thế có nghĩa trong hơn sáu tháng qua, đêm nào cô cũng gặp nó nhiều lần. Nó đã chết vài trăm lần trước khi hồi sinh trong những giấc mơ mỗi đêm ba tới bốn lần. Katie mệt mỏi với chuyện ấy. Cô muốn uống. Không, cô muốn say. Cô không muốn trông thấy Behnam sống rồi lại phải chết.

Ngồi lại với cặp đùi trần, chiếc sơ-mi nhàu nhĩ là thứ đồ duy nhất trên người, Katie chăm chăm nhìn ra cửa sổ. Hôm nay ở Công viên trung tâm có một cuộc biểu tình. Đó là biểu tình phản đối chính phủ Nga. Vài chục ngàn người đang diễu hành và phất những ngọn cờ "Hãy nhớ tới Konstantin". Katie không thể biết rằng những lá cờ ấy được bí mật chuyển tới những người tổ chức biểu tình qua bàn tay của một công ty làm việc cho tập đoàn bình phong có mối liên hệ với *Pender và các cộng sự* nhưng chẳng ai lần ra được. Hai mươi triệu lá cờ đã được sản xuất và phân phối trên toàn thế giới cho những cuộc biểu tình như thế này.

Katie quyết định không tham gia biểu tình. Cô những có vấn đề khác để quan tâm.

Ánh mắt cô rời khỏi cửa sổ và vô tình nhìn xuyên qua lớp thuỷ tinh xanh của chai gin vào màn hình tivi.

Tin đặc biệt. Đúng rồi. Luôn có tin đặc biệt. Một tác phẩm lớn nữa. Mới gần đây Katie còn ngồi trên một chiếc máy bay với tốc độ tám trăm ki-lô-mét một giờ lao thẳng vào tâm bão. Và cô thấy yêu việc ấy. Yêu từng giây phút cho tới khi nó qua đi và tác phẩm lớn tiếp theo ra đời. Rồi lại tới một bài viết khác trong cuộc đua đầy điên cuồng và mang động cơ chính trị chẳng bao giờ có điểm dừng.

Lại London. Đấy, London luôn có phần trong các tin đặc biệt, dù chẳng điều gì tệ hại xảy ra lúc Katie ở đó. Số cô là thế. Katie hít một hơi sâu và lơ đãng nhìn toà nhà có băng ngăn cách của cảnh sát quấn quanh. Trông nó quen quen. Cô ngồi thẳng lên và quên luôn chai rượu.

Người phụ nữ đang nói gì? Westminster? Công ty nào? Katie bật dậy, chạy vào phòng khách và chỉnh cho âm lượng lớn lên.

Phóng viên tường thuật tin đang đứng dưới mưa trong khi cảnh sát và những người mặc đồng phục trắng chạy tới chạy lui. Một đám đông tò mò nghển cổ nhòm ngó bị hàng rào di động ngăn lại. Các kíp làm truyền hình rải dọc theo con phố, mỗi lúc lại phát đi câu chuyện của mình ra khắp thế giới qua các chảo vệ tinh.

"Công ty Phượng hoàng sẽ là nơi mà hầu hết mọi người muốn là nơi cuối cùng xảy ra những chuyện thế này", phóng viên nói. "Nằm trên một con phố yên tĩnh của London, nơi đây được mô tả là một tổ chức học thuật thực hiện các nghiên cứu về các chính sách toàn cầu liên quan đến những vấn đề xã hội và khoa học to lớn. Hầu như tất cả những người làm việc ở đây đều là các học giả và các nhà khoa học, nhiều người trong số đó từng là các giảng viên mà khó có ai nghĩ sẽ trở thành mục tiêu của một vụ sát hại man rợ. Danh sách chính thức về những người chết chưa được công bố vì còn chờ thông báo tới gia đình của họ. Trong khi các chi tiết vẫn còn chưa rõ ràng, dường như vụ thảm sát..."

Thảm sát? Có phải người phụ nữ vừa nói thảm sát không? Katie sụm xuống thảm, nhịp tim dồn lên như gõ trống. Người cô chết lặng.

Phóng viên truyền hình vẫn tiếp tục: "Tới thời điểm này cơ quan chức năng chỉ cho biết rằng có gần ba mươi nạn nhân trong toà nhà. Không có dấu hiệu nào cho thấy bất kỳ ai sống sót".

Không có dấu hiệu nào cho thấy bất kỳ ai sống sót? Katie liếc đồng hồ đeo tay và nhanh chóng tính toán sự chênh lệch múi giờ, tư duy của một nhà báo vẫn phát huy bất chấp cơn hoảng sợ của cô đang tăng lên. Bây giờ ở London là buổi tối. Phải sau vài giờ người ta mới phát hiện thấy những cái xác, gọi cảnh sát, rồi người của báo chí và đám đông mới kéo tới đó. Có lẽ vụ việc xảy ra chừng ba hay bốn giờ chiều hôm đó. Rồi cơn hoảng sợ trở lại.

Không người nào sống sót.

Katie bật dậy chạy tới điện thoại, cầm lấy tấm danh thiếp mà Anna đã cho cô rồi gọi theo số trên đó. Ngay lập tức cuộc gọi chuyển vào hộp thư thoại. Katie ngăn tiếng nấc khi nghe trên điện thoại chính xác giọng Anna vang lên đề nghị để lại lời nhắn. Cô gác máy mà không nói gì.

Ý nghĩ tiếp theo xuất hiện trong đầu Katie như một tia chớp. "Shaw!" Cô bật kêu lên.

Cô gọi theo số điện thoại mà ông đã cho. Nó đổ chuông bốn lần, lúc cô nghĩ nó cũng sắp chuyển sang hộp thư thoại thì có người bắt máy.

"Alô?" Giọng một phụ nữ nói bằng tiếng Pháp.

Bối rối một lúc rồi Katie nói. "Ừm...tôi có thể nói chuyện với Shaw được không?"

Người phụ nữa bên kia đầu dây lại nói với cô bằng tiếng Pháp.

Katie suy nghĩ nhanh, cố gắng huy động chút tiếng Pháp học khi còn ở đại học và một chút nhặt nhạnh thêm khi ở nước ngoài. Cô hỏi người phụ nữ có nói tiếng Anh không, người này trả lời rằng nói được một chút. Katie hỏi cô ta xem Shaw ở đâu.

Người phụ nữ không biết cái tên ấy.

"Chị có điện thoại của ông ấy mà".

Bây giờ đến người phụ nữ bối rối nhưng cũng hỏi liệu Katie có phải người nhà Shaw.

Thế có vẻ không được ổn, Katie nghĩ. Trong một khoảnh khắc xa rời thực tế, cô băn khoăn liệu Shaw đã ở bên Anna trong toà nhà Công ty Phượng hoàng và cũng đã bị giết. Thế nhưng vì sao một phụ nữ Pháp lại có điện thoại của ông trong khi vụ thảm sát xảy ra ở London? "Vâng", Katie đáp. "Tôi là người nhà. Tôi là em gái của ông ấy. Chị là ai?"

Người phụ nữ nói cô là y tá, tên Marguerite.

"Y tá? Tôi không hiểu".

"Người đàn ông này, ông Shaw này đang ở bệnh viện", Marguerite nói.

"Ông ấy gặp chuyện gì?"

"Ông ấy bị thương, đang được phẫu thuật".

"Ở đâu?"

"Ở Paris".

"Bệnh viện nào?"

Cô y tá nói tên bệnh viện cho Katie.

"Ông ấy sẽ ổn chứ?"

Marguerite nói rằng cô không biết được.

Katie vội vàng thu xếp đồ đạc. Nhờ đã bay hàng triệu ki-lô-mét, cô đặt được một chỗ trên chuyến bay của hãng Air France rời sân bay JFK đêm đó.

Cô cố tranh thủ ngủ trong khi bay nhưng không thể. Khi những hành khách khác xung quanh ngủ say, Katie dán mắt vào chương trình tin tức trên màn hình riêng của cô. Có thêm một chút thông tin về *Vụ thảm sát London* – theo cách gọi ban đầu của cánh báo chí, nhưng không có gì thực sự mới. Trước khi lên máy bay Katie đã thử gọi cho Anna nhưng cuộc gọi vẫn chuyển vào hộp thư thoại.

Khi chiếc phản lực bay ngang đại dương, Katie tự hỏi vì sao cô làm việc này. Cô gần như không quen biết Anna hay Shaw. Và như Shaw đã nói rất rõ – và cũng đúng nữa, rằng cô chẳng có quyền gì xen vào đời họ.

Thế tại sao cô làm việc này, Katie? Tại sao?

Có lẽ câu trả lời đơn giản là cô chẳng còn gì khác trên đời. Và trong khi cô không biết nhiều về Anna và Shaw, cách gặp họ thật đặc biệt khiến có vẻ như đôi này hơn hẳn những người quen biết sơ sơ. Cô quan tâm đến họ. Cô muốn họ được hạnh phúc. Còn bây giờ? Bây giờ cô cảm thấy như thể một người bạn rất thân vừa qua đời.

Máy bay hạ cánh lúc bảy giờ sáng giờ địa phương, Katie làm thủ tục nhập cảnh và vội vàng bắt taxi tới bệnh viện nằm gần trung tâm Paris.

Cô trả tiền taxi mà không lấy tiền thừa rồi chạy vội qua cửa trước. Bằng thứ tiếng Pháp bập bõm, cô nhanh chóng tìm được một người nói tiếng Anh và hỏi vị trí phòng của Shaw. Người ta cho cô biết rằng ở đây không có ai mang cái tên đó.

Khốn nạn! Cô tự rủa mình vì lúc nói chuyện điện thoại đã không hỏi cô y tá xem Shaw nhập viện bằng tên gì.

"Ông ấy bị thương rất nặng. Hôm qua ông ấy phải phẫu thuật. Ông ấy là người to lớn, cao khoảng một mét chín lăm, tóc sẫm màu, mắt rất xanh".

Người phụ nữ ngây ra nhìn Katie. "Đây là bệnh viện lớn, thưa cô".

"Tôi đã nói chuyện với một y tá về ông ấy. Tên cô ấy là Marguerite".

"À, Marguerite, đúng, thế thì tốt", người phụ nữ nói. Bà gọi điện thoại, nói chuyện khoảng một phút rồi gật đầu với Katie. Ngài Ramsey đang ở phòng 805".

Khi Katie chạy đến bên thang máy, túi đồ nhỏ vắt vẻo phía sau, người phụ nữ lại nói tiếp gì đó vào điện thoại, ánh mắt lo lắng của bà dõi theo cô.

CHƯƠNG 43

Một giờ sau khi Anna Fischer bị giết, chiếc điện thoại BlackBerry của Nicolas Creel rung lên. Hắn lăn người qua giường, cầm máy lên, bấm phím và một dòng tin nhắn hiện lên màn hình: "Tất cả những gì tốt đẹp đều kết thúc tốt đẹp[1]". Đó là tin nhắn từ Caesar. Ai lại có thể nghĩ một tay như thế lại là người hâm mộ Bard[2] nhỉ? Creel nhìn đồng hồ đeo tay. Bây giờ là buổi chiều ở London, đúng như lịch đã định. Hắn lại lăn người và ngủ tiếp.

Cuối buổi tối hôm đó, Creel vuốt chiếc áo khoác mặc trong ngày lễ, chỉnh lại hai tay áo kiểu Pháp và đứng dậy trước những tràng vỗ tay như sấm. Khi bước lên bục phát biểu, Creel bắt tay vị thống đốc vừa giới thiệu hắn với các khán giả toàn những nhân vật tinh tuý chi tới năm ngàn đô-la để được vinh dự gặp Creel – người được coi là nhân vật của năm vì lòng bác ái, hành động gần đây nhất là tặng tám mươi triệu đô-la để xây dựng khu điều trị ung thư tối tân nhất dành cho trẻ em ở một bệnh viện lớn. Nhưng khu này không mang tên Creel, hắn đã có đủ số toà nhà mang tên mình. Creel đặt tên khu điều trị kia theo tên người mẹ quá cố của mình.

---

[1] Nguyên văn một câu của đại thi hào William Shakespeare: All's well that ends well.
[2] Bard of Avon – William Shakespeare.

Vị thống đốc bang California không tiếc lời trong bài giới thiệu của mình, gọi tay tỷ phú sản xuất vũ khí là con người của thời đại, có tầm nhìn không ai vượt qua nổi đồng thời với lòng cảm thông vô bờ bến dành cho những người khác. Nếu mẹ Creel còn sống, chắc chắn bà sẽ rơi lệ vì những lời ấy. Nhưng mắt Creel chưa bao giờ ướt, đó không phải kiểu của hắn. Cũng như mọi thứ khác trong đời hắn, mỗi hành động đều có nhiều động cơ. Sự kiện tối nay không phải ngoại lệ, thực ra đó là tiền đã được tiêu một cách rất hiệu quả. Hắn không khó khăn gì khi giúp đỡ những đứa trẻ ốm đau. Chính hắn đã suýt mất đứa con đầu vì bệnh ung thư máu, điều này đã khiến Creel quan tâm nhiều hơn tới mảng nghiên cứu và điều trị ung thư. Có thể Creel tham lam và tham vọng hơn hầu hết những người khác song hắn cũng hào phóng hơn hẳn.

Thực ra hắn có tấm lòng hào phóng. Song quan trọng hơn nữa là hắn có rất nhiều tiền. Trong vài thập kỷ, Creel đã chi vài tỷ đô-la làm từ thiện, vượt xa hầu hết những kẻ thuộc hàng siêu giàu như hắn. Phân phát của cải làm bản thân cảm thấy thoải mái, làm những người khác thấy thoải mái, đồng thời cũng làm được chút việc tốt. Đó cũng là một cách tốt để tôn vinh người mẹ của hắn, để tạo nên sự bất tử bà đáng được hưởng. Nhưng làm những việc tốt giúp ta có được những người bạn ở những vị trí quan trọng có thể phát huy ảnh hưởng khi ta cần tới họ. Creel cảm giác rằng vị thống đốc California nói riêng và cả bang nói chung sẽ là bạn tri kỷ của hắn. Đó là nước cờ kinh điển, quá rõ ràng, có lợi cho cả hai bên. Cái giá tám mươi triệu đô-la cho điều ấy quả là thật sự rẻ.

Creel rút bài phát biểu từ túi áo ra, nhìn lướt qua đám đông đang quan sát với vẻ tôn thờ, đột nhiên tự hỏi liệu trong số đó có *Người đẹp thế giới* nào mới không. Có lý do hợp lý cho gã tỷ phú để vợ ở nhà. Rõ ràng đã đến lúc có sự thay đổi. Cô ta đã chán hắn, thứ duy nhất cô ta sở hữu khiến hắn quan tâm thì đã mất sức hấp dẫn từ lâu. Creel cho rằng lần này mình sẽ chọn trí tuệ nhiều hơn, miễn là người phụ nữ có hình thức nổi bật. Hắn là kẻ thích có những thứ đẹp xung quanh mình.

Creel bắt đầu bài phát biểu bằng việc đề cập sự kiện mà hiện nay giới báo chí thẳng thừng gọi là *Vụ thảm sát London*. Rồi hắn đề nghị mọi người dành một phút im lặng để tưởng nhớ những người đã bị giết. Creel nghĩ đó là một việc làm tốt. Hắn cúi đầu, thậm chí còn nghĩ tới những người chết và gia đình họ. Việc này khiến đôi mắt Creel hơi ướt. Chuyện thực sự khủng khiếp. Hắn rất tiếc rằng mình đã phải làm việc đó. Giá mà có những con đường khác. Đúng là một thảm kịch ghê gớm. Thế giới đã trở nên quá phức tạp, cái tốt và cái xấu như lẫn cả vào nhau.

Creel ngước lên và thấy một biển ánh mắt lấp lánh đang chăm chú nhìn mình. Đó là khoảnh khắc thần kỳ, thực sự như vậy. Trong những khoảnh khắc quý giá hiếm hoi này, hắn và khán giả quyện vào nhau. Họ đã thế. Với mất mát này, thế giới đã xích lại gần nhau hơn một chút, đúng như khi những thảm hoạ khác xảy ra. Từ thù địch, từ thảm hoạ lại xuất hiện những điều bất ngờ. Chẳng phải ngẫu nhiên khi tất thảy những tổng thống vĩ đại nhất của Hoa Kỳ nắm quyền trong thời chiến. Những cuộc xung đột vũ trang khiến hoặc giúp bạn trở nên như thế. Hoặc bạn sẽ bay cao hoặc bạn bị nghiền nát; không có trung lập, không có chỗ trốn tránh nào. Đó là bảng điểm hoàn hảo nhất trong mọi thời kỳ lịch sử. Creel tin rằng chỉ khi có mất mát người ta mới nhận thức đầy đủ được những thứ tiềm tàng của cuộc sống.

Sau khi kết thúc bài phát biểu chừng mười phút sau đó, trở về chỗ ngồi và vất vả mới khiến được đám khán giả đứng dậy vỗ tay không ngớt ngồi xuống, Creel tranh thủ đọc tin nhắn của Caesar.

Đó là một buổi tối thật ấn tượng, ngay cả với hắn!

Caesar và Pender chẳng hoài nghi rằng tất cả những chuyện này nhằm mục đích tiền bạc, nhằm vực Ares dậy trước khi sụp đổ hoàn toàn. Chắc chắn đó là một trong các lý do, nhưng chỉ là một và không phải động cơ chính. Chỉ có bản thân hắn, bản thân Nicolas Creel mới biết vì sao hắn làm những việc này. Và nếu như người khác đã biết những lý do ấy, Creel chắc chắn người ta sẽ phải vỗ tay hoan nghênh. Đôi lúc mục đích có thể thực sự biện minh cho cách thức. Trong câu nói cũ rích ấy - vốn bị lạm dụng và hoài nghi trong nhiều năm - vẫn tồn tại sự đúng đắn mà Creel tin rằng cuối cùng những người khác bắt đầu nhận ra.

Mục đích biện minh cho cách thức, nhưng chỉ khi những mục đích thực sự đủ cấp thiết. Nhưng ít mục đích như vậy. Với mỗi nỗ lực của loài người đều có một đánh giá tương ứng. Liệu có nên đổ nhiều tiền điều trị bệnh cho một bệnh nhân chín mươi tuổi với cuộc sống chỉ còn kéo dài không đáng kể, liệu có nên ngừng khai thác các giếng dầu để một loài cú có thể sống sót, hay chi hàng ngàn tỷ đô-la và hy sinh cuộc sống của cả trăm ngàn người để lập một đầu cầu dân chủ tại miền đất Hồi giáo với hy vọng tự do sẽ lan rộng. Hàng ngày đều có những quyết định như thế. Và dù các quyết định ấy được đưa ra như thế nào, vẫn có ai đó bị tổn thương, thường thì nhiều người chết, nhiều hơn nữa bị huỷ hoại cuộc đời, nhưng vẫn phải có các quyết định. Chính xác đó là điều Creel đã làm. Thực tế là hắn đã làm việc ấy sau khi suy nghĩ và lên kế hoạch kỹ càng hơn hầu hết các chính phủ khi họ thực hiện những điều quan trọng như vậy. Tóm lại, Creel luôn có lối thoát dù kế hoạch của mình thành công hay không.

Trong buổi tiếp khách sau lễ trao phần thưởng, Creel gặp nhiều phụ nữ có thể làm bạn tình trong tương lai chứ không làm vợ, hắn đã quyết định về chuyện này. Họ luôn có mặt ở những sự kiện kiểu này, kể cả những người có trí tuệ và bằng cấp của các trường danh tiếng. Hắn quá giàu và quá nhiều quan hệ xã hội nên chẳng thể bỏ qua được.

Một lúc sau, khi người phụ nữ cao và duyên dáng mà Creel đã chọn để mời ra ngoài đi uống bước vào chiếc limousine, hắn có cảm giác rằng đời mình sẽ chẳng còn chuyện gì không ổn. Đó là một khoảnh khắc cực kỳ tự tin – và ngay cả đối với những người như Creel – cũng rất hiếm hoi.

Creel muốn tận hưởng cảm giác ấy càng lâu càng tốt, bởi hắn biết rằng ngày mai tất cả có thể thay đổi.

Một người đàn ông khôn ngoan hiểu rằng chiến thắng không phải điều tất yếu. Một kẻ khôn ngoan hơn hiểu rằng chẳng thất bại nào là thất bại hoàn toàn nếu sau đó biết xoay xở một cách khéo léo và đúng nhịp.

Và những người khôn ngoan nhất trong tất cả thực sự vẫn thắng ngay trong khi thua.

Nicolas Creel luôn tự coi mình là một trong số ấy.

CHƯƠNG 44

Khi Katie bước ra khỏi thang máy dừng ở tầng tám, ngay lập tức một bàn tay to lớn giữ chặt lấy vai cô. Phản ứng tức thì của cô là chuẩn bị giãy ra, nhưng khi nhìn vào đôi mắt của người đàn ông có đôi vai rộng và vẻ mặt đầy nghiêm trọng, Katie từ bỏ ngay ý định ấy.

"Đi theo tôi", anh ta nói bằng giọng Anh không thật chuẩn.

"Tại sao?"

Người đàn ông bóp vai Katie chặt hơn. Cùng lúc đó một người khác mặc complê xuất hiện hỗ trợ anh ta, tay này còn to lớn và sức lực hơn. Anh ta chìa phù hiệu nhanh đến mức Katie chưa kịp trông thấy nó của cơ quan nào.

"Chúng tôi có một số câu hỏi dành cho cô", người thứ hai nói.

"Tốt, bởi tôi cũng có vài câu hỏi dành cho các anh".

Hai người đàn ông ép bên Katie khi họ bước theo hành lang. Một cánh cửa mở ra, Katie bị đẩy vào căn phòng nhỏ và được yêu cầu ngồi xuống. Cô cứ đứng, hai tay khoanh trước ngực, ánh mắt thể hiện vẻ không chịu khuất phục. Một trong hai người đàn ông thở dài.

"Một phút nữa chúng tôi sẽ trở lại".

Sáu mươi giây sau họ quay lại cùng một người đàn ông khác, già hơn, đầu hói, mặc một bộ complê nhăn nhúm lẽ ra cần là từ lâu.

Ông ta ngồi xuống và ra hiệu cho Katie cũng làm như vậy. "Cô muốn uống chút gì không?"

"Không", cô vừa nói vừa ngồi xuống đối diện với ông ta. "Điều tôi muốn là gặp Shaw".

Frank ngồi dịch về sau và chăm chú quan sát Katie. "Liệu có phiền cô nếu tôi hỏi vì sao cô biết ông ấy?"

"Có".

Frank gật đầu ra hiệu với một trong hai người của mình, anh ta giật túi xách của Katie khỏi tay cô. Cô cố giữ chặt lấy nhưng tay còn lại giữ lấy người cô. Ví và hộ chiếu của Katie bị lôi ra đưa cho Frank.

Frank xem xét chừng một phút. "Katie James, cái tên này nghe quen quen. Phóng viên đúng không? Cô đang viết bài gì đó về Shaw à?"

"Không, ông ấy là bạn tôi".

"Nghe buồn cười thật, vì tôi tình cờ biết toàn bộ bạn bè của Shaw, cô lại không phải một trong số đó".

"Tôi là một người bạn quen *gần đây*. Tôi xem phù hiệu hay thẻ của các ổng được chứ? Tôi muốn có thông tin chính xác cho việc tố cáo mà tôi sẽ thực hiện nhắm vào các ông nếu không để tôi ra khỏi đây!"

"Gần đây bao lâu?" Frank điềm tĩnh hỏi.

Katie do dự "Edinburgh".

"Shaw chưa bao giờ nói tới chuyện này". Frank xem hộ chiếu của Katie kỹ hơn. "Vậy là cô bay chừng ấy đường từ New York tới đây chỉ để gặp người bạn quen *gần đây*. Tại sao thế?"

"Các ông là ai?"

"Tại sao cô tới đây?" Frank nhắc lại.

"Ông ấy còn sống hay đã chết?"

"Sống, gần như vậy. Giờ hãy trả lời câu hỏi của tôi".

"Hôm qua tôi gọi cho Shaw, một phụ nữ nghe máy. Cô ấy nói rằng ông ấy đang nằm bệnh viện, đang phẫu thuật. Thế nên tôi tới".

"Tôi hiểu. Thế tại sao cô gọi cho ông ấy?"

"*Tôi* được nhận một câu trả lời chứ?"

"Tại sao cô gọi ông ấy?"

Katie lo lắng liếc quanh phòng. Hai người đàn ông kia lạnh lùng nhìn cô. "Vì tôi nghe tin về Công ty Phượng hoàng".

Frank chẳng có vẻ gì hài lòng khi nghe điều ấy. "Cái gì về họ?"

"Thôi nào!" Katie gắt lên. "Tôi nghi là ông lại lỡ mất tin về vụ *thảm sát* ở London đấy".

"Có liên quan thế nào tới Shaw?"

"Anna Fischer. Mà qua nét mặt của ông tôi có thể chắc rằng ông biết hết về chuyện đó. Thế nên đừng có nói vớ vẩn. Chẳng có ích gì đâu".

"Làm thế nào cô quen Anna Fischer?"

"Cô ấy chết rồi à?"

"Làm thế nào cô quen cô ấy, cô James?"

Katie đấu tranh liệu có nên nói sự thật. Cô quyết định bịa một câu chuyện hoàn toàn mới nghe có vẻ hợp lý. "Tôi viết bài về Công ty Phượng hoàng. Đó là hoàn cảnh tôi gặp Anna. Rồi qua cô ấy tôi gặp Shaw. Chúng tôi trở thành bạn bè".

"Cô đã nói cô gặp Shaw ở Edinburgh. Làm thế nào cô biết ông ấy sẽ tới đó?"

"Anna bảo tôi".

"Không, cô ấy không làm thế. Tôi có thể đọc vị ra những điều nhảm nhí như cô đấy. Giờ cô có hai lựa chọn. Hoặc nói cho tôi toàn bộ sự thật hoặc ngồi nghỉ ngơi trong một nhà tù của Pháp với tư cách phạm nhân chờ xét xử. Này, toà án Pháp vốn có tiếng là làm ăn lề mề đấy. Có thể cô sẽ ngồi đó vài năm trước khi ai đó nhớ đến việc đưa cô ra xét xử. Mà người Pháp cũng chẳng có tiếng tốt gì về sự sạch sẽ của hệ thống nhà tù".

"Tôi biết. Cách đây năm năm tôi đã viết một bài về đống rác rưởi của Pháp mà người ta gọi là nhà tù, tôi đã nhận một giải thưởng báo chí danh giá về nỗ lực ấy. Mà này, tôi đang bị buộc tội gì ấy nhỉ? Vì ngay cả người Pháp cũng phải đòi hỏi biết điều ấy trước khi ném kẻ nào đó vào tù".

"Về tội ngu ngốc và thiếu hợp tác thì thế nào?"

"Vậy đưa tôi tới đại sứ quán Mỹ thì thế nào? Tôi đã ghi nhớ địa chỉ rồi".

"Có vẻ chúng ta đã đi vào ngõ cụt rồi", Frank gõ gõ các ngón tay trên bàn."Nếu tôi cho cô gặp Shaw, cô sẽ nói sự thật với tôi chứ?"

Lúc này Katie ngồi thẳng lại, không còn vẻ bất khuất hay tự tin. Lần này cô chọn sự thật. "OK, tôi tới Edinburgh để đi nghỉ. Tôi trông thấy Shaw và một người đàn ông khác ở nhà thờ nằm trong lâu đài. Có thứ gì đó khiến tôi nghi ngờ". Katie tiếp tục giải thích điều đã xảy ra gần vịnh Gilmerton, chuyện Shaw cứu cô, rồi việc cô lần theo dấu vết mà Shaw đã để lại khách sạn, cuối cùng là chuyện cô gặp Anna qua những đầu mối ấy.

"Tôi ngạc nhiên vì ông ấy không nói với tôi bất kỳ điều gì trong chuyện này".

"Đêm đó Shaw suýt chết. Mà mãi tới gần đây ông ấy mới biết việc tôi tìm ra Anna. Ông ấy không được vui về chuyện ấy, thực ra là rất cáu".

"Tôi chắc là thế rồi".

"Giờ thì ông đã biết cả". Katie dọ dự, trong lòng hy vọng mình sẽ sai. "Anna đã bị giết à?"

"Đúng. Cùng với tất cả những người khác ở nơi đó".

Katie nhìn xuống hai bàn tay. "Tại sao? Họ chỉ thuộc một tổ chức học thuật. Anna còn nói là thậm chí chẳng ai quan tâm tới công việc của họ".

"Rõ ràng là đã có kẻ nào đó quan tâm".

"Liệu Shaw có biết không, về chuyện Anna ấy?" Katie ngước lên Frank.

"Không", Frank khẽ nói, tránh ánh mắt cô.

"Ông ấy sẽ ổn chứ?"

"Ông ấy mất nhiều máu nhưng các bác sĩ bảo rằng Shaw đã vượt qua ca phẫu thuật, giờ đã hết tình trạng nguy kịch. Shaw là người khoẻ, mạnh mẽ".

Katie thở phù. "Ơn Chúa"

"Nhưng khi ông ấy biết chuyện về Anna...?"

"Ai đó sẽ phải nói với ông ấy".

"Tôi không chắc sẽ sớm tới lúc đó không", Frank thành thật.

"Nhưng ông ấy xem được qua tivi, báo, điện thoại?"

Frank lắc đầu. "Chúng tôi sẽ lo liệu việc đó".

"Chẳng lẽ ông ấy không tự hỏi tại sao Anna không có mặt bên mình ở bệnh viện này sao?"

"Tôi sẽ bảo Shaw rằng tôi không cho cô ấy tới".

"Nhưng ông ấy sẽ muốn nói chuyện với Anna, ít nhất qua điện thoại". Katie ngừng lại. Tôi chưa bao giờ được biết tên ông.

Frank ngần ngừ. "Frank"

"Tên hay họ?"

"Just Frank[1]"

"Được rồi, Just Frank, họ đã đính hôn rồi. Shaw sẽ không chịu chờ giây nào không được nói chuyện hay gặp cô ấy".

"Tôi đâu có nói đó là kế hoạch hoàn hảo!" Frank đột ngột như nổ bùng. "Lúc Shaw nghĩ mình sắp chết, ông ấy đã yêu cầu tôi gọi điện cho cô ấy. Và tôi bảo ông ấy rằng tôi sẽ gọi, dù khi ấy tôi biết rằng cô ấy đã chết". Ông ta đứng bật dậy rồi đi đi lại lại quanh căn phòng nhỏ, hai tay thọc sâu trong túi áo, mắt nhìn xuống chân.

"Tôi có thể gặp ông ấy được không? Ông bảo rằng nếu tôi nói sự thật, tôi có thể gặp Shaw".

Frank dừng lại. Không cần nhìn Katie, ông ta gật đầu dứt khoát với người của mình.

Khi cả hai đưa cô ra, Frank nói với: "Bảo ông ấy nhé".

Katie ngoái lại. "Cái gì?"

"Cô đúng. Hãy nói với ông ấy về chuyện Anna".

Katie trông có vẻ bất ngờ. "Tôi? Tôi...tôi không thể. Tôi..."

---

[1] Just Frank vừa có thể hiểu tên họ đầy đủ là Just Frank, vừa có thể hiểu "Chỉ gọi là Frank."

"Cô nói rằng ông ấy đã cứu mạng cô. Rằng cô là bạn ông ấy. Thế nên hãy hành động với tư cách ấy".

Katie hoảng sợ đang định nói điều gì đó song Frank đã đóng sầm cửa ngay trước mặt cô. Một lát sau cô bước về phía phòng Shaw.

Như thể cô đang đi những bước cuối cùng trên con đường cô độc tới nơi bị hành quyết.

CHƯƠNG 45

Sau chuyến bay đêm trên chiếc phản lực riêng của mình, Nicolas Creel đổi chỗ ở từ Los Angeles sang Italia, hôm nay đóng vai trò thuyền trưởng trên chiếc tàu khổng lồ của mình – Shiloh. Chiếc du thuyền khổng lồ dài hơn một sân bóng đá khá nhiều với sườn ngang sàn rộng ngoài hai mươi mét, có chín tầng cực kỳ sang trọng. Chỉ riêng khu sử dụng chính của Creel đã rộng tới gần năm trăm mét vuông, tức lớn hơn nhiều một biệt thự trung bình. Nơi này có thể tiếp nhận ba chục vị khách mà vẫn đảm bảo tất cả được phục vụ theo tiêu chuẩn cực kỳ sang trọng bởi nó có một phòng chiếu phim, bể bơi trong nhà, sàn nhảy, phòng tập thể dục, hầm rượu, sân bóng rổ, bất kỳ món đồ chơi dưới nước nào người ta có thể tưởng tượng ra, hai sân đỗ trực thăng, nhiều bồn tắm nước nóng, một tàu ngầm riêng đủ chỗ chứa cho bốn mươi người. Chiếc tàu ngầm thoát ra khỏi du thuyền qua đáy của nó nên Creel có thể đến và đi mà không ai hay biết. Shiloh còn có đội ngũ thuỷ thủ chuyên nghiệp được đào tạo cực kỳ tốt, mục tiêu duy nhất của họ là được hết lòng phục vụ.

Shiloh còn là một con tàu đặc biệt an toàn với hệ thống an ninh hiện đại nhất, các máy phát hiện cử động, thậm chí còn có hệ thống đặc biệt phát hiện tên lửa. Trong khi nó đậu ở lãnh hải Italia, vì biết được uy tín cũng như những mối quan hệ cả về mặt chính trị và từ thiện của Creel với nước mình, chính phủ điều hẳn vài tàu cảnh sát canh gác.

Dù có kích thước khổng lồ, vượt xa nhiều tàu chiến, Shiloh vẫn đạt tốc độ tối ta gần năm mươi ki-lô-mét một giờ, giúp nó dễ dàng chiến thắng bất kỳ cơn bão nào.

Có thế nào đi chăng nữa, Creel vẫn coi Shiloh là một món rẻ khi chỉ tiêu mất ba trăm triệu đô-la. Trong tất cả những nơi ở của mình trên khắp thế giới, hắn thích Shiloh nhất. Khi còn trẻ, hắn có một tình yêu thầm kín với biển và một khát vọng chưa bao giờ thành sự thật là được tham gia hàng ngũ những nhà buôn trên biển, được nhìn ngắm thế giới qua con mắt một thuỷ thủ.

Cho hợp với cảnh biển, hôm nay Creel mặc chiếc áo khoác hai lớp xanh sẫm, quần màu kem và một chiếc mũ thuỷ thủ trắng. Hắn quan sát khi chiếc trực thăng hướng về phía du thuyền, bay qua vùng nước lặng phía dưới với tốc độ chỉ hơn hai trăm ki-lô-mét một giờ. Chiếc máy bay giảm tốc độ, đứng yên tại chỗ rồi hạ xuống điểm đỗ, thả cầu thang. Dick Pender bước ra, sùm sụp trong chiếc mũ rộng vành, cặp kính đen to sụ và chiếc áo choàng dài bằng da. Hắn cầm một chiếc catáp mỏng, thỉnh thoảng nó lại đập vào chân Pender vì gió mạnh từ cánh quạt máy bay.

Creel đón Pender ở phía sau du thuyền, đưa hắn đi xuống cầu thang rộng bằng gỗ tếch bóng loáng tới một căn phòng rộng ốp gỗ óc chó nằm ở khu gần giữa thuyền. Qua những ô cửa sổ tròn khá rộng, có thể trông thấy bờ biển của Italia thấp thoáng sau làn nước mênh mông sẫm màu ẩn chứa đầy những mối đe doạ của Địa Trung Hải.

"Quý cô có ở cùng ông không?" Pender hỏi trong lúc cởi bỏ mũ, áo khoác và vứt lên một chiếc ghế.

"Không. Cánh thuỷ thủ thích thói quen *khoả thân* phơi nắng của cô ta hơi quá một chút. Bây giờ cô ta đang ở một trung tâm chăm sóc sắc đẹp của Thụy Sĩ để làm mình trẻ lại. Đấy là thông tin mà tôi chẳng bao giờ chắc chắn".

Pender liếc màn hình phẳng lớn treo trên tường đang chiếu lại những hình ảnh của *Vụ thảm sát London.*

"Chỗ đó quả là một đống khủng khiếp", hắn nói. "Ông là người thật bận rộn".

Creel có đủ thông tin đảm bảo dìm chết Pender nhiều lần, tay này biết điều đó. Vì thế Creel không bao giờ sợ Pender phản thùng. Mà lại chẳng có ai biết Pender đang ở đây. Hắn đã bí mật tới, cũng sẽ ra đi hoàn toàn bí mật. Đó là cách làm của Creel. Khi cơ bản bạn có đường hàng không của riêng mình, chẳng có cách nào dễ hơn.

"Ta vào việc thôi".

Pender lấy những thứ trong catáp ra. "Tôi đoán là những tài liệu phù hợp đã được để lại ở Công ty Phượng hoàng?"

"Đúng".

"Có dấu hiệu nào cho biết liệu cảnh sát đã xem xét chúng?"

"Bây giờ còn sớm, nhưng chúng dễ phát hiện mà. Chỉ là vấn đề thời gian thôi".

"Ông có kẻ nào làm tay trong không?"

Với câu hỏi này, Creel chỉ gật đầu.

"Ông biết rằng khi gọi điện và bảo tôi rằng ông đã phát hiện thông tin về Công ty Phượng hoàng, dường như mọi thứ đều hoàn hảo".

"Tôi cũng nghĩ thế", Creel thừa nhận. "Nhưng tất cả phải phơi bày, nếu không tôi đã chẳng làm việc ấy. Thế nên hãy nói cho tôi nghe những bước anh đã lên kế hoạch để cho 'sự thật' tiếp theo của chúng ta đến được với công chúng".

Pender cầm một tờ giấy lên. "Để khai thác và truyền bá thông tin với mức tối đa, chúng tôi đề xuất đưa lên mạng trước rồi để cho giới truyền thông làm cái việc khai thác câu chuyện. Các cơ quan thông tấn lớn không thích thừa nhận sự thực nhưng họ sẽ liên tục ngó nghiêng thế giới blog để tìm những chiều hướng, những câu chuyện hay. Như thế nó sẽ làm cho vấn đề có vẻ tự nhiên và hoàn toàn có cơ sở. Đảm bảo độ tin cậy, gạt bỏ mọi hoài nghi".

Creel gật đầu đồng ý. "Thế là chúng ta sẽ giải quyết vấn đề chủ sở hữu thực sự của Công ty Phượng hoàng theo cách đó, việc này sẽ nhẹ nhàng dẫn tới việc tất yếu rò rỉ thông tin từ những gì được phát hiện ở London".

"Đó là cách tôi cho rằng sẽ diễn ra. Chúng ta làm lộ thông tin về chủ sở hữu, tiếp đến là thông tin về những hoạt động đã diễn ra ở đó, chúng sẽ thực sự khiến thế giới phải sốc. Tất nhiên sẽ có những lời phủ nhận", Pender nói thêm.

"Tất nhiên sẽ thế, nhưng như vậy sẽ chỉ tăng thêm niềm tin rằng chuyện đó đúng sự thật. Nếu anh phủ nhận, anh sẽ thua".

"Kế hoạch đặt chân xuống đất đã thành công mỹ mãn".

"Đâu, chưa được thực hiện đâu", Creel trả lời nước đôi.

"Khi nào van rò thông tin sẽ xuất hiện?"

"Cô ta đã được cài hoàn hảo, sẵn sàng rồi. Tôi sẽ kéo cò khi thấy thời cơ chín muồi".

"Thế có thể tin cô ta không?"

"Đó không phải vấn đề về lòng tin".

"Vậy sau khi cô ta đã để lộ thông tin thì sao?"

"Thì tôi sẽ quyết định cần làm gì, Dick".

"Theo kinh nghiệm của tôi", Pender bắt đầu nói, trước khi Creel làm, hắn dừng lại bằng việc châm một điếu xì gà và xoay người lấy bình đựng đồ uống.

"Làm ly port[1] không? Tôi luôn thấy rằng port đặc biệt có ích khi bàn những việc trọng đại đấy".

"Tôi chắc là rượu port của ông ngon hơn của bất kỳ ai", Pender nói và mỉm cười.

Tiếng còi tàu cất lên.

Pender liếc ra cửa sổ đúng lúc một chiếc xuồng cao chừng tám mét cập mạn du thuyền, trên đó khoảng hơn chục đứa trẻ mặc quần áo cũ kỹ đang hết sức phấn khích.

Hắn nhìn Creel và cười xun xoe. "Ông đang mở tua du lịch trên tàu Shiloh à, ông Creel? Kiếm thêm thu nhập từ bọn mặt nhọ Địa Trung Hải à?"

---

[1] Loại rượu mạnh có vị ngọt, nguồn gốc Bồ Đào Nha, thường có màu đỏ sẫm.

Creel không đáp lại nụ cười ấy. Hắn đứng dậy khỏi ghế, vuốt lại chiếc áo khoác thuỷ thủ và chỉnh lại chiếc mũ trên đầu. Đó là lý do hôm nay hắn mặc bộ đồng phục, vì bọn trẻ.

"Đó là đám trẻ con Ý từ một trại mồ côi. Chúng chẳng bao giờ được làm gì. Thế nên khi chúng tôi thả neo ở đây, tôi luôn đưa chúng ra ngoài này. Để có một bữa ăn ngon, có quần áo, đồ chơi mới, được chút vui vẻ nữa. Chúng chỉ là trẻ con thôi, chúng nên được vui vẻ, Dick".

"Ông thật rộng lòng".

"Đó là lý do tôi không cho vợ tới đây. Khi ở du thuyền này cô ta không thể giữ quần áo trên người, ngay cả khi có lũ trẻ chạy lanh quanh. Ý tôi là người lớn là một chuyện, có thể đám thuỷ thủ muốn ngắm cô ta đầy thèm khát nhưng bọn trẻ thì sao? Đó là nét tính cách quả đáng sợ của cô ta. Tôi đã biết trước khi cưới không ấy nhỉ? Hừm, thế cơ chứ".

"Một khiếm khuyết nhỏ trong phẩm chất đặc trưng biết tất cả mọi thứ của ông", Pender nói, không giấu nụ cười của mình.

"Dick, tôi thấy rằng đôi lúc với tôi anh sử dụng những quyền tự do của lẽ ra không được phép đấy".

Pender giật mình. "Xin lỗi ông Creel. Tôi không có ý..."

Creel đặt một ly port trước mặt hắn. "Này, đây là loại rượu ngon nhất".

Với khuôn mặt tái nhợt, Pender lo lắng nâng ly với Creel.

Creel nói: "Vì một thế giới tốt đẹp hơn".

"Vì một thế giới tốt đẹp hơn", Pender lí nhí, mặt vẫn chưa hết lo.

"Đừng có trông khốn khổ thế, Dick, tôi không *hoàn toàn* nghiêm trọng đâu".

Có vẻ câu nói ấy chẳng giúp Pender thấy yên lòng hơn chút nào.

"Vài phút nữa tôi sẽ trở lại sau khi cho bọn trẻ chịu ngồi yên ăn uống. Rồi sau đấy tôi sẽ đưa chúng đi dạo một chuyến tàu ngầm".

"Ông có tàu ngầm!"

"Tôi có mọi thứ, Dick. Tôi nghĩ anh biết điều đó".

"Vâng. Nhưng bọn Ý mồ côi lên tàu ngầm à?"

"Khi mọi người có mọi thứ, họ cần chia sẻ", Creel khẳng định chắc nịch.

Khi Creel lên boong đón các vị khách trẻ tuổi, Pender ngồi lại làm việc. Thế nhưng một phần đầu óc hắn lại mải nghĩ tới sự kỳ quặc của loài người nói chung và sự khác người của một kẻ siêu giàu nói riêng. Hắn còn tự nhắc nhở mình không bao giờ, không khi nào được coi mình ngang hàng với một tỷ phú. Hắn biết có thể đó là điều nguy hiểm chết người. Một sự thật hoàn toàn đúng là có rất ít người làm được những việc Dick Pender có thể làm.

Nhưng cũng có một điều đúng: chỉ có *một* Nicolas Creel.

CHƯƠNG 46

Shaw từ từ mở mắt. Hình ảnh đầu tiên xuất hiện là bức tường phía xa, một chiếc tủ dựa vào đó. Khi hướng mắt sang bên phải, ông thấy một cặp chân dài đang đứng gần cửa ra vào.

Shaw mỉm cười dù thuốc giảm đau bắt đầu hết tác dụng, khiến tay trái ông đau như bị cắt rời.

"Anna?" Ông nói, cố nhấc cánh tay còn lành lặn với lấy cô.

Cặp chân tiến về phía trước, đến gần thì trở nên rõ hơn.

"Katie, Katie James đây. Ông có nhớ tôi không?" Cô bối rối nói, giọng rõ ràng đứt quãng.

Chúa ơi, ông đã nhầm cô với Anna!

Katie dừng lại bên giường. Shaw nhấc đầu lên rất chậm chạp, thế nên ông có thể trông thấy cô đứng đó.

Ông nói bằng giọng ngắt quãng, rõ là còn bị ảnh hưởng của thuốc: "Cô làm gì ở đây?"

Katie cứng đờ người mất một lát. Trước đó cô chưa từng nghĩ về chuyện này. Cô làm gì ở đây ngoài chuyện vì Anna? Rồi trí óc Katie đột ngột minh mẫn.

"Tôi gọi vào máy di động của ông, có một y tá nghe máy. Cô ấy bảo rằng ông bị thương nên tôi tới, à..., tới để xem ông thế nào. Xem ông có ổn không".

"Cô đã tới Paris?"

"Vâng, đúng khi ấy tôi đang ở London", cô nói dối. "Chuyến công tác ngắn mà".

Katie kéo một chiếc ghế, đặt túi lên giá và ngồi xuống cạnh Shaw. Cô luồn hai tay qua khung giường và cầm lấy một bàn tay ông, nắm lại. Cô nhìn thấy lớp băng dày cộp quấn quanh tay trái Shaw, những vết máu loang khắp phía ngoài, rồi Katie cũng thấy cả những vết thâm tím cùng các vết xước trên mặt và cổ Shaw.

"Chàng trai, trông ông chẳng khác gì đống sắt vụn cả, nhưng người ta bảo rằng ông sẽ ổn đấy".

"Anna đâu?" Tiếng Shaw yếu ớt.

Katie mở miệng nhưng không thể thốt nên lời. Cô không thể nói được. Tin ấy có thể giết chết Shaw. "Tôi không thật chắc chắn lắm. Đã có ai liên lạc với cô ấy chưa?"

Shaw gật đầu nhưng tâm trí như để nơi khác. "Tôi đã bảo Frank. Ông ta sẽ đảm nhiệm việc ấy", ông đáp, giọng như mơ màng.

Shaw đột ngột nhăn nhó và ôm chặt lấy cánh tay bị thương, rõ ràng cả người bên trái co rúm lại vì đau đớn.

Katie hoảng sợ ngó quanh, trông thấy nút gọi hỗ trợ và bấm ngay. Một tiếng nói vang lên, Katie thông báo tình hình cho nữ y tá và một phút sau cô có mặt. Shaw được truyền thêm thuốc, ông dần dần thiếp đi.

Katie tiếp tục cầm tay ông, dựa người vào giường và nhìn ngực ông phập phồng.

Cô ngồi đó, không biết thời gian đã trôi qua bao lâu. Mất sức vì đi nhiều và thiếu ngủ, cuối cùng hai mắt cô cũng díp lại. Thêm một quãng thời gian nữa trôi qua khi cả Katie và Shaw cùng ngủ say. Rốt cuộc Katie mở mắt và thấy Shaw đang chằm chằm nhìn mình. Cô từ từ bỏ tay ông ra và ngồi lui lại sau.

"Ông thấy thế nào rồi?" Cô hỏi.

"Tại sao cô tới đây?" Giọng Shaw đã đanh lại và xoáy thẳng vào Katie. Rõ ràng lúc này màn sương do thuốc tạo ra không còn nữa.

"Tôi bảo ông rồi. Tôi nghe tin là ông bị thương. Ý tôi là, như ông biết đấy, ông đã cứu mạng tôi. Một việc tốt đáng được đáp lại bằng một việc tốt", cô nói thêm rất nhanh, lòng thầm ước mình đã không nói điều gì đó ngu ngốc. Ánh mắt Shaw như xuyên thấu người cô, thẳng tới linh hồn của linh hồn cô - một nơi mà ngay cả cô cũng ít khi cảm nhận được. Đó quả là điều đáng sợ.

"Ông có đói hay khát không?" Katie hỏi nhanh, hy vọng mượn những vấn đề bình thường để ẩn tránh ánh mắt như làm héo quắt người khác.

"Frank đâu? Cô phải qua được Frank mới vào nổi đây".

"Ông ấy đang ở đâu đó".

Shaw cố gượng ngồi dậy nhưng Katie nhẹ nhàng đẩy ông nằm xuống.

"Quanh người ông đều có các ống và dây truyền", cô cảnh cáo. "Hãy nằm yên, không là ông sẽ làm điều có hại thật đấy".

"Tôi muốn gặp Frank", Shaw nói vẻ quả quyết. "Tôi muốn biết Anna đang ở đâu!"

"Tôi sẽ đi xem có tìm được ông ấy không".

"Cô làm việc đó *bây giờ*!"

Katie thấy miệng khô khốc khi Shaw hằm hằm nhìn cô như tố cáo điều gì, như thể cô vừa phạm tội. Mà thật sự Katie cảm thấy đúng như thế thật. Cô đã nói dối Shaw và biết rằng ông đã cảm nhận thấy điều ấy.

Suýt nữa cô vùng chạy khỏi phòng.

"Thế tại sao cô không nói với ông ấy?" Frank nói cũng với giọng như tố cáo hệt Shaw. Lúc này họ ở trong căn phòng nhỏ lúc trước.

"Ông ấy đau đớn, dễ bị tổn thương và mệt mỏi đủ rồi", Katie gắt lên. "Nói với ông ấy bây giờ chẳng phải chút nào".

Trông Frank có vẻ không chịu nghe, nhưng ông ta không tranh cãi.

"Shaw muốn gặp ông", Katie nói.

"Tôi chắc chắn là thế rồi, nhưng tôi không thể nói với Shaw điều ông ấy muốn nghe".

"Vậy chúng ta làm gì?"

"Chúng ta có thể tiếp tục tiêm thuốc tới khi Shaw hồi phục khá hơn".

"Ông ấy bị thương kiểu gì?"

Frank nhìn Katie vẻ hoài nghi. "Cái gì, cô muốn tôi báo cáo cho cô nghe phải không?"

"Nếu Shaw tiếp tục làm việc cho ông, kết cục với ông ấy sẽ là bỏ mạng, ông biết điều đó, đúng không?"

"Đây là nghề nguy hiểm. Chúng tôi cố gắng cẩn thận hết mức có thể".

"Điều ấy có gồm cả việc cho người của ông bắn vào ông ấy không? Bởi như thế có vẻ hơi quá mức ngay cả với 'nghề' của ông đấy".

Frank quay ngoắt lại trừng trừng nhìn Katie. Ông ta đang định nói gì đó thì một tiếng động lớn vang tới tai hai người. Cả hai cùng tức tốc chạy về phía phòng Shaw. Những tiếng hét xé toạc không gian, rồi có tiếng va đập như bàn và ghế bị hất đổ. Cánh cửa bật mở, nhiều bàn chân đang chạy rầm rập trên sàn.

Một tiếng thét nữa vang lên át hẳn những tiếng khác.

"Shaw đấy!" Frank kêu lên. "Chuyện quái gì thế nhỉ?"

Đột nhiên Katie nhìn xuống hai tay. "Ôi Chúa ơi!"

"Gì thế?" Frank giật giọng.

"Túi của tôi. Tôi đã quên túi trong phòng ông ấy, trong đó có điện thoại di động của tôi. Nó có chức năng truy cập Internet". Mặt Katie trắng bệch đi như mặt người chết.

"Chó chết!" Frank vừa hét lên vừa đâm bổ người chạy theo hành lang.

Họ vừa rẽ qua góc thì khựng lại.

Shaw đang đứng ở đầu hành lang bên kia, chiếc áo bệnh nhân gần như rách hết, máu chảy dọc theo một cánh tay, ống truyền lủng lẳng trên người ông. Katie trông thấy điện thoại của mình đang nằm trong bàn tay đầy máu của Shaw.

Ánh mắt Katie lướt tới gương mặt Shaw và cô thấy rằng mình không thể nhìn đi nơi khác. Những đường nét trên khuôn mặt ấy thể hiện sự đau khổ tột độ mà chưa bao giờ cô chứng kiến.

"Shaw!" Cô bật khóc và chạy vụt về phía ông.

Lúc cô tới bên thì ông đã sụp người, quỳ gối xuống sàn. Cô quàng cả hai tay quanh người ông, nước mắt chảy dài xuống mặt.

"Anna!". Ông hét lên. "Anna!". Dường như Shaw không còn nhận thức được rằng Katie đang có mặt ở đây.

"Tôi xin lỗi, tôi rất tiếc", cô nói vào tai ông. "Ôi Chúa ơi, tôi rất tiếc".

Những bàn tay khác kéo cô ra. Nhiều người hét lên với Katie bằng tiếng Pháp nhưng cô không chịu buông. Cô không thể bỏ ông ra được.

Rồi một giọng tiếng Anh gắt lên với cô. "Ông ấy đang chảy máu đến chết đấy! Bỏ ông ấy ra, nếu không cô sẽ giết ông ấy đấy, thưa cô!"

Ngay lập tức Katie thả hai tay, lùi lại nhưng vẫn tiếp tục trừng trừng nhìn Shaw trong khi người của bệnh viện đưa ông lên cáng và chuyển đi.

Frank chòng chọc nhìn Katie, cúi người nhặt chiếc điện thoại Shaw đã bỏ xuống rồi đưa lại cho cô.

"Cảm ơn vì tất cả những gì cô đã giúp, James!" Ông ta nói vẻ cay đắng. "Lần sau chỉ cần mang một khẩu súng rồi nhồi một viên vào đầu ông ấy được không? Như thế nhanh hơn". Rồi Frank giận dữ bỏ đi.

Katie chằm chằm nhìn theo ông ta một lúc rồi sợ hãi nhìn xuống màn hình điện thoại. Trên màn hình điện thoại hiện lên hàng tít "Vụ thảm sát London". Cô quăng chiếc Nokia đi rồi sụp xuống sàn, khuôn mặt nhòa nước mắt.

CHƯƠNG 47

Shaw từ từ mặc chiếc áo sơ-mi rộng, cẩn thận trùm qua lớp băng dày trên cánh tay trái. Vết thương sâu và rộng đến nỗi bác sĩ phẫu thuật phải ghim các nếp da lại với nhau. Một bác sĩ phẫu thuật mô được triệu đến và đã làm những gì tốt nhất có thể. Bà bác sĩ bảo Shaw rằng sẽ có sẹo, nhưng thực sự ông chẳng quan tâm.

"Sau này khi đã lấy ghim ra, chúng tôi sẽ làm một cuộc phẫu thuật khác, để làm nó ngon lành hơn", bà nói thế.

"Không", Shaw đáp chẳng do dự. Ông vẫn có thể bắn súng, đó là tất cả những gì ông quan tâm lúc này.

Thật may là lưỡi cưa không ăn trúng gân Shaw, cũng không gây tổn thương gì tới các dây thần kinh. Nhưng như lời bác sĩ nói với ông, "nếu lưỡi cưa ấy chỉ chệch sang trái hoặc phải một phân thôi thì có lẽ bây giờ chúng ta không được nói chuyện thế này".

Phải mất một thời gian Shaw mới lấy lại được phong độ, nhưng bác sĩ đảm bảo rằng ông sẽ bình phục hoàn toàn.

"Tôi muốn đi London, ngay hôm nay", Shaw thông báo với Frank trong lúc thu dọn đồ đạc ở phòng bệnh.

Frank tư lự ngồi xuống ghế. "Để tôi đoán tại sao nhé".

"Tôi có thể đến đó nhanh mức nào?"

"Những ngày này thì đi tàu hoả qua đường ngầm nhanh hơn máy bay. Khi làm xong thủ tục ở sân bay De Gaulle thì ông đã tới được London rồi".

"Có máy bay riêng không?"

"Xin lỗi, bây giờ tôi không bố trí được cái nào".

"Thế thì đặt chỗ trên tàu cho tôi. Đầu giờ chiều nay ấy".

"Ông chắc chắn là muốn làm việc này chứ?"

"Đặt chỗ tàu cho tôi, Frank".

"Thôi được, rồi gì nữa?"

"Katie James đâu?"

Frank ngạc nhiên."Tại sao?"

"Tôi muốn cảm ơn cô ấy".

"Ông mất trí rồi hả? Sau tất cả những gì cô ta đã làm à?"

"Việc cô ấy đã làm là bay nửa vòng trái đất để xem tôi có ổn không. Cô ấy đang ở đâu?"

"Biết thế chó nào được. Tôi có phải bảo mẫu của cô ta đâu. Riêng với ông tôi đã có cả đống việc cần làm rồi".

"Nói cho tôi biết cô ấy ở đâu đi", Shaw vẫn cố.

"Chuyện gì xảy ra với việc tôi ra lệnh còn ông chấp hành thế?" Frank nói giọng hằn học.

"Chuyện ấy chấm dứt khi Anna mất, bởi tôi chẳng quan tâm đến điều gì hết. Katie ở đâu?"

"Tôi đã nói rồi, tôi..."

Shaw ngắt lời. "Ông không để cho bất kỳ ai ra đi như thế hết. Bây giờ cô ấy *ở đâu?*"

Frank liếc ra ngoài cửa sổ. "Ở căn hộ của một người bạn mạn ngoài Rue de Rivoli, gần khách sạn de Ville, trong khi tay bạn đi nước ngoài".

"Tôi cần địa chỉ. Tôi dùng xe được không?"

"Ông có thể lái với cánh tay to đùng kia à?"

"Miễn là không phải nắm tay lái quá chặt".

Frank giúp Shaw mặc áo khoác. Shaw dùng cánh tay còn khoẻ xách túi lên.

Frank lên tiếng: "Này, tôi rất tiếc về chuyện Anna, Shaw. Thực sự lấy làm tiếc. Và dù ông có tin hay không, nhưng thực sự khi ông cưới vợ tôi sẽ để ông tự do. Bây giờ thì ông có thể nghỉ bao nhiêu tuỳ ý muốn".

Shaw sa sầm. "Tại sao bây giờ ông nói với tôi chuyện này? Mà nói trên quan điểm công việc đi, tại sao ông lại cho tôi nghỉ?"

Frank bước đến bên cửa sổ rồi quay lại. "Chỉ cần để ý bọn đầu trọc là được", ông ta nói và mỉm cười.

"Sao lại thế Frank? Ông ghét tôi, tôi ghét ông. Chẳng phải mối quan hệ công tác tuyệt vời gì, nhưng ít ra cũng rõ các quy tắc cơ bản rồi".

Frank thả phịch người xuống ghế, trân trân nhìn trần nhà. "Ông nghĩ tôi đã gia nhập và làm việc cho tổ chức tốt đẹp này như thế nào?"

"Nói tôi nghe".

Ông ta nhìn Shaw. "Tôi cũng đã có lựa chọn giống ông. Và bây giờ tôi vẫn dính đít ở đây".

Shaw há hốc miệng nhìn Frank. "Ông cũng bị cài! Và gì nhỉ, rồi ông áp dụng trò ấy lại với tôi sao?"

"Ừ đấy! Thế thì sao chứ? Mà *chỉ* nói trên quan điểm công việc nhé, tôi vẫn ghét ông đấy".

"Cảm ơn Frank. Tại đây tôi đã nghĩ rằng đời mình sẽ chẳng thể khá hơn được nữa".

Frank cúi nhìn đôi bàn tay mập mạp của mình. "Hẳn là cô ấy đã yêu ông thực sự. Tôi chưa từng có ai như thế".

"Hừ, bây giờ thì tôi cũng thế thôi". Shaw dừng lại ở cửa. "Thi thể Anna vẫn ở nhà xác tại London à?"

Frank chậm chạp gật đầu. "Họ chưa cho phép mang thi thể nào ra hết. Đang tiếp tục điều tra", ông ta nói thêm một cách không cần thiết.

"Anna chắc muốn được chôn cất ở Đức. Tôi chắc rằng bây giờ cha mẹ cô ấy đang chuẩn bị". Một phần đầu óc Shaw không thể nghĩ tới chứ chưa nói đến chuyện hiểu được việc ông lại nói bình thản như thế, tỉnh táo như thế về đám tang Anna sắp diễn ra. Đột nhiên ông cảm thấy nếu không bước ra ngoài nơi thoáng rộng, da ông sẽ bốc cháy.

Frank bước theo sau. "Bây giờ ông gặp James hả?"

"Đúng".

"Muốn tôi đi cùng không?"

"Không". Shaw đột ngột dừng lại giữ lấy cánh tay bị thương, rõ ràng đang đau đớn.

Frank đặt một bàn tay lên vai ông. "Rất tiếc về vụ va chạm với mấy thằng phát-xít quái đản", ông nói bằng giọng chân thành. "Chuyện phe hữu phe tả vớ vẩn. Điều ấy sẽ không xảy ra lần nữa đâu".

"Ừ".

Lúc cả hai đi ra khỏi bệnh viện tới chiếc xe đang chờ Shaw, Frank gọi một cú điện thoại. Ông ta viết gì đó vào một mảnh giấy rồi đưa cho Shaw. "Địa chỉ của James đấy".

"Cảm ơn".

Shaw chuồi người vào ghế sau tay lái rồi thò đầu ra ngoài cửa sổ. "Gọi cho tôi báo thông tin về tàu nhé".

Frank gật đầu khổ sở. "Ông sẽ chỉ tới thăm thi thể của Anna thôi, đúng không? Ông sẽ không bén mảng tới gần nơi xảy ra vụ việc, được chứ?"

"Tôi sẽ gặp ông sau"

"Mẹ kiếp, Shaw, ông sẽ không tới bất kỳ chỗ nào gần Công ty Phượng hoàng. Ông nghe tôi nói chứ?"

"Tôi sẽ có thoả thuận với ông, Frank. Một thoả thuận có lợi đến mức ông không từ chối nổi. Muốn nghe không?"

Frank nhìn Shaw vẻ nghi ngờ. "Tôi không biết sao?"

"Ông để cho tôi lần mò quanh Công ty Phượng hoàng".

"Shaw", Frank bắt đầu lên tiếng nhưng Shaw tiếp tục át đi.

"Ông để cho tôi làm việc ấy, tôi sẽ cộng tác với tay MI5 về vụ Nga".

"Tôi không nghĩ đó là..."

Shaw cắt lời. "Tôi sẽ xử lý vụ này. Ông tách ra và tôi sẽ làm việc cho ông tới khi chết".

Frank im lặng mất một lúc rồi chầm chậm nói. "Nhưng còn chuyện nghỉ việc thì sao?"

Shaw dành cho ông ta cái nhìn hàm chứa cả sự bất lực lẫn giận dữ. "Nghỉ để làm gì, Frank? Đó là thoả thuận hả?"

Frank ngần ngừ. "Ừ, chắc chắn là thế".

Ông ta mở miệng nói gì đó nhưng với tiếng lốp rít lên, Shaw đã đi khỏi.

Frank quay người và bước xuống phố kiếm một quán bar và thứ gì đó để uống.

CHƯƠNG 48

Một chút nắng sớm cũng tìm cách chui qua được rèm cửa sổ, bò dọc theo sàn nhà và dừng lại một khoảng ngắn ngủi trên đầu gối trần thò ra ngoài chăn. Một lát sau nó bò thẳng ngang giường và trườn qua sàn, liếc mắt nhìn chai gin trống rỗng nằm đó khiến vài giọt lăn đi lăn lại, phản chiếu ánh nắng như tạo hình kính vạn hoa trên trần nhà.

Rốt cuộc những điều tệ hại cũng túm lấy Katie James. Suốt cả mấy ngày qua cô say khủng khiếp tới mức điều duy nhất cô nhớ tới sau này là cảm giác xấu hổ tột độ. *Và* tình trạng mệt mỏi sau khi say tệ hại nhất mà cô từng trải qua.

Trong những cơn ác mộng, Katie đã đạp tung chăn và nằm đó trong chiếc áo phông dài tay cùng quần soóc thể dục nhàu nát, mồ hôi túa ra các lỗ chân lông làm ẩm hết quần áo. Hơi thở dần bình thường, cuối cùng cô cũng nằm im, ngực nhấp nhô nhè nhẹ và da thịt còn hồng là những bằng chứng duy nhất cho thấy Katie vẫn còn sống.

Katie chẳng hề nghe thấy tiếng chuông ở cửa trước, tiếng gõ tiếp theo rồi tới tiếng nện vào cửa hay tiếng người gọi tên mình. Cô chẳng hề nghe tiếng cửa trước mở ra, bước chân đi qua phòng khách nhỏ rồi cánh cửa phòng ngủ mở rộng. Chẳng lúc nào cô cảm thấy sự hiện diện của một người khác trong phòng, không hề cảm thấy gì hết khi kẻ đột nhập nhấc chiếc chăn khỏi sàn nhà và đắp cho cô.

Tiếng cọt kẹt của lò xo giường khi vị khách kia ngồi xuống cũng không làm Katie thức giấc. Tiếng gọi tên cô khe khẽ ư? Chẳng hề biết. Lay vai cô nhè nhẹ sao? Chẳng có phản ứng nào.

Nhưng hất một cốc nước vào mặt cô thì sao? Giờ thì *việc ấy* đã được nữ phóng viên để ý.

Cô ngồi dậy, vừa nhổ nước bọt vừa dụi mắt và lau mũi.

"Cái quái..." Katie bắt đầu với giọng gắt gỏng cho tới khi hai mắt nhìn rõ Shaw đang ngồi đó, tay cầm chiếc cốc không, mắt chằm chằm nhìn cô.

Katie cố nuốt lần cuối cùng cho phần nước còn lại trong khí quản trôi xuống. "Làm thế nào ông vào được?"

"Tôi đã bấm chuông, đập cửa, gọi cô. Tôi cũng làm đủ những việc ấy khi đã vào nhà. Cô chẳng hé miệng chút nào. Tôi không nghĩ là có ai ở đây cho tới lúc, ừm, tới lúc tận mắt thấy cô nằm trên giường".

Katie xoa xoa hai thái dương giần giật. "Khi ngủ tôi... tôi ngủ rất say".

Shaw cầm vỏ chai gin lên. "Cô rất say một thứ nào đó". Ông cầm lên chiếc vỏ thứ hai, thứ ba, rồi thứ tư.

"Cô pha gin, bourbon và whisky?"

"Khi ở Scotland thôi, ông biết mà".

"Chúng ta đang ở *Pháp*," Shaw nói và nhăn mặt.

Katie lùa một bàn tay vào mớ tóc vàng và ngáp. "Ồ đúng rồi, Paris", cô lơ đãng nói. Rồi dường như thứ gì đó xuyên thẳng qua những làn mây do rượu gây ra. "Ôi lạy Chúa, *đúng rồi!*". Katie vội vàng ngồi thẳng hơn.

"Shaw, tôi rất tiếc. Về tất cả mọi chuyện. Vì chuyện chiếc điện thoại di động thật ngu ngốc, về chuyện nói dối ông". Cô dừng lại. "Và về Anna".

Shaw dành chút thời gian xếp những vỏ chai thành một hàng trên chiếc hộc nhiều ngăn kéo dựa vào tường. "Thực sự tôi muốn cảm ơn cô vì đã tới xem tôi ra sao".

Hình như Katie ngạc nhiên về điều ấy. "Ông không phải làm thế. Đặc biệt sau chuyện hôm qua ở bệnh viện. Là hôm qua phải không nhỉ?"

"Thực ra đã năm ngày rồi".

Trông Katie có vẻ sửng sốt. "Năm ngày! Ông đùa đấy à?"

Shaw liếc lên hàng vỏ chai. "Đầu cô *cảm thấy* là tôi đang đùa không?"

Katie chằm chằm nhìn ông rồi tới những chiếc chai rỗng và ngồi lên giường. "Suốt hơn sáu tháng tôi không uống một giọt nào, ông tin không?"

Shaw liếc dãy chai. "Không, tôi không tin".

Katie than một tiếng não nuột. "Nhưng thực tế lại đúng đấy. Tôi...tôi không thể tin là mình đã thế này. Tôi không tin là mình đã tuột dốc".

Shaw lại nhìn hàng vỏ chai. "Đó không phải dốc mà là một *vực thẳm*. Tôi sẽ đợi cô ở phòng bên. Tắm rửa và thay đồ đi. Tôi sẽ mua cho cô ít đồ ăn sáng". Ông bước về phía cửa.

"Chờ chút, ông ra viện làm gì thế?"

"Tôi đã xong việc ở bệnh viện rồi".

"Ông nghĩ thế thật hả?" Katie hỏi vẻ hoài nghi, chăm chú nhìn chỗ phồng lớn sau tay áo khoác bên trái của Shaw.

"Chiều nay tôi sẽ đi London bằng đường ngầm qua biển, nhưng trước tiên tôi muốn nói chuyện với cô về Anna".

"Ông muốn biết điều gì?"

"Tại sao có kẻ nào đó muốn giết cô ấy".

Katie trân trân nhìn ông."Nhưng tôi không biết gì về chuyện ấy".

"Có thể cô nghĩ mình không biết. Nhưng lúc gặp cô ấy, có lẽ cô đã nghe hoặc trông thấy gì đó có thể giúp được tôi".

"Shaw, ông thực sự nghĩ mình đã đủ sức khoẻ làm việc này chưa?"

Shaw quay lại nhìn xoáy vào Katie, đôi mắt xanh và mạnh đến mức Katie thấy mình đang nín thở, lo lắng bấm chặt các móng tay vào lòng bàn tay, chẳng khác nào một học sinh tiểu học vừa phạm sai lầm lớn.

Shaw nói khẽ. "Đời tôi hết rồi, Katie. Nhưng dù có là ai, kẻ gây ra chuyện này với Anna cũng phải chết. Và chết sớm".

Tóc gáy Katie dựng cả lên, lần đầu tiên trong nhiều năm cô còn thấy sởn da gà. Đầu cô như bị gõ búa, đột nhiên bụng quặn lên.

"Giờ thì thay đồ đi, thưa cô".

Ngay khi ông rời khỏi phòng, Katie chạy vội vào nhà tắm và phun ra thứ chất lỏng kinh tởm đã tích tụ suốt năm ngày qua.

CHƯƠNG 49

Họ đứng phía ngoài một nhà hàng nhỏ có thể nhìn ra sông Seine phía gần bến Gesvres. Nếu nghển cổ lên một chút, Katie có thể trông thấy những chóp nhọn của Nhà thờ đức bà chiếu xuống giữa con sông nổi tiếng. Bảo tàng Louvre nằm chếch về phía tây chưa tới một ki-lô-mét, ngục Bastille thì nằm xa hơn một chút về phía đông.

Cà phê đặc, bánh mì nóng, món trứng đơn giản ngon như thể chỉ có người Pháp mới biết làm.

"Cô đã gặp Anna ở London", Shaw nói. "Ở văn phòng hay ở nhà?"

"Ban đầu chúng tôi gặp nhau ở quán cà phê, sau đó tới phòng làm việc của cô ấy".

"Khi các cô tới đó, cô có thấy điều gì bất thường không?"

Katie vừa nhún vai vừa dùng nĩa lấy một miếng trứng, bụng vẫn quặn lên. "Vừa bình thường vừa bất thường. Một căn nhà cổ ở một con phố yên tĩnh ngay trung tâm London với một loạt các học giả viết lên những thứ chẳng có ai đọc, ít nhất đó cũng là mô tả của Anna". Cô liếc nhìn Shaw. "Ông từng tới đó chưa?"

Shaw gật đầu. "Và chính vì thế, cách đây chừng một năm tôi kiểm tra hồ sơ về nhà đất để xem căn nhà đó đáng giá bao nhiêu. Cô thích đoán thử không?"Katie lắc đầu rồi vừa cắn một miếng bánh mì vừa nhìn Shaw tò mò. "Mười sáu triệu bảng Anh".

Miếng bánh mì suýt rơi khỏi miệng Katie."Như thế là trên ba mươi triệu đô-la".

"Đúng thế. Mà đó chỉ là *giá mua* cách đây mười năm. Bây giờ rõ ràng giá còn cao hơn nhiều".

"Anna đã làm ở đó được bao lâu?"

"Năm năm. Cô ấy là chuyên gia phân tích cao cấp, một trong những người giỏi nhất họ có".

"Tôi chắc là thế. Cô ấy đã nói với tôi về những việc cơ bản họ làm ở đó. Nhưng ai sở hữu Công ty Phượng hoàng?"

"Cô ấy có nói một lần. Một người Mỹ giàu có sống ẩn dật ở Arizona, vì vậy tên người này được giữ kín. Anna cũng bảo tôi rằng cô ấy nghĩ tên công ty xuất phát từ loài chim thần - phượng hoàng".

"Loài chim bất tử", Katie nói, rồi mặt cô đỏ lựng lên khi thấy Shaw đang chăm chăm nhìn mình.

"Chẳng có vẻ gì là cái tên phù hợp, đúng không?" Ông nhận xét.

Katie nói nhanh. "Nhưng chắc chắn có những điều về Công ty Phượng hoàng mà người ta chưa biết. Thế nên chúng ta thực sự cần khoanh vùng xem nó là gì, liên quan tới ai".

"Không, *tôi* mới cần làm việc đó".

"Tôi nghĩ chúng ta đang làm cùng nhau".

"Cô nghĩ sai rồi".

"Tôi cũng muốn phát hiện điều gì đã xảy ra với Anna".

Shaw chỉ lắc đầu. "Cô có thể nói với tôi gì khác nữa không?"

"Sao bây giờ tôi phải nói cho ông nghe nhỉ?"

"Vì tôi đề nghị cô một cách lịch sự".

Đôi mắt của Shaw lại như đóng đinh Katie, cô cảm thấy mình đang run lên vì ánh mắt ấy.

"Rồi, khi sắp sửa đi thì tôi nhận thấy cô ấy để tài liệu nghiên cứu trên bàn hết".

"Cô ấy luôn thế. Đó là nghề cô ấy mà".

"Không, ý tôi muốn nói tới một điều, cái gọi là *Hiểm hoạ đỏ*".

Shaw cúi người về phía trước. "Cô đã hỏi Anna về chuyện ấy à? Khi đó cô ấy đang nghiên cứu vụ đó cho Công ty Phượng hoàng hả?"

Katie lắc đầu. "Không, Anna bảo cô ấy chỉ tò mò thôi. Tôi nghĩ đó là việc cô ấy làm trong thời gian rảnh".

"Lúc chúng tôi ở Dublin, Anna rất quan tâm đến tổ chức R.I.C. Cô ấy còn lên mạng cố tìm kiếm thông tin nhưng chẳng thấy mấy".

"Vâng, có vẻ cô ấy vẫn rất tò mò". Katie có vẻ trầm tư một lúc. "Ông không nghĩ là chủ công ty có liên quan gì tới việc đó à? Ý tôi muốn nói tới việc cố xác minh kẻ nào đứng sau *Hiểm hoạ đỏ* ấy. Có thể họ đã phát hiện ra và điều đó lý giải cho vụ bắn giết".

Shaw lôi một tấm danh thiếp trong túi ra và quan sát. Edward Royce, MI5. Tay mà Frank muốn phối hợp với Shaw điều tra vụ *Hiểm hoạ đỏ*, ông ta làm ở London. Trong khoảnh khắc Shaw không tin Công ty Phượng hoàng đã điều tra về *Hiểm hoạ đỏ* và đó là lý do dẫn tới vụ thảm sát. Nhưng nếu Shaw đồng ý giúp đỡ Royce về vụ *Hiểm hoạ đỏ*, biết đâu ông ta có những mối quan hệ ít nhất đảm bảo cho Shaw được vào toà nhà Công ty Phượng hoàng.

"Nếu làm việc đó thì Anna đã bảo tôi rồi".

Katie liếm môi và lo lắng nói. "Hãy xem xét chuyện này theo đúng tinh thần nó xuất hiện trước ta".

Shaw rời mắt khỏi tấm danh thiếp và ngẩng lên. "Gì cơ?"

"Có thể Anna giấu ông không? Tôi muốn nói tới những việc cô ấy đã làm thật ấy?" Katie vội vã nói thêm khi thấy mặt Shaw nhăn lại. "Thử nghĩ xem, ông không hoàn toàn trung thực với cô ấy. Đó chỉ là ý nghĩ của tôi thôi".

"Đó chỉ là ý nghĩ. Tôi sẽ chỉ biết thế thôi. Cảm ơn cô".

"Thế khi nào ông sẽ đi?"

"Sớm".

Chiếc Black Berry của Shaw rung lên. Ông hơi khó khăn khi lấy nó từ túi áo khoác ra, song Katie đã giúp làm việc ấy. "Ông muốn tôi bật tin nhắn lên không?" Cô hỏi khi thấy Shaw đánh vật với chiếc máy mà cơ bản chỉ cần một tay là quá đủ.

"Tôi có thể lo được", Shaw đáp, có lẽ nghi đó là thủ đoạn của Katie để đọc tin của ông. Ông liếc màn hình. Như vậy Shaw đã có một vé hạng nhất trên tàu Eurostar xuất từ ga phía bắc Paris và sẽ có mặt ở ga Thánh Pancras của London. Ông sẽ ở khách sạn Savoy mới khai trương. Ít ra Frank cũng không làm mọi việc kiểu rẻ tiền. Điều đó bù đắp cho công việc mà từng phút đều phải đối mặt với khả năng chết một cách đau đớn.

"Ít ra ông cũng gọi điện và cho tôi biết ông đã phát hiện được gì chứ?"

Shaw đứng dậy sau khi đã bỏ ít tiền euro xuống bàn thanh toán. "Xin lỗi, tôi không thể làm thế".

"Tại sao?"

"Vì tôi không muốn thế. Lời giải thích ấy đủ cho cô chứ?"

Mất một lúc Katie mới nhận ra rằng Shaw đang dùng chính những ngôn từ của cô để nói với cô, những từ Katie đã nói lúc Shaw hỏi tại sao cô không phẫu thuật tái tạo mô cho vết sẹo trên cánh tay.

"Không đủ, nhưng tôi đoán mình không có lựa chọn nào".

"Cảm ơn cô đã giúp đỡ. Giờ thì hãy trở về và tiếp tục cuộc sống của mình"

"Ồ, đúng rồi, quá tuyệt", Katie cười khẩy. "Tôi nghe nói tờ *Thời báo New York* đang cần một biên tập viên phụ trách mới. Hoặc có thể tôi sẽ đảm nhiệm vị trí của Christiane Amanpour[1] ở CNN. Tôi luôn muốn chuyển sang mảng truyền hình, sẽ kiếm cả triệu đô. Nhưng chẳng biết tại sao tôi không làm việc ấy từ nhiều năm trước".

"Bảo trọng nhé Katie. Và nhớ bỏ rượu".

Ông bỏ cô ngồi lại bên bàn, đầu óc quay cuồng. Năm phút trôi qua rồi mà Katie vẫn không nhúc nhích, mắt chằm chằm nhìn vào thứ vô hình, bởi rõ ràng cô chẳng còn lại gì, chẳng gì hết. Tiếng chuông

---

[1] Nữ phóng viên quốc tế của CNN nổi tiếng với nhiều bài tường thuật từ các vùng chiến sự, khủng hoảng.

điện thoại làm Katie giật mình. Đó là số điện thoại từ Mỹ mà cô không nhận ra.

"Alô?"

"Katie James phải không?"

"Vâng".

"Tôi là Kevin Gallagher, biên tập viên nội dung chính của tờ *Người làm báo*. Chúng tôi là tờ nhật báo tương đối mới ở Mỹ".

"Tôi đã đọc ít bài của báo anh. Anh có một số phóng viên giỏi".

"Đúng là lời khen từ một phóng viên hai lần đạt giải Pulitzer. Này, tôi chắc chắn là cô bận lắm, nhưng tôi có được số điện thoại của cô từ một anh bạn ở tờ *Diễn đàn*. Tôi hiểu rằng cô không còn làm ở đó nữa".

"Đúng vậy", Katie đáp rồi nói nhanh: "Những mâu thuẫn không thể dung hoà. Sao anh gọi cho tôi?"

"Này, chẳng cần một nhà khoa học giỏi mới hiểu được rằng một nhà báo tầm cỡ như cô chẳng mấy khi rảnh rang thế. Tôi muốn thuê cô viết về vấn đề đó cho báo".

"Vấn đề *đó*?"

Gallagher khẽ cười. "Ít ra là câu chuyện duy nhất mà bất kỳ ai cũng quan tâm lúc này".

"*Hiểm hoạ đỏ*?"

"Không", anh ta nói. "Chúng tôi đã có một nhóm làm nội dung đó. Ý tôi là *Vụ thảm sát London*".

Tim Katie đập rộn lên.

"Katie, cô vẫn nghe đấy chứ?"

"Vâng, vâng. Chúng ta sẽ làm thế nào?"

"Chúng tôi không thể trả như mức cô từng nhận ở tờ *Diễn đàn* được. Nhưng báo chúng tôi sẽ trả theo từng bài với mức nhuận bút hiện thời dành cho những người như cô, cộng thêm các chi phí hợp lý. Cô có thêm phát hiện mới, tôi sẽ trả cao hơn. Cô được quyền tự do tác nghiệp để hoàn thành công việc của mình. Nghe thế nào?"

"Nghe có vẻ hoàn toàn đúng với những gì tôi đang tìm kiếm. Thực tế là tôi lại tình cờ đang có mặt ở châu Âu".

"Tôi gọi đó là sự trùng hợp ngẫu nhiên tuyệt cú mèo".

Tôi thì không thế đâu.

"Tôi có thể gửi cho cô hợp đồng và các vấn đề quan trọng khác qua email"

Họ nói chuyện thêm vài phút nữa rồi Katie bỏ máy. Cô không thể tin nổi bước thay đổi ngoài sự tưởng tượng này. Rồi Katie nhìn đồng hồ đeo tay, cô chỉ còn đủ thời gian bắt chuyến tàu Eurostar lúc một giờ để tới London.

CHƯƠNG 50

Đoàn tàu Eurostar màu xanh vàng rời ga đúng giờ, khi đã ra khỏi ngoại ô Paris nó tăng tốc lên hơn hai trăm ki-lô-mét một giờ. Đường ray thiết kế riêng cho tàu tốc độ cao nên tàu chạy rất êm, chỉ đưa nhè nhẹ đủ để ru ngủ những ai thích đánh một giấc.

Shaw ngồi ở khoang hạng nhất, được dành riêng một chiếc ghế rộng rãi thoải mái cùng bữa ăn ba món có cả rượu vang; nhân viên phục vụ rất chuyên nghiệp là một nữ tiếp viên mặc đồng phục đẹp đẽ nói được cả tiếng Anh và tiếng Pháp. Thế nhưng Shaw chẳng ăn hay uống gì, chỉ trầm tư nhìn ra cửa sổ.

· Rất ít khi ông nghĩ về quá khứ. Nhưng khi tàu chạy, Shaw đã làm việc ấy, lý do không gì khác ngoài việc ông chẳng còn tương lai để nghĩ tới nữa. Đời ông đã khép lại hoàn toàn. Bị người mẹ đẻ nhưng cũng là người ông chẳng thể nhớ nổi bỏ lại trại trẻ mồ côi, rồi bị ném vào một loạt các gia đình giả danh thuộc hàng rác rưởi chẳng làm gì tốt mà toàn gây hại cho ông, Shaw đã tạo dựng cuộc sống của mình với thân phận một kẻ cô độc. Trước khi bị bắt buộc gia nhập tổ chức của Frank, Shaw đã trải qua nhiều năm đi hết nước này tới nước nọ thực hiện yêu cầu cho các tổ chức khác để lấy tiền. Ông chẳng quan tâm tới những rủi ro với bản thân hay khía cạnh đạo đức của những việc mình thực hiện. Shaw đã tấn công người khác và cũng bị những kẻ khác tấn công. Một số việc ông làm đã giúp cho thế giới trở nên an toàn hơn, một số làm gia tăng hiểm hoạ mà sáu tỷ người trên hành tinh phải cùng đối mặt. Song tất cả những việc Shaw đã thực hiện đều có sự cho phép của các chính phủ hoặc các cơ quan, tổ chức đại diện cho các chính phủ ấy. Đó là tất cả những gì khiến Shaw có lý do tồn tại.

Cho tận tới khi Anna xuất hiện trong đời ông.

Trước khi họ gặp nhau, Shaw tin rằng đời ông sẽ chấm dứt khi một trong những nhiệm vụ Frank giao không diễn ra như mong muốn. Ông thấy hoàn toàn thoải mái với điều ấy. Người ta đã sống thì phải chết. Trước khi có Anna, Shaw chẳng có lý do gì gìn giữ cuộc sống của mình ngoài bản năng tự vệ. Nhưng ở một người đã sống hết nửa đời, bản năng ấy cũng cùn đi, mờ dần theo năm tháng. Với Anna, đột nhiên ông có lý do thực sự để tồn tại. Với mỗi nhiệm vụ, Shaw chuẩn bị ngày càng kỹ càng hơn vì ông muốn trở lại, trở lại với cô.

Rồi ông đã lên kế hoạch việc thoát khỏi tay Frank cũng như dự định cuộc sống tương lai với Anna. Có vẻ như ông đã tiến rất gần những mục tiêu ấy. Dù Frank vẫn là Frank, điều ấy vẫn khả thi miễn là ông có thể giữ được tính mạng.

Và đó là sự trớ trêu vô tình nhất đang rơi vào ông bây giờ.

Một điều chưa bao giờ xuất hiện trong ý nghĩ hoặc trong tính toán riêng của Shaw là Anna chứ không phải ông chết một cách đau đớn. *Chưa bao giờ.*

Ông vẫn chăm chăm nhìn ra cửa sổ khi những cảnh đẹp mê hồn lướt qua. Chúng chẳng có ý nghĩa gì với ông và sẽ mãi mãi thế. Điều đẹp đẽ duy nhất ông từng dành mối quan tâm lúc này đang nằm trong tủ giữ lạnh ở một nhà xác London. Vẻ đẹp ấy giờ chỉ tồn tại trong đầu óc Shaw, trong ký ức của ông. Lẽ ra đó là niềm an ủi với ông, nhưng thực tế lại không thể. Với đôi mắt nhắm nghiền, tất cả những gì Shaw nhìn thấy là một con người mà ông từng cho phép mình yêu. Hình ảnh ấy sẽ mãi mãi bám theo ông, là một gánh nặng khiến ông không thể nghĩ mình sẽ có một cuộc sống bình thường hay hạnh phúc.

Bây giờ ông chỉ có một mục tiêu. Giết. Sau đó ông sẽ kết thúc cuộc đời mình như nó đã khởi đầu. Trong cô độc.

Katie ngồi trong toa xe phía sau toa Shaw, dù cô không biết điều ấy. Khi những cảnh đẹp như tranh của vùng nông thôn Pháp vùn vụt lướt qua, dù đã được giao nhiệm vụ mới, đầu óc Katie vẫn xoay quanh Shaw đang chìm trong đau khổ và điều sẽ xảy ra khi ông tới London. Điều hiển nhiên là ông sẽ tới toà nhà Công ty Phượng hoàng, và nhờ các mối quan hệ của mình, có lẽ Shaw sẽ vào được trong đó. Ông cũng sẽ đến căn hộ của Anna. Ông ấy sẽ phải tới đó, Katie tự bảo mình. Chẳng có cách nào để ông tránh làm việc ấy.

Đắm chìm trong suy nghĩ nên Katie chẳng nhận ra con tàu đã chạy hết vùng Calais rồi đi vào đường hầm, chui xuống lòng đất rồi cuối cùng chạy dưới lớp đá dưới đáy biển Manche. Với hàng tỷ tấn nước phía trên đầu, Katie nhìn ra đường hầm được chiếu đèn sáng trưng, chẳng hề lo lắng rằng chỉ một chút kẽ nhỏ trong những bức tường nước có thể cán mỏng con tàu.

Hai mươi lăm phút sau con tàu chạy lên nơi có ánh nắng rực rỡ, họ đã có mặt ở nước Anh. Hành trình mất tổng cộng một trăm bốn mươi phút thật dễ chịu, Katie đã nạp đủ điện cho máy tính xách tay và điện thoại di động – dù cô chẳng có ai để gọi. Thực ra sau chuyện xảy ra ở bệnh viện, Katie chẳng bao giờ muốn dùng điện thoại di động nữa.

Cô cũng nghĩ về những lời Shaw nói: *Đời tôi hết rồi, Katie. Nhưng dù có là ai, kẻ gây ra chuyện này với Anna cũng phải chết.* Cô chẳng nghi ngờ rằng đó là điều Shaw muốn nói. Cô cũng chẳng nghi ngờ việc ông dám cố gắng giết một hay nhiều kẻ bằng tay không, dù đang bị thương hay khoẻ mạnh.

Nhưng sau đó thì sao? Ông sẽ làm gì? Hoặc nếu Shaw chết khi cố gắng làm việc ấy thì sao? Chẳng dễ gì giết được kẻ có khả năng dàn dựng vụ sát hại gần ba chục người.

Và bây giờ Katie lại có những bài báo cần viết. Shaw sẽ nghĩ thế nào nếu phát hiện thấy cô đưa tin về *Vụ thảm sát London,* kiếm tiền từ cái chết của Anna? Nhưng đó là việc cô làm, cô là một nhà báo mà. Nhưng dù sao Shaw cũng sẽ tức giận, rất tức giận.

Lúc đang nghĩ về chuyện này, Katie nhận thấy một chai vang đỏ loại nhỏ trên chiếc khay được đưa tới cùng bữa trưa. Lúc tiếp viên dọn khay, Katie đã giữ lại chai này. Khi tàu chạy, Katie không rời mắt khỏi nó. Hai mươi phút sau, khi đoàn tàu Eurostar tới vùng ngoại vi London với những căn nhà cổ cùng ống khói độc đáo, cô vẫn chăm chăm nhìn chỗ rượu. Katie vặn nút chai, tợp một hớp và nuốt vội, ngay lập tức cô cảm thấy hết sức khoan khoái, tiếp theo đó là cảm giác tội lỗi đau thắt lại. Thế nhưng cô vẫn uống thêm một ngụm lớn. Rồi cảm giác tội lỗi tăng gấp ngàn lần. Katie vặn nút chai lại, bỏ chai rượu xuống khay trên ghế của mình rồi lẩm bẩm "Khốn nạn".

Hành khách ngồi bên cạnh cô nghe thấy câu đó, liếc cô rồi liếc chai rượu. "Rượu tệ hại hả?" Anh ta hỏi với một nụ cười.

Cô quắc mắt nhìn anh ta. "Đời tệ hại!"

Tay hành khách ngay lập tức trở lại với tờ báo đang đọc dở.

Katie biết rằng nếu cứ thế này cô sẽ không thể làm việc nổi. Cô không thể chấp nhận mình trở thành ma men. Cô không thể tự chiều mình lúc này, dù có lý do thuyết phục đến mức nào. Lúc tiếp viên tàu đi qua, Katie gọi lại và bảo anh ta mang chai rượu đi.

Vài phút sau tàu chạy vào nhà ga Thánh Pancras. Katie xuống tàu và nhanh chóng bước ra khu bắt taxi.

Giống như Shaw, cô cũng ở khu Strand vùng West End của thành phố, nhưng các phòng không được đẹp như ở khách sạn Savoy. Sinh hoạt ở London chẳng bao giờ rẻ nhưng ai đó cũng có thể kiếm được chỗ giá mềm, Katie từng đi lại nhiều đủ mức biết toàn bộ những địa chỉ ấy. Cô hy vọng – cũng nhiều như khi còn ở Paris - rằng nếu ở lâu, cô sẽ lại được nhờ căn hộ của một trong những người bạn khác mà thời gian đi vắng nhiều hơn thời gian ở nhà.

Katie nhận phòng khách sạn có mức giá rẻ hơn thông thường, ném túi đồ vào phòng rồi bắt taxi tới toà nhà của Công ty Phượng hoàng. Có thể cô chạm mặt Shaw ở điểm nào đó. Nếu thế, Katie thấy khá tự tin vào kế hoạch hành động của mình.

Mình sẽ chạy như ma đuổi.

CHƯƠNG 51

Trên đường tới văn phòng cũ của Anna, Shaw rút ra tấm danh thiếp nhận trước kia rồi gọi theo số điện thoại của nhân viên MI5 Edward Royce. Đến hồi chuông thứ hai thì tay này bắt máy, Shaw cho biết ông đang ở London và đã xem xét việc giúp Royce điều tra vụ *Hiểm hoạ đỏ*.

Khi Royce hỏi về chuyện thay đổi quyết định, Shaw nói: "Một câu chuyện dài không đáng để tâm, nhưng tôi có một nguyện vọng. Tôi đã làm rõ vấn đề ấy với Frank".

"Ông ấy đã gọi cho tôi".

"Thật hả, ông ta bảo sao?"

"Bảo tôi giúp ông bất cứ cách nào có thể. Ông ấy nói với tôi về...mối quan tâm mang tính cá nhân của ông tới vụ thảm sát ở London".

"Ông giúp tôi vào được toà nhà không?"

"À, thực ra chúng ta có thể bắn một mũi tên trúng hai đích đấy. Kế hoạch nào có lợi cho ông?"

"Ông đang nói chuyện gì vậy?" Shaw tò mò hỏi.

"Ông sẽ thấy khi tới đây".

"Đây? Là ở đâu?"

"Toà nhà Công ty Phượng hoàng".

Miệng Shaw há hốc. "Ông đang làm gì ở đó vậy?"

"Tôi sẽ đón khi ông tới đây", Rocye đáp cụt ngủn.

Shaw bỏ điện thoại ra và ngả người về phía trước, xoa xoa cánh tay bị thương.

Chuyện quái gì đang diễn ra thế nhỉ?

Sau khi lấy điện thoại di động của Katie và biết được về cái chết của Anna, hai ngày tiếp theo trong bệnh viện tồi tệ hơn bất kỳ nhiệm vụ nào Shaw từng thực hiện, khủng khiếp hơn bất kỳ cơn ác mộng nào tiềm thức ông từng tạo ra. Shaw nhớ mình đã bị tiêm thuốc mê liên tục không biết bao lần sau khi đập phá phòng bệnh, thực ra còn ném ai đó vào tường. Kiểu xả cơn giận dữ và đau khổ như thế chẳng có ích gì mà chỉ làm cho nó tăng dần lên cho tới khi đầu óc và cơ thể người đàn ông này không thể chịu đựng thêm. Và Shaw đã suy sụp. Thực tế là ông nghĩ mình đã chết. Một phần lớn con người ông ước điều ấy đã trở thành sự thật.

Trong suốt hai mươi tư giờ, Shaw không nhúc nhích hay nói năng gì. Ông chỉ nằm nhìn chằm chằm bức tường trắng của bệnh viện, giống hệt như ông đã làm khi còn là một cậu bé trong trại trẻ mồ côi, cố gắng tưởng tượng ra một thực tế khác ngoài việc cuộc đời sụp đổ một cách thảm hại. Nhưng cuối cùng ông đã gượng dậy khỏi giường mà Anna không còn sống. Cô sẽ mãi như thế.

Điều duy nhất giữ cho Shaw tiếp tục sống bây giờ là suy nghĩ tìm ra và giết chết kẻ nào đã làm việc ấy, bất kể là ai. Đó là mục tiêu có thể giữ cho ông khỏi rệu rã. Quả thực ông không quá lời khi bảo Katie rằng cuộc đời mình đã chấm dứt. Nó *đã* chấm dứt.

Tất cả những gì ông phải làm bây giờ là kết thúc, bằng việc báo thù cho Anna.

Ông bắt một chiếc taxi và hướng về nơi cuộc đời cô đã chấm dứt. Điều ông thực sự muốn làm là trốn chạy nơi ấy.

CHƯƠNG 52

Royce đón Shaw ở cửa trước, nơi những dải băng của cảnh sát vẫn còn chắn ngang. Bên trong toà nhà, mọi hoạt động diễn ra hết sức khẩn trương, các nhóm cảnh sát và nhân viên pháp y xem xét kỹ từng cen-ti-mét vuông. Khi Shaw cẩn thận bước qua nơi họ làm việc, ông trông thấy những đám máu khô và những dải băng trắng, đánh dấu riêng nơi một cơ thể đã đổ xuống.

Royce nhìn cánh tay bị thương của Shaw."Chuyện chết tiệt gì xảy ra với ông vậy?"

"Con chó nhà tôi cắn. Ông có ý gì khi bảo một mũi tên trúng hai đích? Mà sao ông lại ở đây tham gia điều tra vụ giết người?"

Royce đưa Shaw vào một căn phòng ở tầng một đã được dùng làm văn phòng điều tra hiện trường. Trên một chiếc bàn có đặt bộ máy tính, Royce ngồi xuống đó và bắt đầu gõ phím.

"Chúng ta có một đoạn phim lấy từ camera theo dõi hoạt động trên phố có chức năng ghi lại các biển xe để thu phí tham gia giao thông. Đây là những gì nó đã ghi lại trong ngày xảy ra vụ thảm sát".

Shaw ngó qua vai Royce khi những hình ảnh bắt đầu xuất hiện trên màn hình. Được đặt trên một chiếc cột, camera cho phép quan sát toàn bộ phía ngoài toà nhà. Một chiếc xe tải gắn đĩa thu phát sóng từ vệ tinh trên nóc dừng lại phía trước toà nhà, hai gã đàn ông bước ra.

Royce thốt lên: "Đồng phục của đội công nhân sửa đường London".

Hai gã đàn ông lấy từ xe ra một số hình trụ bằng nhựa dùng để phân luồng giao thông rồi dùng chúng ngăn một đầu phố và cả vỉa hè ở cả hai phía. Lúc việc ấy diễn ra, Shaw nhận thấy chiếc đĩa thu phát bắt đầu chuyển động.

"Bọn chúng chặn sóng điện thoại di động", ông phỏng đoán.

Royce gật đầu. "Sau khi đã cắt đường điện thoại cố định dẫn vào toà nhà".

Shaw cứng cả người khi đoạn tiếp theo cho thấy khoảng năm sáu tên từ xe tải nhảy xuống và chạy nhanh vào toà nhà. Việc này diễn ra nhanh đến mức gần như không thể nhìn thấy cử động của chúng. Ngay cả người nào đó nhìn qua cửa sổ hay đi qua phố có lẽ cũng không nghĩ đó là chuyện gì bất thường.

"Cho chạy chậm lại", Shaw yêu cầu.

Một phút sau, cảnh này được quay lại với tốc độ bằng một nửa bình thường, hình được phóng to ra. Tất cả những tên kia đều cao và lực lưỡng. Mặt nạ trông như da thật che kín mặt chúng, bất kỳ món vũ khí nào có thể chúng mang theo đều được giấu kín dưới những chiếc áo khoác dài. Shaw xem xét kỹ hình ảnh từng tên nhằm tìm ra bất kỳ dấu hiệu khác biệt nào, bất kỳ phần da lộ ra nào có thể mang dấu vết đáng kể, nhưng cuối cùng ông quay đi với vẻ thất vọng.

Quan sát ông kỹ, Royce gật đầu vẻ thông cảm."Tôi biết, chúng tôi đã làm việc này vài chục lần nhưng cũng chẳng thấy gì đáng chú ý. Rõ ràng chúng là bọn chuyên nghiệp. Chúng biết có cameran nên hành động để vô hiệu hoá được nó."

"Tôi nghĩ thời điểm ấy không có ai quan sát camera, phải không?"

"Thật không may là không, bởi nếu không đã có phản ứng nhanh chóng và tích cực từ phía cảnh sát, tôi đảm bảo với ông thế. Chắc chắn bọn chúng cũng đã biết điều đó".

"Có lẽ tôi không nên hỏi câu này".

"Biển số và chiếc xe là những đầu mối không giá trị. Chiếc xe tải bị đánh cắp từ một bãi phế liệu ở Surrey cách đây chừng một tuần, biển số gỡ từ một ga-ra sửa chữa ô tô tại London này. Cửa sau của toà nhà này bị đạp tung, như vậy rõ ràng một đội đột kích đã vào qua lối ấy".

"Tôi nghĩ ông dùng từ chính xác, một đội *đột kích*. Mặt trước, mặt sau, đánh từng tầng theo từng ô. Có lẽ chúng đã có danh sách về tất cả những người làm việc ở đây cũng như cách bố trí phòng ốc của nơi này". Shaw tự nói câu này hơn là với Royce. "OK, cho chạy nốt đoạn băng đi".

Shaw lại cứng người một lần nữa khi mảnh kính cửa sổ vỡ rơi xuống phố. Ông không nghe thấy tiếng cô bởi phim không thu tiếng. Nhưng chẳng cần nghe ông cũng biết được.

"Anna đấy!"

"Tôi đã nghĩ có thể là thế", Royce đáp.

Shaw trừng trừng nhìn ông ta. "Frank đã nói với ông về tôi và cô ấy đến mức nào rồi?"

"Không nhiều lắm nhưng cũng đủ. Mà tôi đã từng vào phòng làm việc của cô Fischer, tôi đã thấy nhiều ảnh ông chụp cùng cô ấy. Tôi rất tiếc. Hai người yêu nhau lâu chưa?"

"Chưa đủ lâu".

"Một lần nữa rất lấy làm tiếc. Tôi chỉ có thể tưởng tượng ông đang cảm thấy thế nào".

"Chẳng phải cố tưởng tượng đâu", Shaw đốp lại.

Royce hắng giọng rồi quay sang màn hình. "Tình cờ các cửa sổ bị sơn kín hết các kẽ nên cô ấy phải đập kính".

"Tình cờ à? Ông chắc chắn chứ?"

"Chúng tôi đã xác minh công ty sơn. Đó là công ty hợp pháp, đã sơn các toà nhà quanh khu này vài chục năm nay. Tất cả đều được lý giải. Rõ ràng đó không phải việc bất thường, ý tôi là không phải việc có ý đồ xấu. Cách đây ba năm căn hộ của tôi cũng sơn, đến bây giờ tôi vẫn không thể mở các cửa sổ chết tiệt nữa".

Shaw đâu có nghe. Ông đang mải nhìn hình ảnh Anna khi cô thò đầu ra ngoài cửa sổ, rõ ràng là kêu cứu, kêu gọi sự hỗ trợ chẳng bao giờ xuất hiện. Rồi một lát sau Shaw thấy cô leo lên bậu cửa sổ.

"Cô ấy sắp nhảy sao?" Ông nói như quát lên.

"Nhảy xuống phía dưới, chúng tôi đoán thế".

"Nhưng cô ấy đã không thể làm được việc đó", Shaw rầu rĩ. "Tại sao thế?"

"Tôi phải cảnh báo cho ông biết rằng những hình ảnh sắp tới...Vâng, xem chúng chẳng dễ dàng chút nào". Royce quay người nhìn Shaw. "Ông chắc chắn là mình muốn xem tiếp chứ?"

"Tôi cần xem".

Những cảnh tiếp theo được cho chạy khá nhanh. Anna trên bậu cửa sổ, chân vẫn đi vớ, hai tay bám chặt lấy hai thành cửa sổ.

Đầu óc Shaw giục cô nhảy, nhảy trước khi quá muộn, dù ông biết rằng thực tế là đã quá muộn. Đó là khoảnh khắc thật đau đớn với ông; thậm chí ông đã không thể tưởng tượng khi ấy Anna thấy kinh hoàng thế nào. Tuy nhiên hình ảnh tiếp theo đẩy cơn đau của Shaw lên một mức hoàn toàn mới.

Ông thấy viên đạn đầu tiên xuyên qua người Anna, một mảng máu và cơ thể bị đẩy vọt ra khỏi người cô. Chỉ giây lát sau đó thêm một phần cơ thể nữa của Anna bắn tung vào bầu không khí trong lành của London. Khi cô đổ vật về phía trong phòng, Shaw ngoảnh mặt đi nơi khác.

"Lát nữa ta có thể xem nốt", Royce gợi ý.

"Cứ cho chạy tiếp đi, tôi không sao".

Vài phút sau, những gã đàn ông xuất hiện từ cửa trước. Rồi ít giây sau đó chiếc xe tải nhỏ biến mất.

"Không có ai nghe hay nhìn thấy gì à?" Shaw hỏi. "Ngay cả khi một phụ nữ thò đầu ra cửa sổ hét lên ấy? Rồi những tiếng súng, máu cô ấy bắn xuống đường phố?"

"Các toà nhà ở hai bên toà nhà này đều sắp được sửa chữa nên đều không có người. Các nhà đối diện *hiện* có người ở nhưng hôm đó được thông báo rằng thành phố sẽ thực hiện một số công việc liên quan tới khí đốt có thể gây nguy hiểm, vì vậy họ phải rời nhà trước buổi trưa, nếu không sẽ bị phạt nặng".

"Và chẳng có ai thèm gọi điện hay kiểm tra xem thông báo đó có thật hay không?"

"Trên bảng thông báo có ghi số điện thoại. Nhiều chủ nhà đã gọi vào số đó và được xác nhận rằng thông tin chính xác".

"Chỉ có số điện thoại là không thật".

"Đúng vậy. Rồi các hình trụ ngăn cả xe cộ và người đi bộ qua lại như thường. Đây lại là phố cụt nữa, chẳng bao giờ có nhiều xe cộ qua đây".

"Để cho Công ty Phượng hoàng cô lập. Chuyện này đã được lên kế hoạch rất kỹ", Shaw miễn cưỡng thừa nhận. "Bây giờ tôi muốn xem phòng làm việc của Anna".

"Được rồi, nhưng trước tiên tôi muốn giới thiệu ông với một chủ sở hữu của Công ty Phượng hoàng".

"Họ ở đây à?" Shaw nói vội.

"Một trong số họ đã bay tới đây ngay khi được thông báo".

"Từ đâu?"

"Ông biết gì về biểu tượng phượng hoàng?"

"Loài chim bất tử. Bay lên từ tro tàn. Có nguồn gốc Ai Cập".

"Mô tả của ông đúng, từ xưa là thế. Thực ra phượng hoàng là biểu tượng có nhiều nguồn gốc khác nhau. Nguồn gốc Ai Cập như ông đã nói. Nó cũng có nguồn gốc Arập, Nhật Bản và ít nhất một nơi khác".

"Là nguồn gốc nào?" Shaw đã hết kiên nhẫn.

Một người đàn ông nhỏ bé xuất hiện trước cửa. Ông ta mặc bộ complê đen, vẻ mặt hợp với bộ đồ ấy. Royce đứng dậy chào ông này.

"Shaw, xin phép được giới thiệu ông với ông Phượng Hải, người Trung Quốc".

CHƯƠNG 53

Trong lúc Shaw đang ở trong toà nhà thì Katie khá bận bịu phía ngoài. Thực ra cô còn đến trước Shaw, khi thấy ông đi taxi đến thì cô nấp vào một góc. Katie chìa thẻ nhà báo chẳng còn hạn sử dụng cho tay sĩ quan gác lối dẫn vào toà nhà và bắn một loạt câu hỏi mà tay đàn ông mặc đồng phục xanh này chẳng trả lời câu nào.

"Đi đi", anh ta nói, gương mặt bự thịt lộ rõ vẻ khó chịu.

"Anh không quan tâm đến báo chí tự do và độc lập sao?" Katie hỏi.

"Điều tôi *quan tâm* là đám chết tiệt các cô để cho chúng tôi làm những công việc chết tiệt của bọn tôi và không chõ mũi vào những nơi không thuộc về mình".

"Tên anh sẽ không bao giờ xuất hiện. Anh sẽ được coi là một nguồn tin giấu tên".

"Cô quá đúng khi bảo tên tôi sẽ không xuất hiện đấy. Giờ đi đi!"

Katie chầm chậm bước dọc con phố, vừa đi vừa chăm chăm nhìn những ô cửa sổ của toà nhà. Shaw đang trong đó biết toàn bộ câu chuyện trong khi cô thì ngoài này chẳng biết cóc khô gì.

Giá mình có thể... Trở lại đỉnh cao. Một giải Pulitzer nữa.

Mải suy nghĩ đến nỗi Katie suýt nhảy dựng lên khi có gì đó chạm vào cánh tay. Cô quay ngoắt lại và trông thấy anh ta, chiếc mũ bằng len mềm có lưỡi trai trong tay, đôi mắt to đầy lo lắng nhìn thẳng vào Katie.

"Tôi giúp gì được anh?" Cô hỏi vẻ nghi ngờ.

"Cô là nhà báo đúng không?" Giọng tay này the thé và chẳng có vẻ gì tự tin. Katie dễ dàng đoán rằng tiếng Anh không phải tiếng mẹ đẻ của anh ta. Tay này thấp và gầy giơ xương, bộ răng vàng khè đua ra rồi quặp lại. Bộ quần áo gần như tướp hết ra từng sợi.

"Ai muốn biết vậy?" Cô ngó qua vai anh ta như thể muốn nhìn kẻ nào khác đứng phía đó.

Gã đàn ông ngoái lại nhìn toà nhà Công ty Phượng hoàng. "Ngày nào tôi cũng tới đây nhìn nó. Tôi muốn nói nơi này ấy". Rồi anh ta run lên.

"Thật kinh khủng", Katie nói, vẫn cảnh giác về tay kia.

Có vẻ anh ta cảm nhận được rằng Katie không thoải mái. "Tôi tên là Aron Lesnik. Tôi từ Krakow tới. Nơi đó ở Ba Lan", anh ta nói thêm.

"Tôi biết Krakow ở đâu", Katie đáp. "Tôi từng tới đó rồi. Anh muốn gì ở tôi?"

"Tôi trông thấy cô nói chuyện với tay cảnh sát kia. Tôi nghe thấy cô nói mình là nhà báo. Đúng thế không? Có phải cô là nhà báo không?"

"Đúng. Vậy thì sao?"

Lesnik liếc toà nhà một lần nữa. Khi quay lại phía Katie, đôi mắt anh ta đã đẫm lệ. "Tôi thấy rất thương những người ấy. Họ là người tốt mà bây giờ đã chết cả". Tay thanh niên lấy tay áo lau mắt và nhìn Katie thật tội nghiệp.

"Đó thực sự là một thảm kịch. Bây giờ thì xin lỗi anh". Katie tự hỏi tại sao mình lại hay bị những kẻ điên điên dở dở để ý đến thế. Nhưng những lời tiếp theo của Lesnik khiến cô quên ngay ý nghĩ ấy.

"Tôi đã ở trong ấy, vào ngày đó", anh ta nói câu này bằng giọng khàn khàn.

"Gì cơ?" Katie nghe không được rõ. "Ở đâu?"

Lesnik chỉ toà nhà của Công ty Phượng hoàng. "Trong đó", anh ta nhắc lại, giọng lại the thé chói tai.

"Nơi vụ giết người xảy ra hả?"

Lesnik gật đầu, cái đầu ngúc ngắc lên xuống như đứa trẻ đang thú lỗi.

"Anh làm gì trong toà nhà?"

"Khi ấy tôi đang tìm việc. Một chỗ làm việc. Tiếng Anh của tôi chẳng khá lắm nhưng tôi giỏi máy tính. Tôi tới đó bởi tôi nghe nói họ cần những người giỏi về máy tính. Tôi có hẹn. Vào đúng hôm đó. Vào cái hôm...tệ hại đó".

"Để tôi nói gọn lại nhé", Katie nói, cố nhưng không giấu nổi sự phấn khích của mình. "Anh đã ở trong toà nhà đợi phỏng vấn trong khi những người kia bị giết à? *Trong lúc* họ bị giết à?"

Lesnik gật đầu. "Vâng". Hai mắt anh ta lại một lần nữa đẫm nước.

"Thế tại sao anh không chết?" Katie nghi ngờ.

"Tôi nghe thấy tiếng súng. Tôi biết về tiếng súng nổ. Hồi tôi còn nhỏ ở Krakow, lính xô-viết mang súng xuất hiện. Thế nên tôi trốn".

Một phần sự nghi ngờ của Katie tan biến. Hồi đưa tin ở nước ngoài, cô cũng đã phải tránh những kẻ mang súng. "Anh trốn ở đâu? Tôi muốn biết chi tiết cụ thể".

"Trên tầng hai có một máy photocopy đặt trong căn phòng nhỏ dùng để sao chụp tài liệu. Phía sau phòng ấy có cửa. Có một khoảng nhỏ chứa đồ. Chỗ ấy trống. Tôi lại không to lớn gì. Tôi bò vào trong. Tôi ở trong đó tận tới khi tiếng súng không còn. Rồi tôi chui ra. Tôi nghĩ nếu phát hiện thấy tôi, chúng cũng sẽ bắn tôi chết. Nhưng chúng không phát hiện ra. Tôi đã gặp may".

Katie run người đến mức suýt bước chệch vỉa hè. "Này, có lẽ nói chuyện này ở đây không được ổn. Sao chúng ta không đến chỗ nào khác nhỉ?"

Lesnik lập tức lùi lại. "Không, tôi nói đủ rồi. Ngày nào tôi cũng đến đây. Tôi đến bởi tôi không thể tránh xa nó. Tất cả những người đó đã chết. Tất cả, trừ tôi. Tôi cũng nên chết mới phải".

"Đừng có nói thế. Rõ là chưa đến lúc anh ra đi đâu. Như anh nói đấy, anh gặp may. Vả lại anh cũng nên nói để trút gánh nặng khỏi mình", Katie thúc.

"Không! Không! Tôi chỉ tới hỏi chuyện vì tôi nghe thấy cô là nhà báo. Ở Ba Lan chúng tôi có các nhà báo là anh hùng, anh hùng ở Ba Lan. Họ chống lại Liên Xô. Bố tôi là một trong số đó. Chúng giết ông ấy, nhưng ông ấy vẫn là anh hùng", Lesnik nói thêm đầy tự hào.

"Tôi chắc chắn ông ấy là anh hùng rồi. Nhưng anh không thể không nói với ai. Anh phải đến báo cảnh sát".

Lesnik lùi thêm một bước nữa. "Không, không cảnh sát nào hết. Tôi không ưa cảnh sát".

Katie nhìn anh ta vẻ cảnh giác. "Anh đang gặp rắc rối gì à?"

Lesnik không trả lời cô mà chỉ liếc đi chỗ khác. "Không cảnh sát nào hết. Giờ tôi phải đi đây".

Katie túm chặt lấy cánh tay anh ta. "Đợi chút". Cô suy nghĩ nhanh. "Này, nếu tôi hứa không tiết lộ nguồn tin, ít nhất anh cũng nói cho tôi nghe những gì anh đã thấy chứ?" Tôi hứa đấy, tôi thề trên Kinh thánh rằng sẽ không nói với bất kỳ ai. Rốt cuộc anh đã đến với tôi. Chắc chắn là anh muốn giúp tôi chút gì rồi".

Lesnik trông có vẻ không chắc chắn lắm. "Tôi cũng chẳng biết tại sao mình lại tìm đến cô nữa". Anh ta ngừng lại. "Cô...cô có thể làm việc đó chứ? Không nói với ai ấy".

"Tuyệt đối không". Katie nhìn qua gương mặt đau khổ, thân hình nhỏ thó như trẻ con và bộ quần áo thảm hại. Cô có thể dễ dàng tưởng tượng ra cảnh Lesnik khiếp sợ núp sau máy photocopy trong khi tiếng súng nổ xung quanh.

"Tôi mua cho anh chút gì ăn rồi chúng ta nói chuyện, anh thấy thế nào? Chỉ nói chuyện thôi. Nếu anh vẫn thấy không yên tâm, anh có thể đi". Katie chìa một tay ra. "Đồng ý không?"

Lesnik không cầm lấy tay cô.

"Tôi chắc rằng cha anh muốn thấy sự thật được phơi bày. Và muốn thấy những kẻ giết người bị trừng trị".

Anh ta chầm chậm thò các ngón tay ra nắm lấy tay Katie. "OK, tôi sẽ đi với cô".

Khi cả hai bước đi, Katie hỏi một câu cô đã thèm được nêu ra từ lâu lắm.

"Anh đã nhìn thấy kẻ nào làm việc ấy chứ?" Cô nín thở chờ đợi câu trả lời.

Lesnik gật đầu. "Tôi còn nghe thấy tiếng bọn nó nữa. Tôi nghe tiếng chúng rõ lắm. Tôi biết rõ thứ tiếng chúng sử dụng".

"Tiếng? Vậy bọn chúng là người nước ngoài à?"

Lesnik dừng bước và chằm chằm nhìn Katie. "Chúng là người Nga".

"Anh chắc không? Hoàn toàn chắc chứ?"

Lần đầu tiên gương mặt gã đàn ông lộ vẻ tự tin. "Tôi là người Ba Lan, quê ở Krakow. Khi nghe tôi sẽ biết là tiếng Nga".

CHƯƠNG 54

"Chúng tôi đặt tên công ty theo loài chim của Trung Quốc, phượng hoàng", Phượng Hải nói khi họ ngồi trong một văn phòng gần sảnh chính."Theo thần thoại Trung Quốc thì phượng hoàng là biểu tượng của đạo đức, quyền lực và sự thịnh vượng. Người ta còn nói rằng loài chim này là hiện thân của quyền lực mà đấng tối cao trao cho nữ hoàng đế. Có lẽ các vị biết rằng *Phượng* nghĩa là chim phượng hoàng mái".

"Và Phượng còn là họ của ông nữa", Shaw nói. Khác với phương Tây, người Trung Quốc đặt họ trước tên. Như vậy Hải là tên của người đàn ông này.

Phượng gật đầu. "Điều đó cũng khiến tôi có ý tưởng đặt tên công ty, đúng như vậy".

"Còn mối quan hệ giữa Công ty Phượng hoàng và Trung Quốc nữa?"Royce hỏi.

"Nó đơn giản là một công ty của Trung Quốc làm ăn ở London, giống như nhiều công ty khác".

"Hình như các nhân viên của ông nghĩ rằng một người Mỹ giàu có ở Arizona sở hữu công ty này?" Shaw nhận xét.

Phượng nhún vai. "Rõ đó là tin đồn".

Shaw nói: "Tôi nghĩ còn nhiều hơn thế. Tôi cho rằng đó là biện pháp che giấu có chủ đích".

Royce ngồi ngả người về phía trước trong lúc Phượng chằm chằm nhìn Shaw. "Vậy cơ bản nó là một tổ chức học thuật nghiên cứu các vấn đề toàn cầu được ông và các đối tác của mình chi trả à? Đó là mô hình kinh doanh sao?"

Phượng gật đầu.

"Thế ông lập nó ra vì lý do gì?" Royce chất vấn.

"Để tìm câu trả lời cho những câu hỏi phức tạp", Phượng đáp. "Người Trung Quốc cũng quan tâm tới các vấn đề và các giải pháp như thế. Chúng tôi không toàn là lũ gây ô nhiễm một cách vô trách nhiệm hay những kẻ cho chì vào đồ chơi của trẻ con, thưa các quý ông", ông ta nói tiếp, cố rặn được một nụ cười yếu ớt.

"Công ty Phượng hoàng đã mang lại cho ông chút tiền bạc nào chưa?"Shaw hỏi.

"Chúng tôi lập ra nó không phải vì tiền".

Shaw nhìn toàn bộ phía trong văn phòng được trang trí hết sức tỷ mỷ.

"Toà nhà này phải trị giá, bao nhiêu nhỉ, ba mươi triệu bảng à?"

"Đó là khoản đầu tư hiệu quả. Nhưng như tôi đã nói, tiền bạc không phải mối quan tâm hàng đầu của chúng tôi. Chúng tôi – tôi và các đối tác - là những doanh nhân giỏi. Chúng tôi kiếm được nhiều tiền từ nhiều việc khác. Công ty Phượng hoàng là cách chúng tôi làm điều gì đó tốt đẹp. Trả lại, tôi nghĩ các ông có thể nói như vậy".

"Ông không biết tại sao kẻ nào đó lại muốn tấn công nơi này và giết hết tất cả sao?" Royce hỏi, giọng không giấu nổi sự hoài nghi.

"Hoàn toàn không. Tôi bị sốc khi nghe tin báo. Sốc nặng. Tôi...tôi không thể tin rằng việc như thế có thể xảy ra. Những người ở đây đều là các học giả, các trí thức. Họ nghiên cứu các vấn đề về quyền sử dụng nguồn nước, toàn cầu hoá kinh tế thế giới, khí hậu ấm lên do sử dụng các loại nhiên liệu có thành phần carbon, tiêu thụ năng lượng, các vấn đề liên quan tới hỗ trợ tài chính của cộng đồng quốc tế đối với các nước thuộc thế giới thứ ba, sự thay đổi của chính trị. Toàn các vấn đề nghiên cứu vô hại, thưa các ông".

"Anna Fischer đã viết một cuốn sách về các nhà nước cảnh sát", Shaw chỉ rõ. "Như thế khó có thể coi là vấn đề nghiên cứu vô hại".

"Cô Fischer là người xuất sắc nhất trong lĩnh vực của mình".

"Ông biết cô ấy à?"

"Tôi biết *về* cô ấy".

"Trước đây từng có ai gặp ông chưa?" Shaw hỏi nhanh.

"Chúng tôi – tôi và các đối tác – thích kín tiếng hơn. Nhưng chúng tôi vẫn nhận các báo cáo định kỳ".

Tôi chắc chắn là ông đã thế, Shaw tự nói với mình.

"Các ông đã tìm thấy bằng chứng nào giúp lần tới những kẻ gây ra chuyện này chưa?" Phượng lo lắng hỏi.

Royce lắc đầu. "Không dấu vân tay, không vỏ đạn, không dấu vết nào cả, tôi e thế". Ông ta không nói đến đoạn băng video.

"Thế thì thật đáng thất vọng".

"Nhưng chúng tôi tìm thấy một thứ đáng quan tâm, ông Phượng", Royce nói tiếp. "Ông muốn xem không? Đó thực sự là điều ngạc nhiên đấy".

CHƯƠNG 55

Aron Lesnik ngấu nghiến xơi chiếc bánh sandwich và uống ly cà phê bằng từng ngụm lớn. Một phần con người Katie thấy ghê tởm với kiểu ăn uống ấy, một phần lại thấy thông cảm. Hẳn là anh ta phải thấy sợ hãi lắm, cô nghĩ. Sợ hãi, có lẽ túng quẫn nữa, còn đói khát thì quá rõ rồi.

Lesnik chùi miệng và thở dài một tiếng nho nhỏ. Anh ta bắt gặp Katie đang chằm chằm nhìn mình nên nét mặt chuyển thành bối rối. "Cảm ơn cô đã cho ăn".

"Không có gì. Có phiền anh không nếu tôi dùng thứ này?" Cô lôi ra một chiếc máy ghi âm loại nhỏ.

"Không được đâu. Tôi kể cho cô nhưng không muốn người ta nghe thấy tôi nói". Anh ta lo lắng liếc quanh. "Tôi sợ lắm".

Katie cất chiếc máy đi. "Được rồi, tôi sẽ chỉ ghi lại thôi."

Lesnik có vẻ thoải mái hơn rồi ngồi dịch lại.

"Giờ hãy nói cho tôi nghe mọi điều anh nhìn và nghe thấy", Katie nói.

Câu chuyện của Lesnik chỉ dài có vài phút. Khi ấy anh ta đang có cuộc phỏng vấn với một ông già tên Bill Haris trên tầng hai.

"Sao khi ấy anh không bị giết?" Katie hỏi thẳng.

"Tôi vào nhà vệ sinh ở cuối hành lang có phòng ông ấy", Lesnik giải thích. Khi trở lại anh ta nghe thấy tiếng súng và tiếng la hét. Anh ta lủi vào căn phòng trống, trông thấy máy photocopy và leo vào đó. Rồi Lesnik nghe thấy những tiếng thét và tiếng súng nữa. Anh ta lắng nghe tiếng người bước lại gần, nghĩ rằng bọn chúng sẽ phát hiện ra mình. Lesnik nói với Katie rằng lúc ấy anh ta tin mình sắp chết. Trong lúc kể chuyện, anh ta phải dừng lại nhiều lần để uống chút nước và bình tĩnh lại. Cây bút của Katie như nhảy múa trên trang giấy khi cô ghi lại mọi điều Lesnik nói.

"Rồi chuyện gì xảy ra?"

"Tôi nghĩ, tôi hy vọng rằng lúc ấy bọn chúng đi cả rồi, bọn người có súng ấy. Nhưng rồi tôi nghe thấy gì đó".

"Anh đã nghe thấy gì?"

"Tôi nghe thấy hai gã đàn ông nói chuyện với nhau. Bọn chúng bước vào căn phòng tôi đang ẩn. Bọn chúng nói tiếng Nga. Tôi biết tiếng Nga. Vâng, tôi có thể nói tiếng Nga".

"Bọn chúng nói gì?"

"Chúng nói chúng có danh sách, mọi cái tên trong đó đã chết cả".

"Vậy là chúng biết những người làm việc trong toà nhà?"

"Tôi nghĩ là thế".

"Còn gì khác không?"

"Bọn chúng nói về người nào đó khác đi vào toà nhà nhưng chúng không có tên của anh ta. Chúng không nghĩ anh ta đã chết".

Ngay lập tức Katie hiểu ra. "Khi ấy chúng nói về *anh*!"

Lesnik gật đầu. "Tôi cũng nghĩ vậy. Tôi nghĩ bọn chúng sẽ sục cả toà nhà, lần này sẽ tìm ra tôi. Tôi đã rơi vào bẫy. Tôi biết tôi sắp chết". Những giọt nước mắt lăn dài trên mặt gã đàn ông tội nghiệp.

Katie rót thêm cho anh ta chút cà phê. "Thế tại sao chúng không tìm ra anh?"

"Một tên nói với tên kia rằng chúng phải rời khỏi đó. Cửa sổ của một văn phòng đã bị vỡ. Một phụ nữ đã thò đầu ra cửa sổ hò hét. Bọn chúng phải đi ngay để đề phòng cảnh sát tới".

"Vậy là chúng rời khỏi đó?"

"Vâng, nhưng vừa đi chúng vừa nói chuyện. Có một tên nói rằng Gorshkov sẽ rất hài lòng khi nghe rằng nhiệm vụ đã hoàn thành tốt đẹp".

Suýt nữa ngòi bút của Katie chọc thủng trang giấy. "Gorshkov? Tổng thống Nga Gorshkov?"

Lesnik gật đầu. "Tôi nghe thấy tên ông ta, điều ấy khiến tôi ghê sợ. Mọi người đều biết rằng cũng như Putin, Gorshkov là cựu nhân viên KGB. Ông ta nhổ toẹt vào dân chủ. Mọi người ở Ba Lan đều biết điều ấy".

"Sao Gorshkov lại nhắm vào một tổ chức học thuật ở London?" Katie hỏi với giọng bối rối.

"Tôi không biết".

"Anh thoát ra thế nào?"

"Tôi đợi đám đàn ông rời khỏi đó. Tôi nghe tiếng cửa đóng lại và đợi thêm một chút nữa cho chắc chắn. Rồi tôi ra ngoài bằng cửa sau. Lối tôi đã vào đấy".

"Sao không ra bằng cửa trước?"

"Người mà tôi đã nói chuyện, ông Harris ấy, ông ấy bảo tôi vào bằng lối đó. Khi tôi bảo ông ấy mình từ đâu tới, ông ấy nói rằng làm thế sẽ dễ dàng hơn cho tôi". Mặt Lesnik sa sầm. "Và tôi không ra bằng cửa trước bởi vì...vì có hai xác chết ở đó. Một ông già, một phụ nữ trẻ, đều bị bắn vào mặt". Anh ta trỏ vào mắt phải mình. "Bị bắn vào đây. Tôi không thể đi gần họ. Tôi ra bằng cửa sau, rồi bỏ chạy. Chạy một mạch về chỗ đang ở".

"Và anh chưa kể cho ai nghe về chuyện này chứ?"

Lesnik lắc đầu. "Nếu tôi kể, người ta sẽ tới giết tôi. Tôi chỉ đến đó tìm việc làm. Tôi đâu muốn chết".

"Được rồi, được rồi", Katie nói và đặt một bàn tay lên bờ vai gầy của anh ta để giúp trấn tĩnh lại. "Đây là bước tiến lớn đầu tiên".

"Bây giờ cô viết bài à? Cô không dùng tên tôi chứ?" Lesnik nói thêm vẻ lo lắng.

"Tôi đã hứa là không thể mà. Nếu có thêm câu hỏi nào nữa, tôi có thể tìm anh ở đâu?"

"Tôi ở một khu trọ gần sông". Anh ta viết địa chỉ ra một miếng giấy ăn cho Katie. "Tôi chỉ có đủ tiền cho chỗ ấy".

Một lần nữa Katie nhìn bộ quần áo cũ rách rưới và cơ thể tàn tạ của Lesnik. Cô thò tay vào túi rồi đưa cho anh ta ít tiền bảng. "Chừng này không nhiều nhưng tôi sẽ cố kiếm thêm cho anh ít nữa".

"*Dziekuje.* Tiếng Ba Lan như thế là 'cảm ơn' đấy".

"Không có gì".

Lesnik đứng dậy.

"Anh có số điện thoại để tôi có thể gọi không?"

Anh ta cười mệt mỏi. "Tôi chẳng có điện thoại. Tôi ở nhà trọ. *Powodzenia*!"

"Tiếng Ba Lan thế là 'chúc may mắn' , phải không?"

Gương mặt Lesnik sáng bừng lên chốc lát. "Sao cô biết?"

"Chỉ là đoán thôi mà".

Khi anh ta bước đi, Katie thả người xuống ghế. "Bây giờ mình sẽ làm gì đây?" Một phần con người cô không thể tin rằng bất kỳ chút nào trong chuyện này lại đúng. Một gã đàn ông Ba Lan nói tiếng Anh đủ cho người khác hiểu lại tìm đến cô lúc đang ngoài phố. Cô! Rồi bắt đầu kể cho cô nghe câu chuyện mà tất cả mọi người trên thế giới đều thèm khát được nghe. Đúng vấn đề Katie được giao nhiệm vụ tìm hiểu. Không ai có thể may mắn như thế.

Thế nhưng góp nhặt những gì cô đã biết thì sao? Câu chuyện của anh ta có lý. Anh ta biết các chi tiết ở phía trong toà nhà - những chi tiết Katie sẽ phải xác minh. Anh ta có vẻ sợ hãi thực sự, và nếu nói đúng sự thực thì anh ta sẽ sợ hãi. Vả lại tại sao tay này lại nói dối cô chứ? Vì hắn là một gã điên rồ muốn được nổi tiếng trong mươi phút à? Nhưng tay thanh niên này không muốn lộ danh tính. Anh ta không muốn nổi tiếng. Anh ta nói sự thật thì sao?

Katie chồm dậy và vội chạy trở lại toà nhà của Công ty Phượng hoàng. Một người có thể giúp cô xác minh câu chuyện của Lesnik, đó là Shaw. Katie chẳng thích chuyện này lắm song tất cả những bản năng của một nhà báo của cô đang bốc cháy, đẩy cô về phía trước đến mục tiêu khó tới nhất: sự thật.

CHƯƠNG 56

Các thứ được sắp đặt gọn gàng trên bàn, bên cạnh là một bộ máy tính. Royce vừa cho Shaw và Phượng xem mấy thứ trên màn hình. Phượng ngồi trên ghế, gương mặt thất thần, trong khi Shaw chậm chậm xem thứ gì đó có chữ viết tay.

"Vậy ông nói rằng mình không hề biết gì về bất kỳ những thứ này?" Royce nói, vẻ tự tin trong giọng nói vang khắp phòng như một loạt đạn.

Phượng gật đầu. "Đúng thế", ông ta nói đầy chắc chắn. "Tôi không hề biết gì".

"Ông Phượng, để tôi làm rõ điều này với ông. Khắp toà nhà này có những tài liệu chứng tỏ rõ ràng rằng Công ty Phượng hoàng là một phần của chiến dịch tuyên truyền chống lại Nga. Trên những tài liệu ấy lại có dấu vân tay của các nhân viên công ty ông. Các ổ cứng máy tính ở đây chứa hàng chục ngàn file ghi lại mọi hoạt động, từ việc tạo ra cái gọi là 'Viên bi kịch'tới các chi tiết về anh bạn Konstantin, rồi những nội dung tuyên truyền được phát tán có liên quan tới chiến dịch đã nêu. Trong ổ cứng của các ông có hơn ba mươi ngàn cái tên Nga, cùng là những cái tên và lý lịch đã được tung lên mạng Internet kèm theo tuyên bố tất cả là nạn nhân của *Hiểm hoạ đỏ* do Nga gây ra".

"Tôi không biết làm thế nào những thứ đó tới được đây", Phượng lắp bắp. "Hoàn toàn không!"

"Ông có giám sát những việc thực hiện ở đây không, thưa ông?"

Phượng giận dữ. "Chúng tôi để cho người của mình tự do khám phá những gì họ muốn. Sự tham gia của chúng tôi chỉ mang tính tối thiểu. Trước đây tôi chưa khi nào đặt chân tới toà nhà này".

"Rồi, có vẻ như sự *khám phá* của các nhân viên của ông vượt quá phạm vi một chút rồi. Ông có hiểu tầm ảnh hưởng của tình huống chúng ta đang gặp tại đây không?"

Phượng nhìn Royce. "Tôi không hiểu ông muốn nói gì".

"Các ông có mối liên hệ nào với chính phủ Trung Quốc không?"

"Tôi không nghĩ rằng điều đó có liên quan..."

Shaw chen ngang. "Gorshkov đã thề rằng bất kỳ kẻ nào đứng sau chiến dịch bôi nhọ cũng sẽ bị coi là kẻ đã thực hiện hành vi gây chiến với đất nước ông ta. Nếu các ông có bất kỳ mối liên hệ nào với chính phủ Trung Quốc thì các ông vừa châm ngòi cho một cuộc chiến giữa Cộng hoà nhân dân Trung Hoa và Liên bang Nga đấy".

Phượng đứng bật dậy. "Thế thật lố bịch!"

Royce nhận xét. "Nhưng với phần thế giới còn lại thì sẽ gần như chẳng có gì lố bịch hết, thưa ông".

Shaw chêm vào bằng giọng nhẹ nhàng hơn. "Các ông *hiện* có mối liên hệ nào với chính phủ Trung Quốc không? Nói sớm vẫn hơn đấy".

Phượng đột ngột trông có vẻ không chắc chắn, ông ta lùi lại và ngồi xuống. "Có thể suy luận, thế nghĩa là có lẽ một số người..."

Shaw ngả sát khuôn mặt đầy lo sợ của Phượng. "Tôi chắc chắn ông hiểu rằng nói cho chúng tôi biết sự thật đúng là lựa chọn duy nhất của ông".

Phượng liếm môi và xoay xoay một chiếc nhẫn trên tay. "Một phần kinh phí của chúng tôi nhận từ chính phủ". Rồi ông ta bật ra một tràng liền. "Các đối tác của tôi và tôi đã làm khá nhiều việc với đảng cộng sản về vấn đề phát triển kinh tế cả ở Trung Quốc và các nước khác. Chúng tôi lập ra Công ty Phượng hoàng nhằm mục đích duy nhất là nỗ lực hiểu biết sâu sắc hơn các vấn đề toàn cầu giúp cho Trung Quốc thích nghi tốt hơn với vai trò lớn hơn trong quan hệ quốc tế. Chẳng có gì nghi ngờ rằng đến thời điểm nào đó, nền kinh tế của chúng tôi sẽ trở thành nền kinh tế lớn nhất thế giới. Điều đó sẽ đi cùng trách nhiệm, trách nhiệm mà chúng tôi xem xét một cách nghiêm túc. Vì thế chúng tôi tìm cách tự giáo dục về những vấn đề sống còn trên khắp thế giới. Lập ra một tổ chức học thuật và đưa vào đó vài trong số những bộ óc siêu việt nhất có vẻ là một bước đi hợp lý".

Shaw gắt lên: "Nhưng các ông vẫn cố tình che giấu quan hệ với chính phủ Trung Quốc bằng câu chuyện tay triệu phú người Arizona phải không?"

"Chúng tôi bị hiểu lầm ở nhiều nơi trên thế giới". Phượng bắn một tia nhìn về phía tay nhân viên MI5. "Kể cả ở đất nước của ông, ông Royce. Chúng tôi không muốn bất kỳ sự nghi ngại hay hiểu lầm nào ảnh hưởng tới công việc mà Công ty Phượng hoàng thực hiện".

"Có ai trong số người làm việc ở đây biết về những mối liên hệ này không?" Royce hỏi.

Shaw đã biết câu trả lời từ trước. Nếu có thì Anna đã bảo ông rồi.

"Không", Phượng đáp. "Chúng tôi không nghĩ điều ấy có ý nghĩa hay liên quan tới công việc của họ. Họ làm việc cho ai thì có vấn đề gì khi các mục đích đều tốt đẹp?"

"Ông có phải đảng viên đảng cộng sản không?" Royce hỏi.

"Tôi không hiểu..."

"Xin hãy trả lời câu hỏi!"

"Các ông phải hiểu..."

"Có phải không?" Royce nói như quát.

"Có. Tôi là đảng viên, giống như rất nhiều đồng bào khác", Phượng chống chế.

Tay nhân viên MI5 vung cả hai tay lên. "Đây là một việc làm hoàn toàn, cực kỳ *ngu xuẩn*".

Với vẻ mặt tái nhợt, Phượng nói: "Không, thưa các ông, chuyện này thật lố bịch. Công ty Phượng hoàng không liên quan đến bất kỳ thứ gì của *Hiểm hoạ đỏ*. Thậm chí chỉ đề cập tới chuyện đó đó còn là điều ngớ ngẩn".

"Bởi ông đã nói rằng trước đây ông chưa bao giờ tới nơi này, gần như ông không có điều kiện biết được điều đó, đúng không?" Royce vặn.

"Nhưng tại sao họ lại làm việc như thế?" Phượng nói gần như khóc.

"Ông có mấy đối tác?"

"Bốn"

"Tôi nghĩ ai đó nên hỏi họ", Royce nói. Rồi ông ta nhìn Shaw. "Bây giờ chuyện này chỉ có chúng ta biết. Nếu bất kỳ điều gì trong đó lọt ra ngoài, tôi khó mà tưởng nổi hậu quả với đất nước ông sẽ lớn đến đâu, ông Phượng".

"Các ông không thể tin rằng Nga sẽ tấn công chúng tôi".

"Gorshkov đã đặt cược toàn bộ uy tín cho việc sẽ thực hiện điều đó. Nếu không tin tôi, ông đi hỏi người Afghanistan xem".

"Có ai khác biết?" Shaw hỏi Royce.

"Một số rất ít của đội điều tra hiện trường. Khi cuộc điều tra bắt đầu chúng tôi gần như không nghĩ sẽ thấy thế này. Khi họ biết họ đang gặp phải những gì, đội ấy cấm tất cả tìm hiểu rồi gọi tôi đến".

"Tôi ngạc nhiên vì ông đã cho tôi vào đây", Shaw thẳng tuột.

"Wells bảo tôi rằng ông là người giỏi nhất mà họ có. Thế nên tôi nghĩ mình có thể tin ở tính kín đáo của ông, và lại tôi cũng rất cần ông giúp".

"Thế thì ông sẽ có được cả hai thứ đó".

Royce quay về phía Phượng. "Tôi cần hộ chiếu của ông".

Nét mặt Phượng tối sầm lại. "Ông không thể làm thế".

"Đưa nó cho tôi", Royce giơ một tay ra.

"Tôi không phạm tội nào cả".

"Chuyện đó vẫn chưa rõ, đúng không?"

"Ông muốn gây ra một vụ việc mang tính quốc tế à?"

"Vụ nữa ấy là gì?" Royce hỏi thẳng lại.

"Tôi muốn tới đại sứ quán Trung Quốc. Ngay lập tức".

"Trước tiên hãy đưa hộ chiếu rồi tôi sẽ xem liệu mình có thể chở ông đi không", Royce nói với giọng đủ dễ nghe, thậm chí lúc nói xong còn nở một nụ cười.

Phượng từ từ đưa ra cuốn hộ chiếu của mình. "Thế này thật đáng phẫn nộ"

"Hoàn toàn đúng", Royce đồng ý. "Mọi thứ chúng tôi phát hiện được ở đây cho tới nay đều đáng phẫn nộ".

Khi Phượng và Royce bước ra ngoài, Shaw nói: "Tôi sẽ lên phòng làm việc của Anna".

"Shaw, chúng tôi mới chỉ đưa thi thể ra ngoài. Các phần còn lại của nơi ấy đều chưa có ai động tới. Chỗ ấy không được..."

"Tôi biết là thế".

CHƯƠNG 57

Shaw sải chân mỗi bước hai bậc cầu thang rồi đi trên mặt sàn trải thảm tới cuối hành lang. Cánh cửa bên trái vẫn để mở. Ông nhắm hai mắt và dùng lý trí điều khiển cho mình tập trung vào công việc hiện tại – tìm ra bất kỳ điều gì có thể giúp ông lần ra những kẻ đã giết Anna.

Shaw bước vào phòng và đột nhiên thấy lạnh toát người. Ánh mắt ông lướt quanh phòng, những cuốn sách, chiếc bàn cũ, chiếc ghế ông đã ngồi khi tới đây. Mắt ông nhìn miếng thảm Á Đông giữa phòng, những cây cảnh của Anna, chiếc áo len của cô vẫn còn vắt trên lưng ghế. Shaw chạm vào chiếc áo và lớp vỏ giáp được tôi luyện bắt đầu nứt ra khi ông hít vào mùi thơm của Anna vẫn còn lưu lại trên những sợi len, bất chấp mùi thuốc súng và mùi chất diệt trùng mà đội khám nghiệm hình sự để lại.

Lớp giáp lại bắt đầu nứt thêm chút nữa khi ánh mắt Shaw quét tới giá sách ngay phía sau bàn Anna, nơi có nhiều ảnh chụp cô và ông. Nụ cười rạng rỡ của họ như đang tràn lên Shaw, chẳng khác nào thóc đang được đổ vào kho, chỉ chực chôn vùi ông bằng những sức nặng nhỏ bé cùng dồn lại.

Khi liếc xuống sàn và thấy vệt máu của Anna chảy xuống mặt gỗ, Shaw phải ngồi xuống. Từ những vết ố tối sẫm ấy, chỉ trong chớp mắt Shaw nhìn thấy cả quá khứ, hiện tại của mình, thậm chí cả tương lai u tối và lẻ loi. Khi đã trao trái tim mình cho một người nào đó, bạn sẽ không bao giờ cảm thấy tự do nữa. Và bạn nên chuẩn bị tinh thần cho một việc tương tự thế này. Chỉ có bạn không bao giờ thực sự sẵn sàng được.

Ô cửa sổ vỡ đã được dán băng keo song Shaw vẫn đứng dậy và xem xét kỹ, tự nhủ rằng nếu bây giờ có phá vỡ nó ông cũng chẳng thể báo thù cho Anna. Shaw thấy những vết cào tuyệt vọng mà Anna đã để lại trên khung cửa sổ. Chắc hẳn chỉ còn vài giây nữa là cô nhảy xuống. Ông liếc lại phía cửa và hai vết đạn ở đó. Con mắt đầy kinh nghiệm của Shaw dõi theo đường đi của viên đạn. Thực sự nó đi trúng tầm ngực Anna như băng video cho thấy. Thế nhưng khi cửa đóng, có thể kẻ bắn không biết rằng Anna đang cố gắng nhảy ra ngoài cửa sổ.

Phát bắn may mắn, Shaw đau đớn kết luận.

Cô đã ngã trở lại phòng. Shaw quỳ xuống xem xét những vết máu và đường phác được đánh dấu bằng băng. Ông có thể nghe được những âm thanh bình thường của một thành phố lớn phía ngoài kia. Ở đây chỉ có sự im lặng của cái chết. Thế nhưng đôi lúc kẻ đã chết lại nói to hơn tất cả.

Nói với anh đi, Anna. Nói cho anh biết điều gì đã xảy ra.

Shaw nhìn sát hơn và nghĩ ông đã thấy một vết chân mờ mờ trong máu. Vết đó không đủ lớn để phục vụ cho cuộc điều tra, có lẽ đó là lý do Royce không nhắc tới. Shaw đến bên bàn Anna và ngồi xuống chiếc ghế của cô. Máy tính xách tay của Anna đã được người của Royce đưa đi kiểm tra nhưng máy để bàn vẫn còn lại những thứ cô đang làm dở. Sự khác biệt duy nhất là từng thứ đều được bọc lại làm bằng chứng.

Shaw cầm lên một thứ. Qua lớp nhựa ông có thể nhìn thấy đúng chữ viết của Anna ngoài lề những trang giấy có chữ in. Đã không dưới một lần Shaw trêu Anna rằng cô là kẻ mắc bệnh chú thích và hay viết ẩu, rằng cô chẳng bao giờ thấy bài viết nào không thể ghi nhận xét vào. Shaw đặt tờ giấy xuống và nhấc lên một thứ khác cũng nằm trong bọc.

Theo nhận định, những tài liệu ở đây cho thấy Anna đã tham gia kết nối các bộ phận của chiến dịch tuyên truyền về *Hiểm hoạ đỏ*. Dù dấu vân tay của cô có khắp các tài liệu, Shaw vẫn biết rằng nói Anna góp phần vào *Hiểm hoạ đỏ* là điều ngu xuẩn. Nếu như ông có bất kỳ mối nghi ngờ nào về sự dính líu của cô, chúng sẽ bị phủ nhận ngay bởi những trang in này không có nét bút nào của Anna cả. Bất kỳ ai biết rõ về Anna cũng sẽ thấy thiếu tình tiết quan trọng đó. Thế nhưng Shaw hiểu rằng đối với phần còn lại của thế giới, điều ấy sẽ chẳng thể trở thành bằng chứng đi tới kết luận được.

Chắc chắn chúng đã ấn ngón tay mọi người vào các tài liệu sau khi họ chết. Và chúng vẫn bắn vào đầu Anna dù những vết thương đã đủ khiến cô chết. Mình sẽ cực kỳ sung sướng khi được giết từng thằng trong tất cả đám khốn nạn không tim ấy.

Shaw cũng nghi rằng mọi máy tính của nơi này đều bị đưa vào các file chứng tỏ họ phạm tội. Xem xét cẩn thận có lẽ sẽ cho thấy các file ấy được chuyển vào máy đúng ngày xảy ra vụ thảm sát, nhưng nếu thủ phạm thực sự hiểu việc chúng đang làm khi ấy, có lẽ sẽ không bao giờ chứng minh được điều ấy.

Shaw sẽ không bảo Royce về những nghi ngờ của ông đối với các bằng chứng bởi ông không biết chắc chắn tất cả chuyện này rồi sẽ thế nào. Trong khi chấp nhận cộng tác với Royce, ông biết rằng mối quan tâm của mình và tay nhân viên MI5 có thể khác nhau ở mức độ nào đó. Royce chỉ đơn giản muốn tóm cổ những kẻ đã gây ra chuyện này. Shaw đơn giản muốn giết chúng.

Phượng đã thừa nhận rằng chính phủ Trung Quốc có quan hệ với Công ty Phượng hoàng. Vậy là kẻ nào đó cố gắng tìm cách làm cho như thể người Trung Quốc đứng sau vụ *Hiểm hoạ đỏ* sao? Nhưng kẻ nào làm việc ấy, tại sao? Để Nga đánh Trung Quốc? Kẻ điên nào lại muốn chuyện đó xảy ra chứ?

Rồi Anna bị mắc kẹt ở giữa. Nhưng tại sao trong số tất cả những nơi có thể chọn làm mục tiêu, tại sao chúng chọn Công ty Phượng hoàng? Liệu có phải sự ngẫu nhiên khi nó có quan hệ với chính phủ Trung Quốc không? *Không, không thể được.*

Rõ ràng bọn giết người đã phát hiện ra mối liên hệ, vậy chắc chắn đã phải điều tra. Thế nhưng trên khắp thế giới phải có vài vạn tổ chức có mối liên hệ với Trung Quốc. Tại sao lại là nơi này? Tại sao lại là Anna?

Shaw bước tới giá sách và cầm một bức ảnh lên. Bức ảnh này chụp vào đúng đêm ông cầu hôn. Anna đã nhờ một bồi bàn chụp ảnh hai người bên nhau, điểm lấy nét chính là chiếc nhẫn đính hôn mới trên tay cô. Nụ cười của cô chứa đầy tương lai tươi sáng phía trước khiến Shaw quên đi cảm giác đau đớn trên cánh tay bởi nỗi đau trong tim ông còn lớn hơn.

Rồi đột ngột Shaw nhận ra rằng mình không thể ở đây thêm một giây nào nữa. Ông vội vã xuống gác, mở tung cửa trước. Ông cảm thấy mình không thở nổi, hai phổi rắn lại như đá. Hình ảnh Anna ngã ngược lại phòng, hình ảnh tên giết người đứng phía trên cô còn Shaw đang ở xa không giúp được gì khiến tim ông đau thắt lại.

Ông chạy vọt qua viên sĩ quan trực và lao thẳng ra phố, rồi ngay lập tức Shaw đâm sầm khiến một người ngã bẹp xuống vỉa hè.

Ông cúi xuống định nâng người đó dậy, miệng đã sẵn sàng lời xin lỗi, lời xin lỗi ông chẳng bao giờ nói ra. Shaw chỉ biết há hốc miệng.

Katie từ từ đứng dậy. "Chúng ta cần nói chuyện. Ngay bây giờ".

CHƯƠNG 58

Nicolas Creel vừa trải qua một ngày mà ngay cả với hắn cũng là bận rộn. Hắn đi máy bay riêng từ Italia đến New York, sau đó tiếp tục tới Houston – nơi hắn đón nhóm đặc biệt phụ trách kinh doanh. Creel cùng nhóm này dành khá nhiều thời gian trong khi bay để bàn thảo những chi tiết cuối cùng cho buổi trình bày sản phẩm ở cấp cao sắp diễn ra tại Bắc Kinh.

Lúc này Creel đang ở trong căn phòng xa hoa của mình, mắt không rời khỏi tấm ảnh một người đàn ông vừa được gửi tới cho hắn, kèm theo nhiều thông tin chi tiết. Tên ông ta là Shaw, đang điều tra vụ thảm sát ở Công ty Phượng hoàng. Shaw thuộc một tổ chức quốc tế thực thi pháp luật thuộc dạng cực kỳ bí mật; Creel được thông báo rằng tổ chức này từng vượt cả ranh giới pháp luật để đạt được các mục đích của mình. Shaw là một trong những nhân viên đang hoạt động tốt nhất của họ và rõ ràng ông ta có động cơ cá nhân trong việc điều tra vụ án trên. Thật rắc rối. Nhưng khó chịu hơn nữa là bức email Creel vừa nhận được từ Caesar. Tất nhiên hắn đã cho người theo dõi Công ty Phượng hoàng. Chúng báo cáo rằng đã trông thấy Shaw và Katie James đi cùng nhau. Creel ra lệnh cho Caesar cử tay chân theo dõi hai người này. Hắn không muốn tay Shaw này can thiệp vào vai trò của James trong kế hoạch của hắn, vai trò mà cô chẳng hề hay biết.

Creel trở lại phòng họp, nơi các nhân viên đang chuẩn bị những phần cuối cùng cho nội dung trình bày mà họ hy vọng sẽ mang lại hợp đồng vũ khí lớn nhất Trung Quốc từng dành cho một công ty nước ngoài. Thực ra đây mới chỉ là bước đầu tiên, duy có Creel biết thế. Khi những sự kiện xảy ra ở London được giải thích đầy đủ cho cả thế giới, người Trung Quốc sẽ hiểu rất rõ mình đang ở vị trí đầy nguy hiểm. Con rồng châu Á sẽ trở thành cái gai trong mắt Gấu Nga. Và những tay cộng sản sẽ tăng gấp ba lượng vũ khí đặt mua mà lý do không gì khác ngoài việc ngăn chặn gã điên Gorshkov. Dù có thế nào, họ cũng sẽ phải là khách hàng ruột của tập đoàn Ares trong vòng ít nhất hai thập kỷ tới.

Như vậy quả là nhiều đối với hầu hết doanh nhân. Nhưng không phải với Nicolas Creel. Bắc Kinh mới chỉ là một vế trong phương trình của hắn.

Sau Trung Quốc, hắn sẽ tiếp tục bay về phía tây và tới thăm Moscow. Creel hoàn toàn đoán trước được sự phản đối của những tay cựu xô-viết mà hắn coi là những kẻ không thấy cần lắm những trang bị quân sự hiện đại nhất, siêu việt nhất. Cũng như phần còn lại của thế giới, họ đã nhường lại mảng đó cho chú Sam - kẻ tiêu nhiều hơn tất cả. Tuy nhiên Creel là một trong số rất ít – có lẽ là kẻ duy nhất – nhìn ra được rằng tình hình ấy không tồn tại mãi như vậy. Các cường quốc trên thế giới xuất hiện rồi lại ra đi. Người Mỹ đã ở trên đỉnh cao từ rất lâu, ít nhất là tính theo thước đo lịch sử gần đây. Họ sẽ bị truất ngôi. Dù thực hiện việc đó là người Nga hay Trung Quốc, hoặc cả hai, Creel cũng chẳng mảy may quan tâm. Hắn chỉ muốn là người cung cấp vũ khí cho siêu cường tiếp theo.

Với Gorshkov và các bộ trưởng quốc phòng của Nga và Trung Quốc, Creel sẽ không xoáy sâu, thậm chí không nhắc tới vấn đề Nga chống Trung Quốc hay những căng thẳng đang gia tăng giữa hai nước. Thay vào đó hắn sẽ ra đòn khác tích cực và hiệu quả hơn. *Đây là thời đại của các ông*, hắn sẽ nói với cả hai nước như thế. *Đây là thế kỷ của các ông. Các ông phải giành lấy, nếu không sẽ có kẻ khác giật mất*. Creel sẽ để cho trí tưởng tượng của mỗi bên tự xác định 'kẻ khác' ấy là ai.

Đám tay sai sẽ lo chuyện về các con số và chi tiết thực tế. Creel thì đi lại để chuyển thông điệp về những gì sắp đến, sẽ làm rõ cho cả hai quốc gia thấy họ đang đứng trước những rủi ro nào. Rồi Ares sẽ đứng trước hàng ngàn tỷ đô-la bởi một khi Nga và Trung Quốc tái vũ trang với quy mô lớn, tất cả những nước khác có tiền để tiêu và cái tôi để bảo vệ cũng sẽ làm thế. Trong số đó sẽ có cả dân Yankee[1], những người chắc chắn sẽ thấy rằng ngôi vị lãnh đạo thế giới của mình bị đe doạ. Nợ thêm vài ngàn tỷ đô-la nữa thì sao? Chẳng có vẻ gì là người Mỹ có thể trả hết những gì họ đã nợ từ trước.

Creel tính nhanh những con số trong đầu. Nợ quốc gia khoảng mười ngàn tỷ đô-la, chưa kể đến quỹ an sinh xã hội. Chỉ riêng tiền lãi đối với thẻ tín dụng của Mỹ đã trên ba trăm tỷ đô-la mỗi năm, cộng thêm bảy trăm tỷ chi phí quốc phòng là tổng cộng một ngàn tỷ một năm, tương đương khoảng một phần ba tổng ngân sách. Tổng cộng quỹ an sinh xã hội, bảo hiểm y tế, trợ cấp y tế trên một ngàn tỷ đô-la. Chi cho phúc lợi và thất nghiệp trên bốn trăm tỷ đô-la. Như vậy chi cho tất cả những thứ khác chỉ còn vỏn vẹn vài trăm tỷ đô-la. Trong cơ cấu tổng thể lớn, chừng ấy chỉ là mớ tiền lẻ. Rồi hàng ngày Mỹ phải nhờ đến những nước như Trung Quốc, Nhật Bản và Arập Xê-út, bản chất là xin tiền để đảm bảo nhu cầu tiêu dùng của mình. Từ lâu Creel đã biết trước kết cục ấy. Hắn phải biết bởi công việc đòi hỏi như vậy. Dù người Mỹ có tiếng là sáng tạo và linh hoạt, tay doanh nhân kỳ cựu biết rằng đồng đô-la chẳng bao giờ biết nói dối.

Trừ phi có sự thay đổi hoàn toàn, trong vòng ba mươi năm hoặc sớm hơn nữa dân Yankee sẽ mất chỗ. Đó là lý do mình mua đồng euro, yen, nhân dân tệ, rupee và tìm cách mở rộng đội ngũ khách hàng ngoài ranh giới của vùng đất của tự do, quê hương của lòng dũng cảm. Chẳng có kẻ nào nợ nần chồng chất thế lại tự do còn quê hương lại bị cầm cố sạch sẽ. Nhưng dù sao họ vẫn có thể thừa hưởng tự do ấy và tiêu tiền trong thẻ tín dụng theo cách của họ thêm vài thập kỷ nữa. Các thế hệ tương lai sẽ phải è cổ ra trả nợ, địa ngục sẽ mở ra khi hoá đơn ấy tới hạn thanh toán.

Một điều rõ ràng là nhiều tập đoàn quốc phòng lớn khác sẽ có phần trong chiếc bánh toàn cầu, song tập đoàn của Creel có vị thế cực kỳ tuyệt vời để giành phần lớn trong đó. Đó sẽ là vương miện trong

---

[1] Người Mỹ.

đời trùm vũ khí. Công ty của Creel sẽ được cứu nguy, di sản của hắn sẽ được đảm bảo. Và điều quan trọng hơn cả là thế cân bằng tự nhiên của thế giới được khôi phục.

Đó là tất cả những gì Nicolas Creel có thể hy vọng. Và hầu như chúng đã hiện ra trước mắt.

Thế nhưng tâm trí Creel vẫn liên tục trở lại với bức ảnh Caesar đã gửi. Ánh mắt hắn xoáy vào đôi mắt của người đàn ông cao lớn. Creel không thích đôi mắt đó. Hắn đã kiếm được rất nhiều tiền chỉ nhờ việc đọc đúng ánh mắt và nét mặt của các đối thủ. Mà hắn lại chẳng thấy ưa tay đàn ông này chút nào. Thực ra đôi mắt trong bức ảnh Creel đang xem lại rất giống mắt hắn. Khi liếc vào tấm gương treo trên bức tường đối diện, đột nhiên Creel nhận ra kẻ đó là ai.

Chúng làm ta nhớ tới chính ta.

Creel ngồi thẳng dậy và tiếp tục lắng nghe nhóm nhân viên trình bày các nội dung trong khi tất cả vẫn đang bay với vận tốc gần chín trăm ki-lô-mét một giờ trên đường bán hoà bình và an ninh treo trên đầu nòng pháo xe tăng cho một khách hàng đầy thoả mãn khác.

Thế nhưng đầu óc hắn vẫn không ngừng quay lại với đôi mắt kia, quay lại với người đàn ông ấy, chắc chắn là chỉ một người. Nhưng đôi lúc chỉ một cũng đủ làm sụp đổ tất cả.

Creel sẽ không bao giờ để chuyện ấy xảy ra. Hắn không sợ, nhưng có một điều khiến hắn khiếp đảm, đó là sự không chắc chắn. Đó là lý do hắn thuê Pender, kẻ đã làm cho thế giới tin điều Creel muốn họ tin. Thường thì đó là cuộc chiến kiểu tiêu hao sinh lực. Ta tạo ra sự thật rồi chôn vùi thứ có thật dưới thật nhiều rác rưởi nên người khác thấy mệt mỏi với việc đào bới hết lớp đó, đành chấp nhận những gì ta đưa ra. Đó là lối thoát dễ dàng, loài người được lập trình để luôn theo lối đó. Rốt cuộc vẫn có những hoá đơn phải thanh toán, những thứ cần mua sắm, những đứa trẻ để nuôi dạy, các trận đấu thể thao cần xem, thế thì ai có thời gian dành cho điều gì khác nữa? Đúng, đúng là ta che lấp tất cả, nhưng đôi lúc có thứ gì đó hoặc kẻ nào đó vô tình bước vào và làm hỏng hết.

Nhưng không phải lần này.

Không, không phải lần này.

CHƯƠNG 59

"Đưa tôi đi gặp tay này", Shaw nói với Katie khi cả hai ngồi trong phòng ông ở khách sạn Savoy. Cô vừa mới kể cho ông nghe xong về cuộc gặp với anh chàng Ba Lan.

"Tôi không thể làm thế", Katie đáp. "Tôi đã hứa rồi".

"Tôi không quan tâm cô đã hứa gì. Anh ta là nhân chứng sống trong vụ điều tra giết người".

Katie nhìn ra ngoài, tháp đồng hồ Big Ben, toà nhà Quốc hội, Mắt London[1] hình tròn đang chằm chằm nhìn lại cô, ngăn giữa là sông Thames hẹp. "Ông không nghĩ rằng tôi biết điều đó sao?"

"OK, vậy hãy nói cho tôi tên anh ta".

"Ừ, được rồi. Thế nếu tôi cho ông xem ảnh và đưa cả địa chỉ liên lạc của anh ta nữa thì sao nhỉ?"

"Đây không phải chuyện đùa đâu! Nhiều người chết rồi đấy".

Katie quay ngoắt lại. "Đừng có ném thứ vớ vẩn ấy vào mặt tôi. Tôi làm báo để kiếm sống, được chưa? Ông đã bao giờ nghe thấy cụm 'bảo vệ nguồn tin' chưa? Ngày nào các nhà báo cũng dùng đến nó.

---

[1] Vòng đu quay cao nhất châu Âu, còn có tên khác là Vòng quay thiên niên kỷ.

Thậm chí một số người còn đi tù để bảo vệ nó - điều tôi đã làm trước đây. Thế nên hãy dành bài giảng về luật cho kẻ khác".

Shaw nhìn xuống và Katie nhận thấy rằng cô đã đi quá xa. Cô ngồi xuống đối diện với ông và nói khẽ. "Này, không có ai trên thế giới này muốn tìm ra kẻ giết Anna hơn ông. Tôi cũng muốn làm việc đó. Nhưng tôi còn có công việc. Tôi đã được giao viết bài về vụ này, tôi phải thực hiện đúng tư cách một nhà báo chuyên nghiệp!"

"Cô kể cho tôi nghe những gì tay thanh niên ấy kể với cô rồi hy vọng tôi dừng lại ở đó hả? Sao lại kể cho tôi nếu cô không muốn đưa tôi tới gặp hắn?"

Katie ngồi lùi lại, kẹp hai tay vào đùi. "Tôi ước mình có câu trả lời chính xác nhưng lại không có. Tôi chỉ muốn ông biết. Tôi nghĩ tôi chỉ muốn ông nói rằng anh ta nói sự thật".

"Cô tin anh ta không?"

"Những chi tiết tôi nói với ông, chiếc máy photocopy, những thi thể gần cửa trước, người đàn ông tên Bill Harris hả? Vì ông đã vào trong ấy, ông có thể xác minh không?"

"Chiếc máy photocopy trên tầng hai và các xác chết gần cửa trước thì đúng, chính xác cả. Tôi sẽ xem chỗ chứa đồ trong máy photocopy có đủ rộng để anh ta chui vào không. Tôi không có danh sách đầy đủ về những người chết nên chẳng thể xác minh về ông Harris này, nhưng kiểm tra thông tin này sẽ dễ thôi. Cô nói rằng anh ta vào và ra bằng cửa sau hả?" Katie gật đầu. "Thế thì đó là lý do chúng tôi không thấy anh ta trong đoạn băng video. Nó chỉ ghi lại đường từ ngoài phố vào toà nhà".

"Thế là anh ta có vẻ đáng tin", Katie khấp khởi hy vọng.

"Nếu anh ta ở bên phía những kẻ giết người, anh ta cũng sẽ biết tất cả những điều này".

"Tôi cũng đã nghĩ tới điều đó nhưng anh ta không có vẻ như vậy. Cơ bản anh ta là một tay Ba Lan nhỏ bé gầy giơ xương và sợ đến mất trí".

"Kẻ nào chỉ tình cờ bước tới trước mặt cô trên con phố trước hiện trường vụ giết người nhỉ? Cô không nghĩ đó là sự trùng hợp ngẫu nhiên chứ?"

"Có lẽ thế, nhưng anh ta còn nghe thấy tôi nói chuyện với viên cảnh sát. Thế nên biết chắc tôi là nhà báo. Và chẳng có gì không bình thường khi một kẻ sống sót trở lại nơi đã xảy ra chuyện ấy. Cảm giác tội lỗi, tất cả".

"Nghe có vẻ cô đang rất cố gắng tự thuyết phục mình vậy".

"Tin tôi đi, tôi sẽ xác minh về tay này bằng mọi cách có thể".

"Vậy cô muốn gì từ tôi?" Shaw hỏi.

Katie thở phào. "Ông đã khẳng định khá chắc với tôi rằng anh ta đã từng trong đó. Tôi nghĩ, à...tôi sẽ tiếp tục với bài báo".

Shaw đứng dậy và chằm chằm nhìn cô. "Cô nói về cái quái gì thế? Bài báo nào?"

Katie nhìn lại ông với sự hoài nghi không kém. "Một người tận mắt chứng kiến *Vụ thảm sát London*? Ông không nghĩ chủ đề đó đáng viết à?"

"Katie, anh ta nói rằng bọn giết người nói tiếng Nga".

"Ừ, thế thì sao?"

Shaw trông có vẻ rất bối rối khi Katie nhìn ông đầy nghi hoặc.

"Có điều gì ông chưa nói với tôi à?" Cô nói.

"Tôi sẽ chỉ nói cho cô biết nếu cô hứa không viết bài báo".

"Tôi không thể làm thế, Shaw. Tôi không thể. Tôi sẽ không làm thế! Đây là vấn đề tin tức".

"Ngay cả khi nó có thể châm ngòi cho một cuộc thế chiến mới?"

"Thế chiến!" Katie thốt lên.

"Nếu tôi nói cho cô nghe, cô không bao giờ được nhắc lại với ai, ở đâu, kể cả trên văn bản. Đó là điều kiện của tôi. Hoặc giữ kín hoặc đừng quan tâm".

Katie do dự một lúc rồi gật đầu. "Đồng ý".

"Họ tìm thấy những bằng chứng trong toà nhà cho thấy rằng Công ty Phượng hoàng đứng sau chiến dịch *Hiểm hoạ đỏ*".

Katie đứng phắt dậy. "Cái gì? Ông chắc không?"

"Chắc là các bằng chứng ở đó không à? Có. Chúng thực sự có ý nghĩa gì thì tôi không biết".

"Rồi nhân chứng của tôi nghe thấy những tên giết người nói rằng đó là lệnh của Gorshkov".

"Mẹ kiếp, sao cô không bảo tôi chuyện ấy?"

"Nào, xem ai đang nói về chuyện giấu mọi thứ nào? Cũng như ông, tôi có xu hướng giữ kín mọi chuyện. Nhưng nếu Công ty Phượng hoàng liên quan đến việc thực hiện chiến dịch *Hiểm hoạ đỏ*, điều đó lý giải cho việc những tên người Nga nhận lệnh của Gorshkov tấn công nơi ấy".

"Nhưng điều đó *không* có thật. Chiến dịch *Hiểm hoạ đỏ* là chuyện dựng lên".

"Làm thế nào ông chắc chắn được về chuyện ấy? Tôi *đã* trông thấy những tài liệu đó trong văn phòng của Anna. Có lẽ không phải cô ấy nghiên cứu về nó. Có lẽ khi đó cô ấy đang thực hiện việc ấy".

"Và lại bày bừa những thứ đó cho cô thấy trong khi cả thế giới đang cố tìm ra kẻ nào đứng sau *Hiểm hoạ đỏ* à?" Shaw nói đầy hoài nghi.

Giờ thì tới lượt Katie có vẻ không tin ở bản thân. "Tôi nghĩ điều đó không có lý, nhưng làm thế nào những thứ có thể gây thế chiến lọt vào công ty ấy được? Hẳn là tôi đã không được biết chuyện ấy".

"Gorshkov từng thể rằng bất kỳ kẻ nào đứng sau chiến dịch tuyên truyền đồng nghĩa với việc tự đưa mình ra làm mục tiêu chịu tấn công".

"Công ty Phượng hoàng chứ không phải một đất nước bị tấn công".

Shaw hít một hơi sâu rồi nói: "Công ty Phượng hoàng nằm dưới sự điều hành của người Trung Quốc hay ít nhất cũng có mối liên hệ chặt chẽ với họ".

Katie thốt lên. "Người Trung Quốc ư? Ông chắc không?"

"Có. Tôi đã gặp một trong các chủ sở hữu công ty. Ông ta đã xác nhận điều ấy".

"Nhưng ông có thực sự tin là Nga sẽ tấn công Trung Quốc không?"

"Ai mà biết nổi? Nhưng điều cuối cùng chúng ta cần tìm thấy là câu trả lời đối với câu hỏi đó là *cổ*".

"Nhưng nếu chính phủ Nga cử đám sát thủ tới trả thù Công ty Phượng hoàng *và* họ biết về mối liên hệ với Trung Quốc thì có vẻ đó là hành động gây chiến diễn ra ngay tại đây. Thực sự tôi ngạc nhiên tại sao Gorshkov không lên các diễn đàn thế giới và nói với mọi người rằng ông ta đã làm việc ấy".

"Ông ta không thể làm thế. Hầu hết những người bị giết là công dân của Anh. Cho bốc hơi cả một lũ Taliban trong vùng núi của Afghanistan là một chuyện nhưng cô không thể đàng hoàng vào London giết gần ba chục con người rồi lại huênh hoang về chuyện ấy được. Tôi chẳng quan tâm cô có phải người Nga không. Người Anh cũng có vũ khí hạt nhân. Đồng minh thân cận nhất của họ lại là Mỹ. Ngay cả Gorshkov cũng không muốn động tới con đười ươi gần bốn trăm ki-lô này đâu. Chúng ta lại không biết chắc liệu người Nga *biết* về mối liên hệ với Trung Quốc".

"Nhưng chẳng có gì trong những điều ông đã nói cho tôi là lý do không viết bài báo. Một nhân chứng nói rằng một số kẻ ăn lương của Gorshkov đã làm điều ấy. Tôi sẽ không nói gì về tài liệu liên quan tới chiến dịch *Hiểm hoạ đỏ* hay mối liên hệ với Trung Quốc bởi tôi đã nói với ông rằng tôi sẽ không làm việc ấy. Nhưng thông tin người Nga đã tấn công toà nhà ấy xuất phát từ nguồn tin của tôi, đó là câu chuyện mà thế giới cần biết".

"Nào, xem ai không thể suy luận đây! Nếu người Trung Quốc nghĩ rằng người Nga đã huỷ diệt một trong các cơ quan của họ thì sao? *Họ* có thể trả đũa Nga".

"Nhưng ngay cả ông cũng nói rằng tài liệu của *Hiểm hoạ đỏ* là thứ vớ vẩn. Nó là đồ giả tạo cài vào. Người Trung Quốc không đứng sau vụ ấy".

Shaw lắc đầu giật dữ. "Chính xác là thế, Katie. Cô không hiểu sao? Nga sẽ không cài thứ đó vào, đặc biệt nếu họ biết về mối liên hệ với Trung Quốc. Mục đích là gì? Họ sẽ không gây chiến với Trung Quốc bằng cách quy chụp cho nước này. Thậm chí hai nước có tiềm lực quân sự ngang nhau. Nếu muốn giở trò đó, họ sẽ chọn một nước có thể cho tiêu diệt dễ hơn nhiều. Này nhé, cứ chọn đại chữ cái đầu là A là có Albania. Cuộc chiến sẽ chỉ diễn ra trong vòng hai mươi bốn giờ. Nhưng Trung Quốc thì sao? Cứ một lính Nga thì họ có ba người. Rồi họ còn có vũ khí hạt nhân nữa".

Katie trông có vẻ bối rối. "Thế chính xác ra thì ông đang nói gì?"

"Rằng người Nga *đã không* làm việc đó. Và Công ty Phượng hoàng *không* đứng sau *Hiểm hoạ đỏ*, người Trung Quốc cũng vậy".

"OK, vậy *ai* đứng sau tất cả?" Katie hỏi với giọng hoài nghi.

"Có bên thứ ba dính vào. Bên đang chơi một trò gì đó mà tôi chưa hiểu hoàn toàn, nhưng tôi hiểu trò ấy được tính toán sao đó nhằm đẩy Nga và Trung Quốc vào thế đối đầu".

"Vậy ý ông là nguồn tin của tôi không đúng về sự dính líu của Nga?"

"Nếu hắn nói rằng hắn nghe thấy bọn kia nói bằng tiếng Nga rằng bọn chúng làm việc cho Gorshkov thì vâng, tôi nghĩ có lẽ hắn nói dối, bởi tôi không tin rằng những tay sát thủ ấy làm cho Nga. Hoặc theo giả thiết khác, nếu đó là những điều chúng nói ra thực sự thì bằng cách nào đó chúng đã biết có hắn đang ở trong toà nhà và để cho hắn sống để có thể kể lại điều hắn đã nghe thấy hoặc điều chúng *muốn* hắn nghe thấy".

Katie bẻ ngón tay. "Anh ta nói rằng anh ta nghe lỏm được mấy gã người Nga - hoặc theo ông là những kẻ đóng giả người Nga – nói tới kẻ nào đó khác đang ở trong toà nhà. Nếu theo dõi phía sau toà nhà, chúng sẽ thấy anh ta đi vào. Thế nhưng chúng không lục soát thêm lần nữa bởi một cửa sổ bị đập vỡ, một phụ nữ đã thò đầu ra ngoài phòng kêu cứu khiến chúng sợ cảnh sát sẽ tới".

Mặt Shaw tối sầm lại. Katie nói. "Chuyện đó đã xảy ra phải không?"

Ông từ từ gật đầu. "Người phụ nữ đó là Anna. Cô ấy đã đập vỡ kính cửa sổ phòng mình, cố thoát ra ngoài bằng cách đó nhưng bị giết trước khi kịp làm việc ấy".

"Làm sao ông biết được chuyện ấy?"

"Có một camera trên phố ghi lại được".

"Chúa ơi, ông đã trông thấy việc đó xảy ra sao?" Katie đặt một bàn tay lên tay Shaw. "Shaw, tôi không biết phải nói gì nữa".

"Hãy nói là cô sẽ không viết bài báo".

"Tôi không làm thế được. Thế giới đáng được nghe về chuyện này".

"Thật sao? Ngay cả khi đó toàn là những điều dối trá à? Hay có lẽ Katie James tin rằng cô ta xứng đáng được trở lại đỉnh cao, bằng bất cứ cách nào cô ta có thể làm? Ngay cả khi điều đó đồng nghĩa với ngày tận thế như chúng ta đã biết?"

Mặt Katie đỏ lựng lên và cô quay ngoắt đi. "Đó không phải lý do tôi làm việc này!"

"Thế nói cho tôi nghe tại sao cô đang làm đi".

"Tôi là nhà báo. Tôi có chủ đề, chủ đề của cả thập kỷ! Tôi không thể dừng lại chỉ vì ông đưa ra một mớ giả thuyết hay vì ông nói rằng thế giới có thể diệt vong".

"Và nếu tôi đúng thì sao? Cô có sẵn sàng giải quyết hậu quả đó không?"

"Có", Katie nói nhưng giọng hơi run run.

"Thế thì chúng ta không còn gì để nói nữa". Shaw đứng dậy và mở rộng cửa.

"Shaw, xin đừng làm thế này".

"Chúng ta không còn gì để nói", ông nói với giọng cứng rắn.

Katie từ từ đứng dậy và bước qua Shaw, ông đóng sầm cánh cửa ngay sau lưng cô.

CHƯƠNG 60

Chuyến đi của Nicolas Creel tới Nga và Trung Quốc đã thành công. Chưa có thông báo nào về những hợp đồng chắc chắn nhưng Creel đã dọn đường để chuyện ấy gần như chắc chắn và sẽ sớm diễn ra. Khi "sự thật" về Công ty Phượng hoàng phơi bày – Creel đang mong Katie James sẽ viết nó ra càng sớm càng tốt - mối quan hệ giữa Trung Quốc và Nga sẽ nhanh chóng chuyển từ đối thủ cạnh tranh trong khu vực thành kẻ thù không đội trời chung. Rồi vài ngàn tỷ đô-la theo cách Creel muốn.

Nhưng dù thắng lợi ấy đã ở ngay trước mắt, hắn vẫn có một rắc rối.

Một lần nữa hắn ngồi trên boong cao nhất của Shiloh - một trong những siêu du thuyền hiện đại và hoành tráng nhất thế giới trong khi cô vợ ngu ngốc trần như nhộng nằm dài trên một chiếc ghế gấp bằng vải mềm ở boong trước. Cuối cùng Creel thấy chán tận cổ và yêu cầu cô ta phải mặc *thứ gì đó* vào. Cô vợ thẳng thừng cự lại với lý do chỉ một sợi dây của bộ áo tắm cũng khiến cho làn da rám nắng của mình không được đều.

Cô ta nói với Creel bằng giọng khêu gợi. "Cơ thể em hoàn hảo. Không có vết nào trên lớp da rám nắng. Không vết nào hết, Nicky! Anh không thể bắt em được đâu".

Làm thế nào bác lại được lôgic trần trụi và những tuyên bố tự cao tự đại như thế chứ? Creel suýt bật cười, điều hắn sẽ làm khi thấy một đứa trẻ làm việc gì đó dại dột. Không, rõ ràng cuộc hôn nhân này sẽ không tồn tại lâu. Điện thoại trên tàu hắn đổ chuông. Đó là tay thuyền trưởng. Cuối cùng bà Creel đã ngủ thiếp đi.

"Thế thì hãy phủ cho cô ta một cái chăn, từ cổ tới chân", Creel ra lệnh và gác máy.

Người phụ nữ hắn gặp ở Los Angeles trong lễ trao phần thưởng về làm từ thiện là người phụ trách trưng bày tác phẩm Bảo tàng nghệ thuật New York. Với vô số bằng của đại học Yale, cô thông minh đến bất ngờ, từng tới nhiều nơi trên thế giới, thân hình đẹp, Creel hết sức hoài nghi liệu cô ta có là người ít quan tâm nhất tới những vết rám nắng không đều trên mông mình. Hắn đã có một buổi tối cực kỳ tuyệt vời bên người phụ nữ ấy mà không có sự đụng chạm nào. Khi trở về nhà Creel đã yêu cầu các luật sư riêng soạn thảo các điều khoản ly dị.

Nhưng vấn đề gia đình đang lớn dần ấy không phải vấn đề khiến Creel đau đầu.

Hắn trừng trừng nhìn xuống bức ảnh chụp người đàn ông và Katie James. Creel nhận được thông tin rằng James đã rời khách sạn Shaw ở với khuôn mặt đẫm nước mắt. Liệu gã đàn ông ấy có phá hỏng chuyện này không? Hắn ta muốn trả thù. Hắn ta rất thiện nghệ. Đúng, đó là hiểm hoạ tiềm tàng. Ngày sống của Shaw có lẽ đang được đếm lùi. Nhưng sau đó có một kẻ khác thì sao?

Creel chăm chăm nhìn mặt nước yên tĩnh của Địa Trung Hải, nơi mặt trời nóng bỏng đang hạ dần xuống gần lớp vàng lấp lánh nằm lười biếng. Dù là kẻ bán những thứ vũ khí tối tân nhất trên thế giới, hắn vẫn là một người hiền hoà. Hắn chưa bao giờ đánh ai vì giận dữ. Việc hắn đã ra lệnh giết nhiều người là chuyện có thật, nhưng không bao giờ hắn làm điều ấy với mục đích chỉ gây hại.

Từ chiếc gậy đầu tiên vung lên vì giận dữ cho tới trái bom A đã quét sạch lượng người lên tới sáu con số chỉ trong vài giây đồng hồ đều chứng minh rằng xung đột bạo lực đã là một phần tất yếu của loài người. Creel biết điều đó cũng giống như hắn biết rằng chiến tranh có nhiều mặt tích cực. Quan trọng nhất là nó khiến người ta quên đi những điều nhỏ nhen và gắn bó với nhau vì những điều tốt đẹp lớn hơn.

Chắc chắn hắn cảm thấy tội lỗi về những điều mình đã làm. Thực ra Creel đã cam kết bỏ ra mười triệu đô-la để lập một quỹ dành cho gia đình của các nạn nhân *Vụ thảm sát London*. Đó là điều tối thiểu hắn có thể làm, Creel tin như thế. Và trong lúc người dân nước Anh bên kia bờ Đại Tây Dương đang cố hiểu điều tưởng chừng vô nghĩa, Creel đã quỳ gối trên sàn chiếc máy bay trị giá một trăm bảy lăm triệu đô-la và cầu xin Chúa – chắc chắn lúc ấy chẳng ở cao hơn hắn là mấy – tha tội cho hắn. Và khi đứng dậy trên nền trải thảm lông, quay trở lại chiếc giường sang trọng và tắt chiếc đèn ngủ thuộc hàng thiết kế riêng có giá mười ngàn đô-la, Creel có lý khi tin rằng Chúa đã đáp ứng lời cầu xin của mình.

Trong khi Pender bận rộn tạo ra thứ gì đó và làm cho mọi người tin đó là sự thật, Creel biết rõ sự thật "thực sự" là gì.

Thế giới an toàn hơn rất nhiều khi những kẻ mạnh thực sự dùng đến sức mạnh của mình, kém an toàn hơn rất nhiều khi những kẻ mạnh không làm thế.

Trong ít ngày, nước Mỹ có thể quét sạch mọi rắc rối ở Trung Đông. Chắc chắn sẽ có những người vô tội bỏ mạng. Nhưng có gì khác nhau giữa việc hàng chục triệu người chết trong mười phút và trong mười năm? Họ sẽ vẫn chết nhưng các vị sẽ tránh được một thập kỷ đau khổ và đầy bất trắc. Creel sẽ rất lấy làm vui mừng khi được cung cấp mọi thứ vũ khí cần thiết cho việc xoá bỏ những thứ tệ hại ấy. Thực sự tất cả chỉ là chuyện địch – ta. Và chỉ có kẻ mạnh mới tồn tại.

"Và kẻ yếu tiêu đời", Creel nói với vầng mặt trời đang lặn khi nó phủ lên mặt nước và bờ biển Italia một lớp áo cao quý màu đỏ tía. Kẻ yếu luôn chết. Đó là quy luật tự nhiên.

Nếu Creel thành công, các ông lớn sẽ trở lại kiểm soát tình hình. Huỷ diệt cả hai bên cùng chắc chắn (MAD), một khái niệm từ thời Chiến tranh lạnh và là chủ đề vô cùng đáng sợ, đã bị hiểu lầm hoàn toàn. Thực ra MAD là lực có tác dụng cân bằng lớn nhất trong lịch sử, dù nhiều người vì không hiểu thực tại vận động thế nào lại hoảng sợ vì tuyên bố ấy. MAD mang đến sự chắc chắn, khả năng có thể dự báo được và có lẽ huỷ diệt một tỷ lệ nhất định của loài người để có được điều tốt đẹp lớn hơn thế.

Creel bước tới lan can ở boong trên và nhìn xuống cô vợ đang ngủ. Cô ta là kẻ đần độn, giống như hầu hết mọi người khác. Họ mù mắt trước tất cả trừ bản thân. Không có tầm nhìn, đơn giản, yếu đuối, lười biếng. Hắn nhìn tấm ảnh chụp Shaw thêm lần nữa. Ông ta không có vẻ gì đơn giản, yếu đuối hay lười biếng. Bởi vì ông ta không như vậy.

Thật tiếc khi phải giết ông ta. Nhưng Creel sẽ làm, nếu cần thiết.

Hắn nhấc điện thoại của du thuyền lên. Thuyền trưởng Shiloh - một người có ba mươi năm kinh nghiệm trên biển phục vụ rất nhiều vị chủ giàu có - trả lời với giọng nhanh nhẹn và vui vẻ.

Creel nói: "Chuẩn bị để ngày mai đón *tất cả* bọn trẻ ra đây. Đưa xe dài có giường nằm để đón chúng. Và nhớ đón mẹ bề trên, tôi muốn mời bà ấy đi kiểm tra".

"Tốt quá, thưa ông Creel. Ông muốn cho chạy tàu ngầm lần nữa chứ? Chắc chắn lần trước bọn trẻ thích lắm".

"Ý hay đấy, nhớ chuẩn bị sẵn sàng nhé. Và hãy chuẩn bị trực thăng để đưa bà Creel tới chiếc phản lực nhỏ. Buổi sáng bà ấy sẽ tới miền nam Pháp. Hãy bảo người hầu của bà ấy chuẩn bị chút quần áo phù hợp. Càng *nhiều* càng tốt".

"Tôi đã rõ, thưa ông".

Creel gác máy. Nếu biết những gì Creel đã làm, có lẽ viên thuyền trưởng tốt bụng sẽ chẳng có thái độ dễ chịu như vậy. Ông ta là người Anh, sinh ra và lớn lên ở London.

Nhưng ngày mai bọn trẻ sẽ tới. Cuộc đời Creel đã trở thành một chuỗi những sự kiện cân bằng nhau. Một việc xấu đối trọng với một việc tốt. Đúng, hắn đã rất mong ngày mai bọn trẻ tới đây.

Cũng như mong việc xây dựng cho chúng một nơi hoàn toàn mới để sống, một chỗ của những đứa trẻ như thế - trẻ mồ côi.

CHƯƠNG 61

Chiếc giường sắt lăn bánh, phát ra tiếng rít thấu tận xương tuỷ Shaw. Nơi này đầy mùi hoá chất, nước tiểu và những thứ mà ông không muốn nghĩ tới.

Frank đứng bên cạnh ông.

"Này Shaw, ông không phải làm việc này đâu. Thực ra tôi nghĩ ông không nên làm việc này. Sao lại nhớ tới cô ấy như thế này, ở nơi này?" Ông ta vẫy tay chỉ quanh nơi đã được tẩy trùng.

"Ông đúng", Shaw nói. "Nhưng tôi vẫn phải làm".

Frank thở dài và gật đầu với nhân viên trông giữ nhà xác.

Trong chốc lát, khi những ngón tay của người đàn ông nắm chặt tấm vải phủ, Shaw chỉ muốn bỏ chạy, chạy ra ngoài ánh mặt trời trước khi quá muộn. Nhưng ông vẫn đứng đó khi tấm vải phủ được kéo lên, rồi Shaw cúi xuống nhìn Anna. Hay đúng hơn là nhìn xuống những gì còn lại của cô.

Ông đã cố không chằm chằm nhìn vết thương giữa trán hay những vết hình chữ V để lại – nơi các nhân viên pháp y phải mổ Anna nhằm tìm những đầu mối giúp lần ra kẻ đã giết cô, hay vết của hai viên đạn đã xuyên qua ngực người yêu mình. Nhưng Shaw thấy rằng đó là tất cả những gì ông có thể thấy, sự huỷ hoại hoàn toàn ở người phụ nữ xinh đẹp nhất ông từng thấy. Thậm chí ông không thấy được sự âu yếm từ đôi mắt xanh của Anna bởi chúng đã vĩnh viễn khép lại.

Ông gật đầu với nhân viên giữ nhà xác lần nữa và quay đi. Chiếc giường lăn trở lại vị trí cũ, cánh cửa ken két đóng lại, Frank giúp Shaw bước ra căn phòng của thần chết trên đôi chân run rẩy.

"Ta đi uống cho say thôi", Frank nói.

Shaw lắc đầu. "Tôi phải tới căn hộ của Anna".

"Cái gì, ông bị tâm thần à? Đầu tiên thì ông đòi nhìn cô ấy trong nhà xác, giờ thì lại muốn xé bóp nát tim mình thêm chút nữa. Để làm gì, Shaw? Cô ấy có sống lại được đâu".

"Tôi đâu có bảo ông đi cùng. Nhưng tôi phải thế".

Frank vẫy một chiếc taxi. "Được, nhưng tôi vẫn đi".

Họ vào xe và Shaw đưa địa chỉ cho tài xế. Rồi ông thò đầu ra cửa sổ cố chặn lại cơn buồn nôn đang cuồn cuộn dâng lên.

Lẽ ra ông đã không nên tới nhà xác. Không nên nhìn thấy cô như thế. *Không nhìn Anna.*

Không nên, nhưng đã phải thế.

Vài phút sau Shaw mở cánh cửa căn hộ của Anna, bước vào rồi ngồi xuống sàn, Frank đứng gần đó nhìn ông chăm chú. Khi ngó quanh thấy những thứ quen thuộc, Shaw dần trấn tĩnh. Đây là nơi của Anna còn sống, còn vương hơi thở của cô chứ không phải cái xác bị mổ phanh mà ông vừa bỏ lại nằm trên chiếc giường sắt không gỉ khốn kiếp kia. Ở nơi này Anna không chết, không bị sát hại.

Shaw đứng dậy cầm lên một tấm ảnh trên bệ lò sưởi, đó là ảnh ông chụp cùng Anna ở Thuy Sĩ năm ngoái. Cô là tay trượt tuyết giỏi, Shaw kém một chút. Nhưng cả hai đều rất vui vẻ. Một tấm ảnh nữa hai người chụp ở Australia. Tấm thứ ba chụp cả hai trên lưng con voi được Anna đặt biệt hiệu là Balzac vì nó rất thích thứ cà phê được uống từ cốc bằng vòi.

Mọi chỗ đều có những thứ thuộc về cô, tình yêu của cô, đam mê của cô.

Của cô.

Shaw ngồi xuống lần nữa. Chỉ trong ít giây ông phải chịu đựng hàng triệu ý nghĩ rõ mồn một chạy qua đầu một kẻ bị mất người thân yêu trong khoảnh khắc này. Vết cắt do lưỡi cưa của Adolph để lại không thấm gì với nỗi đau mà ông đang thấy bây giờ. Chỉ là một vết đau rỉ máu so với việc cả đầu óc, cơ thể và tâm hồn bị nghiến nát từ từ. Chẳng có loại thuốc giảm đau nào phát huy được hiệu lực trước nỗi đau này.

Hẳn Frank đã nhận thấy sự thay đổi trên nét mặt Shaw. "Nào Shaw, giờ bọn ta đi uống thôi".

Cuối cùng Shaw nhận ra rằng ông cũng không thể ở đây nữa. Phần nào đó hình ảnh Anna đang sống còn nguy hiểm cho ông hơn cái xác trên chiếc giường sắt. Nó gợi lại thật rõ ràng những gì ông đã mất, những gì cả hai cùng đánh mất.

Ông gượng đứng dậy. Trước khi Frank kịp chạm vào tay nắm cửa, nó đã xoay và cửa bật mở.

Trong chốc lát Shaw và Frank đã đứng đối mặt với cha mẹ Anna.

Mặt Wolfgang đỏ bầm lên. Ông già choài người túm lấy Shaw nhưng ông đã lùi lại, thoát khỏi tầm tay với.

"Không, Wolfgang, không!" Bà vợ hét lên.

"Con quỷ này, chính con quỷ này". Wofgang giận dữ đến mức như bùng lên, cứ vài từ lại nghẹn ứ, lúc nào hai mắt cũng bắn tia lửa căm thù về phía Shaw khi này đã lùi lại và không biết phải làm thế nào.

"Kiềm chế đi nào", Frank nói. "Ông ấy cũng đang đau khổ đấy".

"Các anh đang làm gì ở đây?" Natascha hỏi, một tay túm chặt lấy cánh tay chồng, cố giữ ông lại.

"Đừng có nói chuyện với nó, với con lợn bẩn thỉu ấy", Wofgang gầm lên. "Nó đã giết con gái chúng ta. Nó đã giết Anna".

Giờ thì Shaw tiến lên một bước, đôi mắt xanh quắc lên. "Ông nói điều quái quỷ gì vậy? Tôi không liên quan gì tới cái chết của Anna".

"Shaw, để tôi giải quyết việc này", Frank lên tiếng.

Wofgang chỉ thẳng một ngón tay mập mạp vào mặt Shaw. "Nếu không có mày thì Anna đã không chết. Mày đã giết nó".

Frank hét lên: "Gượm đã! Đó là điều vô lý!"

Shaw bắt đầu bước qua ông ta nhưng Wofgang đột ngột vươn người về phía trước túm chặt lấy họng ông, trọng lượng của cơ thể khổng lồ khiến cả hai người đàn ông bị xô mạnh về phía sau, va vào tường. Natascha hét lên và cố kéo chồng ra. "Không! Không! Wofgang! Không!"

Frank cố lôi Wofgang khỏi Shaw nhưng ông già quá nặng.

Bờ vai lực lưỡng của Wofgang đập vào cánh tay bị thương của Shaw khiến ông gầm lên đau đớn. Ông cố đẩy người đàn ông Đức to lớn khỏi mình bằng cách thúc một gối vào bụng ông già. Khi Wofgang lao vào lần nữa, Shaw lách qua một bên né được đối thủ thấp hơn mình nhiều, lúc này đang thở hổn hển với gương mặt đỏ lựng khiến Shaw nghĩ hình như ông ta đang đau tim. Wofgang đâm sầm vào tường. Trước khi ông già kịp xoay lại tấn công tiếp, Shaw đã dùng tay điểm trúng một huyệt trên cái cổ dày bự. Wofgang sụp xuống sàn thét lên vì đau.

Ngay sau đó chiếc ví dày nặng của Natascha đập trúng mặt Shaw, xé toạc má ông. Shaw cảm thấy máu chảy xuống mặt. Frank giật phắt chiếc ví khỏi tay bà già và quẳng sang phía bên kia phòng. Natascha quỳ gối bên chồng, choàng hai cánh tay bảo vệ ông.

Ngực thở dồn dập, máu chảy cả vào miệng, Shaw trừng trừng nhìn xuống hai người. "Ông ấy ổn chứ?"

"Anh cút đi! Cút ngay đi!" Bà Natascha quát vào mặt Shaw. "Anh hãy để cho chúng tôi yên. Anh đã gây ra đủ rồi. Đủ rồi!"

"Tôi không..." Shaw dừng lại. *Có ích chó gì chứ?*

Frank đang lôi ông ra cửa. "Chúng ta hãy ra khỏi đây trước khi ai đó bị thương thật".

Shaw lau máu trên mặt, quay người bước ra khỏi phòng và đóng sập cánh cửa lại phía sau lưng.

Khi họ bước xuống cầu thang, Frank nói: "Không có người nào bảo họ rằng ông là dạng quỷ dữ, Shaw. Chúng tôi chỉ..."

Shaw đột ngột dừng lại, ngồi xuống bậc cầu thang và buông ra một tiếng nức nở to đến mức nó dội vào tường nghe như tiếng đạn pháo.

Những giọt máu còn lại trên mặt ông bị quét sạch bởi nước mắt đang tuôn ra thành dòng lớn. Trong mười phút ông khóc đến mức không dừng nổi, người hết nghiêng sang bên nọ lại ngả về bên kia.

Frank chỉ biết đứng đó nhìn, hai tay nắm chặt vào nhau, mắt rưng rưng.

Rồi Shaw ngừng khóc cũng đột ngột như khi ông bắt đầu. Ông đứng dậy, lau khô mặt.

"Shaw?" Frank nói, mắt nhìn ông đầy cảnh giác. "Ông ổn chứ?"

"Tôi hoàn toàn ổn", Shaw trả lời với giọng của một cái máy. Rồi ông vội vã lao xuống cầu thang, bỏ mặc Frank đứng nhìn theo.

Khi ra tới phố, Shaw bắt đầu chạy. Chạy có chủ đích. Ông đã hết đau buồn. Cố gắng đối mặt bằng cách mặc cho quá trình đau khổ thông thường diễn ra thì có ích gì? Ông sẽ chẳng bao giờ vượt qua được cái chết của Anna. Vậy nên bây giờ ông cần quay trở lại việc gì đó thực sự đáng quan tâm: trả thù. Ông sẽ không để quên điều đó lần nữa. Ông sẽ không dừng bước cho tới khi thực hiện được việc ấy.

Và Shaw biết bắt đầu việc đó từ đâu.

Katie James.

Lần này ông sẽ không chấp nhận câu trả lời 'Không'.

CHƯƠNG 62

"Tôi đã xác minh câu chuyện của anh về Krakow và cha anh", Katie nói. Cô cùng Aron Lesnik đang ngồi trong căn phòng bé xíu của anh ta ở một khu trọ gần sông Thames, thuộc khu tồi tàn hơn nhiều so với Công ty Phượng hoàng. Cô đã mang cho Lesnik chút đồ ăn và cà phê - những thứ gã thanh niên ngấu nghiến xơi trong lúc Katie nói.

"Cô xác minh à?" Anh ta nói trong khi mồm vẫn nhồm nhoàm bánh sandwich kẹp giăm bông và khoai tây chiên.

"Tất nhiên tôi đã xác minh. Nhà báo coi tất cả mọi người là những kẻ nói dối họ".

"Tôi không nói dối cô!" Lesnik thốt lên rồi tợp một ngụm cà phê.

Katie nhìn tờ ghi chép. "Cha anh là Elisaz Lesnik, biên tập viên của một tờ nhật báo ở Krakow. Ông ấy bị giết năm 1989".

"Bọn xô-viết giết ông ấy. Khi ấy Ba Lan đang đấu tranh vì tự do. Chúng tôi đã có Lech Walensa - vị anh hùng giải phóng - chiến đấu cho mình. Nhưng cha tôi viết nên sự thật, bọn xô-viết không thích điều ấy. Khi tôi còn nhỏ, một đêm chúng xuất hiện rồi ông ấy chết".

"Chuyện ấy chưa khi nào được chứng minh rõ", Katie nói.

"Tôi không cần bằng chứng! Tôi biết!" Lesnik đấm vào tường.

"Vậy là anh thực sự có thù oán với người Nga hả?"

Lesnik trợn tròn mắt nhìn Katie. "Cô không tin tôi sao? Cô nghĩ tôi bịa ra chuyện này vì tôi căm ghét người Nga à? Tôi đã thấy người chết. Tôi thấy máu tung toé khắp mọi nơi. Cô đặt câu hỏi với tôi, tôi nói cho cô nghe sự thật". Anh ta chằm chằm nhìn cô vẻ ngang ngạnh rồi cắn một miếng sandwich lớn.

"Thế tại sao anh sợ đến báo cảnh sát?"

"Nếu tôi đến trình cảnh sát, họ sẽ nghĩ tôi có gì liên quan tới chuyện ấy. Với họ, người Ba Lan cũng giống người Nga. Rồi cảnh sát đi nói với mọi người, bọn giết người sẽ bám theo tôi. Tôi đã thấy chúng làm gì với cha tôi. Tôi không muốn chết như thế".

"Anh nói anh giỏi máy tính, có phiền không nếu tôi hỏi anh vài câu?"

"Hỏi đi".

Katie bật ra vài câu hỏi mang tính chuyên môn rất cao mà cô chẳng hiểu gì hết nhưng một người bạn chuyên về kỹ thuật đã đưa cho cô kèm theo câu trả lời. Lesnik trả lời từng câu đúng hoàn toàn.

"Nếu vẫn chưa tin, cô có máy tính cần tôi sửa cho không?" Anh ta hỏi đầy giận dữ.

"Không thể đổ tội một cô gái vì đã xác minh", Katie ngọt ngào. "Giờ tới lượt anh bạn Harris nhé? Nói cho tôi nghe về ông ấy đi". Katie đã có mô tả hình dạng của Harris và muốn xem nó có khớp với những gì Lesnik nói không.

"Ông ta là người khá được. Già rồi, tóc trắng, người toả mùi xì gà. Chúng tôi nói chuyện về công việc. Ông ấy thích tôi, tôi nghĩ thế. Ông ấy bảo Công ty Phượng hoàng là nơi làm việc tốt. Tôi uống chút nước rồi đi ra nhà vệ sinh cuối hành lang. Lúc đang quay lại thì nghe tiếng súng ở tầng dưới. Tôi trốn đi. Như tôi đã kể cho cô nghe ấy".

Katie ghi lại tất cả những điều ấy."Được rồi, giờ hãy nói cho tôi nghe về..."

Cô không kịp nói hết câu bởi cánh cửa bị đá bật tung và ông đứng sừng sững ở đó.

"Shaw! Làm thế nào ông biết...?" Katie quắc mắt nhìn Shaw. "Ông đã bám theo tôi!"

Shaw chẳng bận tâm nghe làm gì. Ông chỉ tập trung nhìn Lesnik, lúc này đã lùi vào tận trong góc, bỏ quên chiếc bánh sandwich kẹp giăm bông mới ăn hết một nửa, cốc cà phê đổ ra sàn.

Shaw bước về phía tay đàn ông nhỏ thó, gã lùi lại cho tới khi bức tường không cho gã đi đâu được nữa. Lesnik gào lên. "Đừng để ông ta đánh tôi! Đừng để thế. Làm ơn đi!"

"Shaw, ông đang làm anh ta sợ đấy".

Bàn tay ở cánh tay lành lặn của Shaw túm lấy áo Lesnik. "Anh ta nên sợ mới phải".

"Cô bảo không có ai biết!" Lesnik hét lên trong khi nhìn Katie vẻ đầy ân hận.

"Shaw, bỏ anh ta ra".

"Anh sẽ phải kể cho tôi mọi điều anh đã nhìn và nghe thấy trong ngày hôm ấy. Và anh không nên bỏ sót một chi tiết nào hết! Tôi vừa nghe tới đoạn anh đi vào nhà vệ sinh rồi ẩn trốn, giờ hãy tiếp tục từ đoạn đó".

Lesnik trông có vẻ sắp xỉu, hai đầu gối rụng rời.

"Shaw!"

Katie nắm chặt lấy bên vai còn khoẻ của Shaw cố kéo ông ra, việc chẳng khác nào châu chấu đá voi.

"Đừng có phá ngang, Katie", Shaw giận dữ nói, mắt liếc cô.

Tuy nhiên Lesnik lợi dụng thời cơ Shaw phân tán, lấy hết lòng dũng cảm thoi một cú thẳng vào cánh tay đang băng bó của Shaw.

"Chó đẻ!" Shaw gập người vì đau.

Gã Ba Lan nhảy qua người ông, đẩy Katie ngã dúi rồi vọt qua cửa. Shaw gượng dậy, tay lành giữ tay đau và đuổi theo Lesnik, Katie bám sát phía sau. Họ lao xuống cầu thang, Shaw chạy nhanh hết sức của một kẻ đang mang cánh tay bị thương, song Lesnik cứ như được gắn động cơ phản lực. Gã ra tới cửa ở mặt tiền phố và phi ra ngoài trong lúc Shaw và Katie vẫn còn một đợt cầu thang nữa.

Shaw xô thẳng cho cửa mở ra rồi khựng lại để quan sát đường phố. Katie đâm sầm vào ông. Cô nắm chặt lấy áo khoác Shaw.

"Ông mất trí rồi đấy!" Katie gào lên.

Đột nhiên Shaw trông thấy Lesnik bên kia phố, mé giáp sông Thames. Ông băng ngang phố, tiếng còi xe ré lên liên tục, những chiếc taxi lạng tay lái tránh Shaw trong khi Katie chạy sau gọi dừng lại trước khi ông tự giết mình.

Shaw hét lên với Lesnik lúc này đang chạy dọc theo vỉa hè. Gã đàn ông Ban Lan quay lại trong chốc lát, gương mặt đầy sợ hãi.

Phát đạn đi trúng giữa trán Lesnik. Gã đứng khựng một lúc, dường như không biết rằng đời mình vừa chấm dứt. Rồi gã ngả người ra sau vắt người qua lan can. Vài giây sau cơ thể Lesnik chạm xuống mặt nước sông Thames. Rồi một lát nữa gã biến mất dưới làn nước mờ mờ của dòng Thames, mặt nước ngả màu đỏ thẫm trong chốc lát.

Nghe tiếng súng, ngay lập tức Shaw hụp người xuống. Khi Katie bắt đầu chạy vọt qua gọi với theo Lesnik, ông thò cánh tay còn khoẻ ra chụp lấy chân cô giật xuống rồi kéo ra phía sau một chiếc xe đang đậu để tránh đạn.

"Cúi xuống!" Shaw hét. "Đó là đạn súng trường tầm xa đấy". Rồi ông ló đầu lên trên thanh cản sốc của xe và nhìn quanh, tìm kiếm dấu hiệu phản quang từ một khẩu súng bắn tỉa song không thấy gì.

Ông ngoái lại nhìn Katie, nét mặt dịu lại. Cô đang run lẩy bẩy.

"Giờ thì ổn rồi". Ông vòng một tay quanh người Katie.

"Không, không *ổn*", cô gắt lên và gạt phắt tay Shaw ra. "Ông phải tới đây. Ông phải chen vào. Và giờ thì người đàn ông vô tội đã chết! Vì ông đấy!"

"Chẳng ai trong chúng ta biết anh ta thực sự vô tội đến mức nào", Shaw điềm tĩnh nói. "Nhưng giờ thì chúng ta cần rời khỏi đây. Cảnh sát..."

"Ông có thể bỏ chạy. Tôi *muốn* nói chuyện với cảnh sát. Đó sẽ là thông tin tốt làm nền cho bài báo".

"Cô vẫn sẽ viết à?" Shaw nói vẻ không tin.

"Ông có thể cá là tôi sẽ viết đấy. Mà ông muốn biết một điều hay hay không? Cho tận tới khi ông can thiệp vào toàn bộ chuyện này, tôi đã quyết định hoãn lại, dù chỉ trong một thời gian. Nhưng giờ thì sao?" Katie nhìn về phía cái xác Lesnik đang nằm. "Giờ tôi đã đổi ý".

"Katie, hãy nghe tôi..."

Cô lại cắt lời ông lần nữa. "Không, ông hãy nghe tôi, Shaw. Tôi biết người phụ nữ ông yêu đã bị giết. Tôi biết ông đang đau đớn. Tôi biết bây giờ cuộc đời của ông còn *khốn nạn hơn* đời tôi, nhưng ông đã vượt quá ranh giới rồi. Không phải, giờ thì ông đã *xoá* nó đi rồi. Tôi sẽ không bao giờ tin ông nữa".

Tiếng còi hụ vang tới tai họ. Shaw liếc đi chỗ khác rồi lại nhìn Katie.

"Ông nên đi đi. Bây giờ cảnh sát không phải bạn tốt nhất của ông đâu".

"Katie, tôi không nghĩ cô biết mình đang dấn thân vào việc gì".

"Việc tôi đang dấn thân vào, đồ thối tha kia, là sự thật. Giờ thì hãy xéo khỏi đây".

Đôi mắt Shaw lại quét qua Katie trong chốc lát, nhưng dường như chúng không còn sức mạnh đối với người phụ nữ này.

"Ngay bây giờ!" Cô quát vào mặt ông.

Khi Shaw đứng dậy bước đi, Katie nói: "Đừng lo, tôi sẽ không nhắc tới tên ông trong bài báo đâu. Hãy coi đó là món quà *chia tay*".

CHƯƠNG 63

Kaite gọi cho Kevin Gallagher và thông báo cho anh ta những chuyện đã xảy ra. Khi đã ngừng thở gấp gáp, anh ta chỉ đặt một câu hỏi: "Khi nào cô có thể chuyển bài báo được?"

"Nó đã được viết xong. Tôi có thể gửi nó qua email cho anh ngay bây giờ. Anh có thể kiểm tra độ chính xác của nó rồi cho lên khuôn".

"Đầu mối của cô chết rồi à?"

"Đúng. Cảnh sát đang điều tra".

"Họ có nói chuyện với cô không?"

"Tôi chỉ nói với họ những thông tin khó có thể coi là thiết yếu và không tiết lộ điều gì anh ta đã nói cho tôi. Đây là bài sẽ được đăng trên trang nhất phải không Kevin?"

"Trang nhất! Trang nhất! Tít cỡ chữ mười cen-ti-mét, Katie. Đúng như chúng ta làm khi đăng tuyên bố tình trạng chiến tranh. Hãy gửi bài viết cho tôi ngay bây giờ, đọc xong tôi sẽ gọi cho cô."

Katie bỏ điện thoại xuống, do dự một lát rồi bấm phím gửi, email được chuyển tới Kevin. *Đúng như khi đăng tuyên bố tình trạng chiến tranh.* Cô nghĩ tới những lời của Shaw. Nếu thế chiến nổ ra thì sao? Katie thấy lạnh buốt sống lưng.

Hai mươi phút sau Gallagher gọi lại, Katie có thể cảm nhận được rằng phía bên kia đại dương, nước bọt anh ta đang văng tung toé.

"Chúng tôi sẽ đăng bài này trên báo buổi sáng", anh ta hứa. "Chúng ta vẫn còn thời gian". Rồi anh ta nói thêm vẻ lo lắng. "Không có khả năng chúng ta là kẻ đưa tin sau chứ?"

"Lesnik không nói chuyện với người nào khác, nếu anh lo ngại thì hãy biết điều ấy. Nhưng này Kevin, tôi không thể chứng minh tuyệt đối chính xác rằng vào hôm đó đầu mối của tôi đã ở trong toà nhà. Tất cả đều là suy diễn. Tôi không có nguồn kiểm chứng. Đó không phải cách tôi thường làm."

"Nếu không ở trong đó thì chẳng có cách quái nào mà anh ta có được những chi tiết ấy, Katie. Cảnh sát London chưa tiết lộ bất kỳ chút nào trong số thông tin ấy, hãy tin tôi rằng chúng ta đã nỗ lực giành được nó. Và thực tế là kẻ nào đó đã giết anh ta? Tôi nghĩ đó đã đủ thành bằng chứng rồi. Tôi từng cho đăng những bài báo có ít thông tin hơn thế, cũng giống như mọi báo khác thôi. Ý tôi là hãy xem đội bóng trường Duke[1] và những thất bại nhục nhã ở vụ Richard Jewell[2]".

"Thật chính xác khi nói là thất bại nhục nhã, Kevin". Đột nhiên Katie thấy không còn chắc chắn nữa.

"Đừng lo. Đây là bài báo đưa cô tới giải Pulitzer thứ ba. Đi uống chút gì đó mừng với tôi nhé".

Katie ngần ngại. "Thực sự tôi có chút vấn đề với việc ấy. Tôi nghĩ anh đã nghe nói rồi".

"Tôi đã nghe, nhưng sao chứ? Say đi. Bài báo như thế này xứng đáng được uống mừng thế".

Dù đây là một nhận xét thẳng thắn hay điều gì đó hẳn sâu trong tâm trí Katie, não cô vẫn nỗ lực vận động.

"Chờ một phút thôi, Kevin".

---

[1] Tháng 8-2005, ba thành viên đội bóng vợt của Đại học Duke bị buộc tội hiếp dâm. Sau đó các cáo buộc bị huỷ bỏ, công tố viên bị khai trừ của đoàn luật sư. Vụ này rất được giới truyền thông chú ý.

[2] Tên một nhân viên an ninh bị tình nghi liên quan đến vụ đánh bom ở Olypics 1996 tại Mỹ nhưng vô tội. Cục điều tra liên bang Mỹ (FBI) bị chỉ trích mạnh mẽ về vụ này.

"Gì thế?"

"Anh không thể in bài báo, chưa thể đâu".

"Cô đùa đấy à?"

"Anh chờ cho tới khi tôi gọi lại đồng ý. Trước tiên tôi phải xác minh một việc".

"Katie! Bản năng đang mách bảo tôi rằng..."

"Im mồm đi và nghe tôi nói", Katie quát vào điện thoại. "Anh không *có* bản năng. Chính tôi là cái loại chạy long nhong khắp thế giới, bị kẻ khác nã đạn trong lúc những người như anh ngồi ở bàn làm việc đẹp đẽ, phải không? Anh chẳng quan tâm đến thứ chó gì khác ngoài việc bán báo. Anh phải giữ bài báo đó lại cho tới khi tôi bảo anh làm khác. Nếu anh lừa tôi, tôi sẽ tự tìm tới nhà và đập vỡ mặt anh ra. Mà tôi sẽ không gác máy và đi uống như anh đã tử tế gợi ý đâu, đồ đểu cáng!"

Cô kinh tởm ném chiếc điện thoại xuống, hít một hơi sâu rồi cố giữ cho mình khỏi run bần bật. Vài phút sau Katie đã ở trong bar khách sạn, tự thưởng cho mình một ly whisky pha sô-đa vì điều cô chuẩn bị làm. Rồi cô uống một ly nữa. Ly thứ ba sẽ xuất hiện, nhưng thế nào đó Katie tự kéo mình rời khỏi ghế quầy bar sau khi thấy tay ngồi cạnh mình gục xuống, rớt dãi chảy đầy.

Cô ra ngoài, bước qua *Nhà Charles Dicken*. Đây là một trong số nhiều nhà ở London mà nhà văn này từng sống nhưng là ngôi duy nhất giờ được dùng làm bảo tàng. Katie tự hỏi liệu trí tưởng tượng siêu việt của Dicken có thể vẽ nên được cơn ác mộng khủng khiếp mà cô đang trải qua không. Có lẽ phải Kafka[1] mới làm được điều đó.

Cô tới một công viên nhỏ, ngồi xuống một chiếc ghế, rút điện thoại ra và gọi cho ông.

Đến hồi chuông thứ hai thì Shaw nghe máy. "Gì thế?"

"Chúng ta nói chuyện được không?"

"Tôi nghĩ cô đã nêu quan điểm của mình cực kỳ rõ ràng rồi mà".

---

[1] Người gốc Do Thái, được coi là một trong những nhà văn vĩ đại nhất của văn học hiện đại. Không khí trong các tác phẩm thường như ác mộng, đề cập sự cô đơn, thất vọng và tội lỗi dồn nén.

"Tôi muốn gặp ông".

"Tại sao?"

"Làm ơn đi Shaw. Quan trọng đấy".

Quán cà phê nằm gần nhà ga Thánh giá vua. Cô ngồi ngoài đợi Shaw, ngắm nhìn những chiếc "xe buýt cong" như biệt hiệu mà người London đặt cho chúng. Cơ bản chúng là hai chiếc xe buýt nối với nhau bằng một khớp động, thế chỗ cho các xe buýt hai tầng. Người dân London không thích loại xe này lắm bởi mỗi khi vào cua, chúng gây tắc cho các giao điểm chật hẹp của thành phố này.

Đời mình cũng thế, Katie nghĩ. *Ở hướng nào có thể đi mình cũng bị cả đống xe buýt con*

"Giả thuyết đó có một số chỗ không hợp lý. Làm thế nào chúng lần ra anh ta? Tại sao lại giết? Vì có thể anh ta nói về những tên Nga à? Nhưng có vẻ là chúng muốn anh ta làm việc ấy".

"Hình như chúng ta lại bàn đúng chuyện lần trước".

"Ừ, đúng thế". Shaw ngồi lùi lại rồi nhìn đi mọi chỗ, trừ Katie.

"Sao ông lại lao bổ vào nhà trọ đó thế?"

"Cứ cho rằng tôi có một ngày dở chứng đi".

Katie nhìn Shaw tò mò.

Ông thấy được ánh mắt ấy. "Tôi đã đến nhìn thi thể Anna ở nhà xác".

"Sao ông lại làm thế?" Katie nói vẻ không tin.

"Tôi không biết. Tôi chỉ cảm thấy rằng mình phải làm thế. Rồi tôi tới căn hộ của cô ấy, ở đó tình hình cũng chẳng khá lên tí nào".

"Tất cả ký ức ùa về".

"Rồi tình cờ gặp cha mẹ cô ấy, rồi bố cô ấy tấn công tôi".

"Chúa nhân từ thế sao!"

"Nhưng đó chưa phải điều tệ nhất. Tệ nhất là ông ấy đổ tội cho tôi về những điều đã xảy ra với Anna".

Katie ngồi thẳng lên sửng sốt. "Sao ông ấy làm thế nhỉ?"

"Nếu cô nhìn mọi thứ từ quan điểm ông ấy thì có vẻ hợp lý. Ông ấy phát hiện ra rằng tôi chạy quanh thế giới này và đấu với những kẻ có súng. Đỉnh điểm là có người bảo ông ấy rằng tôi là một tên tội phạm. Rồi Anna bị bắn. Lỗi của tôi".

Vài giây yên lặng trôi qua. "Này, tôi định hoãn đăng bài báo. Bây giờ thì thế, cho tới khi tôi biết được nhiều hơn".

"Tôi nghĩ đó là quyết định rất sáng suốt, Katie". Shaw ngừng lại. "Và tôi cảm kích vì điều ấy".

"Giờ ông định làm gì?"

"Kế hoạch của tôi đã thay đổi. Tôi sẽ đi tìm kẻ giết Anna".

CHƯƠNG 64

Nicolas Creel ngày càng trở nên mất kiên nhẫn. Hắn nghĩ tới lúc này tờ *Nghề báo* phải đăng bài báo kia rồi. Lesnik đã ngỏm, trước đó hắn đã nói cho James tất cả. Cô ta đã có câu chuyện thế kỷ, đúng thứ cô ta cần để trở lại đỉnh cao. Vậy vấn đề là gì nhỉ?

Creel đã cho tay chân khôn khéo thực hiện những cú điện thoại tới nhiều hãng tin khác nhau, trong đó có tờ *Nghề báo.* Thực ra Creel còn là một nhà đầu tư thụ động của *Nghề báo* và cũng chính hắn là kẻ bí mật đứng sau dàn dựng để tờ báo này giao nhiệm vụ cho Katie. Dường như ở đó có gì đó cản trở, tay tỷ phú cảm thấy như thế. Katie đã nộp bài nhưng họ đang treo lại vì lý do nào đó. Rồi, hắn phải ngăn chặn việc ấy.

Hắn gọi điện cho Pender và giải thích tình hình cho tay *giám đốc điều khiển sự thật* – cách Creel thích gọi tay này.

"Tôi không muốn người ta thấy tôi cố gây ảnh hưởng tới tờ báo, thế nên hãy làm cho họ nhả bài báo ấy ra, bằng bất kỳ cách nào anh có thể làm".

"Ông không bao giờ phải lo, ông Creel. Tôi có phương pháp hoàn hảo thực hiện điều ấy".

Pender gác máy. Luôn có cách chắc chắn khiến một tờ báo đang ôm một bài quan trọng phải đăng bài đó lên. Đó là khiến cho họ nghĩ rằng họ sắp thành kẻ chậm chân, đăng tin muộn hơn tờ khác. Trong thời đại Internet, đó là cách làm dễ nhất.

Đến tối hôm ấy, Pender đã rải ở nhiều nơi khác nhau trên mạng Internet (nhưng là những nơi rất dễ thu hút sự chú ý) nhiều bài viết trên blog hàm ý rằng bước ngoặt quan trọng của các sự kiện liên quan tới *Vụ thảm sát London* sắp được tiết lộ.

"Những tiết lộ giật mình", bài trên một blog giả tuyên bố. "Lời của kẻ trong cuộc sắp được tiết lộ".

Một bài khác cho rằng "những diễn biến trên toàn cầu đang phụ thuộc vào vụ thảm sát ở London, vào điều gì đã thực sự xảy ra cũng như những nguyên nhân của việc đó", rằng nó liên quan tới một vụ giết người khác ở London. Bài viết này cho biết vấn đề có thể được tiết lộ bất kỳ giây phút nào, rằng sự thật có thể khiến người ta sửng sốt.

Pender đưa những tuyên bố trên lên các trang web mà hắn biết rằng hầu hết các tờ báo – trong đó có *Nghề báo* – hàng giờ đều đảo qua để kiếm tư liệu.

Hắn ngả người và đợi họ bóp cò.

Pender chẳng phải đợi lâu.

Kevin Gallagher được thông báo về các tuyên bố trên mạng trong vòng chưa tới một giờ kể từ lúc chúng được tung lên. Cũng như các báo khác, anh ta có những nhân viên trực sẵn để thu thập thông tin về các vấn đề đáng quan tâm. Hừm, những thứ mà người của Gallagher đang ném lên bàn anh ta không chỉ là những vấn đề đáng quan tâm mà còn khiến ruột gan tay này rối bời. Khi các sếp trên của báo biết được rằng họ sắp bị hạ đo ván trong cuộc đấu liên quan tới bài báo hay nhất mà bất kỳ ai trong số họ có thể nhớ tới. Gallagher nhận được một thông điệp chắc như đinh đóng cột rằng nếu *Nghề báo* trở thành kẻ đi sau trong vụ này, đây sẽ là bài cuối cùng anh ta đảm nhiệm trên cương vị người của báo. Và nếu như Katie James không đồng ý cho đăng bài, Gallagher nên tìm cách nào đó mà thực hiện.

Với những suy nghĩ về sự nghiệp của bản thân và một giải Pulitzer cho báo trở thành hiện thực, Gallagher đã làm điều anh ta nghĩ mình phải làm. Rồi anh ta gọi cho Katie.

"Chúng tôi phải cho đăng bài báo, Katie", anh ta bảo. "Chúng ta bị cho ăn khói tới nơi rồi".

"Không thể thế được. Không ai khác biết cả".

"Tôi đang xem xét mười bốn nguồn tin trên mạng nói khác thế đấy".

"Kevin, chúng ta sẽ không in".

"Sao không?"

"Vì nó không đúng". *Và tôi đã nói với Shaw như vậy.*

"Tôi xin lỗi, Katie".

"Anh nói xin lỗi là thế nào?" Katie hỏi gắt lên, tim bắt đầu đập mạnh.

"Tôi đã không gọi để xin phép cô".

"Kevin!"

"Nó sẽ xuất hiện trên số ra buổi sáng."

"Tôi sẽ giết anh!"Cô hét vào điện thoại.

"Họ định sa thải tôi. Tôi thà chết còn hơn để thế. Xin lỗi lần nữa, Katie, nhưng tôi chắc chắn rồi sẽ ổn cả".

Anh ta bỏ máy, để Katie ngồi trân trối nhìn bức tường căn hộ ở London. Chúa ơi, cô cần được uống quá.

Rồi cô ngừng nghĩ về chuyện uống rượu. *Shaw!*

Katie gọi cho Shaw, một phần trong cô hy vọng ông đừng nghe máy, nhưng ông đã làm thế.

"Tôi có chút tin xấu", cô ngượng ngập nói.

Khi Katie nói xong, ông không nói gì. Cô nói: "Shaw? Ông vẫn nghe đấy chứ?"

Rồi không có tín hiệu gì hết. Katie không coi đó là dấu hiệu tốt.

Hôm sau thế giới biết được rằng theo một nguồn tin bên trong, những tay sát thủ thực hiện *Vụ thảm sát London* là người Nga, nghe nói được tổng thống Nga Gorshkov điều đến. Vẫn chưa rõ động cơ của họ là gì. Nói rằng tin này tác động tới thế giới như một cơn sóng thần hình thành từ dung nham sôi sục có lẽ vẫn quá khiêm tốn.

Ngay lập tức các toà án Anh tiếp nhận đơn kiện chính phủ Nga từ gia đình các nạn nhân, dù các toà này không có quyền phán quyết gì. Một trái bom nhỏ phát nổ phía ngoài toà đại sứ Nga ở London. An ninh được tăng cường khi những người biểu tình tuần hành trước toà nhà, trong khi tay đại sứ mặt mày nham hiểm rúc hẳn trong nhà nói chuyện đến cháy cả đường điện thoại nối với Gorshkov. Trên những đường phố London, hàng chục ngàn người diễu hành mang những lá cờ in dòng chữ "Gorshkov là kẻ giết người". Những lá cờ này được người của Pender bí mật cung cấp cho họ.

Gia đình các nạn nhân xuất hiện trên BBC, trên tất cả các hãng thông tấn của Mỹ cũng như nhiều nước khác. Tất cả đều lên án sự tàn ác của Nga, những gương mặt đẫm nước mắt và trái tim tan nát của họ khiến thế giới vốn đang bàng hoàng bùng lên cơn giận dữ chỉ từng xuất hiện vài lần trong lịch sử.

Thứ khiến đám cháy bốc thêm mạnh nữa là tiết lộ rằng nguồn tin bên trong – Aron Lesnik – đã bị bắn chết giữa ban ngày ở London đông đúc. Thực tế là anh ta đã chết ngay trước mắt Katie James - người vừa trở lại đỉnh cao thế giới báo chí sau trái bom đặc biệt cô tung ra.

Người Nga cực lực bác bỏ tất cả. Những tuyên bố ấy chẳng làm thay đổi chút nào quan điểm của thế giới. Người ta đồn rằng Gorshkov điên đến mức lồng lộn đi quanh điện Kremlin, tay cầm một khẩu súng doạ bắn nát đầu lão ta và bất kỳ ai khác bất cứ lúc nào.

Mọi người đều muốn tìm Katie James. Cả cảnh sát London cũng muốn thế, sau khi họ nhận thấy rằng mình đã bị nhà báo dũng cảm này cho ăn quả lừa. Chỉ có điều cô ta đã biến mất. Râm ran tin đồn rằng Gorshkov đã hạ lệnh giết cô.

Liệu cô đã chết rồi? Vài tỷ người băn khoăn.

Ngay khi Shaw dập máy không thèm nói chuyện, Katie thu dọn đồ và ra đi. Cô tìm phòng trong một nhà nghỉ cũ và tồi tàn chấp nhận thanh toán bằng tiền mặt và chẳng hỏi gì liên quan tới cá nhân. Cô ở suốt, thực ra vùi mình trong đó thì đúng hơn. Katie thể rằng nếu vượt qua được tất cả chuyện này, việc đầu tiên cô sẽ làm là bay về Hoa Kỳ và lấy gậy đánh bóng chày nện một cú vào hai đầu gối Kevin Gallagher.

CHƯƠNG 65

Một công ty trung gian của Nicolas Creel đứng trên một khu đất rộng hơn bốn cây số vuông ở hạt Albemarle-bang Virginia, nếu chạy xe hơi thì chẳng mấy là tới được đại học Virginia thân yêu của Thomas Jefferson[1]. Đây là một trang trại, có các chuồng ngựa nuôi để lấy ngựa đua và gây giống. Nơi này còn nuôi cả gia súc, trồng trọt một số loại cây, có một dinh thự lớn đến mức đủ thoải mái chứa trong đó nhiều Monticello[2]. Creel tới đây hôm nay, chiếc trực thăng của hắn cũng đưa Dick Pender tới để bàn và thực hiện bước tiếp theo của kế hoạch.

Hai gã đàn ông ngồi ở chiếc bàn họp nhỏ trong một căn phòng cách âm và an toàn tuyệt đối trước bất kỳ thiết bị nghe trộm nào. Pender hỏi: "Vợ ông có cùng ông từ nước ngoài trở về không?"

"Không. Giờ mối quan hệ đó chấm dứt rồi".

Bây giờ *Người đẹp thế giới* vẫn ở miền nam Pháp và chuẩn bị nhận các giấy tờ liên quan tới ly dị, Creel thầm nghĩ. Mà dám cá là khi chuyện này xảy ra cô ta vẫn đang trần như nhộng. Creel thoáng băn

---

[1] Tổng thống thứ ba của Hoa Kỳ.
[2] Một toà nhà có kiến trúc rất đẹp ở hạt Albemarle, trước là nơi ở và thuộc sở hữu của Thomas Jefferson. Hiện được Quỹ tưởng niệm Thomas Jefferson quản lý.

khoăn làm thế nào cô vợ xoay xở được với khoản "trợ cấp" năm triệu đô-la mỗi năm trong vòng một thập kỷ tới theo điều khoản đã ký trước khi cưới. Hừm, ít nhất cái sở thích để trần cũng giúp cô ta bớt được ít tiền mua sắm quần áo. Rồi *Người đẹp thế giới* hoàn toàn biến khỏi tâm trí Creel.

"Tôi hiểu".

Pender nhận thấy bản vẽ thiết kế trên bàn. "Xây dựng một cung điện lớn khác ở đâu đó chăng?"

"Không, một trại mồ côi ở Italia".

"Phạm vi quan tâm của ông chưa bao giờ ngừng làm tôi ngạc nhiên, ông Creel".

"Tôi vui khi được nghe thế", tay tỷ phú lạnh lùng đáp.

"Một bài báo của James đã vượt xa tất cả những gì chúng ta đã làm,"Pender nói thêm. "Trước đây tôi chưa bao giờ chứng kiến hoạt động của giới truyền thông như vậy. Chưa bao giờ".

"Hãy đợi tới khi chúng ta hoàn thành câu chuyện cho cô ta".

"Để tôi xem nhé, câu chuyện đó gồm vấn đề người Trung Quốc sở hữu Công ty Phượng hoàng", Pender nói và liếc nhìn tập tài liệu của hắn. "Và các file cho thấy rằng Công ty Phượng hoàng đứng sau *Hiểm hoạ đỏ* đã được tìm thấy trong toà nhà nhưng cảnh sát đã im đi nhằm ngăn chặn một cuộc khủng hoảng mang tính quốc tế". Gã đàn ông đọc to những điều ấy như thể hắn đang đọc bảng kê hàng tạp hoá. Rồi Pender nhìn lên và mỉm cười. "Tôi có thể nói rằng đó là một màn diễn cực kỳ xuất sắc. Ông chưa bao giờ đạt mức xuất sắc hơn thế, tôi không dùng lời khen ấy một phần vì nghĩ tới những gì ông đã đạt được trong quá khứ".

"Tình hình đòi hỏi không dưới mức ấy, Dick", Creel nói giọng sắc lạnh. "Chừng nào anh sẽ cho chúng xuất hiện?"

"Nói ra là nó sẽ tràn ngập trên Internet. Chỉ sau năm phút là mọi hãng tin lớn đều quắp chặt nó trong bộ vuốt nhỏ tham lam của họ".

"Anh chắc là họ sẽ không giữ lại chứ? Tức là cố xác minh mọi thứ ấy?"

Pender bật cười. "Xác minh à? Trong ngày hôm nay, thời đại này sao? Ai quan tâm đến chuyện xác minh điều gì đó? Tất cả là tốc độ. Kẻ nào đến trước là kẻ nói lên sự thật. Ông biết điều đó, bất kỳ kẻ nào đang sống cũng biết thế".

"Thế thì làm đi. Ngay bây giờ".

Pender dùng chiếc BlackBerry của mình bấm đúng một từ. *Phóng*. Vừa bấm hắn vừa đọc to từ ấy. "Tôi nghĩ từ này phù hợp với ai đó trong lĩnh vực quốc phòng", hắn nói.

"Hay đấy", Creel hờ hững nói.

Hai gã làm việc suốt vài giờ rồi Pender khoá cặp.

"Tiếp theo là gì?" Hắn hỏi tay tỷ phú.

"Thêm một lần đặt chân xuống đất", Creel đáp. "Chúc chuyến bay tốt đẹp trở lại D.C[1]. Ồ Dick này, khi chúng ta ký hợp đồng chính thức với Nga và Trung Quốc, tôi tin rằng sẽ có một khoản tiền thưởng lớn đợi anh đấy".

Pender không giấu nổi sự sung sướng. "Chỉ là thực hiện công việc của tôi thôi mà".

"Ồ, thế nghĩa là anh *không* muốn nhận khoản thưởng đó à?"

Cả hai gã cùng cười, Pender hơi lo lắng một chút.

"Cảm ơn ông Creel".

Sau khi Pender đi khỏi, một cánh cửa khác dẫn vào phòng họp bật mở. Caesar ngồi xuống đối diện ông chủ.

"Tất nhiên anh vẫn biết James đang ở đâu", Creel nói. Đó không phải câu hỏi.

Gã kia gật đầu. "Đang ẩn trốn ở London, nhưng sau khi chăm lo cho Lesnik, chúng tôi vẫn theo sát cô ả".

"Aron Lesnik. Ta không bao giờ tin những kẻ làm mọi việc vì những lý do không có lợi cho bản thân. Anh chẳng thể biết khi nào chúng có thể làm việc đúng thêm lần nữa và cuối cùng khiến anh khốn đốn".

"Hắn rất điên vì chuyện ông già bị bọn xô-viết giết, cái đó thì chắc chắn rồi. Vậy là ông muốn chúng tôi khử tay Shaw này?"

---

[1] District of Columbia: Thủ đô Washington.

"Không. Ít nhất là vẫn chưa muốn. Nếu tôi là tay đánh cược – đôi khi tôi thế đấy nhé – tôi sẽ nói rằng sẽ tới thời điểm câu trả lời cho câu hỏi đó là có".

"Còn James thì sao?"

"Cô ta đã hoàn thành phần việc của mình, tôi chẳng thấy lý do nào giữ cô nàng lại để tham gia việc gì nữa. Cô ta đã tiết lộ phần liên quan tới Nga trong bài báo của mình, như vậy giải pháp đã khá rõ rồi". Hắn nhìn Caesar đầy hàm ý.

"Không dùng polonium-210 đâu", Caesar phản đối. "Thứ đó khó chơi, lại mất thời gian mới kiếm được".

"Thật ngu ngốc nếu phải nói rõ điều đó". Creel ngả người về phía trước và nhìn thẳng vào hai mắt Caesar. "Nhưng một lần có một tay bất mãn người Bulgaria tên là Georgi Markov thật mỉa mai là bị giết ở London bằng một cái *ô* đấy. Tôi tin rằng anh biết rõ câu chuyện đó chứ?"

Caesar cười hiểm độc. "Vâng".

"Thế thì làm đi".

Creel phẩy tay, Caesar biến mất nhanh như khi hắn xuất hiện.

CHƯƠNG 66

Shaw im lặng quan sát trong lúc người của Royce tiếp tục sục sạo khu vực diễn ra vụ thảm sát nhằm tìm kiếm những đầu mối mà thực tế chẳng bao giờ xuất hiện. Tay nhân viên MI5 ra ngoài gặp ai đó, bỏ lại Shaw băn khoăn liệu mọi thứ có trở nên tệ hại hay không. Royce tức phát điên về bài báo Katie James đã viết nhưng ông ta chẳng thể đổ lỗi cho Shaw bởi ông không nói cho ông ta chút nào về mối quan hệ của mình với James cũng như gã Aron Lesnik xấu số.

Lesnik được vớt từ sông Thames lên trong tình trạng viên đạn kết liễu đời gã vẫn găm trong não. Gã chẳng thể thực hiện buổi thẩm vấn nào hết.

Frank bước theo hành lang đến bên Shaw. "Ông chưa hề bảo tôi xem ông đi đâu sau khi chúng ta rời căn hộ của Anna".

"Đúng thế, tôi chưa hề nói".

"Có liên quan gì tới Katie James hay tác phẩm *đặc biệt* của cô ta không?"

"Tôi không gặp cô ấy, Frank".

"Được. Vậy thế chó nào mà cô ta biết được câu chuyện đó cùng gã Ba Lan? Ai giết hắn ta?"

"Không biết", Shaw thờ ơ trả lời trong lúc Frank hầm hầm nhìn ông.

Một kỹ thuật viên hình sự Shaw chưa từng thấy mặt bước qua ông cùng lúc ông nghe tiếng cửa trước ở tầng dưới đóng sầm. Tay kỹ thuật viên nói:"Có phiền ông chút không? Tôi muốn dùng công trình trên này chút".

Shaw nhìn qua vai anh ta và thấy rằng mình đang đứng trước cửa vào khu vệ sinh. Ông bước qua một bên rồi anh ta bước tới mở cửa, hoặc ít nhất cũng thử làm điều đó.

Tiếng bước chân nện mạnh trên cầu thang dồn lại gần hơn. Shaw có thể nghe thấy tiếng Royce quát tháo. Rõ là tay nhân viên này đang bực tức điều gì đó, từ những gì có thể nghe thấy, điều gì đó chính là Shaw.

Tay kỹ thuật viên lay tay nắm cửa nhà vệ sinh trong khi một thượng sĩ cảnh sát mặc cảnh phục đã trực ở đây từ buổi đầu tiên bước qua.

Anh này lên tiếng: "Chắc chắn anh mới tới đây rồi. Phải dùng nhà vệ sinh dưới tầng hầm ấy, anh bạn, khu đó hỏng rồi".

Giờ thì Shaw có thể nghe tiếng Royce rõ hơn.

"Shaw? Chó chết, Shaw!"

Tay nhân viên MI5 xuất hiện ở đầu cầu thang, miệng thở hồng hộc, mặt mũi đỏ gay. Ông ta đâm bổ về phía Shaw, tay cầm một mảnh giấy.

"Ông biết khỉ gì về thứ này?" Ông ta hỏi.

Shaw đọc mẩu giấy. Đó là bản in ra từ một trang tin trên mạng. Mẩu tin ngắn nhưng đủ. Chính phủ Trung Quốc sở hữu hoặc có mối liên hệ với Công ty Phượng hoàng. Cũng có tiết lộ rằng bằng chứng tìm thấy trong toà nhà chứng tỏ rằng Công ty Phượng hoàng đứng sau *Hiểm hoạ đỏ* và tất nhiên điều đó hàm ý rằng người Trung Quốc đứng sau vụ này. Theo nguồn giấu tên của hãng tin trên, đó là lý do người của Gorshkov tấn công nơi ấy. Đó là cách lý giải kiểu liên kết sự kiện một cách đơn giản, vốn phát huy hiệu quả rất tốt trên khắp thế giới này.

"Thông tin này có đầy trên mạng", Royce hét lên, một ngón tay chỉ thẳng vào Shaw. "Và bây giờ thì trên cả thế giới khốn nạn này".

Frank đã ghé qua vai Shaw đọc hết mẩu tin. "Vậy vì sao đây là lỗi của *ông ấy?*"

"Tôi không phải nguồn tin", Shaw bình thản nói. "Tôi không nói với bất cứ ai về bất kỳ chuyện gì diễn ra ở đây".

Nét mặt Royce cho thấy rõ ông ta không tin câu trả lời. "Kể cả với cô bạn của ông, James hả? Có lẽ là một tác phẩm đặc biệt nữa cho cô ta chăng?"

"Tôi không biết ông đang nói gì!" Shaw bực tức đáp.

"Ông có phủ nhận việc quen biết cô ta?"

Shaw chần chừ.

"Tôi đã biết câu trả lời cho câu hỏi đó rồi, thế nên đừng có dối tôi, mẹ kiếp".

"Làm thế nào ông biết được?" Shaw hỏi mà chẳng bộc lộ thái độ gì dù ông tò mò liếc tay thượng sĩ cảnh sát.

"Tôi là nhân viên tình báo, đó là việc tôi làm".

"Gần đây tôi không gặp cô ấy. Mà tôi chẳng biết cô ta ở đâu..." Shaw cứng người lại khi tay kỹ thuật viên bước qua ông xuống tầng dưới.

Frank nhìn thẳng mặt Royce. "Nếu ông gặp vấn đề rỏ rỉ thông tin, Royce, sao không nói chuyện với người của chính ông ấy?" Ông ta nói. "Vì chẳng có cách chết tiệt nào khiến Shaw trở thành nguồn tin cho bài báo ấy".

"Tôi không thể tin rằng bất kỳ người nào của tôi lại liên quan tới chuyện đó", Royce giận dữ đáp.

Trong lúc Frank và Royce đấu khẩu, Shaw túm lấy tay áo viên thượng sĩ vừa thông báo về vấn đề nhà vệ sinh.

Bằng giọng khẽ khàng, ông hỏi: "Cái nhà vệ sinh ấy hỏng lâu chưa?"

Tay thượng sĩ nở nụ cười yếu ớt. "Từ khi chúng tôi tới đây đã thế, thưa ngài. Thật bất tiện. Nó đã bị khoá từ trước. Cuối cùng khi tôi mở được cửa vào thì thấy đường ống bị vỡ hay đại loại thế. Rốt cuộc thì đây vẫn là toà nhà cũ. Mà có vẻ như những người tội nghiệp ở đây chưa có dịp sửa nó thì phải. Vậy nên tôi khoá nó lại như cũ. Giờ các quý ông phải xuống tầng hầm để đi tiểu bởi nhà vệ sinh duy nhất ở tầng một lại dành cho phụ nữ. Thế nhưng vài anh bạn vẫn dùng nhà vệ sinh ấy đấy. Ngài xem giờ đó có là vấn đề đáng quan tâm không?"

"Chính xác thì nhà vệ sinh nữ ở tầng một nằm chỗ nào?"

"Cuối hành lang, cách xa cầu thang nhất, gần phía sau toà nhà".

Shaw bước theo hành lang và trông thấy biển ghi tên gắn vào phần gỗ của cánh cửa: William Harris. Ông nhìn căn phòng đã đặt máy photocopy. Nó cách đều phòng của Harris và nhà vệ sinh đã bị khoá.

Royce sầm sầm theo hành lang chạy tới, Frank vội vã theo sau. Royce hét:"Shaw, tôi muốn sự thật khốn nạn!"

Shaw nhìn xuống cầu thang, những hình ảnh lướt nhanh trong đầu. Ngay cả khi Lesnik nói nhầm và đã dùng nhà vệ sinh dưới tầng hầm hay thậm chí nhà vệ sinh nữ dưới tầng một thay vì nhà vệ sinh đã bị khoá thì mọi thứ cũng không thể diễn ra như gã đã thuật lại. Katie cho biết gã bảo cô rằng gã nghe thấy tiếng súng lúc *đang* ra khỏi nhà vệ sinh. Lúc ấy nhóm sát thủ đã ở tầng một, chặn cả hai đầu. Từ tầng hầm, đặc biệt là tầng một thì gã sẽ chạm mặt chúng ngay. Lesnik sẽ chết từ lúc ấy. Gã sẽ không bao giờ chui vào được máy photocopy. Có lẽ tên này chưa bao giờ vào trong toà nhà Công ty Phượng hoàng.

Và cơ bản là anh để thông tin rò rỉ ở đâu. Hoặc không *để lộ thông tin.*

Ông sải bước nhanh hơn, bỏ mặc Royce la hét phía sau, nhưng ông không bao giờ quên những lời chửi rủa nhằm vào mình. Shaw gọi theo số điện thoại Katie đã cho.

"Nào, trả lời đi, trả lời cuộc gọi khốn nạn đi". Chuông reo ba, bốn, năm hồi. Shaw chắc chắn cuộc gọi sắp chuyển vào hộp thư thoại. *Chó chết!*

"Alô?"

Shaw thấy nhẹ hẳn cả người khi ông nghe thấy giọng nói thực sự. "Lesnik đã nói dối", ông nói.

"Gì cơ?"

"Vào ngày xảy ra vụ giết chóc, nhà vệ sinh ở tầng hai hỏng và cửa bị khoá chặt. Lesnik sẽ phải dùng nhà vệ sinh ở tầng hầm hoặc tầng một gần lối vào qua cửa sau. Nếu thế thì hắn sẽ chạm mặt bọn giết người. Hắn sẽ chết. Hắn đã nói dối về tất cả mọi chuyện. Cô đã bị gài bẫy, Katie".

Phía đầu dây bên kia chỉ thấy im lặng. Shaw băn khoăn liệu cô đã gác máy mặc ông vẫn nói.

"Ông có chắc không?" Katie run rẩy.

"Chúng đã nói với hắn ta rất kỹ. Nếu không có điểm không khớp về chuyện nhà vệ sinh mà rõ ràng là chúng quên xác minh và cho rằng nó vẫn hoạt động bình thường, và lại nếu không có chút may mắn nữa thì tôi sẽ chẳng bao giờ biết được".

"Bài báo của tôi. Đó là dối trá sao?" Katie thở dồn dập không tin nổi.

"Cô đang ở đâu?"

"Tôi không thể tin chuyện này được. Tôi không thể. Tôi đã nói với thằng ngu Gallagher rằng tôi không có nguồn kiểm chứng".

"Katie, cô đang ở đâu?"

"Làm sao?"

"Vì giờ cô đã viết bài báo ấy, có thể loại bỏ cô được rồi".

"Tôi an toàn mà".

"Không, cô không an toàn. Có lẽ bọn chúng biết chính xác cô đang ở đâu. Giờ thì nói cho tôi đi".

Katie cho Shaw địa chỉ.

"Đừng mở cửa cho bất kỳ ai. Và hãy sẵn sàng chạy nhé".

Shaw chạy thẳng ra giữa phố, chặn đứng một chiếc taxi, giật tung cửa, lôi vị khách đang sững sờ ra, nhảy vào xe và bảo tay tài xế đang ngỡ ngàng địa chỉ chính xác ông cần tới. Anh ta liếc thân hình hộ pháp và vẻ mặt đầy giận dữ của Shaw rồi chiếc xe lao vọt đi.

CHƯƠNG 67

Chỉ hai mươi phút sau khi Shaw gọi điện, chuông ở lối dẫn vào toà nhà Katie ở rung lên. Cô chạy ra cửa căn hộ và nói vào hộp đàm thoại.

"Shaw hả?"

"Ừ".

Katie bấm nút mở cửa rồi cứng hết người. Đó *đã* phải giọng Shaw chưa? Trong lúc phấn khởi cô mới chỉ đoán...

Từ bên dưới cô nghe thấy tiếng bước chân thận trọng đang tiến dần lên. Nghe có vẻ không giống...

Katie chốt cửa, túm lấy chiếc túi xách mới gói ghém vội vàng và hoảng sợ ngó quanh tìm lối ra. Chỉ có một lối. Đó là cửa sổ nhìn ra con ngõ phía sau.

Cô mở toang cửa sổ và nhìn ra ngoài. Đây sẽ là cú nhảy từ tầng hai xuống. Trong phim sẽ có một lối thoát hiểm phòng khi hoả hoạn khá tiện lợi hoặc phía dưới sẽ có đống rác mềm, nhưng trong thực tế thì chẳng bao giờ có. Vả lại Katie chẳng có đủ thời gian bện ga trải giường thành dây thừng. Ở ngõ chỉ có một người đàn ông, một tay to lớn mặc quần jeans cùng áo len kiểu cầu thủ bóng chày đang ngồi trên chiếc ghế ngả đọc báo trong ánh sáng đang nhạt dần.

"Một trăm xu nếu anh túm được tôi", cô hét gọi.

"Xin lỗi, gì cơ?" Anh ta nói, mắt ngước nhìn cô dò hỏi.

Katie leo lên bậu cửa sổ, chiếc túi lủng lẳng sau lưng."Tôi sẽ nhảy xuống còn anh sẽ chụp lấy tôi. Hiểu chưa?"

Người đàn ông bỏ tờ báo xuống và đứng dậy nhìn quanh, chắc để xem đây có phải trò đùa của ai bày ra không.

"Cô nói mình sẽ nhảy xuống à?"

"Đừng để tôi rơi xuống đấy nhé!"

"Ôi Chúa ơi" là tất cả những gì anh ta thốt lên được.

Lúc này đã có ai đó ở ngay trước cửa phòng Katie. Cô đã nghe tiếng thứ gì đó nện vào cửa gỗ. Trong một khoảnh khắc đau đớn, tất cả những gì Katie trông thấy là Anna Fischer, đứng đúng tư thế như cô lúc này, những viên đạn xuyên qua cơ thể. Giá như cô ấy nhảy sớm hơn một tích tắc thôi.

"Tôi xuống đây", cô gọi với xuống người đàn ông lúc này đang chạy qua chạy lại, hai cánh tay to khoẻ vươn khắp mọi hướng cố gắng đón đúng điểm rơi của Katie. "Đừng trượt nhé!" Cô nói thêm đầy chắc chắn.

Katie bật nhảy và vài giây sau cô cùng người đàn ông ngã lăn quay, tay chân mắc vào nhau. Katie đứng dậy, toàn thân có vẻ vẫn lành lặn trừ cánh tay bị bầm và ống quyển bị cửa một vết thì cô hoàn toàn ổn. Cô dúi vài tờ tiền hai mươi lăm bảng vào tay người đàn ông, hôn một cái rồi bắt đầu chạy.

Katie rẽ qua chỗ ngoặt rồi chạy theo hướng xa dần toà nhà cô ở. Cô không ngoái lại và không nhìn thấy gã đàn ông đổi hướng và chạy về phía mình. Katie cũng không trông thấy cánh cửa toà nhà cô ở bật mở khi một gã đàn ông khác lao ra phố và đuổi theo cô. Song Katie có thể cảm thấy sự hiện diện của chúng và tăng tốc. Cô có nên hét lên? Xung quanh có rất nhiều người. Nhưng nếu bọn chúng có súng thì sao? Chúng vẫn bắn chết anh chàng Lesnik tội nghiệp trong khi có cả triệu người xung quanh đấy thôi. Katie tuyệt vọng tìm kiếm một cảnh sát nào đó nhưng chẳng thấy ai.

Cô chẳng hề thấy gã đàn ông thứ ba đang ở phía trước nhưng chạy ngược với hướng mình. Đây là chốt an toàn phòng khi nhóm thứ nhất không thành công, có vẻ như tên này sắp có được cơ hội. Gã lôi một chiếc bơm tiêm khỏi tay áo khoác, bỏ nắp chụp kim tiêm và cầm sẵn trên tay trong khi tăng tốc.

CHƯƠNG 68

Chiếc taxi rẽ vào đường phố và Shaw quan sát hết hai bên đường. Ánh mắt ông bắt gặp Katie và bám chặt lấy cô. Vẻ kinh hoàng của nữ phóng viên hiện rõ. Katie đang chạy. Cô đã thấy một trong những gã đàn ông phía sau mình. Nhưng có thể có một tên nữa.

Rồi chuyện ấy xảy ra. Shaw trông thấy tia nắng phản chiếu từ một vật gì đó trong tay gã đàn ông. Ông nhảy khỏi chiếc taxi đang chạy và lao về phía trước.

Katie và gã đàn ông chỉ còn cách nhau mươi phân. Hắn giật chiếc bơm tiêm lại rồi chọc thẳng về phía trước, nhắm vào vùng bụng cô.

Katie thở gấp gáp khi gã phía trước cô bị một người đàn ông to lớn hơn nhiều gạt phắt sang bên. Cô cảm thấy có thứ gì đó lao trượt qua cánh tay. Katie nhìn xuống và thấy mũi kim khi chỉ còn vài phân nữa là nó cắm ngập vào người mình. Rồi cô thấy Shaw túm lấy bàn tay gã đàn ông và bẻ về phía trước, mũi kim cắm ngập vào ngực gã, phần ống bơm đẩy lên hết mức. Gã đàn ông kinh hoàng nhìn thứ đang cắm trên người mình, đẩy Shaw ra, đứng lên và chạy dọc theo phố. Đôi môi gã đã ríu lại khi chỗ thuốc bắt đầu hành trình đưa thần chết dạo khắp cơ thể gã. Caesar đã không chọn ricin - thứ chất độc được đưa vào anh chàng Bulgaria Georgi Markov thông qua một chiếc ô được điều khiển bằng lò xo. Thứ đã đi vào cơ thể gã đàn ông là một liều lớn tetrodotoxin - một chất độc gấp ngàn lần cyanide và chẳng có thuốc giải nào.

Hai mươi phút nữa gã sẽ từ giã cuộc đời.

Shaw túm lấy cánh tay Katie, họ lao thẳng tới ga Euston, nhảy lên tàu điện ngầm, chạy tới ga Thánh giá vua, trở lên mặt đất rồi vẫy taxi. Shaw bảo tài xế chỉ cần lái cho xe chạy, sau đó nhìn Katie.

Cô chưa nói với ông một từ nào, cả trong lúc chạy lẫn lúc trên tàu điện ngầm. Một ý nghĩ đáng sợ xuất hiện trong đầu Shaw. "Cái bơm tiêm, nó không...?"

Katie đặt một bàn tay vẫn còn run lên tay Shaw."Không, nó không trúng. Nhờ có ông. Sao ông biết được vậy?"

"Chủ yếu là may mắn thôi". Shaw dựa người vào ghế.

"Đó là bên thứ ba, đúng không?"

Shaw gật đầu. "Đó là bên thứ ba".

Shaw liếc ra ngoài cửa sổ trong lúc chiếc taxi chật vật len giữa dòng xe đông đúc của London. Trời chiều đã nhanh chóng chuyển sang hoàng hôn.

"Chúng ta đi đâu thế?"

Shaw không nói gì.

"Shaw?"

"Tôi nghe cô nói rồi. Chỉ vì tôi không có câu trả lời thôi".

"Tôi rất tiếc vì đã không nghe lời ông về chuyện Lesnik".

"Tôi cũng thế", ông thẳng thừng.

"Lẽ ra tôi đã không nên viết bài báo".

"Phải, cô không nên".

"Chúng ta đã bị lừa, phải không?"

"Có vẻ thế. Và tôi đã bảo cô đừng rời nơi cô đang ở".

"Bọn chúng ở trong toà nhà. Tôi buộc phải chạy".

"Cô ra ngoài bằng cách nào?"

"Tôi..." Katie dừng lại. Cô không muốn nói với Shaw rằng cô đã nhảy qua cửa sổ và đã sống sót, khác với Anna. "Qua cửa sau. Ông có kế hoạch gì không?"

"Tôi có *mục tiêu.* Là tồn tại. Kế hoạch vẫn chưa có".

"Bây giờ đã rõ là gã Lesnik đó làm việc cho phía thứ ba này. Chúng đã giết gã và cũng đã cố giết tôi. Theo tất cả những gì tôi biết, bằng cách nào đó bọn chúng đã giật dây cho tờ *Nghề báo* thuê tôi, sau đó dúi gã Lesnik vào tay tôi. Tôi biết chuyện ấy quá tốt đẹp đến mức không thể có trong thực tế. Mẹ kiếp!" Katie vỗ mạnh xuống ghế.

"Liệu Lesnik đã nói gì có thể giúp ta lần ra kẻ nào đã thuê hắn không?"

Katie lắc đầu. "Không gì cả. Tôi đã kiểm tra lý lịch của gã. Tất cả đều đúng. Có vẻ gã là một tay thật thà. Cha gã *đã* bị quân xô-viết giết. Có lẽ gã có thù và những kẻ nọ đã khai thác điểm ấy".

"Nhưng điều đó chẳng giúp ta tiến gần sự thật chút nào".

"Chúng ta phải lẩn mặt để tìm ra bất kỳ cơ hội nào giúp xác định chuyện gì đang thực sự diễn ra". Katie nhìn Shaw. "Ông biết ai có thể giúp làm điều đó không?"

Shaw đã rút điện thoại ra. "Có lẽ tôi biết".

CHƯƠNG 69

Hôm nay nên là ngày hạnh phúc nhất trong sự nghiệp của Nicolas Creel. Sau nhiều năm làm việc, gần đây một cuộc khủng hoảng quốc tế lớn nữa được tạo ra, cả chính phủ Nga và Trung Quốc đều chuẩn bị ký hợp đồng với tập đoàn Ares và các công ty con với tổng trị giá nửa ngàn tỷ đô-la, tương lai sẽ còn tăng thêm nhiều. Sự kiện này khẳng định tính đúng đắn của việc tập trung hoá các công ty quốc phòng trong thời hiện đại, các nước mâu thuẫn nhau đều mua vũ khí của họ để huỷ diệt đối thủ cơ bản cũng trang bị giống mình. Nhưng Ares không thiên về bên nào. Nó từng là nhà cung cấp các loại vũ khí huỷ diệt đều cho hai bên, tương lai cũng sẽ luôn thế.

Chất xúc tác cuối cùng dẫn tới việc ký kết thành công các hợp đồng xuất hiện khi tổng thống Gorshkov gửi đến Bắc Kinh một thông điệp với lời lẽ hết sức cứng rắn yêu cầu xin lỗi. Ông này cũng đòi tiền, đòi nhiều tỷ đô-la đền bù cho những thiệt hại đã gây ra đối với uy tín trên trường quốc tế của Nga. Chẳng có gì ngạc nhiên khi Bắc Kinh không nhất trí với quan điểm ấy. Họ đáp lại bằng một thông điệp với những lời lẽ cứng rắn tương đương, tuyên bố rằng Trung Quốc không dính líu gì tới bộ máy thực hiện chiến dịch *Hiểm hoạ đỏ*, vì thế chẳng nợ gì Nga hết. Điều có thể đoán trước là quan hệ giữa hai người khổng lồ xấu đi với tốc độ ghê gớm.

Các quốc gia khác đã xắn tay cố gắng tìm kiếm giải pháp hoà bình cho vấn để này. Một cách tự nhiên, Mỹ thực hiện vai trò lãnh đạo của mình, nhưng do Trung Quốc cơ bản đảm bảo sức tiêu dùng cho Mỹ bằng cách mua lại các khoản nợ của họ nên khi Trung Quốc yêu cầu họ tránh xa, Washington chẳng có gì trong tay khiến tiếng nói của mình có trọng lượng. Nga cáo buộc Mỹ là con bài của Trung Quốc cũng vì lý do ấy. Hậu quả là khi để nghị Nga không có hành động nào gây căng thẳng, đại sứ Mỹ ở Nga nhận được câu trả lời là hãy chọn hoặc từ chức hoặc xách cặp về nước.

Tiếp theo Pháp cố gắng can dự nhưng Gorshkov thậm chí không thèm đáp lại cú điện thoại của tổng thống Pháp. Chính phủ Đức giữ thái độ im lặng. Rõ ràng Đức không muốn bị kéo lại phía sau một *Bức màn sắt* mới hay *Quan tài titan*. Anh rơi vào tình thế cực kỳ khó xử. Nếu Nga *đã* đứng sau vụ thảm sát còn Trung Quốc *đã* thực hiện *Hiểm hoạ đỏ* thì người Anh tội nghiệp không biết họ nên có vai trò thế nào, phản ứng ra sao. Và khi những kênh ngoại giao ban đầu được thiết lập liên hệ với Trung Quốc về vấn để trên, cánh cộng sản tỏ ra hết sức cương quyết và cứng rắn trong việc phủ nhận sự liên quan, đúng như họ đã làm với Nga, chấm dứt câu chuyện bằng việc yêu cầu *Phố Downing*[1] mặc kệ mâu thuẫn của họ.

Giờ thì cả thế giới đang chuẩn bị để đối mặt với Thế chiến thứ ba. Lượng công việc mới sẽ là khối lượng công việc lớn nhất trong lịch sử Ares, tay phó chủ tịch viết email cho Creel như vậy, mọi từ trong bức email đều thể hiện rõ sự phấn khởi vô cùng của ông ta."Đúng là điều may mắn tuyệt vời, cái vụ *Hiểm hoạ đỏ* này", ông ta viết thêm.

Creel đọc lá thư đó đúng một lần rồi xoá. *Đúng là điều may mắn tuyệt vời thật.* Hắn tự nhắc mình nhớ việc kiếm một tay phó khác thế chân kẻ ngu độn kia.

Chiến tranh lạnh đã trở lại và tốt hơn bao giờ hết. Bằng một loạt bước đi khéo léo và lập kế hoạch một cách hoàn hảo, Creel đã thiết lập

---

[1] Nơi ở chính thức của thủ tướng Anh.

lại cơ cấu quyền lực thế giới đúng như nó nên thế. Bọn mọi Trung Đông ngay lập tức tìm cách kéo lại sự chú ý của thế giới với giọng điệu như "Này, còn tôi thì sao, tôi vẫn khốn nạn thế này", hay san bằng một nhà thờ ở Baghdad, đánh bom một khu chợ ở Anbar, giết hại toàn bộ tám mươi dân thường và hai lính Mỹ. Phản ứng chung của thế giới hết sức nhanh chóng và không thể hiểu khác đi: "Đừng có quấy rầy chúng tôi, chúng tôi có những vấn đề *thực sự. Nhiều triệu người* có thể chết!"

Thật mỉa mai, Creel đã khiến thế giới trở nên văn minh hơn nhiều bằng cách đưa nó trở lại trạng thái chiến tranh "thực sự". Rốt cuộc đó là kế hoạch của hắn.

Không nổ một phát súng nào.

Còn tiền thì chảy vào.

Và những thế lực độc ác vô lương tâm bị đẩy vào đúng chỗ.

Đó là cú ăn ba. Cảm ơn rất nhiều.

Chưa bao giờ mục tiêu là tiền bạc, thực sự thế. Mục tiêu là thế giới. Nicolas Creel chỉ muốn cứu lấy thế giới.

Thế nhưng vẫn có gì đó không ổn.

Hắn đang đứng trên đất Italia đầy thơ mộng, vẻ đẹp của bờ biển Địa Trung Hải trải ra trước mắt. Mẹ bề trên đứng bên cạnh Creel, nổi bật trong bộ đồ trắng đẹp đẽ. Bà cười rạng rỡ khi nhìn những kế hoạch sơ bộ cho toà nhà của một trại trẻ mồ côi mới thay thế trại xây dựng ngay sau Thế chiến thứ hai, khi xuất hiện số lượng lớn trẻ mồ côi.

Bằng tiếng Italia, mẹ bề trên nói: "Đẹp thật. Con là một người thật tốt đẹp khi làm điều đó, Nicolas".

"Xin cảm ơn mẹ bề trên. Đó là điều tối thiểu con có thể làm. Và con xin đảm bảo với mẹ rằng tâm hồn con cũng vui sướng đúng như những đứa trẻ cảm thấy khi có nhà mới."Hắn nói toàn bộ ý này bằng tiếng Italia trôi chảy.

Creel thông thạo nhiều thứ tiếng, hắn học chúng chỉ nhằm mục đích thuận lợi cho công việc. Một trong những hợp đồng lớn nhất hắn có được chỉ đơn giản vì hắn biết nói "Làm ơn" hay "Cảm ơn" bằng tiếng mẹ đẻ của khách hàng.

Đúng, lẽ ra thời điểm này - khi Creel đi quanh khu sẽ xây trại trẻ mồ côi mới - nên là thời điểm ghi dấu chiến thắng vĩ đại của hắn. Nhưng thực tế không thể. Chỉ vì một lý do.

Caesar đã từ London trở về và đi canô cao tốc ra Shiloh. Katie James đã thoát khỏi tay chúng. Thay vào chỗ Katie, một trong số tay chân của Caesar đã dính mũi kim chết tiệt. Còn Shaw - người đàn ông có đôi mắt giống Creel – đã chen vào chuyện ấy. Giờ thì tay đó và James đang sát cánh bên nhau. Đang làm gì, chỉ có hai kẻ ấy mới biết.

Theo các nguồn tin của Creel, hai mươi phút trước khi có mặt ở căn hộ của Katie, Shaw chạy ra khỏi tòa nhà Công ty Phượng hoàng như bị ma đuổi. Mà tệ hơn cả là Creel không biết vì sao.

Lần đầu tiên sau một thời gian dài, gã đàn ông giàu thứ mười bốn thế giới cảm thấy nỗi sợ hãi thực sự. Nicolas Creel không phải dạng người dốc hết mọi thứ vào canh bạc hay nghĩ bản thân là kẻ không thể gục ngã. Hắn đủ sức thông minh để hiểu rằng mình không thực sự biết hết mọi chuyện. Hắn là dạng người có thể điều chỉnh một kế hoạch đang thực hiện, thổi cho các tin tình báo lên mức ảnh hưởng lớn nhất, và hắn cũng biết rằng một kế hoạch cực kỳ chắc chắn vẫn luôn có khả năng thất bại.

Trong lúc Creel nghĩ về chuyện này, mẹ bề trên ôm lấy hắn, những giọt nước mắt thánh thiện thấm ướt áo gió của hắn. "Chúa sẽ phù hộ cho con vì chuyện này", bà thì thầm vào tai Creel.

Và hơn hết, Creel là kẻ giành được những mục tiêu của mình bằng bất kỳ cách nào có thể.

"Mẹ bề trên, con có thể cầu xin một điều được không?"

"Hãy nói ra và điều đó sẽ được đáp ứng, con của ta", bà nói.

"Mẹ sẽ cầu nguyện cho con chứ?"

CHƯƠNG 70

Shaw và Katie ẩn mình trong một căn nhà nhỏ ở ngoại ô London gần Richmond mà Shaw đã chuẩn bị sẵn làm nơi dự phòng. Đêm hôm sau họ đón một vị khách người Italia nói tiếng Hà Lan. Ông ta chính là người làm ở tiệm ăn yêu thích của Shaw tại Amsterdam. Người đàn ông lịch sự chào Katie rồi gật đầu với Shaw, lúc này đang săm soi ông ta.

"Ông tới đây kiểu gì?" Shaw hỏi.

"Tàu hỏa", ông ta đáp. "Như thế đảm bảo an toàn hơn một chút".

Shaw gật đầu đồng ý trong khi Katie nhìn vẻ tò mò.

"Ông có nó chứ?"

Người đàn ông lấy từ trong túi ra một gói nhỏ rồi đưa cho Shaw.

Shaw cố dúi cho người đàn ông một tập tiền euro nhưng ông gạt đi.

"Ít nhất cũng là tiền đi lại cho ông mà", Shaw nói.

"Sau khi toàn bộ chuyện này kết thúc, hãy đến thăm tôi ở Amsterdam. Hãy tiêu tiền ở đó cho thức ăn ngon và rượu tôi".

Hai người bắt tay nhau rồi người Italia nói tiếng Hà Lan biến mất.

Shaw đút gói nhỏ vào túi áo khoác và nhìn Katie, lúc này đang chằm chằm nhìn ông chờ đợi.

"Muốn chia sẻ điều gì với tôi không?" Cô hỏi.

"Không".

Rồi Shaw gọi cho Frank và thông báo với ông ta. Cuối câu chuyện dài, nhận xét của Frank ngắn gọn nhưng hoàn toàn đúng.

"Chó chết!"

"Tôi lại chờ đợi điều gì đó ở ông có ích hơn đấy".

"Ông muốn tôi làm gì? Ông chẳng có bằng chứng rõ ràng nào mà lại vẫn chưa biết bên thứ ba là ai".

"Thế thì hãy đưa tôi tới Dublin và tôi sẽ lần ra nó từ đó".

"Sao lại là Dublin?"

"Tôi có người cần gặp".

"Dạng như ai? Leona Bartaroma ở lâu đài Malahide à? Tôi biết ông muốn gặp bà ấy".

"Nói để ông biết nhé, tôi đã có Katie James bên cạnh".

"May mắn, ông may mắn quá".

"Vậy ông có thể đưa tôi tới Dublin chứ?"

"Này, tôi đã chịu đủ việc thuyết phục mấy gã ở tầng trên rằng việc ông tự do cộng tác với MI5 là điều có ích. Nếu họ phát hiện thấy rằng ông đã chuồn, mọi thứ hỏng bét hết ngay".

"Chỉ cần đưa tôi tới Dublin thôi".

"Tôi có thể, nhưng ông phải thề với tôi là sẽ không gặp Leona vì thứ đó".

"Tôi thề".

Ngày hôm sau Shaw và Katie đi một chiếc xe buýt cũ kỹ từ London tới Wales. Sau đó họ chui vào khoang ẩm ướt của một chiếc thuyền máy cũ gỉ và chạy qua biển Ireland trong lúc biển động. Katie mất khoảng một giờ chúi đầu vào một chiếc xô trong khi chiếc thuyền dập dồn trên sóng tiến đến Ireland. Shaw phải liên tục đưa cho cô khăn ướt để lau mặt.

Cuối cùng Katie ngồi dậy, bụng chẳng còn gì để nôn nữa.

"Khả năng đi biển của ông ấn tượng thật", cô nói. "Tôi đi đường bộ tốt hơn".

"Đi phà cao tốc không phải lựa chọn hợp lý bởi mọi người trên thế giới này đang tìm kiếm cô".

"Ai cũng muốn nổi tiếng tận tới khi họ đã nổi tiếng và thấy rằng như thế thật khổ sở".

"Chút nữa chúng ta sẽ tới đó".

"Mừng vì biết thế", Katie nói, một tay đặt lên bụng vẫn đang cuộn lên. "Vậy là chúng ta tới đó, rồi gì nữa?"

"Rồi chúng ta gặp ai đó có thể giúp mình chìm thật sâu. Thay đổi hình dạng, giấy tờ mới".

"Rồi gì nữa?"

"Rồi chúng ta xác định bước tiếp theo".

Sau đó Shaw bước đi và nhìn qua một ô cửa. Chiếc thuyền đã giảm tốc độ, tình trạng lắc dồn bớt hẳn. Họ đã vượt qua đê bao và chạy vào cảng.

"Ta đi thôi".

Katie ngần ngừ đứng dậy, kiểm tra hai chân. Cô khoác chiếc túi lên vai. "Shaw, chúng ta sẽ chết phải không?"

"Có lẽ thế. Sao chứ?"

"Tôi chỉ muốn khẳng định thôi mà".

CHƯƠNG 71

Họ bắt một chiếc taxi ở cảng, chạy về phía tây, xuyên qua nhiều làng nhỏ vào trung tâm Dublin. Làn mưa lạnh buốt đang rơi, ngay cả các quán rượu hai người chạy qua cũng gần như trống trơn. Khi Katie nhìn qua cửa sổ một quán bar, thấy đống lửa ấm áp và một người đàn ông lấy một chai rượu xuống, cô cũng chẳng thấy muốn được như ông ta chút nào. Rõ ràng chứng nghiện rượu của cô đã được chữa khỏi. Đổi lại là ngày tận thế.

Trước khi họ rời Anh, Katie đã gọi cho Kevin Gallagher và giải thích rằng có lẽ nguồn tin của cô đã nói dối.

"Cô có bằng chứng chắc chắn rằng hắn đã làm thế chứ?" Tay biên tập viên cật vấn.

"Không, không chắc chắn".

"Cô có những bằng chứng chắc chắn rằng những sự kiện trong bài báo của cô không có thật không?"

"Không, tôi không có".

"Vậy thì chúng ta vẫn bảo vệ nó".

"Ngay cả khi tôi không thế hả?"

"Đây là bài báo quan trọng nhất đời tôi, Katie, thế nên tôi sẽ vờ như câu chuyện hôm nay chưa từng diễn ra và tôi để nghị cô cũng làm như vậy". Đoạn Gallagher nhanh chóng dập máy.

"Đồ chó đẻ!" Katie gào lên. "Tao căm ghét bọn biên tập".

Chiếc taxi thả họ xuống, hai người bước đi trong mưa. Katie nhìn quanh.

"Đó chẳng phải trường đại học sao?"

Shaw gật đầu. "Đi thôi". Họ đi vào một ngõ nhỏ.

Ông gõ một cánh cửa có treo biển.

"Hiệu sách Maggie à?" Katie hỏi.

Cửa mở và một người phụ nữ cao, mập mạp kéo họ vào.

Bà ta đóng cửa, Katie xem các cuốn sách quanh bốn bức tường. Họ chạy bán sống bán chết rồi Shaw khiến cô nôn thốc nôn tháo suốt quãng đường vượt biển Ireland tới đây để ông ta có thể đưa cô tới một hiệu sách ở Dublin buồn tẻ sao?

Người phụ nữ không giới thiệu tên mình với Katie, Katie cũng chẳng tự nguyện làm điều ấy với bà ta. Cô đoán tên bà ta là Maggie.

"Tôi rất tiếc về chuyện Anna", bà này nói với Shaw.

Bà ta đưa hai người lên gác, nơi có một căn phòng dùng để làm tóc và trang điểm.

"Mời ngồi đây". Bà ta chỉ một chiếc ghế xoay đặt trước một chiếc gương dài. Katie ngồi xuống, một tay bà cầm lên chiếc kéo, tay kia nắm tóc cô.

Katie nhảy khỏi ghế. "Bà nghĩ mình đang làm gì thế?"

"Ông không nói với cô ấy à?"

"Nói với tôi cái gì?" Katie hỏi, trừng trừng nhìn Shaw.

"Cắt tóc", Shaw đáp. Ông gật đầu với người phụ nữ. "Hãy cắt ngắn và đổi màu tóc. Rồi cô có thể cạo trọc cho tôi".

Một giờ sau Katie James đã có mái tóc nhọn sẫm màu, hai mắt nâu chứ không còn xanh, da có màu tối hơn, hai mắt tròn hơn, cặp môi hẹp hơn. Cô mặc những món đồ thùng thình khiến người nặng thêm gần chục cân.

Shaw không thể làm cho mình lùn đi nhưng hai mươi phút sau mái tóc của ông gần như biến mất, người phụ nữ đã làm một số thứ trên mặt ông trong đó có bộ ria mép và chòm râu dê, cái mũi to, đôi kính áp tròng khiến đôi mắt xanh làm người khác giật mình đã chuyển sang màu nâu nhạt. Thậm chí Katie cũng chẳng dám thể đó là Shaw.

Người phụ nữ đưa Shaw và Katie tới một phòng dùng làm nơi chụp ảnh.

Katie nói với Shaw. "Hẳn là ngoài việc làm chủ hiệu sách, bà ta có rất nhiều việc làm thêm".

Ảnh chụp xong và hai giờ sau Shaw cùng Katie có hộ chiếu, bằng lái xe và các giấy tờ hoàn toàn mới, cho thấy họ là một cặp vợ chồng ở ngoại ô London.

Shaw cảm ơn và trả tiền cho người phụ nữ.

"Chúc hai người may mắn", bà ta nói.

"Ồ, chúng tôi cần nhiều hơn may mắn lắm đấy bà bạn. Sao không cầu cho phép thần nào đó nhỉ?" Katie ngoái lại khi bà ta đóng sầm cánh cửa sau lưng cô.

Khi họ bước ra ngõ, Katie nói: "Giờ thì đi đâu?"

"Ngủ một chút đi, sáng mai tôi có hẹn với một bác sĩ".

"Hẹn với bác sĩ?" Katie hỏi giọng hoài nghi.

"Thế thì ta nói thẳng nhé. Tôi sẽ không nói với cô mọi thứ".

"Tốt thôi. Miễn là ông biết rằng điều đó có *hai* mặt".

"Vậy thì các nguyên tắc đã được xác lập". Shaw bước nhanh hơn và Katie phải thật vội mới theo kịp nổi.

CHƯƠNG 72

Họ làm thủ tục đăng ký ở khách sạn với danh nghĩa một cặp vợ chồng, vì thế chỉ nhận một phòng. Trước đó Shaw đã bảo Katie rằng ông không muốn để cô một mình bất kỳ lúc nào. "Đã một lần chúng suýt tóm được cô, chắc chắn chúng sẽ cố lần nữa".

Hai người gọi chút đồ ăn dù dạ dày còn cuồn cuộn của Katie chỉ có thể tiếp nhận một chút trà và bánh mì. Rồi họ ngồi đối diện qua chiếc bàn nhỏ để bàn các vấn đề liên quan.

"Điều tôi vẫn chưa hiểu", Shaw nói, "là tại sao ngay từ đầu chúng lại chọn Công ty Phượng hoàng làm mục tiêu".

"Vì nó thuộc sở hữu của Trung Quốc", Katie vừa đáp vừa khuấy tách trà và nhìn làn mưa ngoài cửa sổ.

"Ở London có rất nhiều chỗ thuộc sở hữu Trung Quốc. Mà sao lại chọn London nhỉ?"

"Nhưng một tổ chức học thuật của Trung Quốc mà?"

"Được rồi, vậy tại sao chọn tổ chức học thuật?"

"Theo ông thì chúng đã *cài* các tài liệu *Hiểm hoạ đỏ*. Một đám người siêu thông minh làm việc cho một tổ chức học thuật bí mật đứng sau chiến dịch bôi nhọ tầm cỡ toàn cầu, nghe hợp lý đấy chứ. Nếu chúng tấn công một cửa hàng bán đồ ăn nhanh, giết một đám thanh thiếu niên và ném đống tài liệu vào đó thì có lẽ chẳng có lý như vậy".

"Như thế là chúng *tình cờ* qua Công ty Phượng hoàng, tình cờ biết mối liên hệ của nó với Trung Quốc, sau đó phái tới một đội đột kích?"

Katie nói: "Phải có gì đó kết nối. Có lẽ là người nào đó chúng gặp. Cũng có thể là dự án nào đó mà họ đang thực hiện. Rõ ràng chúng đã theo dõi nơi này. Khi ở đó tôi trông thấy nhiều người đến và đi nên có lẽ chúng ta phải xem..."

Katie ngừng bặt khi ý nghĩ về một khả năng cực kỳ khủng khiếp ào tới. Cô liếc Shaw. Qua vẻ mặt của ông, cô có thể chắc rằng Shaw cũng có cùng ý nghĩ với mình.

"Vậy chúng sẽ thấy cô ở đó", Shaw nói, giọng rõ ràng khác đi.

"Đúng, chúng sẽ thấy", Katie đáp giọng thì thào. "Và vì chúng sử dụng tôi, có lẽ chúng đã chú ý tới Công ty Phượng hoàng vì mối quan hệ của tôi với Anna. Và rồi chúng phát hiện ra yếu tố Trung Quốc ở đó".

"Nhưng đó chỉ là một lý do có thể", Shaw đáp, dù trong những từ ông nói ra vẫn thể hiện rõ ông không tin.

"Vâng", Katie yếu ớt. "Tôi nghĩ như thế đúng đấy".

Cô đặt tách trà xuống rồi liếc chiếc giường. "Ôi, tôi mệt thật, Shaw. Ông có thể ngủ trên giường, tôi sẽ nằm dưới sàn".

"Không, tôi sẽ ngủ dưới sàn".

"Shaw!"

"Ngủ trên giường đi, Katie. Hôm nay quả là một ngày dài, cả hai chúng ta đều kiệt sức".

Katie vào phòng tắm thay đồ, trở ra và chui vào chăn. Shaw đã nằm dưới sàn, một tấm chăn đắp trên người. Cô tắt điện.

Vài phút sau, khi mưa vẫn xối xả, Katie nói khẽ khàng, giọng hơi run run: "Tôi xin lỗi, Shaw".

Cô không nhận được câu trả lời.

CHƯƠNG 73

Khi bình minh ló dạng, Shaw ngồi dậy tựa vào giường và nhìn Katie lúc này vẫn mở to hai mắt. Đôi mắt đỏ mọng của cô cho thấy rõ ràng cô chẳng hề chợp mắt chút nào.

"Tôi có điều cần nói với ông", Katie nói và quấn chăn quanh người.

"Katie, nếu cô không phải..."

Cô đặt một tay lên vai Shaw. "Làm ơn đi, hãy để tôi nói ra trước khi nó đốt cháy gan ruột".

Shaw nhìn Katie chờ đợi.

"Tôi *đã* làm việc này vì bài báo. Ngay cả khi bay tới thăm ông trong bệnh viện, một phần con người tôi vẫn nghĩ về việc vực dậy sự nghiệp của mình. Rồi tôi nhận nhiệm vụ mới này và tới London. Tôi chỉ có thể cảm thấy rằng mình đang trở lại". Katie nhìn xuống, hai bàn tay cuộn chặt chăn, hai má run lên.

"Thậm chí tôi không nghĩ mình là người, không còn là người nữa. Trước đây tôi đã là người, tôi chỉ không biết chắc mình đã thôi như vậy từ khi nào. Đã một thời gian rồi. Tôi biết thế...Tôi xin lỗi".

"Katie, cô là nhà báo. Nó ngấm vào máu cô rồi".

"Điều đó không biện hộ được. Nếu tôi là kẻ khốn nạn, đừng bao giờ quên điều ấy".

"OK, cô là kẻ khốn nạn. Nhưng nếu cùng hành động, chúng ta phải tin nhau".

"Tôi tin *ông*. Tôi nghĩ vấn đề là ông không tin tôi. Và tôi không thể đổ lỗi cho ông về việc ấy".

"Tôi không có nhiều kinh nghiệm, về việc tin tưởng người khác ấy". Shaw ngừng lại. "Nhưng tôi sẽ phải làm việc ấy. Ngoài ra tôi còn cần sự giúp đỡ của cô. Đôi lúc cô nhìn ra những điều tôi không thấy. Tôi chưa thấy nhiều người có thể làm được việc đó". Ông gượng nở một nụ cười với Katie.

Cô mỉm cười đáp lại, phần băng trong quan hệ giữa hai người vừa tan làm tinh thần cô phấn chấn hơn. "Tôi chuẩn bị đi tắm. Hãy lên giường nghỉ trong lúc tôi tắm. Hẳn là người ông cứng đơ rồi".

Shaw nâng người khỏi sàn rồi từ từ nằm xuống giường. Ông lắng nghe tiếng nước chảy trong phòng tắm. Giường thật ấm vì đã có Katie nằm, rồi hai mắt Shaw khép lại. Điều tiếp theo ông nhận thức được là ông ngửi thấy mùi cà phê, thịt muối và trứng.

Shaw ngồi dậy nhìn quanh. Katie đã thay quần áo và ngồi trước một chiếc bàn phục vụ đồ của khách sạn. Cô rót một tách cà phê và đưa cho ông.

"Mấy giờ rồi?" Ông hỏi.

"Tám rưỡi".

Shaw nhấm nháp tách cà phê.

"Đói không?"

Ông gật đầu, đứng dậy và ngồi xuống đối diện với Katie. "Lẽ ra lúc tắm xong cô nên đánh thức tôi mới phải", ông nói giọng không hài lòng.

"Như thế này tiện hơn nhiều", Katie đáp."Khi ông ngủ say tôi có thể thay đồ ở đây, không cần vào cái phòng tắm bé xíu. Ông biết rồi, kiểu giả vợ chồng như thế này sẽ thể hiện sự lúng túng", cô nói, nhìn Shaw qua miệng tách.

Shaw ngần ngừ duỗi cánh tay bị đau ra.

"Đó là lý do chúng ta phải tìm bác sĩ à?"

"Đúng, nhưng không phải lý do có lẽ cô đang nghĩ tới".

"Thật ngạc nhiên."

Họ vẫy một chiếc taxi tới chỗ ở của Leona Bartaroma, một căn nhà đơn giản xây bằng đá nằm bên con đường rải sỏi. Nơi này cách lâu đài Malahide – nơi bà làm hướng dẫn viên du lịch - chừng hai dặm. Khi họ đã ra khỏi xe và nhìn quanh, Katie nói: "Một nơi kỳ lạ đối với một bác sĩ".

"Bà ấy mệt mỏi rồi".

"Ồ, thế thì hoàn toàn hợp lý".

Leona mời họ vào nhà, chào Katie rồi đưa vào căn bếp rộng rãi nhìn ra vườn sau. Bà không nói gì về hình dạng thay đổi của Shaw nhưng nhìn Katie. "Tôi có thể thoải mái nói chuyện trước mặt cô ấy được chứ?"

"Nếu không thế thì tôi đã chẳng đưa cô ấy tới đây".

"Frank đã gọi điện".

"Tất nhiên".

"Ông ấy bảo rằng ông đã hứa không tới gặp tôi".

"Không, tôi đã hứa sẽ không đến tìm bà vì thứ *này*". *Shaw* vỗ vào thân người bên phải.

"Quanh đây đều có người của ông ấy cả", Leona nói.

"Tôi biết".

"Bằng cách nào?"

"Tôi ngửi thấy mùi họ".

"Vậy thì ông biết rằng tôi không thể làm điều ông muốn tôi làm".

"Làm thế nào bà biết tôi muốn làm gì? Tôi còn chưa bảo với bà kia".

Leona trông có vẻ tò mò trong khi Katie hết nhìn Shaw lại đến Leona.

"Thế thì bảo đi".

Shaw xắn tay áo, để lộ những chiếc ghim kim loại ở vết thương.

"Chúa ơi, chỗ đó bị sao vậy?"

"Tôi đoán là Frank quên kể cho bà nghe về chuyện ấy".

Leona nhìn vết thương kỹ hơn. "Có vẻ nó đang lành rất mau. Bác sĩ phẫu thuật đã làm tốt đấy".

"Cảm ơn về nhận xét chuyên môn của bà. Nhưng đó không phải lý do tôi tới đây".

"Thế tại sao?"

Shaw lấy một ống kim loại nhỏ trong túi ra."Tôi muốn bà đặt thứ này vào đó", ông nói và chỉ vào nơi bị thương trên cánh tay.

"Ông không nghiêm túc rồi".

"Shaw!" Katie bật lên.

"Hoàn toàn nghiêm túc".

"Nó là gì thế?" Leona hỏi.

"Bà không cần biết thứ đó", Shaw nói. "Nếu cần biết điều có ích thì nó là thép không gỉ".

"Không ích gì. Vẫn có nguy cơ nhiễm trùng", Leona nói.

"Hãy cho nó vào gạc tiệt trùng. Đó là nơi tôi cần đặt nó vào. Bà có thể làm được không?"

"Tất nhiên là có. Vấn đề là tại sao tôi lại phải làm thế?"

"Vì tôi đề nghị bà làm. Một cách lịch sự".

"Sâu tới mức nào?" Leona lo lắng hỏi.

"Không sâu quá. Vì có thể tôi cần lấy nó ra khẩn trương".

"Chuyện này thật vớ vẩn", Katie gắt lên.

"Không sâu quá, Leona", Shaw nhắc lại. "Mà bà còn nợ tôi đấy".

"Tôi không nghĩ thế".

"Nhưng tôi thì có". Ông kéo vạt áo sơ mi và nâng cả phần trước lên, để lộ ra những đường chỉ khâu của một vết sẹo bên thân phải. "Tôi có nghĩ thế".

Katie nhìn vết sẹo, nhìn Leona và nhăn mặt. "Bà đã gây ra thứ đó ở ông ấy hả?"

Leona liếm môi. "Ở đây tôi không làm phẫu thuật, Shaw. Không có dụng cụ nào cả".

"Dublin là thành phố lớn đấy. Tôi chắc là bà có thể tìm được những thứ mình cần".

"Phải mất chút thời gian".

"Chiều nay", Shaw đáp lại, giọng thể hiện chút gay gắt.

"Tôi không thể làm được. Tôi phải tới lâu đài Malalhide".

"Chiều nay".

"Thôi được rồi. Tôi sẽ gọi cho ông".

Shaw đứng dậy, Katie cũng nhanh chóng đứng lên.

"Tôi không có các phương tiện đảm bảo gây tê toàn bộ cho ông", Leona nói. "Chỉ gây tê cục bộ thôi. Sẽ đau đấy".

Shaw bỏ áo vào trong quần như cũ. "Lúc nào cũng đau, Leona".

Phía ngoài Katie nói: "OK, cái đó là thứ chết tiệt gì thế, vợ bác sĩ Frankenstein[1]? Chuyện gì đang diễn ra thế?"

"Cô không nên biết, Katie. Hãy tin tôi".

"Tin ông? Thế còn tin *tôi* như chúng ta đã nói thì sao?"

"Tôi đã nói tôi sẽ *làm* việc ấy. Tôi không nói là tôi đã làm mà".

---

[1] Tên một nhân vật trong tiểu thuyết nổi tiếng in năm 1818 của Mary Shelley, sinh viên Victor Frankenstein tạo ra một quái vật từ nội tạng của người chết, sau bị chính quái vật trả thù.

CHƯƠNG 74

Mưa đã tạnh, ngày Dublin lại đẹp. Những con chim lẳng lơ chuyền từ cây nọ sang cây kia, những bông hoa đầy màu sắc trong các luống vun gọn ghẽ đung đưa trong làn gió nhẹ; người ta đi lại và nói chuyện, nhâm nhi cà phê trong các quán hai bên đường phố; xe cộ chạy hối hả.

Trong căn phòng nhỏ đã khử trùng, Shaw nghiến chặt hai hàm và siết mạnh tay chiếc ghế ông đang ngồi. Đeo đủ găng tay, khẩu trang và mặc bộ đồ của bác sĩ phẫu thuật, Leona đã lấy ra nhiều chiếc ghim kim loại đính những phần da rách của Shaw với nhau trong khi Katie giữ chặt cánh tay kia của ông bằng hai bàn tay đeo găng của mình.

"Đó là phần việc dễ dàng", Leona nói vẻ hài lòng khi bà vứt vào một cái chảo chiếc cuối cùng trong số ba chiếc ghim vừa gỡ ra. Còn bốn chiếc nữa trong cánh tay Shaw.

"Mừng vì nghe thấy như thế", Shaw lầm bầm.

"Vẫn muốn làm hết chứ? Nó sẽ cản trở quá trình lành lại đấy".

"Bà chỉ cần *làm* thôi, Leona".

Leona dùng một dụng cụ mảnh trông như chiếc xà beng thu nhỏ cạy cho vết thương há miệng, máu bắt đầu rỉ ra. Những giọt mồ hôi rơi trên lông mày Shaw. Katie giữ chặt hơn cánh tay ông. Leona đã gây tê toàn bộ khu vực quanh vết thương song cũng đã cảnh báo Shaw một lần nữa rằng sẽ vẫn đau, và bà đã không nói sai.

Leona quấn thiết bị kim loại nhỏ vào một miếng lưới khử trùng dùng trong phẫu thuật. "Ông không để thứ này trong đó lâu được đâu", bà nói. "Tôi đã khử trùng nhưng cuối cùng vẫn sẽ nhiễm trùng. Không thể tránh được".

"Hay nhỉ, lần trước bà không nói thế".

"Lần trước khác".

"Không phải là tôi thì sẽ không khác". Shaw sờ vào một bên người. "Chưa bao giờ bà nói với tôi rằng mang thứ *này* trong người lâu sẽ có vấn đề".

"So sánh vớ vẩn", bà gắt lên. "Thiết bị đó giống như máy điều hoà nhịp tim, được thiết kế để sử dụng trong cơ thể một thời gian dài. Nhưng thứ này thì không phải đâu. Vậy nên với tư cách bác sĩ, tôi cảnh báo ông về điều đó. Chỗ này sẽ bị nhiễm trùng".

"Rõ rồi", Shaw gầm gừ. "Giờ thì tập trung vào việc đi".

Leona cẩn thận đưa thiết bị của Shaw vào trong vết thương, những ngón tay đeo găng nhanh nhẹn của bà tìm được một khe nhỏ vừa với nó.

Cảm giác đau khiến cả người Shaw run lên.

"Nắm lấy tay tôi, bóp chặt vào", Katie đề nghị.

"Không", ông lại gầm gừ.

"Tại sao?"

"Vì tôi sẽ làm nát mọi mẩu xương của cô chứ sao".

Một giây sau chiếc tay ghế gãy rời, những con ốc long hết cả.

Leona đã rút các ngón tay khỏi vết thương, mãn nguyện nhìn công việc mình đã làm.

"Tôi có thể đưa các ghim vào chỗ cũ, thậm chí đốt để tẩy độc".

"Ừm, không".

"Sao lại không?"

"Vì tôi sẽ không thể lấy được thứ chết tiệt ấy ra khi cần, Leona. Đó là toàn bộ vấn đề", Shaw gắt. "Chỉ khâu kiểu cũ là tốt rồi".

Leona nhún vai, làm sạch vết thương bằng tất cả khả năng có thể, khâu như cũ, quấn gạc xung quanh, lui lại rồi ngồi xuống.

"Xong cả rồi".

Katie buông tay Shaw và thở phào nhẹ nhõm. Ông từ từ ngồi thẳng dậy, cẩn thận chuyển dịch cánh tay.

"Cảm ơn", ông nói cộc lốc.

"Với ông thì có thể làm bất kỳ điều gì", Leona mỉa mai. "Như ông nói thì rõ ràng tôi còn *nợ* ông".

"Ừ, giờ thì chúng ta hoà".

"*Ít nhất* là hoà", bà chỉnh lại. "Thực ra tỷ số đã lệch về phía tôi rồi".

"Tôi không nghĩ thế đâu. Việc cho rằng hoà có thể coi là món quà của tôi đấy". Shaw mặc sơ-mi vào. Lúc ông đóng cúc, Leona liếc vết sẹo ở thân bên phải ông. "Mà này, nó làm việc thế nào?"

"Hỏi Frank ấy, tôi chắc là ông ta rất thích kể cho bà nghe về nó đấy". Shaw vươn người và đút vào túi món dụng cụ bé xíu Leona đã dùng để đưa thiết bị vào cánh tay ông. "Vì điều tốt đẹp của ngày xưa", ông nói khi bà có vẻ sắp lên tiếng phản đối.

Khi họ đi ra, Leona chặn ông ở cửa. "Có phải thứ trong cánh tay ông đúng là thứ tôi nghĩ không?"

"Bà chẳng bao giờ biết đâu, Leona, bà chẳng bao giờ biết được".

CHƯƠNG 75

"Shaw, ông sẽ nói cho tôi biết chuyện gì đang diễn ra chứ? Thứ trong tay ông là cái gì thế? Làm thế nào ông biết cái bà Leona đó? Ông dính cái sẹo bên mình đó ở đâu?" Katie bắn một loạt câu hỏi trong lúc hai người ăn tối ở khách sạn Shelbourne đối diện công viên Thánh Stephen ở trung tâm Dublin. Lúc này đã đủ khuya để họ kiếm một bàn ăn yên tĩnh ở khu sau khách sạn và có thể bàn chuyện, dù Shaw chẳng có vẻ gì muốn *bàn chuyện* vì Katie cứ lặp đi lặp lại những câu hỏi ấy suốt nhiều giờ mà không nhận lại được câu trả lời nào.

Shaw khổ sở nhai nốt chỗ thức ăn. Giờ thì ông đã căm ghét Dublin. Ông đã cầu hôn Anna ở đây - một nơi nhỏ bé nằm ở phía bắc Liffey, với một gối quỳ, trên tay là chiếc nhẫn. Cô đã nói lời chấp thuận bằng chín thứ tiếng. Còn bây giờ thì cô đã chết. Sẽ chẳng có đám cưới nào, chẳng có bốn hay năm đứa con, cũng chẳng có chuyện cùng đầu bạc răng long. Chẳng gì hết. Ở mọi nơi Shaw đều nhìn thấy một chỗ, một xó xỉnh, một kẽ nhỏ, một thứ mùi hay âm thanh nào đó, thậm chí cả một thứ gì hay hay trên bầu trời, một giọt mưa, một tiếng còi xe của Ireland làm ông nhớ tới Anna. Ở đây ông gần như không thở nổi, gần như không động đậy được. Shaw căm ghét nó. Và đó chưa phải tất cả.

* *

*

Thi hài của Anna đang trên đường trở về Đức, về cùng cha mẹ cô – những người đã đổ tội cho ông. Đổ tội cho *ông* về cái chết của người phụ nữ mà ông muốn hy sinh tính mạng mình để bảo vệ. Anna trên một chiếc giường sắt lạnh lẽo với một lỗ trên trán. Anna đang được đưa về vùng đất lạnh lẽo, cô đơn của Wisbach, về vĩnh viễn thay vì ở trong vòng tay ấm áp của ông, thay vì yên ổn bên nhau.

Katie cắt đứt những suy nghĩ ấy. "Chúng ta cần tìm ra kẻ nào thực sự đứng sau chiến dịch *Hiểm họa đỏ*".

"Cả thế giới đang tìm kiếm, có vẻ như chưa ai tìm ra cả".

"Tôi không chắc liệu cả thế giới đang *thực sự* tìm kiếm không. Họ chỉ chấp nhận đó là sự thật, một dạng kết luận vội vàng. Hoặc nếu họ có tìm kiếm thì cũng không được cố gắng. Rồi những sự kiện liên tục xảy ra khiến người ta liên tục nhảy dựng lên, kết luận vội vàng. Sau một thời gian, vấn đề không phải là *kẻ nào* đứng sau nó mà là chúng ta sẽ làm cái quái gì với bọn Nga độc ác. Tôi nghĩ cơ bản cả thế giới đã bị dắt mũi".

Shaw nhìn Katie bằng một con mắt khác. "Đó có vẻ là điều Anna đã nghĩ"

"Tôi coi đó là lời khen đáng kể ấy".

"Có ý tưởng gì không?" Shaw hỏi.

Katie kéo ghế xích lại và hạ giọng. "Thực ra tôi đã nghĩ một chút về điều ấy". Cô thọc tay vào túi xách và lấy ra một tờ giấy đã nhàu nát. "Hôm đó lúc ở trong phòng làm việc của Anna, cô ấy ra ngoài gặp ai đó và tôi đã ngó quanh".

"Ý cô là cô đã xem trộm chứ gì", Shaw hơi giận dữ, rõ là muốn bảo vệ những gì riêng tư thuộc về Anna.

"Ông có muốn nghe những gì tôi đã thấy hay không?"

"Xin lỗi, tiếp tục đi".

"Tôi đọc lướt hết những thứ về *Hiểm họa đỏ* để trên bàn Anna và một số bản ghi chú của cô ấy nữa. Một trong số đó là danh sách địa chỉ các trang web hoặc email. Chắc cô ấy đã liên hệ với những địa chỉ ấy. Dù sao có một điều cứ bám chặt lấy suy nghĩ của tôi nên tôi ghi lại".

"Sao nó lại bám lấy cô?"

"Vì nó có tên là *Vùng đá sỏi của Barney*. Ông biết *Đá lửa* không? Đấy là một trong những phim hoạt hình tôi thích hồi mới lớn đấy. Gì thì gì không quan trọng, đó là trang của một tay viết blog. Lúc ấy tôi không kiểm tra, nhưng trong lúc ông tắm ở khách sạn sau khi được bác sĩ Leona phẫu thuật, tôi đã dùng máy xách tay của mình vào trang đó."

"Cô thấy gì?"

"Tay viết blog này, rõ ràng tên là Barney rồi, cũng có một số câu hỏi về *Hiểm hoạ đỏ*. Từ những gì hắn viết lên mạng, có thể thấy hắn không nghĩ rằng *Hiểm hoạ đỏ* có thực".

"Chuyện đó giúp gì được chúng ta?"

"Hừm, nói thẳng là tôi không nghĩ blog của tay ấy là trang bình thường".

"Ý cô là sao?"

"Tôi nghĩ Barney là cái tên ma. Tôi có rất nhiều bạn là những tay chuyên viết blog. Bị ám ảnh bởi blog, lúc nào cũng viết. Những bài viết ấy chẳng có gì thực sự là khuôn mẫu cả. Liên tưởng tự do, toàn những thứ viết một cách ngẫu hứng. Rồi lại thường có nơi cho mọi người bàn luận mọi thứ nữa. Tôi muốn nói đó là những lý do đầu tiên để tạo blog. Đúng không?"

"Đúng".

"Đấy, cái blog này không có thứ đó. Tôi đã kiểm tra các ngày gửi bài. Chúng xuất hiện cách ngày một lần, cùng vào một giờ. Với tôi, như thế có vẻ không giống chất của *Vùng đá sỏi của Barney*. Nghe chừng đó là chế độ tạo blog được lập trình trước, nội dung cập nhật hai ngày một lần".

"Tại sao kẻ nào đó lập ra hệ thống như thế chứ?" Shaw nói to.

"Nếu đó không phải blog thật, có lẽ chúng là một cách thăm dò".

"Thăm dò?"

"Vâng, người trong lĩnh vực giải trí và quảng cáo làm việc ấy suốt. Cách đây vài năm tôi còn viết bài về chủ đề này. Ông tạo ra một sản phẩm rồi muốn đánh giá phản ứng của người ta với nó thế nào. Với ông thì có các nhóm thăm dò, có điều kiện lập các hộp thư bày tỏ quan điểm, thảo luận trên mạng. Nhưng các công ty tiến một bước xa hơn. Họ thường dùng các *hộp thư mật*[1], dạng như bình phong để người khác *thực sự* cho các công ty biết họ cảm thấy thế nào mà không có cảm giác chịu áp lực. Đó có thể là một trang web giả, là tổng đài điện thoại có vài trăm số hay một bảng câu hỏi đưa ra dưới danh nghĩa một công ty ma".

Giờ thì Shaw tỏ vẻ rất quan tâm. "Thế tức là cô nói rằng *Vùng đá sỏi của Barney* có thể là cái vỏ để kiểm tra xem người ta phản ứng thế nào với *Hiểm hoạ đỏ* hả?"

"Và vì blog của Barney phê phán mạnh mẽ và rất hoài nghi về chiến dịch..."

"Có lẽ chúng đã bỏ củ cà-rốt ở đó để xem có ai khác cảm thấy tương tự không. Nhưng cô đã nói rằng trên trang đó không có chỗ nào cho người ta để lại quan điểm của mình".

"Nhưng nếu ông gửi email tới đó - điều Anna đã làm..."

Shaw nói nốt câu này cho cô. "Thì chúng sẽ có được địa chỉ email. Mà địa chỉ email của Anna là ". Ông nhìn thẳng vào mắt Katie. "Có lẽ đó là cách chúng tìm ra Công ty Phượng hoàng. Không phải thông qua cô".

"Có lẽ đó là điều chúng ta sẽ không bao giờ biết chắc chắn".

Một phút yên lặng trôi qua trong lúc hai người ăn nốt chỗ thức ăn còn lại.

"Katie, tôi..."

"Đừng có đến đó, Shaw. Chuyện này rất phức tạp và cả hai chúng ta đều đã có sai lầm, không nên tiếp tục mắc lỗi nữa".

"Ta hãy hy vọng là một trong số đó sẽ không dẫn tới việc cả hai chúng ta bị giết".

"Ta có thể kiểm tra trang web này bằng cách nào đó chứ? Tôi không giỏi về kỹ thuật lắm". Shaw gật đầu, gọi điện cho Frank. Rồi ông

---

[1] Là nơi bày tỏ quan điểm nhưng không nhất thiết phải tiết lộ tên tuổi

bỏ máy sang một bên và uống nốt chỗ rượu. "Ta sẽ đợi xem ông ta thấy gì".

"Vậy là chúng ta sẽ ở Dublin à?" Katie hỏi.

Ông lắc đầu. "Mai chúng ta sẽ bay khỏi đây".

"Đi đâu?"

"Đức. Một thị trấn nhỏ tên Wisbach".

CHƯƠNG 76

Chẳng có ngày nào tốt để chôn một con người. Ngay cả khi mặt trời chiếu sáng, không khí ấm áp, chẳng có gì tích cực khi đặt một cái xác lạnh xuống lòng đất lạnh, đặc biệt cái xác ấy lại có ba viên đạn đã rút ngắn cuộc sống của người ấy ít nhất bốn thập kỷ. Ở Wisbach lại không nắng, không ấm. Cơn mưa xối xả đổ xuống trong khi Shaw và Katie ngồi trong chiếc xe hơi đậu ở nghĩa địa nằm cạnh ngôi nhà thờ nhỏ.

Sáng nay họ đã bay tới Frankfurt và lái xe đến đây. Ở khu kiểm tra an ninh của sân bay Dublin, tín hiệu báo động phát lên lúc Shaw bước qua máy phát hiện kim loại. Thiết bị mà nhân viên an ninh quét qua người Shaw phát tiếng to nhất khi lướt qua cánh tay trái ông.

"Xin kéo tay áo lên, thưa ngài", anh ta yêu cầu, giọng sắc lạnh.

Khi trông thấy hai hàng ghim kim loại lộ dưới lớp gạc, anh ta ngần ngại.

"Trời ạ, như thế đau không?"

"Chỉ đau khi tôi kéo tay áo lên thôi", Shaw đáp.

Trên nghĩa trang, mưa đã khiến đống đất mới cạnh huyệt mới đào sâu khoảng hai mét thành một đống bùn nhão nhoét. Quan tài

Anna cùng những người đến viếng và đưa tiễn cô đang ở trong một căn lều lớn dựng cạnh nghĩa địa để tránh ướt.

Shaw quyết định không tham gia đám tang. Ông đã trông thấy dáng Wolfgang Fischer nặng nề lết, bên cạnh là Natascha. Hôm nay chẳng ai trong hai ông bà trông cao ráo nữa. Dường như họ còng gập xuống, suy sụp hoàn toàn. Vì vậy Shaw chỉ ngồi trong xe và nhìn người ta hạ dần quan tài xuống huyệt. Wolfgang gần như đổ sụp vì đau đớn. Phải vài người mới dìu nổi ông lên xe.

Bên cạnh Shaw, hai hàng nước mắt của Katie lăn xuống má khi cô trông thấy những cảnh ấy. *Ơn Chúa*, cô nghĩ, *là mình không phải viết những dòng cáo phó về trường hợp này*. Cô nhìn Shaw. Đôi mắt ông như vô hồn, khô khốc.

"Thật buồn", Katie nói.

Shaw không nói gì. Ông chỉ quan sát.

Nửa giờ sau, người cuối cùng đã rời khỏi nghĩa địa, những người đào mộ ồn ào tiến vào, chuẩn bị cho Anna vĩnh viễn nằm lại lòng đất Wisbach.

Shaw ra khỏi xe. "Cô nhớ phải làm gì chứ?"

Katie gật đầu. "Chỉ cần ông cẩn thận thôi."

"Cô cũng thế nữa".

Shaw sập cửa, liếc quanh rồi bước về phía huyệt, đầu cố không nghĩ tới cái huyệt còn to hơn đang nằm trong đầu mình.

Ông rút trong túi ra vài tờ euro rồi bằng tiếng Đức, đề nghị những người đào huyệt để ông một mình một lát. Chẳng có gì phải hỏi, những người này thấy vui khi được tạm thời tránh được công việc khi ướt át, họ cầm tiền và đi khỏi.

Shaw đứng bên huyệt và nhìn xuống quan tài. Ông không muốn thấy hình ảnh Anna trong chiếc hòm ấy. Cô không thuộc về nơi đó. Bằng giọng khẽ khàng, Shaw nói chuyện với Anna, những điều ông cần nói khi cô còn sống. Trong đời ông có nhiều điều ân hận, trong đó nỗi ân hận huỷ hoại Shaw ghê gớm nhất là ông đã không ở bên Anna khi cô cần ông nhất.

"Anh xin lỗi, Anna, anh xin lỗi. Em đáng được hưởng những điều tốt đẹp hơn anh nhiều".

Shaw cầm lấy một chiếc xẻng và ông dành nửa giờ sau đó xúc đất vào mộ Anna. Ông cảm thấy đó là công việc mình phải làm, không phải của ai khác. Lúc xong việc thì mồ hôi Shaw đẫm ướt cả áo xong ông vẫn chẳng nhận thấy.

Shaw nhìn tấm bia, trên đó ghi đầy đủ tên họ của Anna, Anastasia Brigitte Sabena Fischer. Cả ngày sinh và ngày mất của cô. Rồi dưới cùng là một câu tiếng Đức: "Cầu cho con gái xinh đẹp của chúng ta yên nghỉ trong yên bình".

"Yên nghỉ trong yên bình", Shaw nói. "Yên nghỉ trong yên bình cho cả hai chúng ta, Anna. Bởi anh thấy chẳng bao giờ mình được yên bình nữa".

Ông quỳ xuống bùn, đầu cúi thấp.

Khi ông làm như thế, hai gã đàn ông bước khỏi lùm cây, hai tay lăm lăm súng.

Tiếng còi ô tô xé tan bầu không khí tĩnh lặng của nghĩa địa, rồi Katie thụp xuống dưới ghế ngồi.

Giật mình, hai gã chạy thẳng về phía Shaw.

Một tích tắc sau đó kính sau của chiếc xe Katie đang ngồi vỡ vụn vì một phát súng.

CHƯƠNG 77

Bằng một động tác rất nhanh, Shaw bật người về phía trước như một cầu thủ, trong chớp nhoáng hạ gục cả hai gã đàn ông. Trong chớp mắt nòng súng ngắn của ông đã thọc thẳng vào họng một gã trong khi tên còn lại nằm bất tỉnh bên cạnh.

Một lát sau những người đàn ông mặc đồ đen ào đến.

Trong ô tô, Katie ngồi dậy, gạt những mảnh kính vỡ khỏi người. Cô lo lắng nhìn Shaw. Khi ông đứng dậy và bắt tay một trong những người mang súng, Katie thở phào nhẹ nhõm rồi bước ra khỏi xe.

Phía sau chiếc xe khoảng gần chục mét là Frank đứng trên xác gã đàn ông định giết Katie. Cô bước về phía ông.

Frank lên tiếng. "Xin lỗi vì chúng tôi can thiệp hơi chậm. Thằng khốn kịp bắn ngay trước khi chúng tôi hạ được hắn".

Một lúc sau họ ngồi trong một nhà kho để không ngoài Wisbach. Trên sàn kho trải rơm, hai tên sát thủ bị trói quay lưng vào nhau.

Frank, Katie và Shaw đứng cùng nhau, mở một cuộc họp không chính thức.

"Cảm ơn vì đã đồng ý hỗ trợ chúng tôi trong vụ này", Shaw nói với Frank.

"Này, ngoài việc giữ cho thế giới an toàn và yên bình, tôi còn có khối thời gian đấy".

Họ đã kiểm tra dấu vân tay của hai tên sát thủ trong cơ sở dữ liệu nhưng chẳng phát hiện được gì. Từ đầu tới giờ, kết quả thẩm vấn chỉ là cả tràng những lời tục tĩu từ miệng gã đã phải ngậm nòng súng của Shaw. Ngược lại đồng bọn của gã - một tên lực lưỡng có vẻ mặt khắc khổ - lại không hề hé răng. Trông có vẻ gã thậm chí chẳng biết nói tiếng Anh. Họ đã thử nhiều thứ tiếng khác nhưng gã này vẫn chẳng nói một câu. Hai tên này không có giấy tờ tuỳ thân. Tư trang đáng quan tâm của chúng là hai khẩu súng lục và một con dao mổ. Tên đã chết cũng sạch sẽ như vậy.

"Thậm chí không có lấy một chiếc điện thoại di động", Frank nói.

"Nghĩa là sau khi giết tôi và Shaw, bọn chúng sẽ gặp kẻ nào đó", Katie nói. "Có lẽ ở gần đây".

Frank quay sang Shaw. "Giờ thế nào đây?"

"Tiếp tục nện hai thằng này cho tới lúc chúng há mồm ra. Chúng tôi sẽ giữ liên lạc".

Frank đặt một tay lên vai Shaw. "Này Shaw, nhớ cảnh giác phía sau nhé. Tôi linh cảm rằng ở đây có gì đó không ổn".

"Không ổn như thế nào?" Katie hỏi.

"Không ổn như thể chúng luôn đi trước ta một bước".

Khi hai người chạy xe dọc con đường, Shaw nói rầu rĩ. "Tôi hoàn toàn chắc chắn là chúng sẽ theo dõi đám tang của Anna phòng khi chúng ta xuất hiện. Đó là lý do tôi gọi cho Frank yêu cầu hỗ trợ. Nhưng việc ấy chẳng đem lại cho chúng ta được gì".

"Có thể đến lúc nào đó bọn chúng sẽ chịu nói".

"Tôi hoài nghi việc bọn chúng biết nhiều hơn việc được trả tiền để giết tôi. Bọn này thực sự giỏi che giấu tung tích".

"Bọn chúng sẽ mắc sai lầm. Chúng luôn mắc sai lầm", Katie nói đầy tự tin.

"Ồ, cô nghĩ thế hả?"

"Tôi *biết* thế".

Shaw dừng xe. "Sao tự nhiên cô chắc chắn thế?"

Katie hầu như không thể kìm nổi sự phấn khích. "Vì tôi vừa nghĩ ra một cách rất hay khiến bọn chúng lộ diện".

CHƯƠNG 78

Đến lúc này cả thế giới đã tin rằng Trung Quốc đứng sau chiến dịch *Hiểm hoạ đỏ* vì những lý do chưa giải mã được, còn Nga đã xoá sạch Công ty Phượng hoàng để trả đũa. Và mặc cho cả phía Bắc Kinh và Moscow đưa ra bao nhiêu tuyên bố phủ nhận, lòng tin ấy không hề lay chuyển.

Bây giờ ở khắp mọi nơi, kể cả trên mạng và trên các trang viết, đều xuất hiện các giả thuyết rất chi tiết lý giải vì sao Trung Quốc lại làm một việc như thế, từ việc muốn thế giới quay lưng với quốc gia duy nhất ở châu Á là đối thủ thực sự cả về kinh tế và quân sự với Trung Quốc trên con đường trở thành bá chủ thế giới, cho tới những mối lo ngại ở Bắc Kinh rằng việc Nga trở lại chế độ độc tài tạo nên mối đe doạ thực sự đối với sự ổn định trong khu vực. Nhưng làm thế nào mà việc khiến Nga trở nên hung dữ và nguy hiểm hơn có thể loại bỏ mối đe doạ đó? Đây vẫn là câu hỏi chưa có lời đáp. Nhưng khi người ta đã đủ muốn tin vào điều gì đó, sự thật và logic chẳng bao giờ ngăn được họ.

Dù lý do có là gì đi nữa, điều hoàn toàn đúng là bây giờ cả hai đang lên gân cốt. Hai nước có đường biên giới chung rất dài ở phía đông Mông Cổ, cùng một phần nhỏ nằm giữa Kazakhstan và Mông Cổ.

Các đơn vị quân đội của Nga được thiết giáp và không quân yểm trợ đang triển khai ở cả hai vùng đó. Còn có tin đồn rằng theo kế hoạch đánh chiếm Trung Quốc, Gorshkov muốn đi thẳng qua đất Mông Cổ, như thế đường tới Bắc Kinh sẽ gần hơn nhiều dù có thể gây ra một số vấn đề về chính trị và địa lý. Hiểu quá rõ điều ấy, người Trung Quốc đã dựng những bức tường bằng người và phương tiện ở các điểm trên. Vậy nhưng không có vẻ chiến tranh sắp nổ ra. Trên thực tế, cả hai nước đều biết rõ rằng một cuộc chiến như vậy sẽ dẫn đến kết cục cả hai cùng thua do tiềm lực ngang ngửa nhau. Song dù không có tuyên bố chính thức nào, người ta đều tin rằng cả Trung Quốc và Nga đều đã ký hợp đồng dài hạn với một tập đoàn quốc phòng giấu tên nhằm trang bị các loại vũ khí mới, để nếu vài năm nữa chiến tranh nổ ra thực sự, bên này có thể xoá sổ bên kia một cách hết sức chóng vánh.

Phản ứng trước những diễn biến ấy, nhiều nước phương Tây, trong đó có Mỹ, đều làm cùng một việc – tái vũ trang. Luôn thoải mái công khai ý định, Lầu Năm góc tuyên bố rằng nhờ có vị thế hơn hẳn nhiều nhà thầu quân sự lớn khác, công ty Ares đã được trao một loạt hợp đồng không cần qua đấu thầu vốn được chuẩn bị từ lâu nay nhằm xây dựng lại các sư đoàn tăng và pháo binh, nâng cấp hạ tầng hệ thống điện tử thu thập thông tin tình báo, cơ cấu lại hệ thống phòng thủ tên lửa, tái trang bị nhiều tàu sân bay, các tàu ngầm mang tên lửa đường đạn, các tàu khu trục, sản xuất vài ngàn xe thiết giáp chở quân cùng nhiều loại xe khác, nâng cấp máy bay chiến đấu Raptor gần như mới tinh nhưng rõ ràng đã lạc hậu. Theo tuyên bố của Lầu Năm góc, chỉ có công ty Ares đặt trụ sở ở Mỹ - đơn vị sản xuất thực sự của hầu hết những thứ vũ khí ấy, với trình độ cao và khả năng quản lý trên phạm vi toàn cầu - mới có thể thực hiện khối lượng công việc lớn như vậy đáp ứng đúng các tiêu chuẩn của quân đội Mỹ.

Một nguồn tin trong bộ quốc phòng Mỹ nói: "Điều đó sẽ đảm bảo quân đội Mỹ duy trì vị trí lực lượng chiến đấu số một thế giới trong vài thập kỷ tới".

Dự luật thông qua các khoản chi cho toàn bộ việc trên được Quốc hội nhanh chóng thông qua, sau đó Tổng thống ký phê chuẩn nhanh không kém.

Theo nhiều báo, một nguồn tin yêu cầu giấu tên (bởi ông ta không được phép cung cấp thông tin mình đưa ra) cho biết rằng các hợp đồng với Ares kéo dài tám năm và ngốn gần một ngàn tỷ đô-la của người đóng thuế. Việc này sẽ đẩy chi phí quân sự hàng năm của Mỹ lên hơn tám trăm tỷ đô-la, thậm chí vượt cả chi cho an sinh xã hội và khiến đây trở thành khoản chi ngân sách lớn nhất từ trước tới nay. Nhưng may mắn là về mặt *kỹ thuật*, khoản chi này lại không làm tăng thâm hụt ngân sách và món nợ quốc gia khổng lồ bởi một vài quan chức ma cáo - được sự hỗ trợ của các nghị sĩ xảo quyệt tương đương – đã có được khoản chi ấy bằng cách thông qua dự luật chi bổ sung mà về mặt kỹ thuật không tính vào ngân sách chính thức. Mà ở Washington, kỹ thuật là tất cả những gì đáng quan tâm.

"Vậy là thế hệ sau có thể lo lắng về thực tế", đó là lời nhận xét của một chính trị gia trong cuộc yêu cầu giấu tên - chứng tỏ vẫn muốn tiếp tục làm chính trị gia trong cuộc.

Sau khi ký dự luật chi cho quốc phòng tại một buổi lễ hoành tráng ở Nhà Trắng, trong buổi họp báo, tay tổng thống vốn đang đối mặt với khả năng khó được bầu lại do bị chỉ trích vì mềm yếu trước Nga đã tuyên bố với những lời lẽ hùng hồn nhất: "Bây giờ bất kỳ kẻ nào tìm cách gây hại cho những lợi ích của nước Mỹ sẽ thấy rằng chúng ta đã cực kỳ sẵn sàng thực hiện bất kỳ điều gì cần thiết để bảo vệ mình một cách hữu hiệu nhất. Cầu Chúa tiếp tục phù hộ nước Mỹ". Ngay lập tức tỷ lệ ủng hộ ông ta trong cuộc thăm dò dư luận sau đó tăng mười một phần trăm. Chẳng có gì khiến giúp giành sự ủng hộ của cử tri bằng trò đe doạ cả.

Tập đoàn Ares khởi động chiến dịch quảng cáo đã được chuẩn bị công phu, trau chuốt nhiều tháng trước đó. Chiến dịch này không nói tới các hợp đồng hay những đồng đô-la có liên quan. Việc ấy bị công ty quảng cáo hàng đầu New York xây dựng nên thông điệp của Ares chê là quá thô thiển. Người đọc lời dẫn chỉ nói: "Nước Mỹ và tập đoàn Ares. Khi bên nhau, chúng ta bất khả chiến bại". Đó quả là một tuyên bố thực sự, thông điệp ẩn sau đó quá rõ ràng: Ares đã đặt mình ở vị thế ngang bằng với siêu cường duy nhất còn lại của thế giới. Tiếp sau thông điệp ngắn và đơn giản trên là những thước phim đen trắng kiểu cổ điển quay máy bay đang vần vũ, xe tăng lăn bánh, thuyền rẽ nước và một trung đội lính đang diễu binh. Tất cả khớp với giai điệu của một bài hát rất thịnh hành.

Người ta nói rằng nhóm người trước đây được tập trung để đánh giá tác động của đoạn phim quảng cáo đối với cảm xúc người xem đã khóc ngay trên ghế. Dân trong giới làm quảng cáo rỉ tai nhau rằng đó là khoản năm mươi triệu đô-la có hiệu quả nhất mà Nicolas Creel từng tiêu.

Mọi thứ diễn ra hoàn toàn đúng với kế hoạch do Creel và Pender vạch ra.

Tất cả, trừ một cú xóc nhỏ trên đường hoá ra chỉ làm cho mọi thứ trở nên tốt đẹp hơn.

Vào lúc nửa đêm giờ Mông Cổ, một viên tướng mặt trận của Nga nhận được một loạt mệnh lệnh rối rắm về việc thực hiện cuộc tấn công mang tính thăm dò nhằm vào Trung Quốc. Vốn là một tay chỉ huy hăng hái chưa bao giờ chứng kiến cảnh chiến đấu thực tế, cá nhân lại ghét tất cả những gì liên quan tới Trung Quốc, ngay lập tức ông ta ra lệnh thực hiện cuộc tấn công thăm dò ấy mà chẳng yêu cầu xác nhận từ cấp trên. Các họng pháo của lực lượng dưới quyền vị tướng này gầm lên nã đạn vào các mục tiêu đã xác định trước trong khi trên trời, những chiếc MiG lao vào không phận Trung Quốc. Những chiếc MiG ấy nhanh chóng gặp các máy bay tiêm kích của Trung Quốc mà thật trớ trêu cũng là máy bay dòng MiG đã được Trung Quốc cải tiến một cách hợp pháp theo sự cho phép của Nga từ trước. Vậy là về bản chất, các phi công của hai phía đều sử dụng một loại máy bay. Do cân bằng như thế, trận không chiến dẫn tới kết quả hoà, mỗi bên mất hai máy bay.

Phía Trung Quốc, hơi mất thể diện vì bị Nga nện một cú giữa mặt, ngay lập tức phản công. Trong sáu giờ đồng hồ sau đó, quân hai bên nã vào nhau tất cả những gì họ có.

Khi vụ việc kết thúc, ngoài số máy bay đã rơi, trận "thăm dò" dẫn tới hậu quả một thị trấn nông thôn Trung Quốc bị san bằng, hai ngàn dân thường thiệt mạng. Mười xe tăng, hai mươi xe bọc thép chở quân, bốn mươi pháo và chín trăm quân nhân Trung Quốc bị loại khỏi vòng chiến đấu khi một triệu loạt đạn các loại của Nga rơi xuống đầu - dù số đạn trượt mục tiêu lớn hơn rất nhiều số đạn bắn trúng.

Bên phía Nga, sáu trăm dân thường chẳng may kẹt giữa hai phe bỏ mạng, phần lớn vẫn còn nằm trên giường khi đạn rơi trúng nhà. Ngoài mất mát ấy còn có tám xe tăng nổ tung, sáu trực thăng bị bắn hạ, mười hai xe bọc thép chở quân dẹp dí, bốn trăm mười hai quân lìa đời, cả một khẩu đội pháo bốc hơi khi một loạt rốc-két bắn trực tiếp làm cháy kho xăng gần đó. Một chi tiết ngoài lề khá thú vị là tổn thất trên gồm cả tính mạng của viên tướng Nga đã châm ngòi cho mọi việc từ đầu dựa trên các mệnh lệnh mà khi xác minh thêm mới rõ rằng lẽ ra viên tướng trên chỉ tiến hành cuộc tấn công như vậy trong trường hợp bị tấn công trước.

Thực ra đó là vấn đề liên quan đến chi tiết, có vẻ là thế.

Hai đội quân thở không ra hơi và còn choáng váng vì đạn pháo rút về các vị trí của mình để tổ chức lại và xem chuyện quái quỷ gì vừa xảy ra.

Nếu đây *đã* là khởi đầu của Thế chiến thứ ba, thực sự đó là khởi đầu thật gở.

CHƯƠNG 79

Cùng với mẹ bề trên, Nicolas Creel trịnh trọng xúc xẻng đất đầu tiên trong lễ khởi công xây dựng trại trẻ mồ côi mới trước sự hò reo của cánh báo chí và công chúng Italia. Làm việc đó xong, xoa những cái đầu nhỏ bé của đám trẻ mồ côi đầy biết ơn, tổ chức cho chúng những bữa ăn đặc biệt, thực hiện một bài phát biểu ngắn gọn trước báo chí, bắt tay thị trưởng và các nhân vật có ảnh hưởng khác, Creel lui về Shiloh khoan khoái điểm lại xem mọi thứ đã diễn ra tốt đẹp thế nào.

Người Nga đã tấn công Trung Quốc và người Trung Quốc đã phản công. Khi vào mạng tìm các bài viết về diễn biến mới nhất, Creel sung sướng thấy rằng trên mạng đã có vài ngàn bài, mỗi phút lại có thêm nhiều hơn nữa. Điều ấy chỉ giúp củng cố chắc chắn các hợp đồng của hắn với hai quốc gia trên và khuyến khích các nước còn lưỡng lự về việc tái vũ trang phải xắn tay áo lên. Creel sẽ rất vui vẻ khi được giúp họ.

Dù vẫn có một thực tế rằng người Mỹ, Anh và Pháp đang đi đầu trong các nỗ lực ngoại giao nhằm đạt được thoả thuận ngừng bắn và hoà giải giữa hai quốc gia châu Á, Creel biết rằng như thế quá ít và quá muộn. Dự kiến cuối tuần này sẽ có một cuộc họp thượng đỉnh ở London, thế nhưng hai nước tham chiến thậm chí đã chẳng đồng ý tham dự. Và ngay cả khi họ có đồng ý dự đi chăng nữa - điều rất khó xảy ra sau diễn biến mới nhất vừa rồi, cũng sẽ chẳng có gì thay đổi.

Cú điện thoại Creel nhận được dập tắt ngay nụ cười trên môi hắn. Đó là Caesar. Vụ tấn công tại nghĩa trang ở Wisbach đã không diễn ra đúng kế hoạch. Thực ra là nó đã diễn ra không đúng như kế hoạch đã định.

"Một thằng chết, hai thằng khác bị bắt", Creel nhắc lại nội dung báo cáo của Caesar. "Tôi cho rằng những kẻ anh thuê không biết điều gì có ích cho bọn kia chứ?"

"Không gì cả", Caesar nói chắc chắn. "Tôi biết đây là bước thụt lùi, nhưng chúng ta sẽ tóm được chúng, ông Creel, tôi đảm bảo thế. Chúng ta gần đạt được rồi. Thực sự gần rồi".

"Đó là điều tôi nghĩ trước đây một lát, Caesar. Giờ thì xem lại chúng ta đi."

Creel bỏ máy, hít một hơi sâu, nhìn qua cửa sổ về phía trại trẻ mồ côi sẽ mọc lên rồi gọi điện cho Pender."Bơm đi, Dick", hắn ra lệnh. "Tôi muốn thấy các luồng thông tin đầy những loại đạn châm ngòi cho cuộc chiến".

"Mà thực sự không xảy ra cuộc chiến", Pender nói vẻ thận trọng.

"Chiến tranh lạnh", Creel mất kiên nhẫn. "Tôi kiếm được nhiều tiền nhất khi không có phát súng nào nổ".

"Nhưng súng *đã* nổ".

"Một cuộc thăm dò vô nghĩa mà nhiều nguồn tin cho biết rằng đã khiến cả hai phía sợ vãi ra quần. Giờ chúng ta có thể ổn định cho quá trình tái vũ trang dài hạn ngon lành".

"Nhưng nếu giữa họ nổ ra chiến tranh thật thì sao?"

"Dick, hãy lo chuyện của anh và để tôi lo về hậu quả, nhớ rồi chứ? Mà nếu giữa họ nổ ra chiến tranh thì, mẹ khỉ, cũng sẽ chẳng phải ngày tận thế đâu. Họ sẽ cần tới vũ khí để đánh nhau, thứ gì dùng hết họ phải bổ sung. Mà nếu họ đánh nhau mửa mật ra thì ai thèm quan tâm?"

"Nhưng còn vũ khí hạt nhân? Họ có vũ khí hạt nhân".

"Huỷ diệt cả hai bên cùng chắc chắn – MAD. Chẳng bên nào trong số Moscow và Bắc Kinh muốn biến mất đâu. Đó là lý do tôi không bao giờ làm được việc này với cánh Hồi giáo. Có vẻ bọn ấy chẳng quan tâm đến việc mình bị tiêu diệt, nếu như mọi kẻ khác cũng bị thế. Anh thấy đấy, ngay cả trong một cuộc chiến anh cũng phải có quan điểm văn minh để nó thực sự đem lại lợi ích. Giờ thì bơm đi!"

Creel bỏ máy, Pender ngay lập tức lệnh cho nhóm của mình mở tất cả các van. Làm việc ấy quả là một thách thức đối với Pender, nhưng Creel cũng luôn là một thách thức. Pender đã mở sách và tung hết những gì mình có ra. Hắn sẽ cho Creel thấy rất rõ bơm nghĩa là gì. Sẽ không có hãng tin nào trên thế giới không được hắn để tâm. Thế giới sẽ rung lên với những điều dối trá nhiều hơn bất kỳ thời điểm nào trước đây. Đó sẽ là giờ tốt đẹp nhất của tay PM bậc thầy.

Giờ thì đã gần với thành công, Pender tính toán khoản tiền thưởng lớn dành cho công ty của hắn - thực ra là cho hắn - sẽ lớn tới mức nào. Creel không làm ăn kiểu cò con. Năm mươi triệu? Một trăm triệu? Pender luôn khao khát sở hữu hai thứ hơn bất kỳ gì khác: một du thuyền và máy bay riêng. Tất nhiên không cùng đẳng cấp như Creel. Làm thế vượt quá khả năng tài chính của hắn. Nhưng một chiếc phản lực Gulfstream V và một du thuyền hai tầng đóng tại Italia dài bốn chục mét cũng hoàn hảo rồi. Thời nay đó là hai thứ người ta thực sự cần để có thể tuyên bố rằng mình đã thực sự lên tới đỉnh cao của sự thành đạt. Pender muốn tuyên bố điều ấy một cách khoái trá.

Trong vài phút tiếp theo hắn tiếp tục mơ về khả năng ấy, cho tới khi những giấc mộng đẹp của mình biến thành ác mộng.

Trên màn hình máy tính của Pender nổi lên tin nhắn từ một trợ lý của hắn. Nội dung của nó là "Cập nhật blog *Vùng đá sỏi của Barney*". Theo tay trợ lý, một email đã xuất hiện ở blog này mà hắn cần đọc ngay.

Pender mở ra và đọc dù hắn vẫn tiếp tục làm vài việc khác theo chương trình. Nhưng ngay khi đọc câu đầu tiên, hắn ngừng ngay những việc ấy lại.

"Tôi biết các anh là ai, đã làm những gì. Tôi muốn có cuộc gặp trực tiếp, nếu không tôi sẽ rút lại bài báo và viết ra sự thật thực sự. K.J. Tái bút: Thật cao tay khi dùng Lensik. Lần sau nếu dựng lên một blog giả, hãy sử dụng kẻ nào đó biết họ đang thực sự làm gì".

Ngay lập tức những ý nghĩ về chiếc phản lực và du thuyền tan biến. Sách của Pender không dạy cách phản lại đòn này.

Tay giám đốc bậc thầy về điều chỉnh nhận thức vừa mới nhận ra nỗi sợ hãi khủng khiếp nhất của mình.

Nói đúng nghĩa đen, *sự thật* đang trừng trừng nhìn thẳng vào mặt hắn.

CHƯƠNG 80

Shaw nhìn màn hình máy tính qua vai Katie. Cô gửi email đi cách đây mười phút. Họ đã hy vọng rằng mình nhận được câu trả lời trước thời điểm này.

"Tôi nên gửi lại không?" Katie hỏi ông.

"Không". Nói thế nhưng Shaw cũng có vẻ hơi lo lắng.

Thật may là họ chẳng phải đợi thêm quá lâu.

Bức email ngắn gọn. "Cô muốn gì?"

Katie và Shaw cùng liếc nhau. "Trả lời đi", Shaw nói.

Một cuộc gặp trực tiếp, Katie gõ.

"Không thể được", đó là câu trả lời.

Vậy tôi sẽ chỉ viết bài báo mới thôi.

"Sẽ chẳng có ai tin cô", thư trả lời viết.

Có thể tôi sẽ có tính thuyết phục rất cao đấy. Và tôi có những sự thực củng cố cho bản thân và khiến kế hoạch của ông tan thành mây khói.

"Sự thực nào?"

Tôi sẽ nói trực tiếp với ông.

"Tôi sẽ không làm điều đó. Đây có thể là cái bẫy".

Shaw và Katie liếc nhau. Tất nhiên đây *đã* là cái bẫy.

Thế thì một cuộc điện thoại.

Câu trả lời không tới ngay. "Cô muốn nói về chuyện gì?"

Tiền, Katie gõ phím và thêm vào không dưới ba dấu chấm than. *Tiền đổi lấy sự im lặng của tôi.*

"Chúng ta có thể thoả thuận việc ấy qua email".

Tôi muốn nghe thấy ông toát mồ hôi kia. Katie cười khi dùng phép ẩn dụ ấy.

Một phút dài dặc trôi qua khi cả hai hồi hộp nhìn bàn phím. "Khi nào?"

Katie vỗ hai tay vào nhau. *Đêm nay. Nửa đêm theo giờ bờ biển miền Đông nước Mỹ.* Cô gõ một số điện thoại di động không thể truy ra trước đó Shaw đã đưa cho.

"Hắn sẽ nghi rằng chúng ta cố gắng xác định vị trí thực hiện cuộc gọi trong lúc hắn nói điện thoại", Katie nói.

"Hắn sẽ dùng một số di động an toàn, tin rằng ngay cả khi chúng ta phát hiện được tín hiệu và khoanh vùng mục tiêu giữa các tháp tiếp sóng di động, nơi ấy vẫn là một khu vực rộng".

"Hử, liệu đúng thế không?" Katie hỏi.

"Thế giới không lớn như người ta nghĩ đâu. Thực ra nó rất nhỏ bé. Nếu ta phát hiện được tín hiệu của hắn, điều ấy sẽ giúp chúng ta khoanh vùng được mục tiêu ở phạm vi tương đương một khối phố. Một khi đã làm được chuyện đó, Frank có thể điều người đến rất nhanh. Với các mối quan hệ của mình, ở nơi nào ông ta cũng có nhiều cơ sở có thể yêu cầu được".

"Nhưng đó vẫn là một khu vực lớn đối với việc tìm kiếm".

"Đúng thế, nhưng vẫn hơn chẳng có gì. Mà có thể chúng ta gặp may thì sao?"

Sau khi kết thúc cuộc nói chuyện qua mạng với Katie James, Pender ngồi lại trong văn phòng mình. Tất nhiên đó phải là kẻ ấy, con phóng viên khốn kiếp.

Những chữ viết tắt ở cuối bức email, K và J. Đe doạ rút lại bài báo.

Lẽ ra Pender nên gọi ngay cho Nicolas Creel nhưng hắn không thể. Rõ là hắn đã phạm sai lầm ngớ ngẩn khi lập blog giả đó bởi con bé kia đã thấy hết. Hắn không thể để Creel biết về chuyện ấy. Chưa bao giờ chứng kiến những gì Creel đã làm với đám thuộc hạ không hoàn thành những gì mình giao, nhưng Pender đã nghe đủ tin đồn. Hắn có thể tự giải quyết vụ này. Chỉ là một cú điện thoại và hắn sẽ thực hiện mọi biện pháp để phòng cần thiết để không bị phát hiện. Sẽ chẳng có cách nào để họ tìm ra được hắn.

Nếu đơn giản cô ta chỉ cần tiền, việc ấy có thể làm được. Chẳng có gì nghi ngờ là James khôn ngoan khi đưa ra yêu sách. Nếu mất vài triệu đô, Pender sẽ trích ra từ khoản tiền thưởng của mình. Có vẻ như hắn không cần cả du thuyền *và* máy bay riêng. Nhưng nếu cô ta cứ liên tục trở lại vòi tiền thì sao?

Pender hít một hơi sâu khi những giây thần kinh bắt đầu giần giật dọc theo cột sống. Chưa bao giờ có chuyện như thế này xảy ra với hắn. Pender chỉ quen với việc đứng ở hậu trường, chưa bao giờ ra chiến hào. Nhưng hắn sẽ vượt qua chuyện này. Hắn là bậc thầy của trò chơi này. Cuối cùng hắn sẽ thắng.

Và tốt hơn hết, Nicolas Creel sẽ không bao giờ phải biết.

Hắn cầu Chúa rằng gã đàn ông đó sẽ không bao giờ phát hiện được.

CHƯƠNG 81

Bên cạnh chiếc bàn Katie sẽ ngồi để thực hiện cuộc điện thoại, Shaw đặt một chiếc đồng hồ lớn có những đèn nháy báo từng giây. Ông cầm một máy quay chĩa vào Katie và chiếc đồng hồ, ngoài ra còn đeo cả tai nghe.

"Chỉ cần câu giờ hắn lâu đến hết mức cô có thể làm. Một khi xác định được các vị trí của trạm tiếp sóng, họ có thể khoanh lại vị trí chính xác hơn và phái tới một đội".

Đúng nửa đêm, chuông điện thoại reo. Shaw bắt đầu ghi hình chiếc đồng hồ khi Katie nghe máy.

"Đúng giờ đấy", cô nói vào điện thoại.

"Cô biết chừng nào?" Đầu dây bên kia nói cụt lủn.

"Nhiều hơn mức ông muốn".

"Cô muốn đòi bao nhiêu?"

Shaw ra hiệu với Katie. "Cứ giữ cho hắn nói", ông mấp máy miệng trong lúc vẫn nghe tiếng của gã đàn ông bên kia qua bộ tai nghe.

"Ông không muốn biết là tôi đã làm thế nào mà biết được à?" Katie nói. "Tôi muốn nói chuyện ấy, nhỡ ông cần tránh để chuyện thế này xảy ra lần nữa thì sao".

"OK, thế nào vậy?" Pender hỏi.

Katie kéo dài thời gian bằng cách giải thích về chuyện Lesnik, phòng vệ sinh bị hỏng, những điểm không thống nhất trong câu chuyện, cuối cùng là tính bất khả thi của những việc mà Lesnik nói rằng hắn đã làm. "Lẽ ra ông nên đưa anh ta vào đó cùng với mình mới phải", cô khuyên. "Thay vì sau đó mới cung cấp thông tin cho anh ta".

"Thế tại sao cô viết bài báo nếu cô biết đó không phải chuyện có thật?"

"Tôi vừa mới phát hiện ra".

Shaw ngẩng phắt đầu lên khi tiếng Frank vọng qua tai nghe. Ông chỉ Katie. "Hắn ở trong một chiếc xe đang chạy. Bảo hắn tấp vào rìa đường! Ngay bây giờ!"

Ngay lập tức Katie quát lên."Tấp xe vào rìa đường!"

Pender bất ngờ về khả năng nhận định của Katie cũng như đòi hỏi của cô đến nỗi trước khi kịp kiểm soát tay lái, suýt nữa hắn làm chiếc Mercedes lao ra khỏi đường. "Làm thế chó nào mà cô biết tôi đang trong xe?" Hắn nghi ngờ.

Suy nghĩ rất nhanh, Katie đáp: "Tiếng của ông bập bà bập bõm. Tôi thì không di chuyển, thế thì chắc hẳn phải là ông chứ sao. Vả lại tôi còn nghe thấy tiếng xe cộ đi lại nữa. Giờ thì tấp vào lề nên tôi có thể nghe ông rõ rồi. Chúng ta không muốn có sự hiểu lầm nào, đúng không?"

"Chờ một phút". Pender nghe có vẻ vẫn cảnh giác. Hắn ra khỏi đường cao tốc ở điểm rẽ tiếp theo rồi nói: "Được rồi, bao nhiêu?"

"Hai mươi triệu đô, hãy coi đó là giá rẻ".

"Không rẻ đâu. Mẹ kiếp, thế là cả đống tiền lớn đấy".

"Này, ông đang dính vào một chuyện cũng lớn đấy. Nhưng nếu ông không muốn chi thì cũng ổn thôi. Tôi sẽ rút lại câu chuyện của mình và kể câu chuyện có thật".

"Câu chuyện nào?"

"Ông có thể đọc cùng mọi người khác mà. Nhưng thế giới sẽ biết rằng người Nga không thực hiện *Vụ thảm sát London* còn người Trung

Quốc không đứng sau chiến dịch *Hiểm hoạ đỏ*. Rồi toàn bộ câu chuyện về chiến tranh này sẽ phơi bày. Chuyện này là thế phải không? Chiến tranh à?"

Giờ thì Pender toát mồ hôi thật sự. *Hai mươi triệu đô-la.*

"Tôi phải mất chút thời gian để huy động tiền mặt".

"Không đâu, tôi muốn có tiền trong vòng hai mươi bốn giờ. Thật ngạc nhiên là tôi có một tài khoản ở nước ngoài. Ông có thể thực hiện lệnh chuyển tiền qua mạng. Tôi biết rằng ông có thể chuyển tiền theo cách không ai có thể lần tìm được nơi gửi, nhưng điều đó với tôi chẳng quan trọng gì. Tôi chỉ muốn có tiền".

"Tôi không làm thế nhanh được. Tôi cần nhiều thời gian hơn".

"Cần thêm bao lâu?"

"Một tuần".

"Bảy mươi hai giờ. Và hãy tự coi mình là kẻ may mắn nhé. Tôi thực sự muốn bắt đầu kỳ nghỉ rồi đấy".

"Mệt mỏi với việc làm phóng viên rồi hả?" Pender châm chọc.

"Tôi thích làm kẻ giàu có hơn".

"Năm ngày", hắn đáp lại.

"Đàm phán chấm dứt. Ba ngày, nếu không kế hoạch của ông coi như vứt đi".

"Tôi ngờ liệu một bài báo của cô có thể chặn lại được dòng chảy toàn cầu như thế đấy".

"Tốt thôi, thế thì đừng trả tiền và chúng ta sẽ xem điều gì diễn ra. Tạm biệt".

"Chờ đã, chờ đã!"

"Tôi đang nghe đây".

"Được rồi. Ba ngày. Nhưng có lời khuyên nhỏ đây, cô James. Nếu cô làm điều gì đó ngớ ngẩn không thể tin nổi như lừa chúng tôi..."

"Tôi biết, tôi biết. Thế không đẹp. Đừng có lo. Tôi đã có các giải Pulitzer rồi. Tất cả những gì tôi muốn bây giờ là những thứ tốt đẹp trong cuộc sống".

Katie đọc cho Pender thông tin về tài khoản ngân hàng rồi liếc Shaw. Ông đang làm điệu bộ cứa cổ mình.

"Rất vui khi làm việc với ông", cô nói trước khi buông máy.

Katie nhìn Shaw, lúc này đã tắt máy quay.

"Tốt chứ?" Cô hỏi.

"Ngoại ô phía tây thủ đô Washington, đường thu phí Dulles".

"Họ biết như vậy nhanh thế sao?"

"Ở đó có hai trạm tiếp sóng điện thoại di động. Dễ phát hiện tín hiệu thôi. Nếu ngồi trong khách sạn đông người thì hắn sẽ an toàn hơn nhiều. Khi ấy sẽ có quá nhiều tín hiệu nên không thể khoanh vùng còn một người được".

"OK, nhưng còn chuyện tìm ra *số* điện thoại mà tay đó đã dùng?"

"Chúng tôi đã làm. Hắn đã cố khoá số, đó là lý do nó không hiện lên màn hình máy điện thoại của cô, nhưng chúng tôi có thiết bị chặn phá không dây lắp trên máy cô dùng. Nó phá mã khoá của hắn, lấy số điện thoại và sau mươi giây sau chúng tôi biết được chủ sở hữu của số điện thoại ấy".

"Là ai thế?"

"Theo Frank thì đó là một cha xứ tám mươi tuổi ở Boston mà tôi dám chắc là không chạy vòng quanh thế giới châm ngòi chiến tranh, cũng chẳng biết kẻ nào đã đánh cắp số điện thoại của mình nữa".

"Vậy việc biết rằng tay này đang lái xe trên đường giúp gì được chúng ta? Có thể biết là hắn đi xe nào à?"

Shaw lắc đầu."Công nghệ chưa phát triển đến mức đó. Cũng giống như gắng xác định chính xác một người ấy".

"Vậy chúng ta lần ra gã này bằng *cách nào*, Shaw?" Katie hỏi, phát bực.

Shaw vỗ chiếc máy quay. "Bằng cách sử dụng cái này".

"Cái đó à? Ông đã quay tôi và cái đồng hồ".

"Đúng thế".

"Thế giờ làm gì?"

"Giờ chúng ta bay đến D.C[1]".

---

[1] District of Columbia: Thủ đô Washington.

CHƯƠNG 82

Họ bay tới Mỹ bằng một chiếc máy bay riêng mà Frank đã cố xoay xở được. Tầm hoạt động của chiếc máy bay đủ để tới được D.C mà không cần tiếp nhiên liệu nên sau chuyến bay dài hơn bảy giờ đồng hồ từ London, họ đã có mặt tại Washington.

Ed Royce của MI5 đi cùng họ. Shaw và Katie không rời ghế ở phía sau máy bay trong lúc ở phía trước, Frank và Royce cùng bàn một số chi tiết.

Katie kéo tấm chăn ấm áp lên người. Cô nhấm nháp một lon soda và chăm chăm ngó về phía Shaw trong lúc cả hai thực hiện chuyến bay êm ái băng ngang Đại Tây Dương.

"Đi kiểu này hơn đứt chuyến vượt biển Ireland bằng cái tàu hoả trên không ấy nhỉ?" Cô nói.

Shaw gật đầu nhưng vẫn đăm đăm nhìn chiếc ghế phía trước mặt.

"Ông có thực sự nghĩ là chúng ta sẽ tìm ra kẻ đứng sau vụ ấy không?" Katie hỏi.

Shaw liếc nhìn cô. "Nếu ta may mắn thì có thể. Nhưng tìm ra và làm gì với nó sau đó là hai việc khác nhau đấy".

"Ý ông nói tới các bằng chứng sẽ xuất hiện trước toà phải không?"

Shaw không bảo mình muốn nói gì. Ông lại tránh cái nhìn của Katie lần nữa.

"Ông ổn chứ?" Cô hỏi và chạm vào vai ông. Đó là cánh tay bị thương nên Katie chạm rất khẽ.

"Ừ, tôi khoẻ", Shaw nói chẳng có gì chắc chắn.

"Khi chúng ta làm rõ toàn bộ chuyện này và bọn xấu đã bị túm cổ, tôi nghĩ tôi sẽ về thăm bố mẹ".

"Họ ở đâu?"

"Vermont, ít ra họ cũng ở đó trong lần tôi tìm hiểu gần đây nhất. Họ thích đi đây đi đó. Tôi nghĩ đó là nguyên nhân tôi thích du lịch".

"Ông bà làm nghề gì?"

"Bố tôi là giáo sư dạy tiếng Anh. Ông ấy dạy môn viết sáng tạo. Đó là lý do tên đệm của tôi là Wharton. Edith là một trong những nhà văn bố tôi yêu thích. Thực ra tôi được đặt tên theo Katherine Chopin nhưng người ta luôn chỉ gọi tôi là Katie. Bố tôi lớn lên ở D.C nhưng học đại học ở Stanford. Ông ấy gặp mẹ tôi ở đó. Ông lấy bằng tiến sĩ và bắt đầu sự nghiệp giảng dạy tại Havard. Mẹ tôi cũng dạy ở đó cho tới khi những đứa con ra đời".

"Bao nhiêu?"

"Kể cả tôi là bốn. Tôi là con út. Tôi sinh ở Quảng trường Havard đấy, đúng nghĩa đen. Tôi đoán là sau khi sinh ba đứa con, mẹ tôi cho là có thể đợi tới phút cuối cùng mới đến bệnh viện cũng được. Bà ấy và bố tôi đang chạy ra xe hơi thì vỡ ối. Cuối cùng tôi sinh ra trong một phòng học dự phòng. Ông thì thế nào?"

"Cái gì về tôi?"

"Tôi vừa tiết lộ vài chi tiết về quá khứ động trời của mình. Giờ thì tới lượt ông".

"Không, cảm ơn".

"Ồ, thoải mái đi mà Shaw, có phải như tôi chuẩn bị bỏ chạy rồi viết một bài báo về chuyện ấy đâu. Chỉ cần kể tôi nghe chút gì đó về gia đình ông thôi".

"Được rồi. Tôi chẳng có ký ức gì về mẹ mình ngoài việc tưởng tượng ra bởi bà ấy bỏ tôi khi tôi khoảng hai tuổi, ít ra đó là điều sau này người ta nói cho tôi biết. Tôi chưa bao giờ biết cha mình là ai. Tôi sống trong trại mồ côi tới sáu tuổi - khi bị đá đít ra. Mười hai năm sau đó tôi sống với những người mà tôi chẳng có lý do gì để nhớ tới. Tôi chẳng có anh chị em gì, ít ra tôi cũng được biết như thế. Vậy là bây giờ cô đã biết tất cả về tôi".

Ông quay lưng lại phía Katie.

Katie chỉ biết ngồi im, sững sờ. "Tôi xin lỗi".

"Không có lý do gì để xin lỗi cả".

"Nhưng chắc chắn như thế thực sự khủng khiếp với ông".

"Có lẽ là điều tốt nhất từng đến với tôi".

"Sao ông có thể nói thế?"

"Vì ngay từ đầu nó đã dạy cho tôi biết dựa vào bản thân", Shaw nói chắc chắn.

Katie cuộn chăn chặt hơn khi Shaw chuyển ánh mắt sang lưng ghế mình ngồi.

"Vậy sau khi toàn bộ chuyện này xong xuôi ông sẽ làm gì?" Katie hỏi.

"Còn tuỳ xem nó xong xuôi kiểu gì nữa".

"Ý tôi là nó kết thúc mà chúng ta vẫn còn sống ấy".

"Thực sự tôi chưa nghĩ xa đến mức đó", Shaw đáp.

Katie liếc về phần trước máy bay, nơi Frank và Royce đang ngồi bên một chiếc bàn nhỏ xem xét vài thứ tài liệu.

"Nhưng không ở lại làm cho Frank chứ? Ông cần phải thoát khỏi đó trước khi quá muộn".

"Cô không hiểu à? Bây giờ *đã* quá muộn với tôi rồi, Katie".

"Nhưng Shaw này..."

Shaw tránh khỏi ánh mắt Katie, ngả ghế xuống, nhắm hai mắt và đưa mình vào giấc ngủ.

Katie vẫn trân trân nhìn ông một lúc nữa trước khi quay nhìn ra cửa sổ. Bầu trời đen thẫm, không thể nhìn thấy mặt đại dương phía dưới vài cây số. Trong suốt nhiều năm, Katie đã bay vài ngàn chuyến và vì một lý do nào đó, lần nào cô cũng thấy lạnh lẽo.

Nhưng chưa bao giờ Katie thấy cái lạnh ngấm vào vào tận máu thịt như lúc này.

CHƯƠNG 83

Frank, Royce, Shaw và Katie ngồi trong một căn phòng xem những hình ảnh từ máy quay video chạy trên màn hình lớn. Giờ thì Katie đã hiểu điều Shaw nói tới trước đây.

"Dọc theo đường cao tốc ở đây đều có các máy quay đặt trên trụ", Shaw giải thích. "Chúng dùng để xử lý các vụ tai nạn và ùn tắc giao thông cũng như đóng vai trò các cảnh sát theo dõi, nhưng các máy quay này cũng rất có ích cho việc chúng ta muốn làm".

Trên một màn hình khác là đoạn băng Shaw quay Katie cùng chiếc đồng hồ lúc cô đang nói chuyện với Pender, có thể trông thấy rõ các đèn điện tử trên chiếc đồng hồ.

"OK", Shaw nói. "Bắt đầu cho chạy đoạn băng quay trên đường cao tốc đồng thời với đoạn băng tôi đã quay Katie và chiếc đồng hồ".

Máy quay bắt đầu chạy còn thời gian bắt đầu nhảy. Vào nửa đêm, vẫn có xe đi lại trên đường thu phí Dulles. D.C đúng là nơi như thế. Nhưng xe cộ không đến nỗi chen chúc nhau.

"Có điểm bắt đầu của việc truy tín hiệu điện thoại di động", Frank trỏ màn hình.

"Có vẻ như các xe đang chạy với tốc độ khoảng một trăm ki-lô-mét một giờ", Shaw ước lượng. "Vậy là mỗi giờ một phảy sáu cây số". Ông nhìn cảnh quay Katie và chiếc đồng hồ có các đèn điện tử.

Shaw nói với Royce:"Ngay khi Frank nói với tôi rằng họ đã bắt được sóng điện thoại di động trên đường cao tốc và rằng gã đó đang di chuyển, tôi đã bảo Katie ra lệnh 'tấp xe vào rìa đường'. Đến lúc đó cuộc gọi đã kéo dài ba phút ba giây".

Royce gật đầu. "Vậy là quãng đường chạy xe dài chừng năm ki-lô-mét".

"Tôi nghĩ khi ra lệnh cho hắn làm thế, qua điện thoại tôi đã nghe thấy tiếng lốp rít lên", Katie nói. "Cả tiếng còi nữa".

"Chúng ta sẽ xem đoạn cắt băng ở khoảng thời gian đó", Shaw nói. Rồi ông dừng lại. "Năm, bốn, ba, hai".

Ông ngừng lời, mọi người chăm chú xem đoạn băng quay đường cao tốc.

"Kìa!" Royce bật lên. Ông ta đang chỉ làn đường bên trái ngoài cùng, nơi một chiếc Mercedes đen đâm xiên vào làn giữa, suýt lao trúng một chiếc xe bán tải.

Frank nói vào micro gắn ở tai nghe. "Phóng to hình ảnh chiếc Mercedes đen suýt đâm vào chiếc xe tải kia. Sau đó cho hình dừng".

Một lát sau hình ảnh chiếc Mercedes lớn dần lên cho tới khi choán gần kín màn ảnh. Thật không may là góc quay không được tốt, rõ ràng có hình ảnh một gã đàn ông - điều họ đã biết – nhưng lại không hoàn toàn rõ.

"Một tay da trắng", Shaw nhận xét. "Gầy, có chút tóc muối tiêu, nhưng khung cửa lại che mất mặt hắn. Có vẻ như hắn đang nói chuyện điện thoại".

"Có lẽ chín mươi phần trăm người đi trên đường đó cũng làm việc ấy", Katie nói.

Frank lệnh cho nhân viên kỹ thuật, họ thử quan sát từ nhiều góc khác nhau nhưng chẳng đạt được gì.

Shaw nói: "Cứ cho băng tiếp tục chạy. Sau khi Katie bảo hắn đã tấp vào rìa đường. Ta có thể nhìn rõ hắn hoặc biển số xe hắn".

Không may là mọi thứ không được như vậy. Chiếc Mercedes *đã* tấp vào lề đường, đến điểm rẽ tiếp theo thì ra khỏi đường cao tốc nhưng bất kỳ hình ảnh nào tiếp đó đều bị các xe khác che khuất. Họ không thể trông thấy gã đàn ông hay biển số xe khi hắn rời khỏi đường.

"Đó là chiếc Mercedes S500 màu đen", Frank nói. "Như thế có thể thu hẹp diện xác minh. Chúng ta sẽ giả định rằng nó đăng ký ở D.C, Maryland hay Virginia rồi bắt đầu tìm kiếm các hồ sơ đăng ký xe".

Katie lên tiếng: "Đây là khu vực rất giàu có. Tôi nghĩ ông sẽ thấy số xe Mercedes nhiều hơn ông nghĩ đấy. Mà ông mới chỉ giả định rằng chiếc này xe xuất phát từ khu vực ấy. Nó có thể xuất phát từ bất kỳ bang nào bởi chúng ta đâu thấy biển số. Có lẽ ông đang nói tới vài trăm ngàn người rồi".

"Cô ấy đúng đấy", Royce nói.

"Có lẽ chúng ta có cách dễ hơn", Shaw lên tiếng. "Đó là con đường *có thu phí*".

Frank bẻ ngón tay. "Người ta sẽ lắp một camera ở đó để ghi lại những kẻ không trả tiền phí. Nếu không đóng tiền, chắc chắn hắn sẽ có thiết bị thanh toán điện tử. Như thế chúng ta sẽ có thông tin ghi lại".

"Làm sao ông có thể chắc chắn là hắn thanh toán bằng thiết bị điện tử?"Royce hỏi.

"Một chiếc S500 giá hơn một trăm ngàn đô-la. Khi ông đã vung chừng ấy cho một chiếc xe thì ông sẽ chẳng nhọc công lục túi để tìm ít xu lẻ đâu".

Royce tiếp: "Nhưng chẳng phải có khả năng chiếc xe lạng đi để tránh tai nạn sao? Và nó chẳng hề liên quan gì tới chuyện này thì sao?"

"Rồi lại ra khỏi đường cao tốc đúng lúc Katie bảo gã kia qua điện thoại như vậy. Không, đó là hắn", Shaw nói. "Ông nghe tiếng lốp rít và tiếng còi ré lên, thời gian lại hoàn toàn khớp với đoạn phim tôi đã quay".

"Chúng ta có thể kiểm tra thông qua người bên cơ quan thu phí và sẽ có bảng theo dõi ở trạm đó vào lúc..." Frank liếc đồng hồ, "mười hai giờ bốn phút". Ông quay lại xem đoạn phim quay trên đường. "Đó là đại lộ Wiehle giao với đường cao tốc".

"Chúng ta tìm được tay này là xong", Royce nói. "Ta bắt giữ, dẫn độ trở lại London rồi tống hắn và đồng bọn vào tù vĩnh viễn".

"Đúng", Frank nhất trí.

Katie lo lắng liếc Shaw. Ông đang nhìn đi nơi khác, vẻ mặt lạnh không.

Tôi không có quan điểm ấy, Shaw nghĩ.

CHƯƠNG 84

Phải bán cả cổ phiếu và trái phiếu, thanh lý các quỹ lương hưu, rút trộm các tài khoản của công ty, vơ hết các két giữ tiền nhưng Pender chỉ huy động được hai mươi triệu đô-la. Vào ngày thứ hai sau hôm nói chuyện với Katie James, hắn dậy sớm. Giờ hắn sẽ sắp xếp việc chuyển tiền qua mạng. Pender sống chết hy vọng rằng khoản tiền thưởng từ Creel sẽ gần tới mức tám con số để có thể bù đắp cho hắn về vụ dốc sạch túi không lường trước này. Sau đó, hắn cầu rằng mình có thể bỏ toàn bộ sự nghiệp xấu xa này lại sau lưng.

Ly hôn, có hai con học đại học, một đứa khác học cấp ba ở một trường tư thuộc hàng đỉnh của Washington, Pender sống trong một dinh thự ở McLean, Virginia – nơi ở của nhiều nhân vật của Washington danh tiếng hoặc bỉ ổi về mặt chính trị (tuỳ theo quan điểm mỗi người). Hắn yêu tự do, lao mình vào công việc, các đối tượng chỉ hợp tác với hắn về tình dục thì nhiều loại, thường lựa chọn ngẫu nhiên, đôi lúc liên quan tới một nhân viên nữ còn trẻ muốn thăng tiến không chỉ bằng một đường. Pender luôn thích thế hơn – không có ràng buộc gì hết. Hắn không bao giờ hiểu vì sao một kẻ khôn ngoan như Creel lại hết cưới vợ này tới vợ khác mà chất xám ở trong đầu chỉ nhiều bằng ở ngực.

Hắn có hai mươi triệu, đúng như vậy, và hắn sẽ gửi đi. Nhưng nếu James vẫn tiếp tục và viết bài báo rồi thì sao? Hoặc tệ hơn, nếu Creel đã phát hiện ra thì sao?

Sẽ thành công thôi. Phải như thế.

Hắn tắm rửa, thay đồ, uống một cốc nước cam, xách vali và bước ra ngoài.

Khi tới gara, thế giới trước mắt Dick Pender đột nhiên tối sầm.

Vài giờ sau hắn tỉnh dậy, trên một chiếc giường cũi trong căn phòng nhỏ. Nguồn sáng duy nhất phát ra từ một ngọn đèn mạnh không có chụp đặt trên bàn. Khi ngồi dậy và từ từ nhìn xung quanh, Pender có thể cảm thấy sự xuất hiện của kẻ nào đó ở đây cùng hắn, phía sau quầng sáng của bóng đèn kia. Hắn khum hai tay để mắt đỡ loá vì quầng sáng ấy.

"Chuyện quái gì thế?" Pender hỏi bằng toàn bộ lòng dũng cảm có thể huy động được nhưng hoá ra chẳng dũng cảm chút nào bởi giọng nói của hắn đứt quãng, đôi môi run rẩy còn hắn gần như thở dốc.

Một tiếng nói từ đâu đó phát ra, Pender không chắc chắn.

"Chúng tôi chỉ đưa ông tới đây để ông được an toàn".

Cửa bật mở, những ngọn đèn trên đầu bật sáng, Pender chớp mắt lia lịa. Mặt hắn chảy dài khi thấy kẻ vừa bước vào phòng.

"Ông sao?" Pender nói.

"Tôi đây", Nicolas Creel đáp, Caesar yên lặng đứng phía sau.

CHƯƠNG 85

Trong khi có một điều rõ ràng là chính phủ có thể dò xét công dân của mình mà không cần tới lệnh của toà án, việc xác định liệu một chiếc xe cụ thể đã đi qua một cổng thu phí hay không lại rắc rối hơn rất nhiều. Shaw và những người khác được biết rằng chiếc camera đặt ở cổng thu phí Pender đã thanh toán lại không hoạt động. Rõ ràng khá nhiều người điều khiển xe đã chạy qua cổng đó mà không thanh toán, bị quay phim, nhận được thông báo phạt và không chịu trả, vì thế các nhân viên của công ty quản lý đường cao tốc đã bỏ cái camera. Giờ thì cái camera ấy chỉ có tác dụng ngăn ngừa, người ta bảo họ thế. Tuy nhiên ai cũng biết rằng chiếc camera này không còn hoạt động bởi một tờ báo địa phương đã viết một bài về vấn đề ấy, thế nên mới xuất hiện lý do "ngăn ngừa".

Rồi Frank đã kiểm tra thông tin ở công ty thanh toán điện tử. Họ tránh né cung cấp thông tin dù ông đã chìa thẻ. Frank viện đến sự giúp đỡ của cảnh sát Virginia, nhờ có sự hỗ trợ công khai ấy, lại có thêm một nỗ lực lấy thông tin. Nhưng rồi họ lại được thông báo rằng rõ ràng đã có lỗi ở máy chủ, ở hệ thống điện tử hay lỗi xoá thông tin không chủ ý - điều thi thoảng xảy ra, người ta đang xử lý và sẽ liên hệ lại với họ.

"Liên hệ lại với chúng tôi!" Frank hét vào điện thoại. "Liên hệ lại với chúng tôi à? Cả cái thế giới khốn khổ này chuẩn bị bốc khói đến nơi mà các người bảo sẽ liên hệ với chúng tôi sao?"

Người phụ nữ bên kia đầu dây bảo Frank rằng bà ta không quan tâm tới giọng điệu của ông, rằng họ đang làm hết sức mình, nhưng mấy cái máy tính ấy không phải đồ hoàn hảo.

"Này bạn yêu", Frank nói, "đến lúc toàn bộ chuyện này xong và thế giới đã tiêu thì còn ai thèm quan tâm tới mấy cái máy tính không hoàn hảo nữa?"

Rõ ràng người phụ nữ kia không lắng nghe mà chỉ trả lời kiểu học vẹt. Bà ta chúc Frank một ngày tốt lành, nếu ông có thêm bất kỳ câu hỏi hoặc vấn đề gì thì họ cũng vui lòng giúp đỡ bởi phục vụ khách hàng là ưu tiên số một của công ty.

Frank dằn mạnh chiếc điện thoại xuống bàn, nếu trên đầu còn cái tóc nào nữa thì chắc ông ta cũng dứt sạch.

Frank nhìn những người còn lại. "Giờ thì sao đây? Chúng ta chỉ ngồi đợi quả bom hạt nhân đầu tiên nổ à?"

Royce nhún vai. "Còn cách nào khác nữa đâu?"

Shaw đứng dậy. "Ta phải tự đào bới một chút".

Frank hỏi: "Đào bới kiểu gì?"

"Đào đất ấy", Shaw vừa trả lời vừa khép cánh cửa lại sau lưng.

Katie nhìn hai người đàn ông còn lại.

"Ông ấy sao thế nhỉ?" Royce nói.

"Ông ấy đã phải chịu đựng quá nhiều", Katie trả lời vẻ bênh vực.

"*Tất cả* chúng ta đã phải chịu đựng quá nhiều", Frank hét lên.

Katie không nghe thấy câu ấy, cô đã vội vàng ra theo Shaw. Cô bắt kịp lúc ông đang sải những bước dài dọc hành lang.

"Shaw?"

Ông ngừng lại, chờ cô bước ngang.

"Ông định làm gì thế?" Katie hỏi.

"Chỉ như tôi đã nói thôi. Đào bới". Shaw bắt đầu bước tiếp.

Katie phải chạy vội mới theo kịp những sải dài của người đàn ông.

"Nhưng như thế nào, ở đâu? Đâu có vẻ như ông có thể thò tay vào túi mà lôi gã ấy ra đâu".

"Cô chẳng bao giờ biết đâu".

"Sao ông phải bí mật đến thế chứ? Vì tôi đã nói với ông rồi đấy, như thế tôi thấy thất vọng kinh khủng". Katie đặt một tay lên cánh tay Shaw. "Mà ông có thể dừng một giây được không? Lâu rồi tôi không chạy ma-ra-tông".

Shaw xoay thẳng mặt về phía cô. "Bây giờ tôi đâu có yêu cầu cô giúp".

"Tôi biết", Katie nói bình tĩnh hơn. "Nhưng tôi *muốn* giúp. Tôi nghĩ bằng kế hoạch của tôi, chúng ta có thể làm gã này lộ tẩy".

Nét giận dữ của Shaw biến mất. "Kế hoạch của cô rất tuyệt, Katie. Chúng ta đã suýt tìm ra hắn bằng cách đó".

"Vậy tôi có thể giúp được gì? Ý tôi là lúc này tôi không có gì khác để làm cả. Rồi còn chuyện 'thế giới lâm nguy' nữa, ông biết rồi đấy". Katie gượng nở một nụ cười.

"Rồi, cô có ý tưởng gì không?"

"Tất cả những gì ta có là đoạn băng quay chiếc ô tô. Tôi nghĩ nó đáng xem lại lần nữa. Có thể chúng ta đã bỏ qua thứ gì đó".

Rốt cuộc Shaw nhún vai. "Tôi sẽ lấy một bản sao cuốn băng rồi chúng ta có thể xem kỹ thêm một lần".

"Một bản sao à? Sao không chỉ cần trở lại xem cùng với Royce và Frank?"

Shaw không trả lời Katie. Lúc này ông đã tiếp tục sải bước dọc hành lang.

CHƯƠNG 86

Creel cầm lên một chiếc máy ghi nhỏ. Hắn bấm cho máy phát và Pender nghe lại toàn bộ câu chuyện qua điện thoại giữa mình và Katie James.

Mặt xám xịt, hắn hỏi yếu ớt: "Ông đã biết về chuyện này sao?"

"Tất nhiên là tôi *đã* biết, Pender. Tôi biết mọi thứ. Lẽ ra anh nên nhận thấy điều ấy từ trước".

Pender bắt đầu lắp bắp. "Tôi chỉ cố gắng giải quyết chuyện ấy mà không làm phiền ông, ông Creel. Tôi có tiền. Tất cả đều đã sẵn sàng chuyển đi".

"Tôi đánh giá cao nỗ lực của anh, thực sự đấy. Tuy nhiên vấn đề với cái blog thật không may. Tôi đã hy vọng rằng với số tiền đã trả cho anh, chuyện ấy sẽ không xảy ra. Nhưng đời thế mà. Đôi khi những điều không ngờ lại xảy ra. Tôi biết điều ấy với tư cách một người đang sống".

"Nhưng một khi chúng ta trả tiền cho con phóng viên..."

Creel chặn họng. "Nhưng không may là chuyện không đơn giản thế. Tôi rất hoài nghi là một người như Katie James lại đột nhiên quan tâm tới tiền như thế. Trước khi quyết định sử dụng cô ta trong kế hoạch nhỏ của mình, tôi đã tìm hiểu rất kỹ về James. Cách đây nhiều năm cô ta có thể kiếm cả gia tài nếu làm cho chương trình tin tức buổi sáng của bất kỳ mạng truyền hình lớn nào, thế mà cô ta đã từ chối. James quan tâm tới bài viết của mình hơn tiền. Thế nên ngay cả hai mươi triệu đô-la cũng sẽ không thay đổi được hình ảnh đó".

"Vậy sao cô ta liên hệ với tôi?"

"Để khiến anh gọi cho cô ta. Khi cô James bảo anh tấp vào rìa đường, anh bạn tôi đây bảo rằng anh suýt lao ra khỏi đường cao tốc".

Pender chòng chọc nhìn Caesar. "Anh ta đã bám theo tôi à?"

"Anh chỉ trả lời câu hỏi thôi, Dick".

"Vâng, tôi đã suýt thế. Thật đáng sợ. Cứ như thể cô ta đang theo dõi tôi vậy".

"Ai đó *đã* theo dõi anh, Dick. Mà đó không chỉ phải tôi đâu".

"Ông đang nói gì thế? Ai theo dõi tôi?"

"Trên cả con đường thu phí có rất nhiều camera. Cô ta ra lệnh như vậy để anh phải phản ứng. Và anh đã làm thế. Giờ thì họ xem băng quay lại, đo thời gian cuộc nói chuyện và thấy rằng anh suýt gặp tai nạn đúng lúc James nói điều cô ta đã nói. Bằng cách đó họ *có thể* xác định chính xác *chiếc xe*".

Cesar đế thêm: "Rồi cô ta bảo ông ra khỏi đường cao tốc. Ông đã làm thế. Qua ngay cổng thu phí".

"Ôi Chúa ơi. Có thể bây giờ chúng đến nhà tôi mất rồi. Đã hai ngày rồi, tôi..."

"Bình tĩnh nào Dick. Nếu các camera trên đường ghi hình ảnh anh rõ ràng thì bây giờ anh đã bị bắt rồi. Thế nên rõ ràng chúng đã không ghi hình rõ nét".

"Nhưng còn cổng thu phí. Tôi đã thanh toán bằng thẻ điện tử. Thế thì sẽ bị ghi lại".

"May là chúng tôi đã biết điều ấy đúng lúc. Tôi đã cho một trong những tin tặc giỏi nhất của mình chọn mục tiêu là công ty thực hiện thanh toán điện tử. Chỉ chút ít sau khi anh đi qua cổng thanh toán, hệ thống ghi lại bị xung hoàn toàn".

Pender thở phào. "Cũng như mọi lần, ông đã nghĩ đến mọi thứ".

"Bây giờ tôi cần anh làm một việc cho tôi".

"Bất kỳ điều gì".

"Chúng ta cần dừng toàn bộ kế hoạch. Ngay bây giờ. Tôi muốn anh lệnh cho toàn bộ nhân viên của mình ở phòng điều hành trung tâm trở về nhà. Chúng ta sẽ xoá sạch để nó không còn gì cho thấy mối liên hệ của anh đối với *Hiểm hoạ đỏ*".

"Người của tôi có thể làm việc đó, ông Creel. Ngay bây giờ tôi có thể gọi điện".

"Qua những sự vụ vừa rồi, tôi muốn người của mình thực hiện việc dọn dẹp. Tôi chắc là anh hiểu".

"Được thôi, nếu ông nhất quyết như vậy".

"Và tốt hơn cả là anh sẽ không phải trả tiền, Dick".

"Tôi cho rằng như thế đúng. Nhưng rồi cô ta sẽ viết bài báo, về câu chuyện có thật".

"Để cô ta viết. Tôi tin rằng mọi chuyện đã đến mức không thể đảo ngược nữa. Các hợp đồng đã ký, Nga và Trung Quốc vẫn chỉ cách miệng hố chiến tranh vài bước, bất chấp nỗ lực ngoại giao gần đây. Điều duy nhất James có thể làm là rút lại bài viết ban đầu. 'Tôi đã bị lừa,' cô ta sẽ tuyên bố thế. Nhưng khi không có bằng chứng thì niềm tin đối với cô ta bằng không. Đơn giản là có vẻ cô ta sẽ vẫn bất lực".

"Vậy là chúng ta đã thắng".

Creel quàng một cánh tay qua vai Pender. "Đúng, Dick, chúng ta đã thắng. Giờ hãy gọi cho người của anh và chúng ta hãy hoàn thành vụ này".

CHƯƠNG 87

Hai người ngồi trong phòng Katie ở khách sạn và xem đi xem lại đoạn băng tới cả trăm lần. Một chiếc bàn đựng đồ phục vụ xếp chặt đĩa chén bởi họ chẳng buồn ra khỏi phòng để ăn. Rèm cửa đã được kéo lại, phòng tối nên cả hai có thể nhìn rõ hơn từng chi tiết trên màn hình. Họ đã dùng máy tính xách tay phóng to hình ảnh từ mọi góc, lại phân thành nhiều đoạn khác nhau.

Và tuyệt đối không phát hiện được gì.

Shaw nằm trên sàn, mắt trân trân nhìn lên trần. Người mệt rã rời, mắt đỏ kè, Katie nằm trên chiếc giường chưa được dọn, cũng làm việc ấy với vẻ mặt đầy ưu tư. Cô bỏ đôi giày mềm, vẫn để nguyên vớ bước tới chiếc bàn đựng đồ phục vụ rồi rót một tách cà phê.

"Ông muốn uống cà phê không?" Cô hỏi Shaw.

Ông lắc đầu, mắt vẫn dán vào trần nhà.

"Frank đã kiểm tra tài khoản ở nước ngoài mà ông ấy đã lập ra để nhận tiền. Vẫn chưa có hai mươi triệu đô nào hết".

"Tuyệt", Katie đáp. "Tôi vẫn chẳng biết được gì, lại vẫn nghèo".

Cô ngồi xuống chiếc ghế đặt bên bàn, nhấm nháp cà phê và chăm chú nhìn màn hình.

"Các nỗ lực ngoại giao mới nhất là thế nào đấy?" Shaw hỏi.

Katie gõ vài phím máy tính, vào mạng Internet rồi đọc tin. "Họ vẫn đang họp ở London. Thậm chí Trung Quốc và Nga chẳng đồng ý cử đoàn tới dự. Nhưng người ta đang hy vọng vào một giải pháp hoà bình".

Katie thoát khỏi mạng và mở đoạn băng quay chiếc Mercedes lần nữa, giờ thì cho chạy với tốc độ chậm.

Shaw liếc lên phía cô.

Katie mặc một chiếc váy, đi vớ, mặc một chiếc áo blouse, mặt nhăn lại vì tập trung.

"Katie, ta đã làm việc đó đến hết hơi mà chẳng tìm được gì. Mà đám người ở công ty thu phí đường vẫn chẳng thể cho ta biết được quái gì. Mà từng phút trôi qua..." Ông không phải nói nốt câu ấy.

Katie không nghe. Đột nhiên ánh mắt cô dán chặt vào màn hình.

"Shaw! Xem này!"

Ông bật dậy và đến bên bàn cô ngồi. "Gì vậy?"

"Kia kìa". Katie chỉ phía cuối màn hình, nơi cô đã phóng to phần cắt.

"Đó là cái cản sốc phía sau của chiếc Mercedes. Thế thì sao?"

"Đó là một chiếc màu *đen*".

"Thật hả? Khỉ thật, tôi đã nghĩ nó màu trắng kia đấy", Shaw nói với giọng pha chút nóng nảy. "Nói luôn xem nào".

"Này, kiềm chế cái thái độ tệ hại của ông đi". Katie lấy móng tay chỉ màn hình. "Chiếc xe màu đen nhưng phần này lại màu xanh. Còn màu vàng nữa". Cô chỉ sang một vệt màu khác. "Rồi đỏ".

"Trước đây tôi đã nhận thấy cái đó rồi. Tất cả chúng ta đã thấy. Đó là một miếng dán ở bộ phận hãm xung. Nhưng đó là tất cả những gì cô thấy. Chẳng có chữ viết gì. Nó có thể là bất kỳ thứ gì. Các nhân viên kỹ thuật đã phóng to lên và chẳng thấy cóc gì".

"Tôi biết thế. Nhưng chờ chút thôi". Katie bấm vài phím, phóng phần hình ảnh đó lên to hơn. Giờ thì xuất hiện một vạch đỏ ở trên cùng, tiếp đến là một vệt vàng ngắn, nền có màu xanh sẫm. Katie bấm thêm một phím nữa, phóng to vào phần có màu vàng và đỏ.

"Chúng ta đã thấy thứ đó rồi, Katie", Shaw nói, chăm chú nhìn vẻ mặt căng thẳng của cô. "Có gì to tát đâu?"

"Khi trông thấy nó lần đầu tiên, tôi nghĩ tôi biết hoạ tiết ấy là gì nhưng trong đầu không nghĩ ra gì nên tôi chỉ nghĩ rằng mình nhầm. Nhưng vì bây giờ đã xem nó lần nữa, tôi biết trước đây mình từng trông thấy nó, ở đâu đó. Nó đang khiến tôi rối tung đầu lên đây". Katie nhìn chiếc áo khoác của Shaw treo trên ghế. Cô chạm vào túi ngực. "Mẹ kiếp, đúng nó rồi. Đúng là nó!"

Tay Katie lại múa trên bàn phím. Cô lại vào mạng và dùng Google để tìm kiếm.

Khi trên màn hình hiện lên câu trả lời cho điều Katie chưa rõ, Shaw chăm chăm nhìn, miệng há to.

Đó là một tấm phù hiệu có vạch trên cùng màu đỏ, một chiếc khiên xanh, vạch chéo hình chữ X màu vàng, vương miện đỏ nằm ở giữa. Có vẻ nó hoàn toàn khớp với miếng dán ở bộ phận hãm xung của chiếc xe.

Shaw đọc cái tên ở trên cùng màn hình. "Trường Thánh Albans?"

Katie gật đầu. "Tôi chẳng kể với ông rằng bố tôi lớn lên ở Washington sao? Này, ông ấy học trường Thánh Albans đấy. Đó là trường tư đẳng cấp dành cho học sinh nam ở D.C đấy". Rồi cô nâng tay chiếc áo khoác của Shaw lên.

"Ông ấy vẫn giữ chiếc áo khoác đính phù hiệu của trường. Tôi nhớ đó là thứ tôi đã thấy có phù hiệu này. Tôi dám cá rằng gã kia có con trai đang hoặc đã từng học ở đó".

Một giây sau Katie được nâng bổng lên. Shaw khoẻ đến mức ông có thể làm việc ấy chỉ với cánh tay lành lặn.

"Quá tuyệt vời, Katie", ông nói vào tai cô.

Shaw đặt cô xuống và tiếp tục tập trung sự chú ý vào màn hình trong khi Katie trông có vẻ hơi bối rối.

Cô nói: "Thế là chúng ta sẽ bảo Royce và Frank. Họ có thể tìm kiếm trong cơ sở dữ liệu của trường Thánh Albans, lấy danh sách tên, chúng ta đối chiếu với thông tin đăng ký xe hơi và sẽ tìm thấy chiếc Mercedes đen cùng gã kia".

"Cô có nghĩ là ta có thể làm được điều ấy mà không cần gọi cho Royce và Frank không?" Lúc nói câu này Shaw không nhìn Katie.

Cô do dự. "Tôi không biết. Ý tôi là có lẽ ông cần tới lệnh của toà".

"Nhưng cô đã nói rằng cha cô đã học ở đó. Có thể điều ấy có ích đấy".

"Có lẽ thế, nhưng tôi không thể lấy thông tin về đăng ký xe hơi. Mà sao ông không muốn gọi cho họ?" Katie nhìn Shaw không thoải mái.

Shaw xoay người, lừng lững hẳn phía trên cô. Một cách vô thức, Katie lùi lại một bước nữa.

"Sao cô lại nghĩ?" Shaw thẳng thừng.

"Tôi không biết nghĩ gì".

"Chắc chắn cô biết. Cô là người phụ nữ thông minh mà". Shaw hất đầu về phía màn hình. "Đủ thông minh để thấy *cái đó* khi chẳng ai trong số chúng tôi thấy".

"Tôi không thể giúp ông làm điều ông muốn, Shaw", Katie nói, giọng thầm thì pha chút tuyệt vọng.

"Đột nhiên thấy khó chịu với tôi hả? Lo lắng cho quyền của những người khác à? Vẫn ngây thơ cho tận tới khi các luật sư che đậy sự thật để không ai tìm ra và bọn có tội thì ung dung thoát tội à?"

"Tôi chẳng quan tâm quái gì tới những kẻ làm chuyện này. Chúng có thể mục xác trong tù".

"Vậy thì vấn đề là gì?"

"Vấn đề là ông bất chấp pháp luật, ông sẽ đi tù. Hoặc thậm chí tệ hơn thế. Tôi sẽ không tiếp tay cho việc ấy, không thể".

Shaw ngồi xuống chiếc ghế bên bàn, mắt dán xuống thảm.

"Shaw, ông không thể huỷ hoại đời mình thế này được, Shaw".

Có vẻ Shaw chẳng nghe gì. "Tôi nghĩ mình đã biết nỗi đau thật sự là gì, Katie. Nó đau đớn thế nào, trước đây tôi chưa từng trải qua. Nhưng khi Anna mất đi, tôi biết chính xác cảm giác ấy ra sao".

Katie cúi người về phía trước đặt một bàn tay lên vai Shaw. "Ông cần cho nó thoát ra, Shaw, trước khi nó huỷ hoại ông".

Shaw đứng lên nhanh tới mức Katie phải nhảy lùi về sau. "Tôi sẽ gọi cho Frank và bảo ông ta xử lý việc này".

"Chỉ thế thôi à?" Katie hỏi, không hiểu mọi thứ ra sao.

"Chỉ thế thôi. Như thế sẽ nhanh hơn", ông nói thêm với giọng đáng lo.

Khi Shaw gọi điện và thông báo về phát hiện cho Frank, Katie đăm đăm nhìn phù hiệu của trường Thánh Albans rồi lại nhìn Shaw.

Khi bỏ máy, Shaw bảo cô: "Đi giày vào đi. Chúng ta chết gí trong cái phòng này lâu quá rồi. Tôi sẽ đưa cô đi ăn tối trong lúc họ lục tìm kho dữ liệu".

Katie nhặt giày, ngồi lên giường và xỏ vào.

Shaw đặt một tay lên cánh tay cô và đưa ra cửa. Khi cả hai bước ra hành lang, tim Katie đập như gõ trống. Cô không tin Shaw. Không tin chút nào.

Và cô thấy sợ. Không phải cho chính cô.

Cô lo sợ cho Shaw.

CHƯƠNG 88

Theo kho dữ liệu của trường Thánh Albans, ở đây có tám gia đình sở hữu xe Mercedes S500 màu đen, khớp với thông tin đăng ký xe hơi. Ngồi trong một phòng của FBI[1] khu vực bắc Virginia, Shaw, Royce, Frank và Katie cùng nghiên cứu danh sách này.

"Hai nhà ở McLean. Một ở Great Falls. Ba ở Potomac. Số còn lại ở D.C. Bốn trong số này có con đang học trong trường", một nhân viên FBI tự nhiên nói to.

Katie vụt đứng dậy chằm chằm nhìn màn hình rồi liếc Shaw. Cô có thể thấy rằng ông đang hoàn toàn tập trung vào bản danh sách. Khi quan sát kỹ, cô thấy miệng ông đang mấp máy nói gì đó với bản thân.

Ông ấy đang ghi nhớ các tên và địa chỉ.

"Điều khôn ngoan cần làm", Frank nói, "là chia lực lượng của ta ra và đồng thời kiểm tra tất cả".

"Thực ra ta có thể thu gọn danh sách này thêm được nữa", tay nhân viên FBI nói. "Gia đình ở Great Falls và chiếc xe đăng ký tên một phụ nữ, bà ta đã tám mươi sáu tuổi. Những người ở D.C là nam giới -

---

[1] Federal Bureau of Investigation: Cục Điều tra liên bang Hoa Kỳ.

Stephen Marshall và Sohan Gupta – nhưng họ là người Mỹ gốc Phi và gốc Ấn Độ. Các vị nói rằng gã của chúng ta da trắng. Chúng ta có thể xác minh về những người này sau, phòng trường hợp kẻ nào đó đã dùng xe của họ, nhưng lựa chọn có ưu tiên vẫn tốt".

Frank nói: "Vậy là còn lại năm. Hai ở McLean-Virginia và ba ở Potomac-Maryland."

"Ta phải có được lệnh khám xét", nhân viên FBI nói. "Như thế sẽ mất chút thời gian bởi sự việc..." ông ta liếc Frank, "có vẻ không bình thường một chút".

"Bao lâu?" Royce hỏi.

Ông này xem đồng hồ đeo tay. "Chúng tôi sẽ thúc mạnh, nhưng sớm nhất là sáng mai".

"Làm đi".

"Ta nên cử các đội theo dõi tới nhà họ không nhỉ?" Frank hỏi.

"Có thể làm họ sợ đấy", Shaw nói. "Và nếu như ta không có lệnh khám xét..."

"Thì họ có thể huỷ hết bằng chứng mà chúng ta chẳng thể làm gì nổi", Royce nói nốt câu này giúp ông.

Frank thở dài và nói với nhân viên FBI: "Hãy cố làm nhanh hết sức ông có thể".

Katie liếc Shaw đúng lúc để nhận thấy một nụ cười ghê gớm thoáng qua mặt ông. Rồi nó biến mất luôn. "Tôi muốn đi cùng các ông lúc thực hiện các vụ kiểm tra", ông nói.

Frank gật đầu. "Nhưng chúng ta sẽ để cho các bạn FBI mở đường".

"Chắc chắn rồi".

Royce gật đầu đồng ý. "Ở đây thì tôi không có quyền gì hết".

Cuộc họp kết thúc, Shaw bước ra ngoài. Katie nhanh chóng theo sau. Khi ông bước tới chiếc xe trong bãi đậu, cô đặt một tay lên cửa xe.

"Đừng làm việc ấy".

Shaw gỡ tay Katie khỏi cánh cửa. "Chính xác thì không làm cái gì?"

"Ông biết là gì rồi".

"Tôi sẽ chở cô về khách sạn. Rõ ràng cô cần ngủ một chút. Nghe giọng cô có vẻ hơi khó chịu".

Katie túm chặt tay áo Shaw. "Shaw, tôi đã trông thấy điều ông làm lúc còn ở trong kia. Ông đã ghi nhớ bản danh sách. Ông sẽ không đợi lệnh khám xét. Đêm nay ông sẽ tới những nơi đó. Và..."

"Và cái gì? Bắt đầu giết người à? Đó là điều cô nghĩ phải không?"

"Tôi không chắc mình nghĩ gì nữa".

"Tốt, cô có thể nhập hội đấy". Shaw kéo cánh tay khỏi tay Katie. "Cô muốn tôi chở về chứ?"

"Không".

"Tự lo nhé".

Shaw lái đi. Frank cùng Royce bước ra khỏi toà nhà và bước về phía Katie. Frank chăm chăm nhìn theo xe Shaw. "Ông bạn bỏ lại cô lúc đang hưng phấn thế à?"

"Không, tôi chỉ..."

"Muốn chở về không?"

Khi họ đã vào xe, Frank ngoái lại nhìn Katie.

"Mọi thứ ổn cả chứ?"

"Mọi thứ đều tuyệt vời".

Royce nhìn như xuyên thấu tâm can Katie, liếc Frank rồi nhún vai.

Khi Katie trở lại khách sạn, cô cởi bỏ hết quần áo, tắm nước nóng và gần như kỳ cọ tới lột cả da. Cô dựa đầu vào tường phòng tắm và để cho nước chảy tràn qua người.

Mình làm gì bây giờ? Nói với Frank và Royce chăng? Để bọn họ bám theo Shaw à? Ngăn ông ấy giết kẻ nào đó sao? Hay ngăn ông ấy khỏi bị giết?

Đó là điều cô nên làm, Katie biết như vậy. Nhưng không đơn giản như vậy. Nếu cô sai thì sao? Nếu Shaw phát hiện thấy rằng cô phản bội ông thì sao? Nhưng Katie đâu có hứa không nói ra. Chưa bao giờ Shaw yêu cầu cô không tiết lộ những nghi ngờ của mình.

Katie ra khỏi buồng tắm, mặc đồ tối màu vào. Cô không thể là kẻ hớt lẻo về chuyện Shaw. Nhưng cô cũng không thể đứng không, mặc Shaw huỷ hoại phần đời còn lại của ông.

Cô gọi vào phòng Shaw. Khi ông trả lời cô gác máy ngay. Shaw vẫn ở đó. Hai phút sau Katie ngồi trong một chiếc ghế lưng cao đặt ngoài sảnh đợi Shaw đi xuống.

Một giờ sau ông xuống. Rồi Shaw đi ra ngoài. Katie cũng làm vậy.

CHƯƠNG 89

Hai căn nhà đầu tiên Shaw kiểm tra không phải đối tượng đáng quan tâm. Quan sát từ xa, Katie thấy ông vào từng nhà và rồi chỉ vài phút sau đã quay ra. Nhưng đến căn thứ ba - một toà nhà xây bằng đá ở khu McLean, Shaw không trở ra ngay. Thực tế là ông không quay ra.

Katie ngó đồng hồ đeo tay. Đã mười phút trôi qua. Chắc chắn thành công rồi. Cô trườn khỏi xe và bò vào toà nhà đúng theo cách Shaw đã làm – qua cửa sau. Khi bò qua hành lang, tai Katie nghe thấy trống ngực thình thịch của chính mình. Lúc tiến vào suýt nữa cô vấp phải thứ gì đó. Tất cả những gì cô có thể làm là không hét lên.

Một cái xác chăng?

Có phải xác của Shaw?

Khi quờ quạng xung quanh, Katie thấy một chiếc ghế đổ ở phía trước. Khi mắt cô đã quen với bóng tối xung quanh, Katie còn nhận ra những thứ khác, những thứ đáng ra phải ở những chỗ không phải vị trí hiện tại, trong đó có một khung ảnh vỡ trên sàn. Cô cầm lên, liếc qua tấm ảnh. Đó là một người đàn ông cùng một đứa con trai.

Katie bỏ tấm ảnh xuống và tiến dọc hành lang. Có một chiếc hộp trên sàn. Cô cúi người xem đó là gì. Chiếc thùng rỗng nhưng trông có vẻ trước đây đã dùng chứa vật gì đó. Đây là việc Shaw đã làm sao? Phải chăng ông đang tìm kiếm thứ gì đó mà cô không biết? Phải chăng đã có kẻ nào khác vào đây và tất cả những thứ này là hậu quả của một vụ đánh nhau? Liệu thực sự cô có nên bỏ chạy, nhưng nếu Shaw bị thương thì sao?

Cánh cửa ở phía trên. Katie cầm lấy tay nắm, hít một hơi và xoay cho nó mở ra. Đây là một phòng ngủ. Một phòng ngủ lớn. Phòng ngủ chính của dinh thự khu McLean này.

Katie ngừng thở khi trông thấy hình người trên giường. Ông ta dựa vào đống gối. Ánh trăng yếu ớt lọt qua cửa sổ giúp cô thấy rõ. Trông có vẻ như người đàn ông này vẫn đang la hét. Nhưng ông ta sẽ không la thêm chút nào nữa. Trước đây Katie từng trông thấy nhiều xác người, đây là một trong số đó.

Cô xoay người và bỏ chạy.

Rồi đâm sầm vào một người.

Shaw dùng một tay bịt miệng Katie.

Cô khiếp đảm nhìn ông, mọi phần trên cơ thể cô như đều chịu ảnh hưởng của cơn sợ hãi.

Shaw bỏ tay khỏi miệng Katie và trỏ cái xác. "Ông ta chết rồi".

Cô từ từ gật đầu, hai mắt vẫn mở to đầy sợ hãi.

Vẻ mặt Shaw cho thấy ông đã nhận ra điều gì đó, rồi nó chuyển sang vẻ giận dữ.

"Xem cái xác đi, nó lạnh rồi đấy".

"Không, thế là được rồi".

Shaw đẩy Katie về phía giường.

"Tôi tin ông", cô nói và xoay lại phía Shaw.

"Không, rõ là cô không tin. Thế nên tự đến ngó đi".

Katie tiến về trước, Shaw bước theo.

"Ông ta cứng đờ hoàn toàn rồi", ông nói. "Hiện tượng ấy xuất hiện khoảng mười hai tới mười bốn giờ sau khi chết. Tôi mới ở đây chừng mười lăm phút".

Bây giờ thì tò mò át cả sợ hãi, Katie chạm vào cánh tay gã đàn ông. Nó cứng ngắc. Da thì lạnh như đá.

"Ông ta chết vì cái gì?"

Shaw trở chiếc gối, nơi Katie có thể trông thấy các vết bẩn đã khô.

"Đạn bắn vào sau gáy".

Katie lùi khỏi giường và nhìn quanh phòng. Shaw có một chiếc đèn pin mà ông đã dùng để sục sạo khu này. Ở trong này đồ đạc cũng bị lật, các ngăn kéo bị lôi ra, những thứ trong đó bị ném xuống sàn.

"Một vụ đánh nhau à?" Katie hỏi. "Hay vụ lục soát?"

Shaw chỉ về phía kho chứa đồ. "Xem cái này đi".

Họ bước vào trong phòng. Ở phía cuối có bức chân dung đã bị giật khỏi khung. Phía sau là một mảng tường bị lột ra, để lộ một cái hốc.

"Tôi đoán trong kia có một cái két. Dù kẻ nào làm việc này thì hắn cũng mang cái két theo rồi".

"Vậy đây chỉ là một vụ trộm không suôn sẻ à? Người chết kia vẫn mặc nguyên quần áo. Có lẽ ông ta về nhà và tình cờ gặp chúng rồi bị chúng giết".

Shaw chằm chằm nhìn Katie. "Cô tin thật thế hả?"

"Không".

"Tốt. Vì tất cả đều được dàn dựng. Cũng giống như tất cả mọi thứ khác trong chỗ chết tiệt này."

"Nhưng đây đúng là căn nhà ấy, phải không?"

Shaw gật đầu. "Trước tiên tôi đã kiểm tra chiếc xe trong ga-ra. Miếng dán phía sau xe. Có một vết xước nhỏ ở sau xe mà tôi đã thấy trên băng video. Đúng là chiếc xe ấy".

"Còn người chết?"

Shaw cầm một tấm ảnh trên giá và rọi đèn vào. Ảnh trông giống gã đàn ông trên băng đã quay.

"Đây là chủ sở hữu căn nhà. Richard Pender", Shaw nói.

"Chúng ta nên ra khỏi đây".

"Không, tôi muốn kết thúc việc lục soát nơi này trước".

"Shaw, nếu ta bị bắt thì sao?"

"Cô có thể đi".

"Khỉ thật, sao lúc nào ông cũng phải làm cho mọi thứ phức tạp như thế?"

"Tối nay tôi đã không yêu cầu ai đi theo mình".

"Làm sao ông biết là tôi bám theo ông?"

"Có lẽ nhờ thực tế là ngay lúc này cô đang đứng trong căn nhà này cùng tôi"

"Thực ra tôi đã có thể tự đến đây. Tôi cũng có thể ghi nhớ các địa chỉ".

"Nếu cô đã nhớ hết các địa chỉ, cô sẽ biết đây là nhà của Pender. Cuối cùng mà không kém phần quan trọng, tối nay tôi đã hơn chục lần trông thấy cô đi xe bám theo tôi".

"Chờ chút. Nếu ông biết tôi đang bám theo ông, sao ông không chặn tôi lại? Hoặc là cắt đuôi?"

Shaw định nói điều gì đó nhưng ngừng lại. Ông nhìn đi nơi khác và nói khẽ: "Tôi không phải loại sát nhân".

"Tôi mừng là ông đã nhận thấy điều ấy".

Một khoảng thời gian trôi qua rồi Shaw hỏi: "Cô sẽ giúp tôi tìm kiếm hay là không?"

"Tôi sẽ giúp. Ta hãy làm nhanh nhé".

Nửa giờ sau họ chẳng tìm được gì có ích. Richard Pender có một công ty tên là *Pender và các cộng sự*. Shaw chưa bao giờ nghe tới công ty này. Hai người tìm thấy địa chỉ công ty từ một số mẫu văn bản có ghi sẵn địa chỉ trong một ngăn kéo bàn.

Katie chăm chăm nhìn số giấy. Vì lý do nào đó mà tôi biết cái tên này. Cô nghĩ một lát rồi lắc đầu. "Không nhớ được".

Cả hai ra khỏi cửa sau.

Hoặc có thể nói rằng Shaw và Katie đã cố làm thế.

Nhưng họ chẳng thành công.

CHƯƠNG 90

Shaw tỉnh dậy trước, các đầu mối thần kinh trong đầu ông đang gào thét, gửi các thông điệp đau đớn dày đặc tới phần còn lại của cơ thể; thế nhưng cái hòm thư thần kinh bị đập ấy mới đầy ắp. Ông gượng ngồi dậy và ngăn cơn buồn nôn đang cuộn lên. Shaw nghĩ mình đã bị trói. Nhưng thực ra không phải thế, cả hai tay và hai chân ông vẫn tự do.

Nghe thấy tiếng than, Shaw ngoái lại về sau nhìn qua chiếc ghế. Katie đang nằm đó, trên sàn.

"Katie hả? Cô ổn chứ?"

Sau một tiếng than nữa là tiếng rên nhè nhẹ, rồi một chút cử động khi Katie từ từ ngồi dậy.

Cô day day đầu. "Vâng, nhưng tôi sưng khắp..."

Có tiếng gì đó nghiến như thể kim loại cọ vào một thứ có độ cứng tương đương.

"Gì thế nhỉ?" Katie hỏi. "Chúng ta đang ở đâu vậy?"

Cô nhìn quanh. Họ đang ở trong một chiếc xe. Xe của *cô*. Chiếc cô đã dùng để bám theo Shaw.

"Đừng cử động", Shaw suỵt.

"Gì kia?"

Tiếng nghiến lại phát ra lần nữa, Katie nôn nao thấy mặt sàn trượt đi phía dưới cô.

"Chuyện gì thế?"

Shaw thò đầu ra ngoài cửa sổ. Katie nhìn ra nhưng không thấy gì ngoài màu đen. Không, không hoàn toàn đen. Cô thấy một số cây cối, các cây to và một số bụi dày.

"Chúng bỏ ta lại trong rừng à?"

"Đúng, nhưng không phải trên mặt đất."

"Ông đang nói chuyện gì thế?"

"Nhìn ra cửa kính ấy, nhưng *đừng* có cử động".

Katie chầm chậm quay đầu để nhìn về phía trước, họng cô như nghẹt lại. Cô đang nhìn thẳng xuống, hoặc ít ra cũng có vẻ thế. Cứ như thể đang đi trên tàu sắt trên không chuẩn bị qua chỗ ngoặt hay một chiếc máy bay lộn những vòng tử thần và Katie là viên phi công đang thấy mặt đất ngày càng lại gần mình với tốc độ chóng mặt.

"Ta đang ở đâu thế?" Cô thì thào.

"Trong một chiếc xe ở rìa một nơi có vẻ là quả đồi rất dốc, phía trước là một đường quang dài khoảng sáu mươi mét, ta sẽ ở trong này ít nhất tới lúc xe xuống đến chân đồi. Rồi ta sẽ lao vào bức tường bằng cây. Và nếu có thể lao qua đó, ta sẽ phi thẳng xuống sông".

"Sông?"

"Sông Potomac". Shaw chầm chậm đưa cánh tay lên và chỉ ra phía ngoài kính chắn gió. "Phía kia là Georgetown, phải không?"

Katie chăm chăm nhìn những luồng sáng từ các loại đèn chiếu trên mặt nước. "Vậy là chúng ta đang ở ngoài khu George Washington Parkway à?"

Shaw gật đầu.

"Ông mở được cửa ra không?"

"Chúng đã bị khóa, nếu tôi cố mở một cánh thì chúng ta sẽ rơi xuống một đoạn ngắn với tốc độ quá nhanh".

"Ta đã đến đây kiểu gì ấy nhỉ? Điều cuối cùng tôi nhớ được là rời khỏi nhà Pender".

"Chắc chắn chúng đã đợi sẵn ta. Tôi đúng là đồ ngu! Bọn chúng đã đợi ta tại nghĩa trang bên Đức, sao lại không đợi ở nhà Pender chứ? Chắc chắn chúng phán đoán được chúng ta đã làm gì với cuộc gọi, sau đó đến nhà Pender trước rồi đợi chúng ta mò đến thăm dò".

Katie làm luôn một tràng. "Chúng khiến cho cái chết của Pender giống như hậu quả của một vụ trộm và bây giờ ta sắp lìa đời vì bị tai nạn giao thông".

Shaw nhăn mặt khi một cơn đau nữa xuyên qua cái đầu đã bị nện. "Một vụ đánh lái chệch đường và lao xuống đồi – nơi chúng ta chết cháy bởi bình xăng phát lửa khi xe đâm vào đám cây dưới kia. Tôi dám chắc là những vết của xe trượt khỏi mặt đường được tạo ra hết sức chuyên nghiệp."

"Sao xe không lao xuống rồi?"

"Vì có vẻ như chúng ta bị mắc vào một vỉa đá".

"Có phải chúng ta đang thực sự sắp lao xuống như thế hay tôi quá hoảng sợ dù chẳng có lý do gì?"

"Chẳng có lốp xe nào chạm xuống đất hết. Cứ như thể đang ở trên bập bênh còn đá là điểm tựa vậy. Cử động quá nhiều là ta sẽ lao xuống".

"Và nếu không cử động, đến lúc nào đó kiểu gì ta cũng lao xuống. Ông có thể gọi cho ai không? Frank? Royce? Tổng thống?"

Shaw nhẹ nhàng nắn túi. "Bọn chúng lấy mất điện thoại của tôi rồi. Còn cô thì sao?"

"Điện thoại để trong túi xách. Tôi đã để lại trong xe. Ông trông thấy không?"

Shaw nhìn sàn xe. "Có, nhưng nếu tôi cố lấy nó thì cả hai sẽ lộn nhào".

"Ông trượt vào ghế sau được không? Nếu chỗ này có trọng lượng của ông, nó có thể giữ chiếc xe lại".

Shaw cố dịch người về phía sau nhưng một âm thanh dài nữa cùng việc chiếc xe dịch thêm mươi phân khiến ông dừng lại.

"Được rồi, điều đó cho tôi biết một điều".

"Gì thế?"

"Không cử động thêm nữa". Shaw nhìn nội thất xe. Chùm chìa khóa vẫn cắm trong ổ điện. Chúng phải cắm ở đó, ông nghĩ, để khiến hiện trường giống một vụ tai nạn thực sự khi cảnh sát kiểm tra đống đổ nát đã bị cháy. Shaw với tay về phía trước và cẩn thận xoay chìa khóa một vòng sang phải. Việc ấy không khiến động cơ nổ nhưng làm một việc khác. Ông từ từ vươn người lên và hạ kính cửa sổ xuống. Cửa kính trượt xuống ngay cả khi chiếc xe dịch về trước thêm chừng hai, ba phân.

"Xong rồi, cửa sổ đã hạ xuống, giờ sao đây? Chính xác thì chúng ta không thể nhảy ra được".

Shaw cúi người mở dây an toàn và lôi nó ra. "Làm ơn nói với tôi rằng cô cũng đang thắt dây an toàn đi".

"Có đấy".

"Cởi ra và đưa cho tôi. Nhưng làm từ từ thôi".

Katie làm theo nhưng có vẻ như chỉ việc cô cử động hai cánh tay cũng khiến chiếc xe lắc lư ở vị trí mong manh của nó. Cuối cùng cô cũng gỡ được dây an toàn và đưa cho Shaw.

Bằng những động tác từ từ và cẩn thận, Shaw dùng dây an toàn của Katie đưa tạo thành một cái vòng, sau đó luồn dây của mình qua đó, thắt chặt lại, để lại một đoạn da dài chừng hơn mươi phân trong tay.

"Đấy là cái gì thế?"

"Thòng lọng."

"Ông định tròng vào cái gì?"

"Cành cây bên ngoài cửa sổ xe kia kìa". Shaw hất đầu về một cành cây ngắn nhưng to. "Nếu tôi tự kéo được mình ra khỏi cửa sổ, trọng lượng của tôi không còn ở ghế trước thì phần đuôi xe sẽ thấp xuống và ổn định. Rồi tôi có thể chèn thứ gì đó xuống dưới hai lốp trước, sau đó đưa cô ra".

"*Sẽ* thế chứ? *Sẽ* hạ xuống chứ? Nếu không thể thì sao? Nếu việc ông ra khỏi xe khiến nó đâm thẳng xuống đám cây kia thì thế nào? Ông sẽ chỉ vẫy tay tạm biệt trong lúc tôi lao bổ xuống gặp tử thần à?"

Shaw ngẫm nghĩ một lát. "Được rồi. Chúng ta sẽ làm việc này chỉ một lần. Chỉ một lần thôi. Nếu ra được thì ta ra cùng nhau. Nếu ta lao xuống thì..."

"Tin tôi đi, tôi hiểu tình thế rồi. Kế hoạch ra sao?"

"Cơ bản là một nỗ lực mà xác suất thành công là một phần nghìn".

"Được rồi, tôi thực sự thích đấy", Katie nói giọng châm biếm.

"Ngay khi tôi tròng được thòng lọng vào cành cây kia, cô phải bám chặt lấy tôi như thể chưa bao giờ bám lấy thứ gì đó trong đời. Hiểu chứ?"

Giờ hơi thở của Katie càng dồn dập hơn khi chiếc xe còn chúi về phía trước hơn nữa. "Ta sẽ vượt qua được, phải không?"

"Katie, cô đã nghe tôi nói rồi chứ?"

"Vâng, vâng, tôi nghe rồi. Bám chặt lấy ông, không bao giờ bỏ ra. Tôi hiểu rồi".

"Nhưng hãy chờ cho tới khi tôi quăng được thòng lọng vào cành cây".

"Ông sẽ làm tất cả việc ấy trong một phần ngàn giây mình có trước khi chúng ta lao xuống chỗ chết sao? Kéo chúng ta tới nơi an toàn bằng một sợi dây tôi có thể mua chỉ với giá mười đô-la hả?"

"Katie, đừng có cuồng lên với tôi như thế. Tôi biết trước đây cô đã từng lâm vào nhiều tình thế hiểm nghèo rồi. Đây chỉ là một trường hợp nữa thôi".

Katie sợ hãi nhìn ra cửa kính rồi ngó đi chỗ khác. "OK".

Shaw xích về một bên và chăm chú quan sát cành cây, tự thuyết phục mình rằng chẳng cần có phép lạ, điều ông sắp làm vẫn thành công. Thực ra nó cần nhiều hơn cả một phép lạ, Shaw nhận ra thế. Phải cần đến bàn tay của thần thánh, thêm chút may mắn cộng với yếu tố gì đó chưa rõ từ vũ trụ.

"Cô sẵn sàng chưa?" Ông hỏi.

Sẵn sàng thoát khỏi chiếc xe nặng gần một tấn chuẩn bị rời khỏi họ với tốc độ lớn, Katie thở mạnh như thể cô sắp phải nâng khối thép ngàn cân lên. Cô nhìn ra phần cửa sổ mở. Nó có bán kính chừng tám phân. Họ sẽ chẳng bao giờ thành công. *Mình có thể làm việc này*, Katie tự nói với mình. *Mình có thể làm việc này. Chúa ơi hãy cho con làm việc này.*

Shaw quăng vòng dây. Trượt.

Katie kêu lên: "Tôi có thể thử từ phía sau này". Cô bấm nút ở cửa sổ, tấm kính hạ xuống.

Và rồi đột nhiên chiếc xe dùng dình tiến về trước.

"Ôi chó quá!" Katie nói.

"Cẩn thận đấy!" Shaw gọi.

"Sắp rồi, Shaw. Nó sắp lao xuống rồi. Ôi Chúa ơi!"

Thực tế là chiếc xe đang di chuyển, chẳng có gì ngăn giữa nó, hai người và vài trăm tấn sỏi phía trước. Từ chỗ ông đang ngồi, Shaw không thể dùng dây an toàn với tới cành cây kia nữa.

"Shaw!" Katie hét lên, bám chặt lấy ghế ngồi bằng toàn bộ sức lực của mình khi phần đầu của chiếc xe chúi thẳng xuống, phần đuôi chổng ngược lên trời như tàu Titanic chuẩn bị lao xuống lần cuối cùng.

Shaw chửi thề, bật người qua ghế ngồi về phía sau, gập người lại và quăng chiếc thòng lọng làm từ dây an toàn qua cửa sổ nơi Katie ngồi.

Chiếc thòng lọng đi trúng cành cây, Shaw kéo cho nó chặt lại.

Dường như phép lạ đã xảy ra.

Đà của chiếc xe kéo Shaw – lúc này đang nắm chặt dây an toàn bằng cả hai tay – ra ngoài cửa sổ nửa thân người.

"Katie, bám lấy hai chân tôi. Làm ngay!"

Rồi ông cảm thấy cô đang nắm hai chân mình. Giờ thì chiếc xe cứ lao xuống, chẳng có gì chặn lại.

Shaw chuồi người khỏi cửa sổ thật gọn gàng nhưng rồi điều gì đó không ổn xảy ra.

"Katie!"

Cô đã không ở đó. Ông ngã mạnh xuống đất, một mấu đá chọc thẳng vào bụng. Dây an toàn trượt khỏi tay, ông lăn xuống sườn đồi dốc. Shaw nhìn về phía trước trông theo chiếc xe đang lao mỗi lúc một nhanh. Đà rơi khiến ông lật người và ngã đập mạnh lưng xuống. Khi Shaw gượng ngồi dậy được, ông trông thấy chiếc xe lao sầm vào đám cây dưới chân đồi. Một giây sau tiếng nổ xé tan bầu không khí khi bình xăng phát cháy.

Shaw bám chặt lấy mọi thứ mình có thể nắm vào - bụi, cành cây, đất, đá - để hãm đà trượt xuống. Nếu tiếp tục trượt thêm sáu, bảy mét nữa thì chẳng có gì chặn lại nổi, cuối cùng ông cũng sẽ rơi xuống địa ngục dưới kia. Rốt cuộc Shaw đâm sầm vào một thân cây.

"Kaite!" Ông gào lên. "Katie!"

Không thấy cô trả lời.

CHƯƠNG 91

Cú điện thoại làm Frank tỉnh dậy khi đang ngủ say.

Đó là nhân viên FBI đang làm việc với họ.

Frank ngồi dậy quờ đám quần áo ông đã ném xuống cuối giường từ lúc đi ngủ. "Gì thế?"

"Một trong những người trong danh sách của ta, Richard Pender, đã bị giết tại nhà".

Frank thò chân xuống sàn. Ông vừa kẹp điện thoại vào vai vừa mặc quần. "Chó thật!"

"Nhưng đó chưa phải tất cả".

"Vậy sao?" Frank lo lắng.

"Một hàng xóm của Pender gọi điện cho cảnh sát; đó là lý do họ phát hiện ra cái xác".

"Sao họ lại gọi? Họ đã trông thấy gì đó à? Kẻ giết Pender hả?"

"Có vẻ ông ta trông thấy hai người được khiêng ra khỏi nhà rồi đưa vào một chiếc xe hơi".

"Hai người? Có xác định danh tính của họ được không?"

"Lúc đó trời tối, ông ta không chắc chắn. Nhưng người đàn ông thì to lớn, phải cần tới ba người khiêng ông ta. Người còn lại có vẻ là phụ nữ".

"Người ta còn nhìn thấy gì nữa không?"

"Ông ta trông thấy biển số xe mà những kẻ kia đã bỏ họ vào".

"Và gì?" Frank đã mặc xong áo, cho áo vào quần rồi xỏ tất vào. "Chết tiệt, đừng có nói với tôi".

"Chúng tôi đã kiểm tra biển số. Đó là chiếc xe Katie đã thuê".

Frank đút chân vào giày và gầm lên. "Họ làm cái mẹ gì ở đấy thế? Ta còn chưa xin được lệnh khám xét mà".

"Có vẻ như khi ấy họ đang độc lập dò xét một chút".

"Cảnh sát đã tìm ra chiếc xe chưa?"

"Chưa. Họ đã ra thông báo tới tất cả các đồn cảnh sát nhưng vẫn chưa thấy gì cả".

"Đã có ai thử gọi cho Shaw hay Katie chưa?"

"Rồi. Không trả lời. Chúng tôi đã điều người tới phòng họ. Cũng không gì".

"Người láng giềng gọi báo tin này khi nào?"

"Cách đây khoảng hai giờ".

"Chúa ạ! Có thể họ đã chết rồi. Có lẽ họ đã chết. Còn về Pender thì sao? Bọn chúng giết ông ta khi nào?"

"Theo kết quả điều tra sơ bộ thì cách đây chừng hai mươi tiếng".

"Chó thật, vậy thì đầu mối này chẳng còn giá trị rồi. Mà chờ chút, nếu bọn chúng đã giết Pender từ lâu rồi thì chúng còn theo dõi ngôi nhà làm quái gì nhỉ?"

"Chờ ai đó xuất hiện chăng?"

"Ý ông là chờ Shaw và Katie tới. Đúng như đám tang ở Wisbach. Chúng nghĩ ở đấy có cái mẹ gì thế nhỉ?"

"Các sĩ quan ở hiện trường nhà Pender nói rằng có vẻ đó như một vụ trộm".

"Trộm cái chó gì. Còn thông tin về Pender thế nào? Ông ta là ai?"

"Ông ta sở hữu một công ty có tên *Pender và các cộng sự* có trụ sở ở bắc Virginia. Thông tin chưa hoàn toàn rõ, nhưng có vẻ đó là một kiểu công ty quan hệ công chúng".

Frank gọi điện cho Royce, thông báo tình hình cho ông ta rồi sắp xếp gặp nhân viên MI5 này ở sảnh sau năm phút. Ông nhặt súng, mở tung cửa, vừa chạy xuống vừa lôi điện thoại di động và bấm số ai đó.

"Shaw và James đang gặp nguy hiểm to. Tìm ông ta đi. Ngay bây giờ!"

Frank gặp Royce dưới sảnh, hai người lao ra xe.

Khi họ chạy xe khỏi đó, Frank gọi cho tay nhân viên FBI.

"Tôi muốn có một đội đặc biệt tới công ty *Pender và các đồng sự* ngay bây giờ".

"Chúng tôi vẫn chưa có được lệnh khám xét".

Frank quát lên: "Tỷ lệ đặt cược cho khả năng một gã trong danh sách của chúng ta bị giết, Shaw và James bị bắt từ nhà của gã đó *không* liên quan tới toàn bộ âm mưu chó đẻ này là bao nhiêu?"

"Khoảng một tỷ ăn một", đầu dây bên kia thừa nhận.

"Thế thì bỏ mẹ nó cái lệnh khám xét đi. Kiểm soát chặt *Pender và các đồng sự*. Ngay bây giờ!"

Nói vậy nhưng linh tính Frank cho biết ông đã quá chậm chân. Chậm hơn công ty *Pender và các đồng sự*.

Và quá muộn cho Shaw cùng Katie.

CHƯƠNG 92

Shaw chậm chậm đứng lên từ đám đất và cây bụi rồi dựa vào một cây thông mọc nghiêng có bộ rễ nổi. Ông chầm chậm nhìn đám vụn của xác xe; ngọn lửa đã bắt đầu lụi dần khi xăng hết. Shaw đã ngừng hét gọi Katie bởi giọng ông đã khản lại. Ông dò dẫm xuống sườn đồi, nắm lấy bất kỳ thứ gì có thể. Khi lại gần chiếc xe cháy, ông thậm chí không muốn nghĩ thứ trong đó - những phần cơ thể cháy thành tro của Katie James.

Một tiếng rên nhỏ khiến Shaw giật mình đến nỗi suýt ngã về phía trước và lao xuống đám lửa. Shaw quay lại trừng trừng nhìn vào khoảng tối bên tay trái.

"Katie hả?" Ông thấy sợ phải nhắc tới cái tên ấy bởi lo rằng mình sẽ không nhận lại được câu trả lời.

Giờ thì đã có hình thù động đậy. Nó quá lớn nên không thể là thỏ hay sóc. Shaw lao về trước, chạy nhanh, ngã, gượng dậy rồi chạy tới bên cô.

Katie đang nằm úp mặt gần một cây sồi nhưng rồi gượng nhấc mình dậy được. Shaw quỳ xuống bên cạnh, nhẹ nhàng đỡ cô lên.

"Khỉ thật, tôi nghĩ cô chết rồi đấy".

Gương mặt Katie đầy máu, một cánh tay gập bất thường. Cô nhìn Shaw, mỉm cười yếu ớt rồi nhăn mặt vì đau đớn.

"Vậy là tôi *không* chết hả?"

Shaw lắc đầu. "Không chết trừ phi tôi cũng chết. Mà tôi quá đau nên chẳng còn cảm giác gì ngoài cảm giác sống. Cô đi được không?"

Có ông giúp, Katie đứng dậy ôm cẳng tay phải. "Tôi nghĩ tay tôi gãy rồi".

Shaw nhìn cánh tay. Một phần xương cẳng tay lòi cả ra ngoài da.

"Chết tiệt!" Ông thốt lên. "Phải đưa cô tới bệnh viện thôi". Shaw cởi áo khoác và làm một băng treo tạm nhằm giữ cho phần xương gãy càng ít xê dịch càng tốt.

"Cô đi bộ được không?"

Katie gật đầu. "Nếu ông giúp được tôi".

Shaw đặt một bàn tay to lớn phía dưới nách Katie, vòng cánh tay còn lại qua eo cô, họ chậm chạp đi lên sườn đồi.

"Chuyện gì xảy ra thế? Cô đang bám lấy tôi thì lại tuột mất".

"Tôi trượt tay, rồi lại mắc vào tay nắm cửa xe".

"Vậy thế nào mà cô thoát ra khỏi xe?"

"Hoàn toàn nhờ may mắn. Lúc lao xuống, chiếc xe đụng vào thứ gì đó, có lẽ là một mô đá. Cửa bung ra và tôi rơi ra ngoài". Katie ngoái lại nhìn đống sắt thép đã cháy đen sì.

"Suýt tiêu".

"Suýt thật".

"Shaw, tôi nghĩ mình sắp nôn đấy".

"Không sao mà, tôi đang giữ cô đây".

Ông nâng người Katie trong lúc cô cho tất cả những gì có trong dạ dày thoát ra hết.

"Xin lỗi", cô nói sau khi đã xong, mặt lộ vẻ bối rối.

"Gãy xương cũng luôn khiến tôi nôn", Shaw nói và gượng cười.

Khi lên tới gần đỉnh đồi, hai người nghe thấy tiếng lốp xe rít lên khi phanh lại, rồi tiếng chân chạy về phía họ.

"Nằm xuống, Katie."

"Shaw, Shaw, ông dưới ấy hả?"

Đó là Frank.

"Cả hai chúng tôi dưới này", Shaw trả lời. "Chúng tôi cần giúp đỡ đấy. Katie bị gãy tay".

Năm phút sau họ được đưa đi trên một chiếc xe thể thao. Frank và Royce đi cùng cả hai.

"Pender chết rồi, nhưng cả hai đã biết điều ấy vì đêm qua hai người đã tới nhà hắn", Frank nói giọng như buộc tội cả hai.

"Ông có thể chờ tới mai rồi hãy đập tôi có được không?" Shaw nói.

"Tại sao? Đợi đến mai chẳng khá hơn chút nào đâu. Chỉ tệ hơn thôi".

Royce hỏi: "Hai người có biết kẻ nào bắt cóc mình không?"

"Chẳng khi nào trông thấy mặt chúng. Dù có là kẻ nào thì chúng cũng đánh chúng tôi rất nhanh và mạnh". Shaw nhìn về phía Katie. "Cần đưa cô ấy đi bệnh viện".

"Đó là nơi chúng ta đang tới", Frank nói. "Tôi đã gọi điện rồi".

"Làm thế nào ông biết Shaw và Katie ở đây?" Royce hỏi.

Frank liếc Shaw trước khi trả lời. "Đoán ăn may thôi".

Trước khi Royce kịp nói gì, điện thoại của Frank rung. Ông nghe khoảng năm phút và không nói gì ngoài những câu chửi thề. Rồi Frank dập máy và liệng điện thoại xuống sàn xe.

"Tôi hiểu rằng đó không phải tin tốt lành", Royce nói.

"Họ đã vào *Pender và các cộng sự*".

"Và gì?" Shaw hỏi.

"Và họ vào chỗ chẳng còn gì. Đã được dọn sạch sẽ".

"Phải có các nhân viên để họ hỏi chuyện chứ".

"Ừ chắc chắn thế. Nhưng sau điều đã xảy ra với Pender, tôi ngờ là liệu nhiều người trong số đó lại thích nói chuyện đấy".

Royce lên tiếng. "Nhưng người ta phải thẩm vấn họ".

"Họ sẽ thẩm vấn, ông cứ bình tĩnh đi".

"Tôi hoài nghi liệu có ai đó khác ngoài Pender biết được tên của phía thứ ba", Shaw nói.

"Làm thế nào ông suy luận như vậy?" Royce hỏi.

"Vì hắn chết rồi", Shaw thẳng thừng. "Các ông biết được gì về công ty *Pender và các cộng sự*?"

"FBI đã thực hiện một cuộc điều tra nhanh về chỗ đó", Frank nói. "Đó là một dạng công ty chuyên sâu về PR - quan hệ công chúng".

"Không, còn xa hơn mức đó nhiều. Đó là một công ty *PM*", Katie đột nhiên buột miệng. "Tôi biết tên của nó qua đó". Tất cả đều nhìn cô.

"Công ty PM là cái khỉ gì?" Frank bật lên.

"Đó là cách chúng ta gọi thủ tướng[1]", Royce chêm vào vẻ hy vọng.

Katie nói: "Này, PM ở đây là viết tắt của 'điều chỉnh nhận thức'. Nó là cách tạo ra sự thật, trên quy mô lớn. Trong một số sách hướng dẫn, Bộ Quốc phòng Mỹ đã có những định nghĩa cụ thể hơn. Sau chiến tranh Việt Nam, quân đội thực sự chú trọng tới PM. Trên thế giới có một số công ty chuyên sâu về lĩnh vực này. Cách đây vài năm tôi đã viết một bài về vấn đề này, hoặc ít ra là tôi đã cố viết một bài. Một số người phỏng đoán rằng các công ty PM đứng đằng sau một số sự kiện diễn ra trong Chiến tranh vùng Vịnh lần thứ nhất và Chiến tranh vùng Vịnh lần thứ hai. Vũ khí huỷ diệt hàng loạt, các phóng viên ém vào đạo diễn thông tin, những thứ đại loại thế. Họ có tất cả các phương pháp và phương tiện để làm việc ấy. Những công ty PM giỏi nhất đã đạt đến tầm nghệ thuật tinh vi".

Frank bật lên: "Thế nếu họ chuyên sâu vào món bẩn thỉu này, tại sao không ai nghi ngờ họ đứng sau *Hiểm hoạ đỏ* khốn kiếp?"

"Hầu hết mọi người – trong đó có nhiều lãnh đạo chính phủ - thậm chí không biết có những công ty này tồn tại. Như tôi vừa nói, tôi *đã cố* viết một bài về họ nhưng chẳng đi đến đâu. Không có đáng bao nhiêu thông tin về họ. Họ kín tiếng và không tuyên bố công khai về những việc mình làm. Các công ty mà tôi đã phát hiện ra – trong đó có

---

[1] Thủ tướng: Prime Minister, thường viết tắt là PM.

cả *Pender và các cộng sự* - không chịu nói chuyện với tôi. Tất cả ẩn trong vòng bí mật".

"Và ngoài ra, người Nga là mục tiêu 'kẻ xấu' khá dễ", Shaw nhận xét. "Họ cũng như Bắc Triều Tiên. Người ta sẽ tin bất kỳ điều gì không hay về họ, mà lại thường với lý do hợp lý".

"Vì vậy việc Nga được chọn không có gì đáng nghi ngờ", Royce thêm.

Katie nói từ từ: "Như vậy có lẽ *Pender và các cộng sự* đã được thuê để làm cho có vẻ như Trung Quốc đứng sau *Hiểm hoạ đỏ*".

"Ý cô là họ giết hai mươi tám người ở London rồi đổ việc đó cho người Nga", Shaw giận dữ nói thêm.

"Nhưng như thế thật điên rồ. Sao ai đó lại làm việc ấy chứ?" Frank nói.

"Nga và Trung Quốc chỉ còn chút nữa là nổ ra chiến tranh. Phần còn lại của thế giới đang tái vũ trang", Katie nói.

"Được rồi, nhưng ai muốn như vậy?"

Shaw: "Đột nhiên các nước chi ra vài trăm tỷ đô-la mua vũ khí. Số tiền ấy đang chảy về đâu đó".

Frank quắc mắt với ông. "Cái gì, ông nói các *công ty quốc phòng* đứng sau vụ này hả? Tôi thực sự hoài nghi việc tập đoàn Northop Rumman, Ares hay Lockheed dính líu đến vụ này. Họ có hội đồng quản trị, các cổ đông và đủ thứ ban bệ kiểu ấy. Không có cách nào cho họ giữ kín bí mật như thế đâu. Và từ những gì tôi có thể nói, giờ họ cũng đang kiếm được khối tiền".

"Mà thực ra, Shaw, tập đoàn Aerospace của Anh cũng đang làm ăn rất khá mà không cần phải gây ra một cuộc chiến huỷ diệt tất cả đấy", Royce bồi thêm.

"Có lẽ đó không phải chuyện tiền nong", Shaw nói.

"Các công ty lớn còn quan tâm đến gì khác nữa đây?" Frank vặn.

Shaw ngồi lùi lại và nhắm hai mắt.

"Shaw? Shaw, ông nên trả lời tôi ngay nếu ông có suy nghĩ gì đó về vấn đề này".

Nhưng bất chấp những đòn tấn công ghê gớm của Frank trên đường, Shaw vẫn không hé răng.

Tới bệnh viện, Katie được đưa đi phẫu thuật. Phần xương gãy được đặt trở lại đúng vị trí cũ, cẳng tay cô được bó bột. Cô ngủ qua đêm trong viện, Shaw ngủ bên cạnh giường. Hôm sau, khi họ trở lại khách sạn, Katie cùng Shaw vào phòng ông. Katie ngồi trên giường, một chiếc gối đặt dưới cánh tay gãy trong khi Shaw pha chút nước từ những thứ trong tủ đồ uống của phòng. Katie xoa cánh tay bó bột. Dù đang dùng thuốc giảm đau nhưng cánh tay của cô vẫn giần giật, cả người vẫn đau nhức vì đã cùng chiếc xe lao từ dốc xuống với tốc độ chóng mặt.

Khi nhấm nháp chút khoai tây rán và uống một lon soda dành cho người ăn kiêng, Katie nói:"OK, Frank không ở đây. Ngoài lý do làm cho tập đoàn quốc phòng khổng lồ nào đó còn giàu thêm nữa, ông có biết vì sao Pender đẩy cho Nga và Trung Quốc vào thế đối đầu nhau?"

Shaw ngồi xuống một chiếc ghế và nhai chút quả. "Nghĩ về điều đang thực sự diễn ra ấy".

Katie cau có. "Chết chóc, huỷ diệt, chiến tranh à? Bệnh dịch à? Hay tôi đã quên mất thứ gì?"

"Khi lần đầu tiên tìm hiểu về *Hiểm hoạ đỏ*, Anna đã nói với tôi một điều".

"Điều gì?"

"Cô ấy bảo nó khiến cô ấy nhớ tới một điều. Đó là các nỗ lực nhằm thiết lập trật tự thế giới mới hoặc ít ra là trật tự thế giới mới theo kiểu cũ - nếu cách nói này hợp lý. Người Nga xoá sổ một bộ phận lớn của Taliban rồi nói với các nước Arập khác hãy lùi bước để tránh nguy cơ bị tiêu diệt. Giờ thì Trung Đông sắp xuống địa ngục và chẳng ai quan tâm bởi tất cả đều chú ý tới việc Nga và Trung Quốc sắp lao vào nhau. Và bây giờ các *cường quốc* đang tái vũ trang để chuẩn bị cho viễn cảnh có vẻ là một cuộc đối đầu kéo dài." Shaw nhìn Katie.

"Dường như là thế".

"Vậy tức là ông nói rằng dù có là ai đứng sau vụ này, kẻ đó cũng muốn đưa chúng ta trở lại, gì nhỉ, Chiến tranh lạnh hả?"

"Theo nhiều nguồn tin thì cả Nga và Trung Quốc đều sợ vãi mật. Họ sẽ không tấn công lần nữa đâu. Hai nước chỉ bước vào giai đoạn tái vũ trang kéo dài cùng với tất cả các cường quốc khác, một cuộc đối đầu từ cả hai phía. Vì Nga đã dùng tên lửa hành trình đánh Afghanistan mà chẳng phải chịu hậu quả gì, cô có nghĩ rằng có thể các nước khác không áp dụng chiến thuật ấy với vài nước cứng đầu dạng như Hồi giáo hay các nước khác không?"

"Ý ông là các anh lớn lại khoe cơ bắp lần nữa hả? Như Nga và Mỹ ngày trước sao?"

"Đại loại như vậy. Có lẽ ai đó đã mệt mỏi với việc bọn khủng bố ảnh hưởng tới công việc của thế giới. Họ muốn trật tự cũ trở lại".

"Ừ, tuyệt vời, trật tự cũ đẻ ra mối đe doạ thường trực về nguy cơ *xoá sổ bằng vũ khí hạt nhân*".

"Nhưng Chiến tranh lạnh cũng khơi mào cho cuộc chạy đua vũ trang lớn nhất trong lịch sử. Khi ấy ngoài hai phía Israel-Palestine, chẳng ai thực sự lên án những gì xảy ra ở Trung Đông đối với phần còn lại trừ dầu mỏ. Chẳng có câu hỏi mơ hồ nào về vấn đề đúng-sai hay những khác biệt về tôn giáo. Đơn giản đó là trường hợp đã phân định rõ ràng cái tốt chống lại cái xấu. Người ta không phải nghĩ về chuyện đó, nó đúng là nó. Có lẽ một số người thích kiểu ấy, ngay cả khi có khả năng tất cả bị huỷ diệt. Khỉ thật, có lẽ nhiều người thích thế".

Katie ăn nốt miếng khoai rán. "Ông biết đấy, gã khốn Pender ấy chưa hề trả hai mươi triệu đô-la của tôi".

"Vậy sao?"

"Tôi nói rằng nếu hắn không đưa tiền thì tôi sẽ nói ra sự thật".

Nét mặt Shaw cho thấy ông vừa nhận biết được điều gì đó. "Katie, cô biết rằng điều đó khiến cô trở thành mục tiêu".

"Tôi đã là mục tiêu rồi mà".

"Vậy thì việc ấy sẽ khiến cô trở thành mục tiêu lớn hơn".

Vẻ khó nhọc, Katie dịch ra ngoài cạnh giường rồi đặt hai chân xuống sàn."Shaw, tôi đã dành cả cuộc đời để cố gắng tìm kiếm sự thật, giờ tôi sẽ không dừng lại đâu. Mà việc bọn chúng bám theo tôi có lẽ là cách duy nhất chúng ta sẽ lần ra được sự thật". Cô vươn người nắm lấy cánh tay Shaw. "Hơn nữa tôi đã có ông bảo vệ".

Shaw nắm chặt tay Katie. "Được rồi, nếu chúng ta làm việc này thì phải theo cách của tôi. Sẽ có nhiều rủi ro nhưng cô phải tin tôi".

"Tôi tin. Thực ra tôi vẫn luôn tin ông".

CHƯƠNG 93

Vào đúng 0 giờ giờ quốc tế, Katie James xuất hiện trên một đoạn băng video được phát lên đúng trên trang web Konstantin từng xuất hiện. Đó chẳng phải sự trùng hợp ngẫu nhiên.

Đoạn băng do Shaw quay trong phòng khách sạn của cô.

Katie đã trở lại mái tóc vàng tự nhiên dù nó vẫn đâm lên khá nhọn. Không dùng giấy, cô nói bằng giọng rõ ràng nhưng chắc chắn. "Tên tôi là Katie James, mọi điều tôi viết trong bài báo mới đây đều sai. Tôi đã yêu cầu báo mình không đăng bài viết đó nhưng họ vẫn cứ làm mà không thông báo cho tôi. Nhưng bây giờ tôi có thể nói cho các bạn sự thật. Người Trung Quốc không đứng sau *Hiểm hoạ đỏ*. Và người Nga không thực hiện *Vụ thảm sát London*. Nguồn tin của tôi là Aron Lesnik đã nói dối". Katie nâng cánh tay bị thương lên. "Tôi đã suýt bị giết bởi những kẻ thực sự phải chịu trách nhiệm về tất cả chuyện này". Rồi cô dừng lại. "Bọn chúng là ai? Một người đàn ông tên Richard Pender là một trong những kẻ đứng sau chuyện này. Ông ta điều hành công ty *Pender và các đồng sự* có trụ sở ở Virginia. Khi những sự kiện trên diễn ra, ông ta đang hoặc đã từng là giám đốc điều chỉnh nhận thức. Giờ thì ông ta đã chết, bị giết bởi kẻ đã thuê ông ta tạo nên sự thật từ những lời dối trá và làm cho thế giới tin nó. Konstantin là trò dối trá. Vài chục ngàn người mà chúng ta nghĩ đã bị chính phủ Nga giết hại cũng là điều dối trá. 'Viên bi kịch' là điều dối trá".

"Tất cả những điều ấy được thực hiện vì một lý do: đẩy Nga và Trung Quốc tới bờ vực chiến tranh. Tại sao lại thế? Vì như vậy thì thế giới sẽ tái vũ trang. Ai muốn việc đó xảy ra? Có thể những kẻ nào được hưởng lợi? Vâng, vì những sự kiện do *Hiểm hoạ đỏ* gây ra, gần đây hơn chục chính phủ gồm cả Nga, Trung Quốc, Mỹ, Anh, Pháp, Nhật Bản đã gửi các đơn đặt hàng mua vũ khí của một số công ty quốc phòng trị giá vài ngàn tỷ đô-la. Kẻ nào đó đang cố gắng gây ra một cuộc Chiến tranh lạnh mới, khi tất cả chúng ta sống trong nỗi sợ hãi bị huỷ diệt. Nhưng điều đó sẽ không xảy ra bởi chúng ta sẽ không để thế. Vì thế dù là bất kỳ kẻ nào đứng sau toàn bộ chuyện này, hãy nghe thông điệp nhỏ từ tôi". Katie ngừng lại một chút. "Sự thật thực sự sẽ phơi bày. Và *tin* tôi đi, các người sẽ chẳng thích thú gì khi như vậy đâu".

Cùng với những tuyên bố của Katie trong đoạn băng trên là những tiết lộ về sự dính líu của Pender và việc hắn bị giết sau đó, với những chi tiết được tính toán để các đồng nghiệp của cô sẽ làm mọi thứ có thể nhằm tìm ra sự thật. Danh sách các công ty quốc phòng hưởng lợi từ cơn sốt tái vũ trang được đưa lên mạng Internet. Chi tiết về việc làm thế nào người ta phát hiện ra Lesnik nói dối được đưa lên hơn hai chục trang blog lớn. Nói rằng những thông tin này lan đi chẳng khác nào cháy rừng ở California có lẽ vẫn còn chưa đủ.

Phản ứng của thế giới rất nhanh chóng. Người ta nói rằng bầu trời trên khắp thế giới đầy những đám khói bốc lên từ những đám lửa đốt áo phông"Hãy nhớ tới Konstantin". Tờ *Nghề báo* vội vàng sửa lại những gì đã gây ra với bài báo của Katie một cách tích cực nhưng thấy rằng thực sự họ không thể làm được nên Kevin Gallagher – tay biên tập viên của Katie - bị sa thải. FBI bắt đầu tung vài ngàn nhân viên điều tra vụ giết Pender. Còn ở London, việc tương tự được thực hiện với vụ thảm sát cũng như cái chết của Aron Lesnik.

Tất cả các công ty quốc phòng lớn ra tuyên bố rằng họ không liên quan gì tới chiến dịch *Hiểm hoạ đỏ*. Cũng giống như cách đối xử với người Nga, rất ít người tin vào những lời phủ nhận trên.

Bộ quốc phòng của mọi cường quốc nhận được lệnh từ các lãnh đạo tạm ngưng tất cả các hợp đồng mua vũ khí mới. Trong khi ấy chính phủ Nga và Trung Quốc lệnh giảm bớt quân từ trạng thái chuẩn bị chiến tranh còn Tổng thống Gorshkov cùng người đồng nhiệm phía Trung Quốc đã đồng ý gặp nhau ở một nước trung gian nhằm bàn về quan hệ tương lai giữa hai bên.

Thế nhưng thế giới muốn nhiều hơn thế. Hơn rất nhiều. Họ muốn biết kẻ nào đã lừa dối mình. Họ muốn lôi ra kẻ nào hoặc những kẻ nào thực sự đứng sau tất cả chuyện ấy. Và họ muốn biến chúng thành dĩ vãng.

CHƯƠNG 94

Nicolas Creel ngồi một mình trong phòng họp xa hoa trên tàu Shiloh. Hắn vừa nghe báo cáo từ nhóm đặc biệt của mình ở Ares. Tất cả tin tức đều tồi tệ cả. Tất cả hợp đồng đều bị đình chỉ, trong đó có mọi hợp đồng mới nhất. Như vậy vài ngàn tỷ đô-la bay lên trời hết. Con bé ngu đần kia dám đảm bảo rằng thế giới sẽ an toàn trong đám bùn lầy bẩn thỉu, khi những kẻ yếu đuối và điên cuồng cai trị những người văn minh và mạnh mẽ. Và nó lại được phong làm vị cứu tinh nữa chứ. Chẳng phải hắn, Nicolas Creel, là người duy nhất có thể thấy được sự thực sao? Với cách nhìn của hắn, thế giới sẽ trở nên an toàn hơn nhiều, giờ thì mọi thứ đều đã sụp đổ. Nhưng con bé ấy đã tước đi của hắn nhạc trưởng về PM. Có thể thay thế Pender nhưng Creel biết rằng hắn sẽ chẳng thể nào kiếm được tay khác giỏi bằng.

Vì Katie James, một lực lượng lớn chuyên viên điều tra sẽ xem xét từng chi tiết nhỏ về nguồn gốc của *Hiểm hoạ đỏ*. Và bất chấp những nỗ lực lớn của Creel nhằm giữ kín mối liên hệ của mình, kẻ nào đó có thể đủ may mắn lần theo các dấu vết tới tận cửa nhà hắn. Creel sẽ chẳng bao giờ vào tù, đó là điều tất nhiên. Kẻ giàu và quyền lực gần như chưa bao giờ bị thế, dù họ có phạm tội gì đi nữa. Đám luật sư của tay tỷ phú này quá giỏi và tinh quái, túi tiền của hắn quá lớn, danh tiếng lại quá tốt. Trong kế hoạch của mình, Creel đã xây dựng những biện pháp an toàn rất chi tiết, coi đó là chiến lược thoát hiểm trong trường hợp xảy ra thảm hoạ. Mà người của hắn đã tiêu huỷ mọi mẩu bằng chứng tại văn phòng của Pender. Chẳng nơi nào có bằng chứng trực tiếp. Không có dấu vân tay của Creel ở đâu hết. Pender thì đã xuống âm ty. Chẳng ai khác biết về sự dính líu của Creel trừ vài người có nhiều cái để mất giống như hắn.

Không, lúc này không phải nỗi sợ hãi bị trừng phạt đang giày vò Creel mà là cảm giác bất công khủng khiếp với hắn. Thay cho chiến thắng của hắn, thay cho việc thế giới trở lại thế cân bằng tự nhiên, hành tinh này lại vang dội một cái tên: Katie James. James đã cứu thế giới, người ta đang nói thế. James đã khắc phục một sai lầm khủng khiếp. Người phụ nữ này là một anh hùng thực sự.

Nhưng thật ra việc duy nhất James đã làm là *chơi* hắn, Creel kết luận, và phá đi một phần đáng kể của thế giới. Vì vậy cô ta sẽ phải trả giá. Creel không phải loại người để bụng. Ít nhất cũng không phải loại để bụng lâu, bởi hắn không đủ kiên nhẫn để thù lâu thế. Kẻ làm hắn phật ý phải được xử lý nhanh chóng. Trả thù đâu phải món ăn nguội. Đó là món phải ăn khi thù hận vẫn còn đang bốc khói.

Creel nhấc điện thoại. Có lẽ hắn sẽ không đưa trở lại Chiến tranh lạnh mà mình thích. Nhưng sẽ có thêm nhiều mất mát, cụ thể là khởi đầu với một trường hợp cụ thể.

Hắn nói vào điện thoại: "Tôi chẳng quan tâm nếu anh phải xoá sổ cả một thành phố bằng bom bẩn. Hoặc anh mang con bé về cho tôi trong vòng bốn mươi tám giờ, hoặc thoả thuận của chúng ta chấm dứt *vĩnh viễn*. Và cả anh cũng thế".

Nicolas Creel rời chiếc Shiloh hắn yêu thích và đi canô cao tốc vào bờ. Vài giờ tiếp theo hắn gặp một quan chức Italia về việc xây dựng trại mồ côi mới. Sau đó hắn cầu nguyện trong nhà thờ, bên cạnh là Mẹ bề trên. Tối hôm đó Creel ăn tại nhà hàng Ý, uống hết một chai Chianti với thị trưởng và vợ ông ta, cố gắng quên đi vài giờ việc tầm nhìn về thế giới đang tan vỡ.

Trước khi trở lại du thuyền, Creel ghé thăm công trường xây dựng. Hắn đứng nhìn xuống một cái hố đã được đào trước đây vài ngày. Chẳng mấy nữa người ta sẽ đổ móng ở đây. Vài trăm ngàn khối bêtông sẽ đổ vào cái hố này. Nơi này sẽ tồn tại chừng một thế kỷ, tạo một mái nhà đáng giá cho nhiều trẻ mồ côi.

Nhưng móng sẽ chưa đổ khi chưa có lệnh của Creel. Mà hắn sẽ chưa làm việc đó. Hắn có một thứ rất quan trọng để làm bùa cho nơi này. Một món quà sẽ vĩnh viễn nằm lại đây.

Creel lên canô cao tốc trở lại Shiloh.

Và đếm ngược thời gian chờ cái chết của Katie James.

Điều đó không giải quyết ổn thoả được mọi việc. Nhưng với bây giờ thì phải coi là đủ.

CHƯƠNG 95

Frank và Royce đâm bổ vào căn phòng nơi Katie đang ở với sự theo dõi chặt chẽ của hai nhân viên FBI. Frank lên tiếng: "Chúng tôi vừa nhận được lời đe doạ đánh bom bẩn đáng tin đấy. Chắc chắn bọn chúng đã phát hiện ra nơi cô ấy ở. Có một chiếc xe thể thao chờ phía trước".

Họ vội vã xuống cầu thang. Royce đẩy Katie vào chiếc xe thể thao rồi gọi Frank. "Khốn kiếp, đây là lần thứ ba rồi. Chúng ta nên đưa cô ấy ra hẳn khỏi nước này, Frank".

"Tôi đang tính thế đấy".

"Lần này ông muốn tôi đưa cô ấy đi đâu?"

"Địa điểm thứ tư. Hai mươi phút nữa tôi sẽ gặp ông ở đó".

Royce gật đầu rồi lại lắc đầu vẻ mệt mỏi và leo vào ghế ngồi bên cạnh Katie.

"Chúng ta lại đi lần nữa", ông ta nói vẻ nhẹ nhàng. "Xin lỗi Katie".

Tài xế rú ga cho xe vọt đi và gã đàn ông ngồi cạnh - một tay to lớn và vạm vỡ - quay mặt vào Katie, một khẩu súng lớn nắm trong tay.

Caesar mỉm cười và nói: "Rất vui khi có cô bên cạnh, cô James".

Katie giật mình song thứ gì đó đã chọc thẳng vào cánh tay cô. Cô nhìn xuống chiếc kim tiêm đang cắm vào tay. Rồi cô lại nhìn Royce đang đẩy cho ống bơm xuống hết tầm. Khi số thuốc hoà vào máu trong người, Katie đổ gục xuống ghế.

Royce rút kim tiêm ra và gật đầu với Caesar.

Caesar nói: "Rệp hả?"

Bằng động tác chuyên nghiệp, Royce lần người Katie để tìm thiết bị theo dõi, rồi hắn lắc đầu.

Caesar đưa cho Shaw một chiếc cưa chạy pin, hắn dùng nó cắt bỏ lớp thạch cao bó tay Katie. Royce kiểm tra thật kỹ và một lần nữa lắc đầu.

Chiếc xe giảm tốc độ và dừng lại ở một điểm đỗ, Royce ra khỏi xe và lẳng mảng thạch cao vào một chiếc xe chở rác chạy qua. Hắn trở vào xe. "Nếu mảng thạch cao đó gắn rệp thì bây giờ bọn nó đang mò sai đường đấy. Chuồn thôi!"

Gã tài xế đạp ga, chiếc Suburban vọt về trước, quặt về bên trái rồi biến mất.

Tám giờ sau, một chiếc máy bay riêng hạ cánh xuống một sân bay thuộc vùng hẻo lánh của Italia. Một chiếc xe tải trờ tới bên máy bay rồi nhận chiếc thùng từ trên đó chuyển xuống. Vài người đàn ông vào xe rồi nó lại tiếp tục chạy. Một giờ sau chiếc xe tới bờ biển, Địa Trung Hải đang đăm chiêu dưới ánh hoàng hôn. Một chiếc canô cao tốc đưa chiếc thùng, Caesar, Royce và vài gã khác ra Shiloh.

Các thuỷ thủ đã được cho nghỉ buổi tối. Chỉ còn thuyền trưởng ở lại du thuyền, ông ta bị tách riêng, đưa lên boong trên. Lời giải thích duy nhất mà thuyền trưởng nhận được là có vài vị khách đặc biệt rất khó tính. Ông ta không hỏi gì thêm.

Nicolas đang ngồi trong thư viện của Shiloh, bao quanh là những cuốn sách xuất bản lần đầu tiên mà hắn đã mua sau nhiều năm; không giống như nhiều nhà sưu tầm khác, thực tế là Creel có đọc những cuốn sách này. Khi cửa mở và chiếc thùng được đưa vào, hắn chẳng hề mỉm cười. Thực ra Creel cảm thấy như thể hắn chẳng bao giờ cười lại được nữa.

Hắn gật đầu với Royce. "Làm tốt đấy. Tôi chưa bao giờ nghi ngờ việc quan hệ với ông sẽ có ích cho tôi".

"Rất vui lòng, ông Creel. MI5 chưa bao giờ thấy được tiềm năng của tôi. Và chắc chắn chưa bao giờ trả cho tôi xứng đáng".

Creel nhìn Caesar. "Chúng ta sẽ để cho cô James đang trong mộng tiếp kiến chứ?"

Gã đàn ông mở chiếc thùng và nhấc Katie ra. Cô vừa mới tỉnh. Caesar đặt cô nằm trên một chiếc bàn. Đám đàn ông đứng đó cho tới khi cô ngồi dậy và nhìn quanh.

"Chào mừng Katie", Creel nói. "Cho phép tôi gọi cô là Katie nhé? Tôi cảm thấy như đã biết rất rõ về cô dù chúng ta chưa bao giờ gặp nhau".

Katie trượt xuống bàn và thả phịch người xuống một chiếc ghế. Cô xoa đầu và nhăn mặt khi nắm lấy cánh tay. "Bột bó tay tôi đâu mất rồi?"

Royce đáp: "Chúng tôi nghĩ tốt nhất là bỏ nó đi. Các thiết bị định vị toàn cầu có thể gài trong những thứ như vậy."

"Đó chỉ là lớp bột bó tay, đồ ngu ạ". Katie nâng lên phần cánh tay mà mảng da rách vẫn thấy rõ.

"Đấy là cô nói nhé".

Katie hướng sự chú ý vào Creel. "Nhưng tôi thì biết ông", cô nói. Nicolas Creel. Bất kỳ nhà báo hẳn hoi nào cũng biết tên ông".

"Tôi lấy làm hãnh diện đấy. Cô chẳng có vẻ ngạc nhiên chút nào".

"Một khi tôi nghĩ về vài điều, danh sách những kẻ khả nghi ngắn lại đáng kể". Katie liếc Royce. "Nhưng tôi không tìm ra được sự dính líu của hắn".

Giờ thì Creel đã mỉm cười. "Tất nhiên là không rồi. Nhưng người ta luôn phải có lối thoát an toàn. Một tay làm nội gián. Ông Royce có cùng quan điểm với tôi về tương lai thế giới. Cái quan điểm mà cô đã phá hoại rất thành công. Thậm chí tôi không thể tưởng tượng hậu quả cô đã gây ra cho loài người lớn chừng nào đâu".

"*Tôi đã* gây ra cái gì? Bằng cách ngăn chặn Nga và Trung Quốc nổ ra chiến tranh à?"

"Sẽ chẳng có cuộc chiến nào hết, đồ ngốc!" Creel rống lên. "Chiến tranh lạnh là thời kỳ an toàn nhất mà loài người từng trải qua. Kế hoạch của tôi sẽ giải phóng thế giới. Đúng thế, tôi là một *nhà giải phóng*", trùm vũ khí bật một tràng thật nhanh trong lúc Katie chăm chăm nhìn hắn hoài nghi. "Giờ thì cô đã đảm bảo chắc chắn rằng chúng ta sẽ vĩnh viễn nằm dưới sự cai trị của những kẻ man rợ không thèm quan tâm gì tới cuộc sống của loài người. Chúng đã lật đổ mọi trạng thái cân bằng, đập nát mọi khả năng giải quyết bằng ngoại giao. Chúng ta đang gần với tình trạng bị xoá sổ toàn thế giới hơn bao giờ hết là nhờ cô, *Katie James*". Creel nói đến tên cô như thể đó là hai từ ghê tởm nhất hắn từng nhắc tới.

"Ừ, tôi chắc chắn rằng điều ấy khiến ông tức điên lên rồi. Nhưng tôi đang nghĩ rằng ông *thực sự* cay cú về chuyện mất tất cả những đồng đô-la từ vũ khí đó".

"Tôi đã có đủ tiền, tôi có thể đảm bảo với cô điều đó. Nhưng Theodore Roosevelt đã nói đúng. Hãy nói nhẹ nhàng và cầm một cây gậy lớn. Vị tổng thống vĩ đại nhất của Mỹ đã biết rằng sức mạnh quân sự có vai trò quyết định với tất cả. Tất cả!"

"Ừ, chiến tranh thật tuyệt vời phải không?"

"Cô đã gây dựng sự nghiệp nhờ đưa tin về chiến tranh, thế nên chẳng có kêu ca gì được hết. Vinh quang luôn thuộc về kẻ chiến thắng".

"Tôi không *thích* đưa tin chiến tranh. Mà những tin tức của tôi phản ánh những mặt đáng ghê sợ của các cuộc chiến. Tôi chưa bao giờ thấy vinh quang gì ở đó cả".

"Rõ ràng cô không nhìn nhận đủ sâu sắc. Lịch sử chính trị được xác định bởi những cuộc đối đầu như thế đấy".

"Chẳng phải một vị tướng nổi danh đã tuyên bố rằng thật tốt khi chiến tranh vô cùng tệ hại, nếu không chúng ta sẽ yêu thích chúng còn gì".

"Đó là lời của tướng Robert E.Lee của phe ly khai trong Trận Fredericksburg. Như lịch sử đã chứng minh, ông ta là kẻ *bại trận*. Tôi chỉ quan tâm đến những người chiến thắng".

"Ông đã bao giờ trong quân ngũ chưa, ông Creel? Ông đã bao giờ trúng đạn hoặc thậm chí bị người ta chĩa súng vào người mà bắn chưa?" Creel không đáp gì. "Tôi thì rồi đấy. Để tôi nói cho ông nghe nhé, với những người thực sự tham gia những cuộc chiến khốn nạn, chẳng có kẻ thắng người thua gì sất. Họ chỉ là những kẻ sống sót thôi".

"Này, tôi không đưa cô tới đây để thuyết giảng đâu. Tôi đưa cô tới đây để chết đấy. Tuy nhiên tôi muốn cô biết vì sao như vậy. Tôi muốn cô chết nhưng biết rằng cô không có kẻ nào khác để đổ tội ngoài bản thân mình".

Katie xích lại gần Creel một chút. "Tôi có thể nói với ông một điều chứ?"

"Mọi kẻ bị nguyền rủa đều được đặc ân nói vài lời cuối".

"Cút mẹ ông đi".

"Tuyệt vời, cô James. Cô quả là một người dùng từ ngữ sáng tạo".

Cửa mở, một trong những tay chân của Creel bước vào. "Ngài có khách, thưa ngài Creel". Giọng gã này thấp xuống.

Sau khi nghe tên này nói, Creel hạ lệnh: "Đưa cô ta khỏi tàu ngay bây giờ".

Gã kia đáp: "Thưa ngài, cô ta nói gì đó về chuyện xem một số file trong máy tính ở phòng làm việc của ngài".

Mắt Creel giãn ra một chút. "Tôi hiểu. Được rồi, tôi sẽ ra".

Ngoài hành lang, vợ Creel đi guốc cao gót, mặc một chiếc váy ngắn. Hai thuộc hạ của Creel kè kè cạnh cô ta.

"Em yêu, quả là sự ngạc nhiên tuyệt vời", Creel nói.

Câu trả lời của cô vợ là tát Creel. Hai gã đàn ông túm lấy người và giữ chặt.

Người đàn bà gào lên: "Anh nghĩ anh có thể ném tôi ra vệ đường như cục phân hả? Sau tất cả những gì tôi đã làm cho anh à? Và làm *với* anh nữa? Đồ khốn nạn! Tôi là bà Nicolas Creel và cũng sẽ vẫn như vậy".

"Anh có thể hiểu là em buồn giận. Nhưng tất cả những điều tốt đẹp phải kết thúc, khoản tiền trả khi ly hôn còn hơn cả hào phòng đấy".

"Anh sẽ *không* ly dị tôi. Tôi biết nhiều điều", *Người đẹp thế giới* nói, giọng lộ rõ vẻ đắc thắng. Khi Creel lạnh lùng nhìn, cô ta vội vã tiếp. "Tôi biết anh nghĩ rằng tôi chỉ là kẻ cực kỳ đần độn. Nhưng anh có nhớ tôi đã bảo anh rằng tôi thích phòng làm việc của anh không? Này, lý do không phải như anh nghĩ đâu. Tôi đã chiêm nghiệm rằng chuẩn bị ít đạn dược phòng khi người ta đi quá giới hạn luôn là điều tốt đấy. Thế nên tôi đã xem máy tính của anh. Nick, anh biết rằng khi anh ly dị cô vợ trước, lẽ ra anh nên ngừng sử dụng tên cô ta làm mật khẩu của mình chứ. Và từ những gì tôi đã thấy, anh thực sự là một cậu bé kém cỏi".

"Rồi", Creel nói với giọng dễ chịu. "Việc đó đã làm cho vấn đề diễn biến theo hướng hoàn toàn khác. Hãy theo anh, chúng ta sẽ nói chuyện và giải quyết dứt điểm việc này". Hắn nhìn hai tên tay chân. "Bảo canô của cô ấy trở lại bờ đi, cô ấy sẽ không cần dùng nó đâu. Cô ấy sẽ ở với tôi".

Người đẹp thế giới giãy khỏi hai gã đàn ông và thong thả bước theo chồng.

Khi cả hai đã bước vào phòng và Creel đóng cánh cửa lại, *Người đẹp thế giới* chầm chậm ngó đám đàn ông trong phòng rồi ánh mắt dừng lại ở Katie.

"Tôi biết cô, cô là Katie James".

Creel giả nhìn cô vợ với vẻ đau buồn. "Anh e rằng việc em xác định thời gian không thể tệ hơn được nữa, em yêu. Mà này, việc em ra đây chỉ có một mình và nói với anh điều em biết chứng tỏ rằng thực sự em là kẻ *cực kỳ đần độn*". Hắn liếc Royce và gật đầu. Royce rút súng và bắn một phát xuyên thẳng qua óc *Người đẹp thế giới*.

Người đàn bà đổ xuống chiếc bàn phía trước, trượt khỏi đó và rơi bịch xuống sàn.

Điện thoại reo. Đó là thuyền trưởng. Có một chiếc tàu đang tiến về phía du thuyền.

"Ai vậy?"

"Có vẻ như cảnh sát Italia, thưa ngài. Một trong những tàu tuần tra ở vòng ngoài của Shiloh".

Creel nhìn Caesar. "Tiêm thuốc cho James. Trong phòng máy có một túi đựng xác. Nhét cô ta vào đó rồi đưa cô ta và thứ kia", hắn chỉ xác cô vợ, "vào tàu ngầm. Khẩn trương".

Royce ghìm Katie đang giãy giụa xuống và Caesar chọc một mũi kim vào người cô. Cô lại rũ người xuống lần nữa.

Khi hai gã đàn ông vội vã ra ngoài cùng Katie và xác người đàn bà, Creel chỉnh lại áo khoác và bình thản lên trên boong đón các vị khách.

CHƯƠNG 96

Shaw nổi lên mặt nước sau khi đã bỏ thiết bị đẩy, mặt nạ có gắn ống thở ôxy và leo lên mạn Shiloh nhờ những bộ tay nắm có mấu từ tính bám lấy thành sắt. Ngay cả khi có sự hỗ trợ của những tay nắm này, Shaw cũng rất vất vả khi leo với cánh tay bị thương. Ông đã tiêm thuốc chống viêm và dị ứng vào đó bởi biết rằng có lẽ mọi việc sẽ diễn biến gay go, vậy mà cánh tay vẫn yếu. Shaw ngó thiết bị thu - phát tín hiệu đeo ở cổ tay. Katie đang ở đâu đó trong khoang dưới cùng của chiếc tàu lớn cao năm tầng này.

Khi Katie bị bắt cóc, kế hoạch của Shaw được triển khai ngay. Họ đã xác định vị trí của cô bằng vệ tinh, theo chiếc máy bay riêng tới đây rồi thấy một chiếc canô cao tốc hướng về du thuyền. Frank đã sẵn sàng cho mọi thứ và cho máy bay chở những thiết bị cần thiết đi cùng để Shaw có thể đột nhập vào hầu hết mọi nơi. Tất cả đã nhất trí rằng Shaw sẽ đột nhập trước, vào thời điểm quyết định sẽ gọi họ.

Chẳng có gì bàn cãi, Shiloh được trang bị hệ thống an ninh điện tử hiện đại bậc nhất, đó là lý do Shaw đeo thiết bị phá sóng ở thắt lưng, nó sẽ khiến ông trở thành tàng hình trước bất kỳ loại sóng nào mà con tàu có thể quét qua.

Mối lo ngại lớn nhất là sự tồn tại của Katie. Dù có thể cô đã bị giết vào bất kỳ thời điểm nào trên đường tới đây, phía Shaw đã kết luận rằng dù hắn là ai, kẻ chủ mưu cũng muốn có một cuộc gặp trực diện với Katie, đó là lý do duy nhất khiến chúng tìm cách bắt sống cô bằng mọi cách. Nguy hiểm không thể tả nhưng chưa bao giờ Katie chịu lùi bước, dù bọn chúng đã tạo cho cô vô số cơ hội. Chưa bao giờ lòng thán phục của Shaw dành cho người phụ nữ ấy cao hơn lúc này. Giờ ông chỉ cần đưa cả hai ra khỏi nơi này một cách an toàn.

Shaw rút súng khỏi chiếc túi chống nước, trông thấy một cánh cửa và lẹ làng lách vào.

Một phút sau chiếc tàu cảnh sát cặp mạn du thuyền.

Nicolas Creel lịch thiệp mời viên cảnh sát mặc sắc phục lên boong và nói chuyện bằng tiếng mẹ đẻ của ông ta. Vị sĩ quan cảnh sát có vẻ bối rối, xin lỗi vì đã làm phiền tay tỷ phú. Creel mời một ly rượu vang và hỏi viên cảnh sát xem hắn có thể giúp được gì.

Sĩ quan cảnh sát cho biết họ nhận được tin báo từ trong bờ rằng có một phụ nữ vẻ hết sức giận dữ đã đi canô cao tốc ra du thuyền. "Trông thấy một chiếc canô lướt qua nhưng chúng tôi thấy rằng đó là bà Creel nên cho đi. Sau đó chúng tôi nhận được thông tin mô tả nhân dạng, hoá ra đó là bà nhà". Tay cảnh sát bối rối và nói vẻ ngượng ngập. "Thế nên chúng tôi tới đây xem liệu mọi thứ...đều ổn cả, thưa ngài".

Creel bật cười và cảm ơn viên cảnh sát vì đã quan tâm. "Vợ tôi hơi chếnh choáng tí, đúng là thế, nhưng còn lâu mới đến mức gây nguy hiểm. Thật ra tôi có thể nói không chút đắn đo rằng cô ấy sẽ không bao giờ gây hại cho bất cứ ai".

"Ông chắc là thế chứ?"

"Chắc. Tôi chỉ lấy làm tiếc rằng ông đã vất vả chừng ấy để tới đây mà chẳng phát hiện được gì".

"Không có gì cả, ông Creel".

Khi viên cảnh sát trở lại thuyền, Creel chào ông ta với động tác hơi giống kiểu cảnh sát.

Shaw lần xuống tới lòng tàu và ngạc nhiên thấy rằng trên đường xuống tới đó ông chẳng chạm mặt kẻ nào. Việc các thuỷ thủ không xuất hiện chẳng khiến ông yên tâm hơn mà chỉ tăng thêm nỗi lo ngại rằng mình đang bị cài bẫy. Sự thận trọng ấy phát huy hiệu quả vì Shaw do dự một tích tắc trước khi vòng qua chỗ rẽ. Một tên mang súng bước qua, một giây sau hắn đổ vật xuống sàn với hộp sọ nứt toác.

Shaw tiếp tục di chuyển, mắt nhìn thiết bị thu - phát tín hiệu trên cổ tay. Ông đang tiến ngày càng gần Katie hơn. Nhưng thiết bị này đâu có cho ông biết liệu Katie có còn sống hay không. Cảm giác có lỗi làm ngực Shaw đau nhói. Lẽ ra ông không bao giờ được yêu cầu Katie làm việc này, ngay cả khi cô muốn thế. Có nhiều kiểu khiến tất cả mọi thứ trở nên tệ hại.

Shaw tới một ô cửa gồm hai cánh, ông mở một cánh ra. Thẳng mặt ông là một nhà hát nhỏ trang trí xa hoa.

Khi tiếp tục đi dọc hành lang, ông ngửi thấy mùi clo. Lúc mở một cánh cửa, Shaw thấy mùi clo sực mạnh thêm.

Chủ của thành phố nổi này có một bể bơi trong nhà.

Shaw cảm thấy trước khi nhìn thấy sự xuất hiện của một người.

Shaw và gã đàn ông xô vào nhau, lực va chạm mạnh đến mức khiến cả hai ngã xuống nước. Một tay của gã kia kẹp cổ Shaw. Ông tóm lấy bàn tay của kẻ tấn công, một ngón tay của ông bị con dao gã kia cầm cứa chảy máu.

Shaw vặn ngược làm gãy bàn tay của địch thủ. Ông túm lấy con dao, xoay một vòng và nó cắm ngập vào sườn gã. Cánh tay thít lấy cổ Shaw lỏng dần. Ông thọc thêm một nhát vào ngực gã kia và đạp bắn ra.

Khi leo lên bể bơi, Shaw nhìn cái xác chìm xuống đáy, nước bể giờ đã chuyển sang đỏ.

Thật may là gã kia đã rơi mất súng trước khi ngã xuống bể. Shaw nhặt lấy súng, mở cửa và lao ra ngoài.

Rồi đứng khựng lại.

Royce đang chĩa khẩu súng ngắn vào ông. "Việc đó quá dễ dàng. Tôi chẳng lấy gì làm ấn tượng, Shaw. Giờ thì bỏ súng xuống".

Nước trên người vẫn nhỏ tong tong, Shaw làm theo và lầm bầm. "Thấy làm một cảnh sát bẩn thỉu ra sao, Royce?"

"Khi tôi không xuất hiện cùng Katie James, tôi đoán ông đã biết tất cả những gì cần biết".

"Không, tôi đã đoán ra từ trước đó rồi".

Royce nghểnh đầu, nét mặt lộ vẻ khó chịu. "Bằng cách nào?"

"Chuyện đó sẽ không liên quan tới ông".

"Tại sao?"

"Vì ông sẽ chết".

Royce ve vẩy khẩu súng, lấy lại sự tự tin. "Ông thật là một kẻ ngốc. Này, tôi chắc chắn rằng ông muốn gặp Katie bé nhỏ, thế nên ta đi thôi. Chúng tôi sẽ giải quyết cả hai cùng nhau. Cô ta đang trong tàu ngầm", Royce nói thêm đầy vui vẻ. "Thấy như vậy thế nào? Người đàn ông này có tàu ngầm riêng đẹp mê ly. Vì có quyền lực thực sự đấy".

Shaw xoa tay vào thắt lưng, ấn một nút nhỏ xíu ở đó gửi tín hiệu cấp cứu tới Frank.

"Nhưng trước hết tôi sẽ tiết lộ với ông một điều, Royce".

"Thật hả? Gì vậy?" Royce khinh bỉ đáp.

"Ông có bao giờ bận tâm kiểm tra đồng hồ đeo tay không? Vì chúng tôi đã cấy một con rệp vào đó".

Royce liếc mắt nhìn chiếc đồng hồ ở cổ tay.

Một chớp mắt sau đó hắn ôm lấy ngực, nơi cán con dao chìa ra, máu từ trái tim bị xuyên thủng đã tràn hết cả khoang ngực. Hắn nhìn Shaw.

"Giờ thấy ấn tượng rồi chứ?" Shaw nói.

Lúc Royce đổ xuống sàn thì Shaw đã bước qua hắn về phía tàu ngầm, và về phía Katie.

Bụng Shiloh gồm vô số các khoang chứa khổng lồ, chiếc tàu ngầm tải trọng ba mươi lăm tấn nằm ở một nơi khô ráo giữa những khoang ấy. Shaw nhìn đám người đứng gác. Một tên tóc đen xoăn và dài thậm chí còn to lớn hơn Shaw. Máy bộ đàm trong tay gã to lớn kêu loẹt xoẹt. Hắn nghe rồi nói điều gì đó Shaw không nghe được, rồi hắn và hai tên còn lại vội vàng đi chỗ khác.

Shaw leo lên nóc chiếc tàu ngầm, nâng nắp lên và nhảy phóc xuống. Ông tìm kiếm nhanh hết khả năng có thể. Lúc trông thấy cánh tay và đôi chân của một phụ nữ thò ra từ phía dưới một chiếc ghế dài gần đuôi tàu ngầm, Shaw cảm thấy tim mình như đứng lại. Khi lôi người phụ nữ ra và trông thấy mái tóc vàng, Shaw rúm cả người. Khi nhận thấy đó không phải Katie, ông bắt đầu thở lại. Rồi Shaw lại trông thấy túi đựng xác, ông như tê liệt lần nữa. Ông kéo khoá mở nó ra bằng những ngón tay run rẩy.

Rồi Shaw nghe thấy một tiếng động khác. Những gã đàn ông đang trở lại.

CHƯƠNG 97

"**G**iờ đưa con bé ra khỏi đây. Rồi chôn nó ở cái hố móng của trại mồ côi", Creel ra lệnh cho hai tên chân tay đang khiêng chiếc túi đựng xác. "Cho nó vào hộp. Tôi sẽ sắp xếp tất cả mọi chuyện ở công trường xây dựng. Tôi sẽ bảo người ta rằng đó là bộ đếm thời gian. Royce đâu rồi?" Hắn hỏi Caesar.

"Đâu đó quanh đây thôi".

Một trong hai tên chân tay hỏi: "Ngài muốn chúng tôi giết nó trước không, ngài Creel?"

"Không, tôi muốn nó tỉnh dậy và thấy rằng mình đã bị chôn sống. Người ta nói rằng với con người thì không có nỗi sợ hãi nào kinh khủng hơn thế. Tôi muốn cô ta cảm nhận nỗi kinh hoàng ấy".

Chiếc túi đựng xác được đưa lên canô cao tốc, đám đàn ông biến mất.

Caesar nói với Creel: "Giờ thì làm gì?"

"Giờ thì anh hãy biến mất. Cho tới lần tiếp theo".

"Tôi không nghĩ thế đâu".

Cả hai từ từ quay lại. Shaw đang đứng đó chĩa khẩu súng vào chúng.

Creel giật mình khi nhận ra đó là ai nhưng rồi nhanh chóng lấy lại bình tĩnh. "Người ta gọi ông là Shaw phải không?" Shaw không nói gì. "Tôi biết mối liên hệ của ông đối với vấn đề này nên tôi nghi ngờ khả năng tiền sẽ khiến ông lùi bước". Shaw vẫn chẳng hé răng. "Vậy là chúng ta rơi vào thế bế tắc rồi", Creel kết luận.

Shaw chĩa súng vào đầu Creel. "Tao không nghĩ thế đâu".

"Ông Creel?"

Từ cầu thang dẫn lên boong trên cùng, viên thuyền trưởng chằm chằm nhìn ba người đầy sợ hãi.

Shaw rời mắt khỏi hai gã kia một chút. Nhưng khoảng thời gian đó vẫn quá dài.

Viên đạn Caesar bắn ra sướt một vết bên thái dương ông.

Shaw nhanh nhẹn nghiêng người sang phải và bắn trả bốn phát liền.

Creel đã lẩn vào phía sau quầy bar trong khi Caesar đang tìm vị trí cao hơn để có góc bắn thuận lợi hơn. Shaw khiến kế hoạch ấy trở nên khó khăn khi bắn trúng chân gã. Caesar nhả cả băng đạn về phía Shaw. Một chút sau, khi Shaw đang chuẩn bị cho phát bắn kết liễu địch thủ, súng của ông kẹt đạn.

Caesar leo lên cầu thang, Shaw bám ngay phía sau. Hai người khổng lồ đối mặt thủ thế ở boong trên cùng. Sau vài cú đấm thăm dò khả năng phòng thủ của kẻ địch, Caesar nện một cú vào cánh tay bị thương đang tê liệt của Shaw; đổi lấy việc ấy, hắn nhận lại một cú đá mạnh trúng bụng. Rồi Caesar lao đầu vào đối thủ, trọng lượng siêu nặng của hắn khiến Shaw không trụ nổi, cả hai ngã đập vào trụ đài chỉ huy. Caesar túm chặt lấy áo Shaw, suýt giật tung khỏi người ông. Shaw cố túm lấy hai chân địch thủ nhưng với sự linh hoạt đáng nể so với thân hình khổng lồ và bất chấp vết thương ở chân, Caesar vẫn nhảy khỏi tầm với của ông và tấn công trở lại.

Hắn kẹp lấy cổ Shaw và bắt đầu siết mạnh. Shaw luồn được một tay xuống dưới cằm Ceasar và cố gắng bẩy đầu hắn về phía sau. Nhưng Caesar hụp đầu xuống tránh được, nhanh nhẹn vòng ra phía sau và siết chặt cổ Shaw.

Shaw cố thoát khỏi tình trạng ấy nhưng nhanh chóng nhận ra rằng ngay cả khi ông cố hết sức, Caesar vẫn quá mạnh. Hai mắt ông bắt đầu trợn lên, hai chân chùng dần.

Rõ ràng đang cảm thấy hương vị chiến thắng, Caesar nói: "Trước tiên là quý cô của mày, giờ thì tới mày. Một đôi đẹp. Khi tao khoan một lỗ qua sọ, nó chết không kịp kêu một tiếng". Rồi hắn thít chặt tay hơn."Và tao cũng thấy mày ra đi một cách im lặng y như vậy, đồ bẩn thỉu ạ".

Với những lời của Caesar, đầu óc Shaw không hề chú ý gì hết, rồi bằng một tiếng thét, ông giật được cánh tay Caesar đang kẹp quanh cổ mình. Shaw bẻ quặt cánh tay Caesar trở lại mạnh đến nỗi ông giật nó tuột hẳn khỏi khớp vai hắn.

"Mày..." Shaw nói.

Caesar đổ sụp xuống, nôn hết cả vì quá đau đớn. Shaw đá thẳng vào mặt hắn bằng một chân đeo chiếc giày ngoại cỡ, địch thủ của ông ngã ngửa ra sau.

"...ra..."

Một con dao xuất hiện trong bàn tay còn khoẻ của Caesar, nhưng nó chỉ tồn tại trong một giây trước khi Shaw giật nó ra bằng sức mạnh sinh ra bởi lòng căm thù tột độ.

Ông thọc thẳng con dao vào bụng Caesar rồi từ từ kéo dọc từ ổ bụng hắn lên trên, đi tới đâu xé toạc cả thịt và xương tới đó cho đến khi lên tận họng Caesar. Lúc Caesar chuẩn bị chết, Shaw rút súng, giật cho viên đạn kẹt bật ra ngoài, cho một viên mới vào, lấy ngắm rồi bắn một phát vào trán hắn.

"...đi", Shaw nói hết câu.

CHƯƠNG 98

Một chiếc trực thăng lớn bay vòng phía trên Shiloh. Qua hệ thống loa, một giọng đàn ông vang lên: "FBI đây, chúng tôi chuẩn bị hạ cánh xuống tàu này. FBI đây, chúng tôi chuẩn bị hạ cánh xuống tàu này".

Cách đó khoảng trăm mét, một chiếc tàu của cảnh sát Italia đang chạy lại phía du thuyền. Khi chiếc trực thăng hạ xuống sân đỗ và tàu cảnh sát buộc dây vào Shiloh, Nicolas Creel điềm tĩnh đứng giữa tất cả.

FBI và Frank muốn bắt Creel tại chỗ. Phía cảnh sát Italia lại khăng khăng rằng không thể làm việc ấy. Họ mất hai mươi phút tranh cãi, chẳng bên nào chịu nhượng bộ.

"Ông Creel đang ở trong hải phận của Italia".

"Mà FBI muốn bắt tôi vì tội gì nhỉ?" Creel hỏi đầy ngây thơ. "Không thể là trốn thuế được. Tôi đâu phải công dân Hoa Kỳ".

Frank rít lên: "Trốn thuế! Vậy còn gây ra hỗn loạn trên toàn cầu thì sao? Tội đó bắt ông được không, đồ khốn kiếp?"

Creel quay sang đại uý cảnh sát Italia. "Tôi không biết ông đây đang nói gì. Họ đã đột nhập du thuyền của tôi. Súng đã nổ. Một số người của tôi đã bị thương, thậm chí tôi còn tin là đã bị giết. Tôi mới là người có quyền buộc tội. Ông vừa mới ra đây, thưa sĩ quan. Ông có thấy gì sai trái không?"

Viên sĩ quan gườm gườm nhìn Frank. "Không có gì cả, ông Creel. Bây giờ tôi sẽ hộ tống các ông đây vào bờ".

"Tôi sẽ chuẩn bị đưa ra những cáo buộc với họ".

"Chúng tôi sẽ không đi đâu hết", một nhân viên FBI nói. "Chúng tôi có toàn bộ sức mạnh của nước Mỹ phía sau".

"Này, giờ các ông không ở nước Mỹ đâu," tay sĩ quan đốp lại. "Ở đây các ông không có thẩm quyền gì cả".

"Thực sự là họ có đấy".

Tất cả quay đầu khi Shaw từ bậc cầu tàu bước xuống.

Creel trừng trừng nhìn ông. "Tôi nghe đây".

"Vì việc bắt cóc một công dân Mỹ", Shaw nói.

"Ai?" Viên cảnh sát Italia bật ngay.

"Katie James!" Frank nói to. "Tôi nghĩ là ông từng nghe tên cô ấy, Katie James rồi chứ?"

"Cô ấy đang ở đây, ông nói thế phải không?" Tay sĩ quan thốt lên.

"Cô ta không ở đây", Creel trâng tráo.

"Thật sao?"

Tất cả lại quay đầu lần nữa khi Katie bước lên boong. Giờ thì mặt Creel tái nhợt đi và hắn bối rối quay ra nhìn mặt nước biển.

"Sau khi Shaw đánh tráo, người của ông đã mang người đàn bà bị giết trong túi đựng xác đi – tôi đoán đó là vợ ông", Katie nói. Chúng còn chẳng để tâm kiểm tra liệu trong túi có phải tôi không. Chiều cao và cân nặng của tôi và cô ấy cũng ngang nhau".

Tay cảnh sát Italia nhìn Creel. "Vợ ông chết rồi sao?"

"Tất nhiên là không phải thế. Cô ấy không ở đây. Tôi đã đưa cô ấy trở lại thành phố. Hẳn là ông đã trông thấy chiếc canô cao tốc chạy qua rồi".

"Vậy làm thế nào Katie đến được đây?" Frank bẻ.

"Cũng giống như ông ta thôi", Creel nói và chỉ thẳng vào Shaw. "Rõ ràng là họ đã đột nhập".

Katie nâng cánh tay gãy lên. "Thiết bị định vị không nằm ở miếng thạch cao. Nó nằm trong người tôi đây."Rồi cô chỉ vết thương trên cánh tay. "Họ mổ đúng chỗ xương bị gãy và đưa thiết bị phát tín hiệu vào người tôi". Cô nhìn sang phía Shaw. "Đó là kỹ thuật tôi mới được làm quen".

"Đó *là* cách chúng tôi bám theo cô ấy tới đây", nhân viên FBI nói. "Rồi chúng tôi nhận được tín hiệu cấp cứu từ Shaw và đột kích".

"Tôi chẳng hiểu gì", tay cảnh sát Italia nói. "Tất cả chuyện này liên quan tới điều gì?"

"Người này..." Katie vừa bắt đầu nói thì Creel chen ngang.

"Cô ta đã đưa những cáo buộc ghê gớm này lên mạng Internet. Tôi nghĩ bây giờ cô ta sắp nói rằng tôi là kẻ chủ mưu tội ác nào đó, ngài sĩ quan. Đó là điều cực kỳ phi lý".

"Ông ta đã bắt cóc tôi", Katie nói.

"Và tôi lại nói rằng tôi đã không làm thế. Đó là lời cô chọi với lời tôi. Chẳng thể coi đó là xét xử thành công đâu".

"Ông Creel đang xây dựng một trại trẻ mồ côi trong thành phố của chúng tôi", viên sĩ quan Italia nói.

"Tôi chẳng quan tâm mẹ gì ngay cả khi hắn dát vàng mọi con đường của các ông", Frank lên tiếng. "Chúng tôi sẽ tóm và đưa hắn theo".

"Tôi không nghĩ thế đâu".

Creel nói: "Ngài sĩ quan, tôi sẽ ở đây, trên du thuyền của mình. Tôi sẽ gọi cho luật sư của mình và mọi chuyện ở đây sẽ được giải quyết theo đúng trình tự và đúng luật".

"Ở đây hắn cũng có một chiếc tàu ngầm", Shaw nói.

Creel nhướng mày. "Ồ, đúng rồi, để tôi tẩu thoát bằng tàu ngầm. Rất giống kiểu James Bond". Hắn nhìn Shaw thật kỹ. "Nhưng tôi tin rằng những gì có ở đây cho thấy *hiện* có một tội ác nghiêm trọng xảy ra trên du thuyền. Người này đã giết vệ sĩ riêng của tôi. Nhìn máu trên hai tay và sơmi của ông ta xem".

Đúng là người Shaw vấy đầy máu của Caesar.

Creel nói thêm. "Hãy lên cầu tàu và tự quan sát".

Một trong số cảnh sát chạy lên rồi ngay lập tức trở xuống, mặt tái xanh và làm dấu thánh. "Chúa ơi, ông ta đã bị mổ bụng".

Viên sĩ quan nhìn Shaw. "Ông đã giết ông ta?"

"Đúng".

Creel nói đắc thắng: "Cuối cùng thì cũng thú nhận".

"Tôi giết hắn vì tự vệ. Chính xác thì tôi có mặt ở đây với cơ thể không hoàn toàn lành lặn". Ông trở gương mặt bầm tím và chiếc áo rách bươm.

"Đó là điều tòa án Italia sẽ quyết định. Ngài sĩ quan, xin hãy đưa ngay tên sát nhân này khỏi du thuyền của tôi".

Viên sĩ quan rút vũ khí, người của ông ta làm theo. Frank và các nhân viên FBI cũng làm thế.

"Không", Shaw nói. "Tôi sẽ đi cùng họ".

Ông nhìn Creel. "Chuyện này chưa xong đâu".

"Tất nhiên là chưa xong. Ông sẽ đưa ra những cáo buộc lố bịch và đội luật sư của tôi sẽ phủ nhận, đến khi chuyện qua thì tôi vẫn là một người tự do được cả thế giới yêu mến còn ông thì rũ xương trong tù. Đó là điều tôi gọi là công lý".

Shaw lao bổ cả người vào Creel trước khi ông bị giật lại. Không ai trông thấy một tay của Shaw đã luồn vào túi áo Creel.

Hổn hển, Creel lên tiếng: "Và giờ thì các vị có thể bổ sung tội danh tấn công vào danh sách nữa".

"Thôi nào Shaw", Frank nói. "Chúng ta sẽ làm rõ toàn bộ chuyện này. Còn ông", ông nói và chỉ Creel. "Nếu ông tìm cách thoát khỏi chiếc tàu này bằng tàu ngầm, trực thăng hay tàu vũ trụ đi nữa thì ông sẽ thành quá khứ ngay".

"Tạm biệt các quý ông. Tôi đang mong được giải quyết toàn bộ chuyện này trước tòa cũng như được nhìn thấy từng vị bị trừng phạt thích đáng", Creel điềm nhiên. Hắn đối mặt với Shaw và ngoác miệng cười. "Và lần nào ở trên du thuyền tôi cũng sẽ nghĩ tới ông".

Sau khi chiếc trực thăng và tàu cảnh sát rời du thuyền, Creel lui lại phòng nguyên thủ của hắn. Hắn gọi một loạt cú điện thoại để giải quyết mớ rắc rối này, trước tiên là cho những gã mà chắc chắn giờ này đang đưa cô vợ thứ tư của hắn xuống lòng đất Italia. Hắn sẽ giải quyết được hết. Hắn đã luôn thế. Chỉ mất chút thời gian, một chút tiền, một chút giả dối cùng bản lĩnh. Đó là tất cả những gì cần tới.

Rút một điếu xì gà trong hộp ra, Creel lần túi lấy bật lửa. Tay hắn nắm lấy vật gì đó bằng kim loại, song đó không phải bật lửa. Hắn lôi nó ra. Nó mảnh và dẹt. Làm thế nào mà thứ chết tiệt này lọt vào túi hắn được nhỉ? Creel săm soi vật ấy. Có vết máu à? Hắn cũng có thể ngửi thấy mùi gì đó, mùi gì đó quen thuộc nhưng mơ hồ.

Creel chẳng thể nào biết được rằng vào thời điểm ấy Shaw đang nắm chặt một thiết bị điều khiển từ xa nho nhỏ. Hai tay ông nắm vào nhau khi bước sang tàu cảnh sát, mắt nhìn Katie lúc này đang đứng cạnh mình. Cô nhìn ông, đúng hơn là nhìn chiếc áo rách tơi tả. Dường như chỉ Katie đã nhận thấy rằng những đường chỉ mà hướng dẫn viên du lịch/bác sĩ phẫu thuật tài năng đã nghỉ hưu Leona Bartaroma khâu ở cánh tay Shaw không còn nữa. Rồi Katie chăm chú nhìn thiết bị nhỏ trong tay Shaw trước khi liếc lên nhìn ông.

Khi hai mắt nhìn nhau, Shaw định nói điều gì đó song Katie đã lắc đầu.

"Ổn thôi, Shaw. Hãy làm điều ông phải làm".

Cô nắm chặt tay ông và nhìn đi nơi khác.

Trong lúc chiếc trực thăng của FBI bay trên đầu, Shaw nhìn ra phía biển, nơi cái bóng nổi trên mặt nước của Shiloh trông như một con cá voi nằm ngửa bị nhồi quá nhiều. Nhưng không phải Shaw đang nghĩ đến những thứ đồ chơi trên biển mà tay tỷ phú mua bằng tiền có được nhờ gieo rắc cái chết. Ông cũng chẳng nghĩ tới những tay PM lão luyện như Pender đã lìa đời. Ông cũng chẳng nghĩ đến chuyện sắp phải ngồi tù Italia vì đã giết Caesar. Ngay lúc này đây, thậm chí sự thật cũng chẳng làm ông mảy may quan tâm.

Shaw nghĩ trên nền trời đen thẫm kia, ông có thể trông thấy gương mặt Anna đang đăm đăm nhìn mình, có lẽ là đang ra hiệu, ông cũng không dám chắc. Họ chỉ là hai con người gắng yêu nhau trong một thế giới luôn không cho phép việc ấy diễn ra. Họ đã rơi vào một cơn ác mộng không phải do mình gây ra. Và Shaw phát điên bởi tất cả chuyện ấy, tê liệt bởi sự mất mát mà ông sẽ không bao giờ có thể hiểu hoặc vượt qua được hoàn toàn, đến mức tất cả những gì ông có thể làm là bấm một nút trên thiết bị điều khiển bé xíu đang cầm trong tay. Nhưng nhìn vào gương mặt của Anna trên trời, Shaw lấy lại được sức mạnh. Khi xong, ông quăng vật nhỏ kia sang phía bên và nó biến vào làn nước, chỉ để lại một gợn rất nhỏ. Nhưng những tác động ở nơi khác thì sẽ lâu hơn rất nhiều.

Trong phòng nguyên thủ, Creel cảm thấy vật kim loại ấm dần lên. Đó là điều cuối cùng hắn nhận thức được.

Khi nghe thấy tiếng thét và ngửi thấy mùi khói, viên thuyền trưởng vội vã chạy xuống cầu thang và lao vào phòng nguyên thủ. Nhưng tới khi ông ta tới được nơi ấy, chỗ Creel vừa mới ngồi giờ chỉ còn là một đống tro đen và bộ xương nằm trên sàn. Kết quả điều tra sau đó cho biết đó là di cốt của một người đàn ông dù chẳng còn giống của người nữa. Sau đó viên thuyền trưởng làm chứng rằng khi chết, Creel hoàn toàn chỉ có một mình. Và vì thế chẳng ai có thể giải thích chính xác điều gì đã xảy ra, hoặc vì sao Nicolas Creel lại tự sát bằng thứ thiết bị sử dụng phốt-pho cháy thuộc dạng cực kỳ nguy hiểm.

CHƯƠNG 99

Nhờ có tin mật báo, sáng hôm sau cảnh sát Italia tìm thấy xác của bà Creel trong một hố vừa mới được đào ở đáy hố móng tại công trường. Vài phút sau Shaw được thả từ một nhà tù nước này. Ông bước ra ngoài với tư cách người tự do, trên người là một chiếc sơmi mới, sau đó cánh tay được khâu lại tử tế nhờ một bác sĩ người địa phương được mời tới nhà tù.

Phải mất một thời gian dài để phát hiện, phân loại và mổ xẻ những điều đã xảy ra với *Hiểm hoạ đỏ*, Nicolas Creel, *Pender và các cộng sự*. Nhưng bất chấp những việc như vậy, sự thật không bao giờ được đưa ra trước công luận, đó là quyết định của các cường quốc, trong đó có Mỹ, Nga và Trung Quốc. Những thông tin nhỏ nhất khám phá ra về âm mưu to lớn của Creel đều được xác định độ mật và chôn vùi vĩnh viễn. Có vẻ thật đáng ngạc nhiên là việc ấy có thể thực hiện được, nhưng một thực tế là trên khắp thế giới này lúc nào cũng có những vụ "chôn cất" như thế.

Katie, Shaw và Frank cùng những người khác biết được những chi tiết quan trọng phải thề giữ bí mật suốt đời.

Katie chẳng lấy gì làm dễ chịu với điều ấy. "Sao lại phải giữ bí mật chứ? Thế thì chúng ta có thể lặp lại sai lầm à?"

Người ta nói với cô rằng nếu thế giới biết rằng họ đã tiến gần tới trạng thái tất cả cùng bị huỷ diệt như thế nào và các chính phủ trên toàn cầu đã bị lừa ra sao, người dân có thể mất niềm tin vào các nhà lãnh đạo.

"Hừ, có lẽ người ta nên thế đấy", Katie tức tối.

Nhưng khi đích thân Tổng thống Mỹ biện hộ và kêu gọi tinh thần yêu nước của Katie, cuối cùng cô nhượng bộ. Thế nhưng cô vẫn cảnh báo trước.

"Lần sau à, sao các vị không nghĩ về những chuyện này trước khi vội vã kết luận? Điều đó có ý nghĩa thế nào với một chiến lược?"

Cuối cùng thế giới cũng cho qua sự kiện suýt trở thành biến cố khủng khiếp này và tiếp tục guồng quay của nó, giống như nó luôn thế từ xưa tới nay. Có lẽ đã không được an toàn giống như suốt thời Chiến tranh lạnh song ít ra đó không chỉ là *cảm giác* an toàn dựa trên những lời dối trá.

Shaw, Katie và Frank trở lại London, nơi diễn ra buổi lễ tưởng niệm các nạn nhân của *Vụ thảm sát London*. Cha mẹ Anna cũng dự song Shaw giữ khoảng cách với họ. Bị Wolfgang Fischer tấn công trong một nhà thờ London không phải kiểu ông muốn nhớ tới người phụ nữ mình yêu quý.

Ông đã một lần nữa trở lại Wisbach thăm mộ Anna. Vào ngày thứ hai Shaw có mặt ở đó, khi ông không hề biết, Katie và Frank tới ngôi làng nhỏ và gõ cửa nhà Fischer.

Trông già sọm và mệt mỏi, Wolfgang ra mở cửa.

Katie lên tiếng: "Cháu là Katie James. Đây là Frank Wells".

Wolfgang nhìn họ ngờ vực. "Các vị muốn gì ở đây?"

Frank lo lắng."Chúng tôi cần làm rõ sự thật, thế nên chúng ta hãy nói chuyện về Shaw".

"Tôi không cần làm rõ sự thật với *tay đó*", Wolfgang nói, mặt đỏ lên.

"Dạ, cháu nghĩ là bác cần đấy", Katie kiên quyết.

"Tại sao?"

"Vì ông ấy đáng được như vậy. Ông ấy đáng được làm rõ sự thật. Và bác cần làm việc ấy cho Anna".

"Cho Anna? Cô nói hay nhỉ!"

"Con gái bác thông minh, xinh đẹp, thành đạt và còn hết lòng yêu người đàn ông đó. Và bác cũng cần hiểu vì sao".

"Để họ vào đi, Wolfgang".

Tất cả nhìn Natascha lúc này đang đứng sau chồng. "Để họ vào và chúng ta sẽ nghe. Cô ấy nói đúng. Vợ chồng mình phải làm việc này cho Anna".

Frank cùng Katie bước qua Wolfgang và trong vài giờ tiếp theo họ nói về những điều đã thực sự diễn ra.

"Chúa ơi", Wolfgang thốt lên khi câu chuyện kết thúc. "Tôi muốn gặp Shaw. Hãy nói với anh ta, nói với anh ta..." Ông thất thần nhìn vợ.

"Hãy cho anh ấy biết chúng tôi cảm thấy thế nào, rằng bây giờ thì đã khác, rằng chúng tôi cảm thấy thế nào", Natascha nói nốt câu ấy cho chồng.

"Đúng", Wolfgang nói. "Khác rồi".

Katie nói: "Hai bác mặc áo khoác vào đi".

CHƯƠNG 100

Shaw ngồi trên nền đất cạnh mộ Anna. Lá cây đã bắt đầu chuyển màu, gió hơi lạnh. Ở đây thật dễ chịu, như thể Anna vẫn còn sống. Dường như sự xuất hiện của cô rất thật. Shaw tin rằng mình có thể ở lại nơi này mãi mãi.

Ông nghe thấy tiếng người bước lại phía mình khá lâu trước khi có thể thấy mặt họ. Shaw đứng dậy và chẳm chẳm nhìn khi nhóm người dần hiện rõ, dẫn đầu là Wolfgang. Shaw bắt đầu lẩn khỏi mộ Anna thì trông thấy Katie và Frank. Ông khựng lại, không chắc chắn điều gì đang diễn ra hoặc mình phải làm sao.

Wolfgang bước thẳng về phía Shaw. "Những vị này", ông trỏ Katie và Frank, "họ đã nói với chúng tôi về những chuyện đã xảy ra".

"Họ đã nói cho chúng tôi sự thật, Shaw," Natascha nói và nắm tay ông bằng cả hai bàn tay của bà. "Chúng tôi xin lỗi vì cách đã đối xử với anh".

"Đúng, xin lỗi rất nhiều", Wolfgang nói và liếc vẻ ân hận.

Shaw quét ánh mắt qua Katie và Frank. Frank không nhìn vào mắt ông mà trân trân ngó xuống đất. Katie chỉ dành cho ông nụ cười động viên.

Wolfgang quàng hai cánh tay qua người Shaw và ôm lấy ông còn Natascha ôm lấy cả hai. Chẳng mấy chốc những hàng nước mắt lăn dài trên má Fischer. Ngay cả mắt Shaw cũng rưng rưng, thi thoảng đôi môi giần giật khi cả ba người đứng quanh nơi yên nghỉ cuối cùng của Anna với những cánh tay đan chặt vào nhau, miệng thì thầm khe khẽ.

Khi cùng Frank đứng nhìn, Katie phải cố ngăn nước mắt chỉ chực trào ra.

Cuối cùng Frank thầm thì: "Tôi không thể chịu nổi cảnh này nữa. Tôi không giỏi chịu những thứ tình cảm, Katie. Dù là lúc nào, gí vào miệng tôi một khẩu Glock chín ly rồi nhả đạn còn hơn phải thấy cảnh này". Ông quay người và bỏ đi, nhưng Katie nghĩ trước đó cô đã kịp nghe thấy tiếng khóc rất nhỏ bật ra khỏi môi người đàn ông này.

Gần một giờ sau Wolfgang và Natascha ra về.

Katie chầm chậm bước tới bên Shaw khi ông đứng cạnh mộ Anna.

"Cảm ơn về những điều cô đã làm", Shaw nói, mắt vẫn dán xuống nấm mộ.

"Ông đang chống chọi thế nào?"

"Một phần trong tôi biết rằng Anna đã mất. Phần còn lại...không chịu chấp nhận điều ấy".

"Đau đớn là thứ kỳ quặc. Người ta nói rằng đó là một quá trình với các giai đoạn tách biệt. Nhưng với từng người thì rất khác nhau. Mà ông thấy cô đơn, tôi không biết họ có thể gọi nó là gì khác ngoài một dạng...địa ngục của bản thân".

Shaw quay lại nhìn cô. "Cô từng mất người nào đó rồi à?"

Katie nhún vai. "Bất kỳ ai từng sống đều từng mất một người nào đó".

"Ý tôi nói là một người cụ thể kia".

Katie vừa hé miệng nhưng nhanh chóng ngừng lại.

"Đó là lý do cô uống quá nhiều phải không?" Shaw nói chậm rãi, giờ thì ánh mắt hướng về những hàng cây có lá đầy màu sắc.

Katie thọc hai tay vào túi áo khoác rồi sục mũi giày xuống đất. "Tên nó là Behnam. Nó là một bé trai mà lẽ ra sẽ trở thành một người đàn ông tốt đẹp, nhưng nó đã không thể. Và đó là lỗi của tôi. Tôi đã giành giải Pulitzer thứ hai còn nó thì kết thúc cuộc đời trong một cái huyệt ngoài thành phố Kandahar". Cô hít một hơi sâu. "Đúng, đó là lý do tôi uống quá nhiều".

"Cô sẽ không bao giờ quên nó, phải không?"

Katie lắc đầu. "Không bao giờ. Không thể". Cô nghẹn ngào.

"Tôi biết cô cảm thấy ra sao", Shaw nói. Ông đặt một tay lên vai cô. "Tạm biệt Katie. Bảo trọng nhé".

Rồi Shaw xoay người bước đi. Chỉ sau vài giây, cô không còn trông thấy ông nữa.

Cô một mình đứng đó, giữa những người đã khuất. Liếc qua mộ của Anna, cô quỳ xuống đặt lại những bông hoa Shaw đã đặt gần tấm bia. Giữa những hàng chữ khắc trên tấm bia bằng đá granite, Katie thấy hiện lên cuộc sống và hình ảnh của một phụ nữ đầy ấn tượng và hình ảnh đeo đẳng của một người đàn ông đã yêu người phụ nữ ấy khi cô còn sống và cũng rõ ràng là vẫn yêu ngay cả khi cô không còn.

Cuối cùng cô cũng đứng dậy khỏi đất của nhà thờ, xoay người và chầm chậm bước trở lại thế giới của những người đang sống.

Rồi Katie bắt đầu chạy.

Tiếng bước chân từ phía sau ngày càng gần lại. Shaw xoay người, gương mặt lộ vẻ ngạc nhiên khi cô xuất hiện.

Ông nói: "Gì thế? Cô ổn chứ?"

"Tôi vừa nhận ra rằng tôi chẳng có phương tiện nào rời khỏi đây".

"Tôi có thể chở cô đi đâu đó". Shaw nhìn đồng hồ. "Khoảng chín mươi phút nữa ta có thể đến Frankfurt. Từ đó cô có thể lên máy bay đi New York. Chắc sẽ có mặt ở nhà để ăn đêm ở cửa hàng cô thích".

"Tôi không muốn đi New York".

"Đó chẳng phải nơi cô sống sao?"

"Từ khi lớn lên tôi toàn sống bằng những thứ đủ nhét trong vali. Mà bây giờ tôi không có việc làm".

"Lẽ ra bây giờ cô *đã có thể* thế chỗ Amanpour[1] ở CNN đấy"

"Tôi không muốn".

"Vậy *giờ* cô muốn gì?"

"Nhờ ông chở đi".

"OK, nhưng đi đâu?"

"Chúng ta sẽ bàn trong lúc đi".

Họ chằm chằm nhìn nhau. Đôi mắt Katie long lanh còn ánh mắt Shaw lảng ra phía vỉa hè. Ông do dự. "Katie, tôi không thể..."

Cô đưa một tay lên che miệng ông."Tôi biết rằng ông không thể, Shaw. Nếu ông đã nói điều gì đó ngoài điều ấy thì tôi đã bỏ đi rồi. Đó không phải điều tôi muốn đâu".

"Vậy cô muốn gì?"

Katie liếc bóng tối Wisbach trước khi quay lại nhìn Shaw. Khi cất tiếng, giọng Katie như trĩu nặng bởi từng từ cô nói ra.

"Tôi là kẻ nghiện ngập. Tôi là kẻ thất nghiệp. Tôi không có bạn bè nào cả. Thực ra tôi không nghĩ mình có bạn bè *nào*. Và tôi đang sợ hãi, Shaw. Tôi sợ phát khiếp rằng đó là điều dành cho tôi. Nếu như ông bảo tôi xuống địa ngục, rồi sẽ nói rằng cả hai chúng ta *từng* ở đó và nó tệ hại đúng như mọi người nghĩ".

Khi những cơn gió thổi đám lá cây kêu xào xạc và chung quanh họ, những người dân tốt bụng của Wisbach bắt đầu giấc ngủ yên lành thì Shaw và Katie im lặng nhìn nhau. Cứ như thể chẳng ai trong họ có đủ can đảm, hơi sức hay tâm trạng để cất lời.

Cuối cùng Shaw khe khẽ lên tiếng: "Ta đi thôi".

Cả hai xoay người và bước theo con phố yên tĩnh.

Đi đâu, một điều chắc chắn là cả hai đều không biết.

---

[1] Christiane Amanpour, phóng viên nổi tiếng của CNN thường có mặt ở những điểm nóng.

NHÀ XUẤT BẢN VĂN HÓA THÔNG TIN
43 Lò Đúc - Hà Nội

TRUY TÌM SỰ THẬT

- DAVID BALDACCI -

Chịu trách nhiệm xuất bản:
BÙI VIỆT BẮC

Chịu trách nhiệm bản thảo:
NGUYỄN VĂN KHƯƠNG

Biên tập: PHƯƠNG HẢO

Vẽ bìa: DANH LÂM

Trình bày: TÂN VIỆT

In 1000 cuốn, khổ 16x24cm tại Công ty cổ phần in truyền thông.
Giấy phép XB số: 1059-2008/CXB/18-170/VHTT.
In xong và nộp lưu chiểu năm 2009.